वाकाटककालीन विदर्भ

प्राचीन विदर्भाच्या इतिहासातील सुवर्णकाळ

डॉ. मिनल खेरडे (गिते)

डायमंड पब्लिकेशन्स

वाकाटककालीन विदर्भ :
प्राचीन विदर्भाच्या इतिहासातील सुवर्णकाळ
डॉ. मिनल खेरडे (गिते)

Vakatakkalin Vidarbh : Prachin Vidarbhachya Itihasatil Suvarnkaal
Dr. Minal Kherade (Gite)

पहिली आवृत्ती : ऑक्टोबर २०२२

ISBN : 978-93-91948-14-6

मुखपृष्ठ
संदीप देशपांडे

अक्षरजुळणी
मानसी घाणेकर, पुणे

प्रकाशक
डायमंड पब्लिकेशन्स
२६४/३ शनिवार पेठ, ३०२ अनुग्रह अपार्टमेंट
ओंकारेश्वर मंदिराजवळ, पुणे-४११ ०३०
☎ ०२०-२४४५२३८७, २४४६६६४२

info@dpbooks.in

ऑनलाईन पुस्तक खरेदीसाठी भेट द्या
www.dpbooks.in

ज्यांच्यामुळे मी घडले,
असे माझे आईवडील
श्रीमती पुष्पाबाई गिते आणि कै. श्री. जी. एस. गिते,
तसेच आदरणीय गुरू पितृतुल्य
प्रा. श्री. पी. एन. देशमुख
यांना सविनय अर्पण...

पुस्तकाच्या निमित्ताने...

प्राचीन भारताच्या ऐतिहासिक कालखंडाचा विचार केल्यास उत्तरेत इसवी सन पूर्व ३०० च्या दरम्यान चंद्रगुप्त मौर्याने प्रथमत: केंद्रशासीत राज्यव्यवस्था निर्माण केली. सम्राट अशोकाच्या सोपारा स्तंभलेखावरून दक्षिणेत मौर्य साम्राज्याच्या सीमा म्हैसूरपर्यंत विस्तारलेल्या असल्याचे स्पष्ट होते. सम्राट अशोकाने बौद्ध धर्म स्विकारल्यानंतर धर्म प्रचारार्थ पाठविलेल्या स्ववीरांच्या नोंदी पाचव्या व तेराव्या शिलासनात आहेत. त्यात असलेले भोज, पेतनिक, रठिक, अपरांत इत्यादी उल्लेख; दक्षिण पंथाशी संबंधीत आहेत. त्यातील भोज राज्य म्हणजे 'विदर्भ' होय. अर्थात, इसवी सन पूर्व तिसऱ्या शतकात विदर्भ हा मौर्य अधिपत्त्याखाली असावा असे दिसते. पवनीस्तूप व सम्राट अशोकाचा देवटेक शिलालेख, याची साक्ष देतात.

मौर्यांच्या पतनानंतर शुंगाचे अधिपत्त्याखाली विदर्भ गेला असावा. कारण पुष्यमित्रशुंग, शुगांनभर गादीवर आलेला त्याचा मुलगा अग्निमित्र याने अवंती केंद्र करून विदर्भावर स्वारी करून विदर्भ जिंकून माधवसेन व यज्ञसेन या राजस्पर्धांमध्ये वाटून दिला, असा उल्लेख कालिदासने मालविकाग्निमित्रमध्ये केला आहे. वरदा (वर्धा) नदीमुळे विदर्भाचे दोन भाग झाले; असाही उल्लेख येतो. परंतु, शुंग शासनानंतर विदर्भात शुककुशान या परकीय सत्तांनी काही काळ पाय रोवला होता, असे रूपीअम्मनच्या पवनी स्तंभलेखावरून कळते.

दक्षिणेत सातवाहन सत्तेची राजधानी पैठण नावारूपाला आली. सातवाहन राजांनी विदर्भावरही राज्य प्रस्थापित केले. शक क्षत्रपांच्या परकीय आक्रमणांना पायाबंद घालून संपूर्ण महाराष्ट्रावर सातवाहनांनी साधारणत: इसवी सन पूर्व २३० ते इसवी सन २३० असे ४०० वर्षे राज्य केले.

प्राचीन विदर्भाच्या इतिहासात वाकाटकांचा काळ हा सुवर्णाक्षरांनी लिहावा लागेल असा हा कालखंड आहे. 'वाकाटक' घराण्याचा शासनकाळ साधारणत: इसवी सन २५० ते ५५० मानला जातो. या तीनशे वर्षाच्या काळात विदर्भाला

वाकाटकांनी समृद्धी आणली. वाकाटक राजे पराक्रमी व ऐश्वर्यसंपन्न होते. तसेच ते प्रजाहितदक्ष, धर्मसहिष्णू, कला व स्थापत्याचे भोक्ते होते. हा कालखंड; राजकीयदृष्ट्या समृद्ध व आपला ठसा उमटविणारा कालखंड होता. विदर्भाला वाकाटक घराण्याच्या विविध राजांनी वैभव प्राप्त करून दिले. वाकाटकांच्या प्रबळ सत्तेने उत्तर आणि दक्षिण भारतावरही प्रभाव टाकला.

या पुस्तकाच्या लिखाणाचा हेतू हा की, काही वर्षांपूर्वी मी वाकाटक राज घराण्याविषयी संशोधनपर लेख लिहिले. वाचकांना ते फार आवडले, तर काहींनी या संशोधनाचे पुस्तक का करत नाही, असे विचारले. पण मला माझ्या इतर जबाबदाऱ्यांमुळे पुस्तकाचे काम करता आले नाही. पण, आता हे पुस्तक प्रकाशित होण्याचा योग आला आहे. वाकाटकांनी विदर्भात 'सुवर्णयुग' निर्माण केले. परंतु त्यांच्याबद्दल अतिशय त्रोटक माहिती असल्याने हे पुस्तक निश्चितच संशोधक/अभ्यासक यांना उपयुक्त ठरेल.

वाकाटक काळाचा परिचय तसा सर्वांनाच आहे; पण त्यावर इतके मोठे संशोधन करण्याजोगे दस्तऐवज मिळतील हे अनपेक्षितच होते. यासाठी अतिशय दुर्लक्षित असे दस्तऐवज वाचण्याचा योग आला. आता या संशोधनाचा उपयोग संशोधकांना व वाचकांना व्हावा हा मानस आहे.

या पुस्तकात वाकाटकांविषयीच्या बहुतेक दानपत्रातील श्लोकांचे मराठी भाषांतर दिले आहे. त्यामुळे वाचकांना एकंदर विवेचन समजण्यास अडचण येणार नाही अशी आशा आहे. जिज्ञासू वाचकांस परिक्षणांची सत्यासत्यता स्वत: पडताळून पहाता यावी म्हणून महत्त्वाच्या ठिकाणी संदर्भ दिलेले आहेत.

या पुस्तकाची निर्मिती करीत असतांना अनेक ग्रंथांचा व लेखांचा मी उपयोग केला, त्यात डॉ. वा. वी. मिराशी, डॉ. अजय मित्र शास्त्री, डॉ. एम. के. ढवळीकर, डॉ. रा. श्री. मोरवंचीकर, डॉ. चंद्रशेखर गुप्ता यांच्या ग्रंथ व लेखांचा प्रामुख्याने समावेश होतो. या सर्वांची मी ऋणी आहे. माझे सासरे कै. डॉ. आर. यु. खेरडे यांचे ऋण मी विसरू शकत नाही. त्यांनी सतत दिलेली प्रेरणा म्हणजे माझे यश होय. माझे गुरूवर्य आदरणीय प्रा. पी. एन. देशमुख यांच्या मदतीमुळेच मी हे पुस्तक प्रकाशित करू शकले. याबरोबरच प्रा. कल्पनाताई पी. देशमुख यांनी माझ्या मराठीच्या अनेक चुका दुरुस्त करून दिल्या त्याबद्दल मी त्यांची ऋणी आहे. प्रा. रघुनाथ क्षिरसागर यांनी मला अतिशय मौलिक मदत केली. त्यांचे आभार मानणे हे मी माझे कर्तव्य समजते. माझे सहचर डॉ. मोहन खेरडे यांच्या सततच्या प्रेरणेमुळे मी हे पुस्तक प्रकाशित करण्याचे मनावर घेतले. किंबहुना हे पुस्तक प्रकाशित न होता, तसेच पडून

असते; पण त्यांनी केलेल्या मदतीमुळेच हे पुस्तक प्रकाशित झाले. माझ्या मुली सौ. अर्चना व कु. आयेशा यांच्यामुळे हे पुस्तक लिहिण्यास वेळ मिळाला हे सांगणे मला अगत्याचे वाटते. माझी आई श्रीमती पुष्पाताई गिते हिने शिक्षणाचे महत्त्व जाणून आम्हा मुलींना सर्व प्रकारची हिंमत दिली, तिचे हे सर्व ऋण फेडणे कधीही शक्य नाही याची मला जाणीव आहे.

डायमंड पब्लिकेशन्स या प्रकाशनाने सदर पुस्तकाची निर्मिती आकर्षक आणि सुबक केली आहे. याशिवाय त्यांनी हे पुस्तक वेळेत पूर्ण करून ते वाचकांकरता उपलब्ध करून दिले, त्याबद्दल मी व्यक्तीशः त्यांची ऋणी आहे.

डॉ. मिनल खेरडे (गिते)

लेखक परिचय

डॉ. मिनल खेरडे (गिते) या जुलै १९९२ पासून विद्याभारती महाविद्यालय, अमरावती येथे 'इतिहास विभाग प्रमुख' म्हणून कार्यरत आहेत. त्यांनी अनेक विद्यापीठस्तरीय, राज्यस्तरीय, राष्ट्रीय इतिहास परिषदेत सहभागी होऊन संशोधनपर लेखांचे वाचन केलेले आहे. नियतकालिकांमध्ये त्यांचे अनेक लेख प्रकाशित झालेले आहेत. त्यांनी पदव्युत्तर आणि एम.फिल. स्तरावर अध्यापनाचे कार्य केलेले आहे. त्यांच्या मार्गदर्शनाखाली विद्यार्थ्यांनी एम.फिल. पदवी प्राप्त करण्याकरता मार्गदर्शन घेतलेले आहे. त्यांनी राष्ट्रीय इतिहास परिषदेत 'वक्ते' म्हणून मार्गदर्शन केले असून इतर अनेक वेगवेगळ्या विषयांवर त्या विद्यार्थ्यांना सतत प्रोत्साहनपर व्याख्याने देत असतात. महाराष्ट्र इतिहास परिषद आणि नागपूर, अमरावती, गोंडवाना विद्यापीठ इतिहास परिषदेच्या त्या 'सभासद' आहेत. त्यांच्याजवळ अनेक दुर्मीळ नाणी संग्रहीत आहेत. नाणी जमविण्याचा, वाचनाचा, लिखाणाचा छंद त्या जोपासतात. त्यांनी 'Contribution of Women's in the Development of Modern India' या विषयावर राष्ट्रीय परिषदेचे आयोजन केलेले आहे. महाविद्यालयाअंतर्गत त्यांनी राष्ट्रीय सेवा योजनेच्या 'कार्यक्रम अधिकारी' म्हणून अनेक कॅम्प आयोजित केलेले आहेत. एम.पी.एस.सी. मार्गदर्शन केंद्र व सोशल आऊटरीच एनॅब्लींग सेंटरच्या (SOEC) विद्याभारती महाविद्यालयात त्या 'संचालक' म्हणून काम करत आहेत. 'प्रतिभा' वार्षिक अंकाच्या त्या 'संपादक' म्हणून काम पाहात आहेत.

अनुक्रम

वाकाटक कालीन राज्यसीमा (नकाशा)

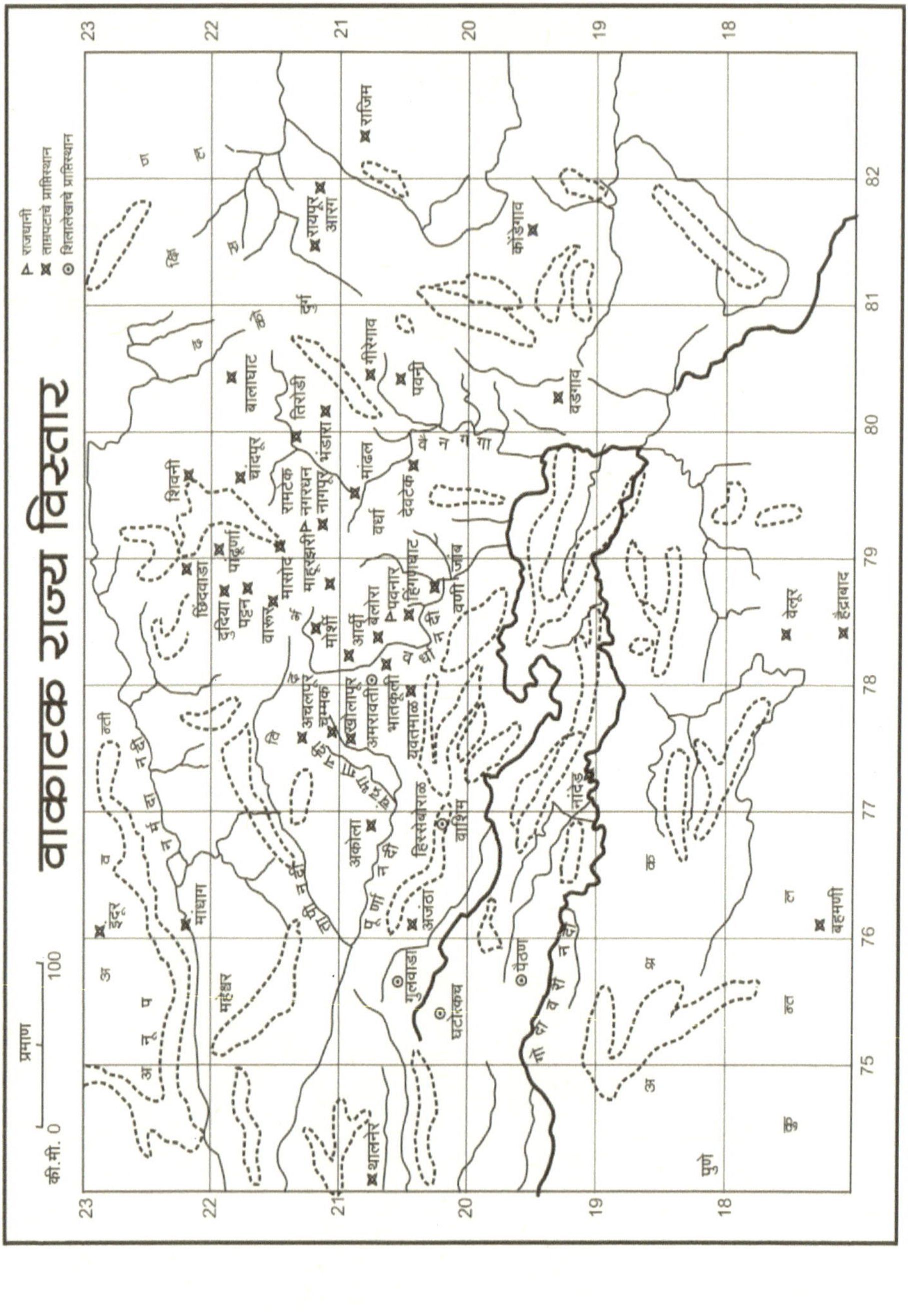

प्रकरण - १

वाकाटक पूर्वकाळ

प्राचीन विदर्भातील वाकाटककालीन राजकीय, सामाजिक व आर्थिक परिस्थितीचा अभ्यास करतांना त्यापूर्वीचा काळ कसा होता हे जाणून घेणे महत्त्वाचे ठरते. तसेच तत्कालीन परिस्थितीत कोणत्या शासकांनी विदर्भावर राज्य केले, त्यांच्या कोणत्या वसाहती होत्या, इत्यादी बाबींचा उहापोह करणे गरजेचे आहे.

विंध्यपर्वताच्या दक्षिणेकडील कृष्णा नदीपर्यंतचा दख्खनच्या पठाराचा भूभाग हा प्राचीन संस्कृत वाङ्मयातील दक्षिणपथ होय. यालाच प्राचीन धर्मग्रंथात 'दंडकारण्य' म्हणून संबोधिले गेले होते. हा भूभाग घनदाट निर्भीड अरण्याचा असून, राक्षस, आटविक, कालमुख इत्यादी वन्यजमातीचा असल्याचे उल्लेख महाभारतादी ग्रंथात आढळतात. या प्रदेशांपैकी कोंकण व विदर्भ नामक प्रदेशात आर्यांच्या तुरळक वसाहती होत्या, असा उल्लेख ऐतरेय ब्राह्मण व बृहदारण्यकोपनिषद आणि गीतेत आला आहे. अगस्ती ऋषींना विंध्यपर्वताच्या दक्षिणेकडील आर्य वसाहतकाराचा अग्रमान दिला जातो. दक्षिणपथातील आर्य वसाहतींचा हा क्रम पुढेही सातत्याने सुरू होता.

विंध्यपर्वताच्या दक्षिणेकडील आर्य वसाहतींचा प्रथम मानकरी विदर्भ होय. विदर्भाचे आर्यीकरण अती प्राचीन काळी म्हणजे ताम्रपाषाण युगात झाले, असे इतिहास तज्ज्ञ डॉ. सांकलिया व डॉ. देव यांचे प्रतिपादन आहे. तसेच इसवी सन पूर्व सहाव्या शतकात दक्षिण भारतात लोह युगाचा प्रारंभ होऊन नागरी संस्कृतीचा उदय झाला.[१] उत्तरेतील लोहयुग व नागरीकरणांची सुरुवात बरीच आधीची आहे. त्यामुळे उत्तरेतील राजकीय घडण, सामाजिक परंपरा, आर्थिकीकरणाची तत्त्वे, धार्मिक व सांस्कृतिक परिवर्तनाचे चढउतार हे सर्व दक्षिणेत व मुख्यत: विदर्भात झिरपणे क्रमप्राप्तच होते. उत्तर व दक्षिणेचा हा ऋणानुबंध आर्यांच्या दक्षिणेतील वसाहतीकरणापासून सुरु झालेला होता.

महाभारत काळात, विदर्भावर सोमवंशीय भोजकुलीन शासकांचे राज्य होते. विदर्भाची राजधानी कुंडीनपूर होती. इसवी सनाच्या सहाव्या शतकात उत्तरेत सोळा महाजन पदांचे अस्तित्व होते. विदर्भ हेही जनपद होते. दक्षिण पथातील जनपदात महिषक, महाराष्ट्र, कुंतल, अपरांत, कांची, केरळ, चोल, पांड्य, पल्लव यांचे सोबतच विदर्भ जनपदाचाही उल्लेख आहे.[२] अर्थात, नर्मदा नदीपासून दक्षिणेस गोदावरीपर्यंत पसरलेल्या विशाल भूभागाचा समावेश विदर्भ जनपदात होता असे निदर्शनास येते.[३]

ऐतिहासिक कालखंडाचा विचार केल्यास उत्तरेत इसवी सन पूर्व ३२२ च्या दरम्यान चंद्रगुप्त मौर्याचे प्रथम देशव्यापी साम्राज्य निर्माण झाल्याचे दिसून येते. दक्षिणेत 'मौर्य साम्राज्या'च्या सीमा म्हैसूरपर्यंत विस्तारीत होत्या, असे सम्राट अशोकाच्या सोपारा स्तंभलेखावरून कळते. तसेच मौर्य सम्राट अशोकाने धर्मप्रचारार्थ पाठविलेल्या स्थविरांच्या नोंदी पाचव्या व तेराव्या शिलासनात आहेत. त्यातील भोज, पेतनिक, रठिक, अपरांत इत्यादी उल्लेख दक्षिण पंथाशी संबंधीत आहेत.[४] यातील भोज राज्य म्हणजे विदर्भ होय. अर्थात, इसवी सन पूर्व तिसऱ्या शतकात विदर्भ हा मौर्य अधिपत्त्याखाली असावा असे दिसते. पवनी स्तूप व सम्राट अशोकाचा देवटेक शिलालेख याची साक्ष आहेत.

मौर्यांच्या पतनानंतर शुंगांचे अधिपत्त्याखाली विदर्भ गेला असावा. कारण पुष्यमित्र शुंगानंतर गादीवर आलेला त्याचा मुलगा अग्निमित्र याने अवंती हे केंद्र करून विदर्भावर स्वारी करून विदर्भ जिंकून माधवसेन व यज्ञसेन या राजस्पर्धकामध्ये वाटून दिला, असे कालिदास त्याच्या 'मालविकाग्निमित्र' या नाटकात नमूद करतो. वरदा (वर्धा) नदीमुळे विदर्भाचे दोन भाग झालेत असाही उल्लेख करतो. परंतु, शुंग शासनानंतर विदर्भात शक-कुशान या परकीय सत्तांनी काही काळ पाय रोवला होता, असे रुपीअम्मनच्या पवनी स्तंभलेखावरून कळते.

या दरम्यान उत्तरेतील साम्राज्य सत्तेच्या अभावी दक्षिणेत सातवाहन सत्तेची पैठणला स्थापना होऊन, सातवाहन राजांनी विदर्भावरसुद्धा स्वामित्व प्रस्थापित केले. तसेच, शक क्षत्रपांच्या परकीय आक्रमणांना पायबंद घालून संपूर्ण महाराष्ट्रावर आपली सत्ता प्रस्थापित केली. सातवाहन शासकांचा कालखंड साधारणत: इसवी सन पूर्व २३० ते इसवीसन २३० असा ४०० वर्षांचा मानला जातो. हा कालखंड 'गोदा संस्कृती' चा काळ म्हणून ओळखला जातो. या कालखंडाचे वैशिष्ट्ये म्हणजे, चारशे वर्षाचे सुस्थीर शासन, राष्ट्रीय व आंतरराष्ट्रीय व्यापार वृद्धी, शक-क्षत्रपांचा बिमोड, आर्थिक सुबत्ता, वैदिक धर्माला उत्तेजन, धर्मसहिष्णूता, सामाजिक सांमजस्य, महाराष्ट्राचे नागरीकरण, साहित्य व वाङ्मयीन उन्नती, स्थापत्य, शिल्प व कला

क्षेत्रातील असामान्य प्रगती ही होत. या सर्वांमुळे सातवाहन कालखंड महाराष्ट्रीय संस्कृतीच्या जडण-घडणीचा कालखंड बनला यात प्रत्यवाय राहात नाही. सातवाहनांच्या पतनानंतर त्यांच्या साम्राज्याचे तुकडे पडलेत, विदर्भात 'वाकाटक' वंशीयांच्या स्वतंत्र राज्याची निर्मिती झाली. सातवाहनांच्या सांस्कृतिक विकासाचा वारसा वाकाटकांना लाभला त्यांनी या संधीचे सोने केले. वाकाटकांचा विदर्भातील शासनाचा कालखंड इसवीसन २५० ते ५५० असा तिनशे वर्षांचा मानला जातो. परंतु वाकाटकांच्या गौरवशाली व वैभवशाली काळाची साधी नोंदही सन १९१४ पर्यंत इतिहासात नव्हती. सुमारे १३०० वर्षे विस्मृतीच्या गर्तेत प्रकाशाची वाट पहात 'वाकाटक काळ' पडून होता.

मौर्य, गुप्त व सातवाहन शासकांच्या वंशावळीची जाणीवपूर्वक नोंद करणाऱ्या पुराणांनी वाकाटक शासकांच्या नोंदी करण्याची तसदी घेतली नव्हती सन १७८४ मध्ये इतिहासाच्या अन्वेषणाच्या हेतूने कलकत्ता येथे रॉयल एशियाटिक सोसायटीची स्थापना झाली आणि प्राचीन इतिहासाच्या अन्वेषणाकडे संशोधकांचे लक्ष वेधले गेले. सन १८३६ मध्ये प्रिन्सेप यांच्या प्रयत्नाने ब्राहमी लिपीची उकल होऊन अनेक लेण्यातील व इतरत्र प्राप्त शिलालेखांच्या व कोरीव लेखांच्या वाचनाने प्राचीन इतिहासाच्या क्षेत्रात नवयुगाचा आरंभ झाला.

सन १८३६ मध्ये वाकाटक नरेश प्रवरसेन द्वितीयचा प्रथम ताम्रपट मध्यप्रदेशात सिवनी जिल्ह्यात पिंडराई नामक गावात सापडला. त्यावरून वाकाटकांची प्रथम ओळख पटली. आरंभी जेम्स प्रिन्सेप व नंतर डॉ. फ्लीट यांनी याचे वाचन करून ते प्रसिद्ध केले होते.[५] यापूर्वी पुराणात विंध्यशक्ती आणि प्रवीर या वाकाटक शासकांच्या नावांचा अंतर्भाव होता. परंतु त्यांची ओळख पटत नव्हती. उलट हे राजे यवन किंवा ग्रीक असावेत असे भाऊदाजीसारख्या तज्ज्ञ संशोधकांनी सन १८६२ मध्ये अधिकार वाणीने सांगितल्यामुळे विद्वानांनी त्यांचेकडे पाठ फिरविली होती. अजिंठा लेण्यातील लेखात याविषयीच सुस्पष्ट पुरावा असतांनाही त्याचा परामर्श घेतला गेला नव्हता. त्यानंतर ७०-८० वर्षाच्या काळात वाकाटकांचे अनेक कोरीव लेख उपलब्ध झाले. यानंतर अजिंठा लेखांचाही गुंता सोडविला गेला आणि संशोधकांच्या सातत्यपूर्ण परिश्रमाने एक प्रतिभाशाली व प्रभावशाली राजवंश प्रकाशात आला.

परंतु, वाकाटकांच्या शासकीय कालखंडाच्या निर्धारणाचा यक्ष प्रश्न अनुत्तरीतच होता. वाकाटकांच्या उपलब्ध झालेल्या कोरीव लेखात त्यांच्या शासनकाळाचा शोध लागेल असे उल्लेख नव्हते. वाकाटकांची नाणीसुद्धा मिळाली नव्हती. भाषा व लिपी तज्ज्ञामध्येदेखील तीव्र मतभेद होते. तिसऱ्या शतकापासून आठव्या शतकापर्यंत त्यांच्या

शासन काळाचे वेगवेगळे निदान करण्यात आले होते. परंतु सन १९१२ मध्ये प्रभावती गुप्ताचा एक महत्त्वपूर्ण ताम्रपट पुणे येथे एका तांबटाच्या घरी उपलब्ध झाला. श्री. का. बा. पाठक, श्री. का. ना. दिक्षित यांनी त्याचे वाचन केले व त्यांनी तो प्रसिद्ध केला. त्यामुळे विद्वानांचे लक्ष त्याकडे आकर्षित होऊन व्हिन्सेंट स्मिथ यांनी 'मध्यप्रांत-वऱ्हाडमधील वाकाटक राजवंश' हा लेख १९१४ मध्ये रॉयल एशियाटीक सोसायटीच्या जरनलमध्ये प्रसिद्ध केला.[६] अशा प्रकारे प्रथमत: 'वाकाटक वंशा'ला इतिहासात स्थान प्राप्त झाले.

पुणे ताम्रपट हा वाकाटकांच्या कालनिश्चितीसाठी महत्त्वपूर्ण ठरला. यावरून गुप्त व वाकाटक घराण्याचा परस्पर नातेसंबंध स्पष्ट झाला. वाकाटक हे गुप्तांचे समकालीन असल्याची बाब स्पष्ट झाली आणि वाकाटकांच्या कालखंडाच्या उपलब्ध साहित्याच्या आधारे ढोबळ मानाने निश्चितीकरण करणे शक्य झाले. अनेक विद्वान संशोधकांचे श्रम या कामी कारणी लागले. या संशोधन कार्यात डॉ. बर्ड, डॉ. फ्लीट, बुल्हर, बर्जेस, विष्णूशास्त्री पंडित, डॉ. भाऊदाजी, बाळशास्त्री जांभेकर, भगवानलालजी इंद्रजी, डॉ. रा. गो. भांडारकर, डॉ. व्य. गो. केतकर इत्यादींनी मोलाची कामगीरी बजावली आहे. डॉ. काशीप्रसाद जयस्वाल यांनी वाकाटकांचे प्राप्त शिलालेख व ताम्रपटांचा सखोल अभ्यास केला व सन १९३३ मध्ये 'नाग-वाकाटकांच्या साम्राज्याचा काळ' या ग्रंथात ठामपणे प्रतिपादन केले की, "समुद्रगुप्ताच्या उदयापूर्वी ६० वर्षे वाकाटक हेच भारतात सम्राट पदवीचे अधिकारी होते." परिणामत: अभ्यासकांचे लक्ष वाकाटकांच्या कामगिरीकडे अधिक वळले. सन १९३९ मध्ये सापडलेल्या 'वाशीम ताम्रपटा'ने वाकाटकांच्या वत्सगुल्म शाखेचा शोध लागला. तोपर्यंत वाकाटकांची एकच नंदीवर्धन शाखा संशोधकांना ज्ञात होती. अजिंठा शिलालेखाचाही संदर्भ जुळला.

वाकाटकांना न्याय देण्याचे खरे श्रेय दिर्घोद्योगी वा. वी. मिराशी यांना आहे. त्यांनी 'वाकाटक नृपती आणि त्यांचा काल' हा संशोधनपर ग्रंथ १९५७ मध्ये प्रकाशित करून, अभ्यासकांना वाकाटकांचा प्रथम परिचय करून दिला.

वाकाटकांनी ३०० वर्षांच्या प्रदीर्घ कालखंडात विदर्भाला स्थिर शासन दिले. त्यांची सत्ता नर्मदेपासून तुंगभद्रेपर्यंत व अरबीसमुद्रापासून बंगालच्या उपसागरापर्यंत पसरली होती. नर्मदेच्या उत्तरेकडील मालव, मेकल, चेदी या राज्याच्या शासकांनी वाकाटकांची सत्ता काही काळ मान्य केली होती. गुप्त सम्राट व कुंतलसारख्या बलाढ्य शेजारी शासकांशी वैवाहिक संबंध जोडून सुरक्षितता प्राप्त केली होती. त्यांनी वैदिक धर्माला राजाश्रय देऊन वैदिक धर्माचे पुनरुज्जीवन केले. तथापी, धर्मसंहिष्णूता तटस्थतेने पाळली. आर्थिक उन्नती साध्य केली. वाकाटकांनी संस्कृत व प्राकृत

कवींना उदार आश्रय दिला. तत्कालीन वाङ्मय निर्मितीमुळे वैदर्भीय व वच्छोमी रीतींना प्राधान्य प्राप्त होऊन कालिदासासारख्या महाकवीला त्यामध्ये आपली काव्यरचना करण्याची प्रेरणा झाली. त्यांनी बांधलेली उत्तुंग देवालये आज अस्तित्वात नाहीत. परंतु त्यांच्या अवशेषांमध्ये मिळालेल्या शिल्पाकृतींनी कलातज्ञांना आकर्षित केले आहे. त्यांचे मांडलिक व अमात्यांने अजिंठा व गुलवाडा (घटोत्कच) टेकड्यात जी विहार व चैत्य लेणी कोरवली गेली व शिल्पचित्रादिकांनी भूषीत करविली गेली, त्यांची जगभर प्रशंसा होत आहे. या संदर्भात डुब्रुइल यांचे उद्गार माननीय आहेत. "इसवीसनाच्या तिसऱ्या शतकापासून सहाव्या शतकापर्यंत दक्षिणेत जे राजवंश झालेत; त्यामध्ये वाकाटक राजवंश हा सर्व श्रेष्ठ असून, त्यांच्या कामगिरीने अखिल दक्षिण भारताच्या संस्कृतीवर फार मोठा परिणाम झाला आहे."[७]

एकंदरीत विदर्भाच्या इतिहासात वाकाटकांची कामगिरी प्रशंसनीय आहे. ताम्रपाषाण युगापासून विदर्भातील राजकीय परिवर्तनाचा आढावा घेतल्यास, वाकाटक हा एकुलता एक राजवंश विदर्भाच्या जनजीवनाशी एकरूप झालेला दिसतो. तीनशे वर्षाच्या शासनकाळात विदर्भाच्या सांस्कृतिक विकासाला त्यांनी नवा आयाम प्राप्त करून दिला. खऱ्या अर्थाने वाकाटक हा वैदर्भीय राजवंश होता. परंतु वाकाटकांच्या महनीय कामगिरीचे हे चित्र अजूनही अपूर्ण आहे.

वाकाटक वंशात विंध्यशक्ती, प्रवरसेन प्रथम, पृथिवीषेण, प्रवरसेन द्वितीय, नरेंद्रसेन, हरिषेण इत्यादी प्रतापी व जनकल्याणकारी राजे होऊन गेलेत. परंतु त्यांच्या कर्तृत्वावर फारसा प्रकाश पडलेला नाही. त्यांच्या शासनाचे स्वरूपही अजून अस्पष्ट आहे.

संदर्भ :

१) Sankaliya, H. D. : Indian Archaeology Today, p. 95
२) जोशी, लक्ष्मणशास्त्री (संपा) : मराठी विश्वकोश. खंड – १२ पृ. १४१७
३) जोशी, महादेवशास्त्री (संपा) : भारतीय संस्कृतीकोश. खंड – ८ पृ. ६८६
४) जोशी, महादेवशास्त्री (संपा) : भारतीय संस्कृतीकोश, खंड – ७ पृ. २००
५) मिराशी, वा. वि. : वाकाटक नृपती आणि त्यांचा काल, पृ. २२५
६) मिराशी, वा. वि. : वाकाटक नृपती आणि त्यांचा काल, पृ. १८५
७) Juvo Dubruil : Ancient History of the Deccan, p. 71
(मिराशी, वा. वि. : वाकाटक नृपती आणि त्यांचा काल, पृ. २)

प्रकरण – २

वाकाटक राजघराणे आणि त्यांचा काळ

प्राचीन विदर्भाच्या इतिहासात वाकाटक काळाला अग्रस्थान द्यावे लागेल व त्यांचा इतिहास सुवर्णाक्षरांनी लिहावा लागेल असा वाकाटकांचा देदिप्यमान कालखंड आहे. वाकाटकांचा शासनकाळ साधारणत: इसवी सन २५० ते ५५० मानला जातो. या तीनशे वर्षांच्या काळांत विदर्भाने सुखसंमृद्धीचे व वैभवाचे शिखर गाठले, तसेच प्रजेला स्थैर्य व सुरक्षितता मिळवून दिली. वाकाटक राजे पराक्रमी व ऐश्वर्यसंपन्न होते. ते प्रजाहितदक्ष, धर्मसहिष्णू, कला व स्थापत्याचे भोक्ते होते. वाकाटकांचा कालखंड राजकीय, सामाजिक, आर्थिक व सांस्कृतिक दृष्टीने सुवर्णयुगीन काळ होता. हे या काळाच्या सिंहावलोकनाने सुस्पष्ट होईल.

वाकाटककालीन विदर्भ

वाकाटककालीन विदर्भाच्या सीमा आजच्या विदर्भाच्या तुलनेत व्यापक होत्या. तसेच विदर्भ म्हणून ओळखल्या जाणाऱ्या भूप्रदेशावर वाकाटक शासकांनी क्रमश: आपली अधिसत्ता निर्माण केली होती. विदर्भाची भौगोलिक स्थिती व वातावरण हे येथील संस्कृतीच्या जडण घडणीसाठी मोठ्या प्रमाणावर कारणीभूत झाले आहे.

साधारणत: १९° उत्तर अक्षांस ते २३° उत्तर अक्षांस आणि ७६° पूर्व रेखांश ते ८१° पूर्व रेखांश या व्यापक भूभागाला वाकाटककालीन विदर्भ म्हणता येईल. हा प्रदेश साधारणत: उत्तरेस विंध्यपर्वताच्या दक्षिण उतारापासून तर, दक्षिणेस गोदावरी नदीच्या उत्तर भागाच्या उत्तर सीमेपर्यंत आणि पश्चिमेस अपरांत (कोंकण) व कच्छच्या पूर्व सीमापासून तर, पूर्वेस दक्षिण कोसलच्या पश्चिम सीमापर्यंतचा भूभाग विदर्भाच्या सीमांतर्गत होता. अर्थात, आधुनिक मराठवाडा, खानदेश व विदर्भ मिळून

वाकाटककालीन विदर्भ बनला होता, असे वाकाटकांच्या कोरीव लेखातील उल्लेखावरून दिसून येते.

सह्यांद्री आणि सातपुडा यामधील, विदर्भात मोडणारे तापी-पूर्णेचे खोरे आणि वर्धा-वैनगंगेचे खोरे अत्युपजावू आहे. येथील जमीन; काळी कसदार असून हवामान व पाऊस कापूस आणि भातशेतीस अनुकूल आहे. इशान्येकडील वर्धा खोऱ्यात टॅपचा दगड असून हा प्रदेश खनिज द्रव्यांच्या दृष्टीने संपन्न आहे. वर्धा-कन्हान-वैनगंगेच्या खोऱ्यात अनेक लहान-मोठी नैसर्गिक सरोवरे आहेत. या सर्व नैसर्गिक वैशिष्ट्यांमुळे येथील स्वभाव-वैशिष्ट्ये आणि जडण-घडण महाराष्ट्रातील अन्य भूभागापेक्षा भिन्न प्रकारची दिसते. तसेच येथील वसाहतीकरणही भिन्न भिन्न कालखंडात झाले आणि विकासाची उंचीही भिन्न होती.[१]

पुराणे आणि महाभारतात विंध्य या पर्वतांचा कूळ पर्वतात समावेश केला आहे. विंध्य पर्वतामुळे भारताचे उत्तरपथ व दक्षिणपथ असे दोन भौगोलिक विभाग झालेले आहेत. शिवाय, ऋक्षावत (सातपुडा) आणि सातमाळा (अजिंठा पर्वत श्रेणी) या विदर्भातील पर्वतांचा उल्लेख सातवाहनांच्या लेखांतून केला गेला आहे. 'सह्यपर्वत' म्हणजे सह्याद्री होय.

अजिंठ्याचा विभाजक ओलांडताच उत्तरेस तापी-पूर्णा नद्यांचे खोरे आहे. दक्षिणेस सह्य (सह्याद्री) पर्वत रांगा व उत्तरेस सातपुड्याच्या रांगा यामधून या नद्यांचे खोरे आहे. पूर्णेचे खोरे पूर्णतः विदर्भात आहे, तर तापी नदीच्या खोऱ्यात खानदेश व विदर्भाचा काही भाग समाविष्ट आहे. उत्तर-दक्षिण जोडणारा महामार्ग याच खोऱ्यातून बऱ्हाणपूरास जातो. तापी नदी ही सातपुड्यात उगम पावून पश्चिमेकडे अरबी समुद्रास मिळते. तर पूर्णा नदी अजिंठा रांगेत उगम पावून विदर्भाकडे वळते. खानदेशास पूर्वी 'ऋषिक देश' ही संज्ञा होती हे अजिंठा शिलालेखावरून लक्षांत येते.[२]

पूर्वेकडील बालाघाटमुळे विभक्त झालेल्या वर्धा-वैनगंगा या नद्या गोदावरीस मिळतात. या नद्यांचे सारे पाणलोट क्षेत्र विदर्भात येते. वर्धा-नागपूर-भंडारा हा विदर्भ प्रदेश याच पाणलोट क्षेत्रात येतो. प्रादेशिक विलगतेमुळे येथे वेगळ्या प्रकारची संस्कृती विकसित झाली असली तरी, ती महाराष्ट्र संस्कृतीचीच एक घटक संस्कृती होती.[३] विदर्भाचे प्राकृतिक विभाग संस्कृती संवर्धनासाठी महत्त्वपूर्ण घटक सिद्ध झाले आहेत.

विंध्यपर्वत आणि नर्मदा नदीमुळे भारतखंडाचे दोन विभाग पडून उत्तरेकडील भागाला 'उत्तरपथ' आणि दक्षिणेकडील भागाला 'दक्षिणपथ' या संज्ञा प्राचीन काळापासून प्रचलित असलेल्या दिसतात. प्राचीन वैदिक वाङ्मय आणि इतिहास काळातील उत्किर्ण लेख यांत वरील नामांचा उल्लेख केलेला आहे. दक्षिणपथाचा

उल्लेख ऋगवेदांतही आहे. तसेच, रामायण, महाभारत, बौधायन सुत्रे, पाणिनी आणि अनेक पुराणांत दक्षिणपथाचा उल्लेख आढळतो. तथापी, त्याच्या विस्ताराबाबत संशोधकांत मतभेद असून अनेकांनी वेगवेगळ्या प्रकारे स्पष्टीकरण देण्याचा प्रयत्न केला आहे.

दक्षिणपथाच्या पश्चिमेकडील भूभागालाच इसवी सन तिसऱ्या-चौथ्या शतकांत 'महाराष्ट्र' संबोधिले गेले आणि हेच कालांतराने प्रचलित झाले, असे सागर जिल्ह्यातील एरण (इ.स. ३६५) येथिल स्तंभलेखावरून स्पष्ट होते. सातवाहन काळापर्यंत दक्षिणपथ हे नांव प्रचलित होते असे नाणेघाटच्या शिलालेखावरून दिसते. पुराणांनी महाराष्ट्र हे नांव पुढे रूढ केले.

परंतु, पुराणांत महाराष्ट्र हा उल्लेख अष्मक, कुंतल, महिषक, विदर्भ, नाशिक इत्यादी जनपदाबरोबर आलेला आहे. त्यावरून या अन्य जनपदासारखेच महाराष्ट्र जनपद असावे. कालांतराने ही सर्व जनपदे सातवाहनांचे काळांत एका केंद्रीय सत्तेच्या अधिपत्याखाली आल्यानंतर लुप्त झाली असावीत व सर्वसमावेशक महाराष्ट्र ही संज्ञा फक्त शिल्लक राहिली असावी असे दिसून येते. या जनपदापैकीच एक प्राचीन जनपद 'विदर्भ' होय.

विदर्भ जनपदाचे उल्लेख 'ऐतरेय' आणि 'जैमिनिय' या ब्राह्मण ग्रंथात आलेले आहेत. पुराणांनी विदर्भाला दंडकारण्याचा एक भाग म्हणून दर्शविले आहे. महाभारतात विदर्भाचा उल्लेख अनेकदा आला असून ते दक्षिणपथाच्या बाहेर होते, असे म्हटले आहे. महाभारतात 'कुंडीण'चा (कौंडिण्यपूर) उल्लेख विदर्भनगरी (राजधानी) म्हणून केला आहे. तसेच विदर्भाच्या सीमा दर्शवितांना, याचे दक्षिणेस सह्यपर्वत व अजिंठ्याच्या रांगा आहेत आणि उत्तरेस तापीची उपनदी पयोष्णी (पूर्णा) आणि वर्धा नद्यांच्या खोऱ्याचा प्रदेश आहे, असे वर्णन आहे.

महाभारत काळी विदर्भावर, सोमवंशीय भोजकुलीन राजे राज्य करीत होते. गीतेच्या पहिल्या अध्यायांत कुंतीभोजाचा (पांडवाची माता कुंतीचा धर्मपिता) उल्लेख आहे. हा कुंतीभोज या भोजवंशीयांपैकी असावा, असे मानतात. 'ऐतरेय' ब्राह्मण ग्रंथात भीम या भोजकुलीन राजाचा उल्लेख मिळतो. याच भीम राजाची कन्या दमयंती होय. या भोजवंशीय राजांच्या नावावरूनच विदर्भाला 'भोजकट' असे म्हटले जात होते. याशिवाय बृहदारण्य कोपनिषदांत ऋषभदेव नावाच्या राजाची कथा आहे. या ऋषभदेवाच्या एका 'विदर्भ' नामक पुत्राने विदर्भात आर्यांची वसाहत केली व त्याच्या नावावरून या प्रदेशास 'विदर्भ' म्हटले जाते असे मानतात. त्याचे वंशात पुढे क्रथ आणि कौशिक असे दोन बंधू राजे झाले. त्यापैकी कौशिकाचा पुत्र म्हणजे, राजा

भीष्मक हा रुख्मी व रुख्मिणीचा पिता होय. रुख्मिणीने पुढे श्रीकृष्णाला वरले. यांची राजधानी कुंडीन म्हणजे अमरावती जिल्ह्यातील कौंडिण्यपूर हे नगर होय. श्रीकृष्ण-रुख्मिणीच्या विवाहानंतर राजा रुख्मिने भोजकट ही राजधानी केली. ते अमरावती जवळील भातकुली होय. अगस्ती ऋषींची पत्नी लोपामुद्रा हीसुद्धा विदर्भ कन्या होय.

सम्राट अशोकाचे देवटेक (चिकमारा) येथील शिलालेखात राथिक (राष्ट्रीक) बरोबर भोजिक राज्याचा उल्लेख आलेला आहे. भोगिक हा उल्लेख विदर्भासी संबंधित आहे.[४] वात्सायनाच्या कामसूत्रांत 'वत्सगुल्मक' हा उल्लेख आहे. वत्सगुल्म हे विदर्भातील आजचे वाशिम होय, हे विंध्यशक्तीच्या ताम्रपटावरून सिद्ध झाले आहे.[५]

विदर्भ हा सातवाहनांच्या साम्राज्याचा भाग होता हे त्यांचे शिलालेखावरून कळते. परंतु, हा प्रदेश त्यांचे हातून शक-क्षत्रपांनी काही काळ जिंकून तेथे महाक्षत्रप रूप्पीअम्म हा शासक होता. त्याचा एक छायास्तंभ पवनी येथे मिळाला आहे. नंतर गौतमीपुत्र सातकर्णीने पुन्हा इ.स. १२३ मध्ये विदर्भ जिंकून घेतला व त्याने शकांचा उच्छेद केला, असे त्यांच्या नाशिक येथील कोरीव लेखावरून कळते. कालांतराने क्षत्रपांचे प्रभावी हल्ले, दुर्बल सातवाहन शासक व आर्थिक अवनतीमुळे, सातवाहन घराण्याचा इसवी सन २३० मध्ये अस्त झाला आणि त्यांच्या विस्तृत साम्राज्याचे तुकडे पडले. विदर्भावर काही काळाकरीता मुंड वंशीय ब्राह्मण घराणे इसवी सन २३० ते २७० या काळांत सत्ताधिश झाल्याचे दिसते. परंतु, वाकाटक वंशीय प्रवरसेन प्रथमने मुंडांचा पराभव करून विदर्भावर 'वाकाटक राज्यसत्ता' स्थापित केली, असे त्यांचे कोरीव लेखावरून दिसून येते.

विदर्भाचे शेजारी राज्ये : विदर्भाच्या चारही बाजूला लहान मोठी स्वतंत्र राज्ये अस्तित्वात होती. विंध्य पर्वताच्या उत्तरेकडे माळव्याचे राज्य होते. पूर्वेकडे दक्षिण कोसलचे (छत्तीसगड) राज्य होते. पश्चिमेकडे लाट (काठेवाड-गुजराथ) राज्य होते. दक्षिणेकडे अश्मक, मूलक, अपरान्त, ऋषिक ही राज्ये होती. या राज्यांवर मधून मधून वाकाटकांचे वर्चस्व प्रस्थापित झाल्याचे दिसते.

अश्मक : महाभारतात अश्मक जनपदाचा उल्लेख आढळतो. काही प्राचीन ग्रंथात व कोरीव लेखात 'अश्मक व मूलक' असा संयुक्त उल्लेख आला आहे. सुत्तनिकाय व अंगुत्तरनिकाय या बौद्ध ग्रंथात अश्मक दक्षिणपथात गोदावरी नदीचे काठी असल्याचे वर्णन आहे. त्यामुळे अश्मक म्हणजे सध्याचा मराठवाड्यातील औरंगाबाद, नांदेड, परभणी, बीड जिल्ह्यांचा गोदावरीच्या उत्तर भागाचा प्रदेश हा आहे, असे मानले जाते. अश्मकाची राजधानी पोदन होती. पण याबाबत निर्णायक माहिती उपलब्ध होत नाही. दशकुमारचरितात अश्मक देशाचा सामंत वसंतभानू याचा उल्लेख आहे.

मूलक : पैठणच्या आजूबाजूच्या प्रदेशाला मूलक ही संज्ञा होती. अशोकाच्या शिलालेखातील पेतनिक जनपद (पैठण-प्रतिष्ठाण) म्हणजे 'मूलक जनपद' असावे असे मानतात. पैठण ही मूलक जनपदाची प्राचीन राजधानी होय. दौलताबाद ते जालना पर्वत रांगेतील परिसर या राज्यांतर्गत येतो. याचे अग्नेयेस जालनारांगा, नैऋत्येस बालाघाटच्या रांगा, ईशान्येस अजिंठ्याच्या रांगा व वायव्येस बालाघाटच्या रांगा अशा चतु:सीमांनी हा प्रदेश व्याप्त होता. सातवाहनांची राजधानी पैठणच होती. गौतमीपुत्राच्या नाशिक प्रशस्तीमध्ये मुलकाची नोंद आहे. दशकुमारचरितात वाकाटक सम्राटाचा सामंत मुरल (मूलक) प्रदेशाच्या विरसेनचा उल्लेख आहे.

अपरान्त : पुराणांत अपरान्त म्हणजे गुजराथ-काठेवाड-पासून कोंकण-नाशिकपर्यंतचा प्रदेश होय. महाभारतात अपरान्ताची निर्मिती परशुरामाने केल्याची कथा आहे. भांडारकरांनी; अपरान्त म्हणजे उत्तर कोंकण असून त्याची राजधानी शूर्पारिक (सोपारा) होय असे म्हटले आहे. गौतमीपुत्राच्या नाशिक प्रशस्तीत अपरान्ताचा उल्लेख मर्यादित अर्थाने आला आहे. रुद्रदामनच्या जुनागड लेखांत अपरान्ताचा निर्देश आहे. कान्हेरीच्या लेण्यातील शिलालेखावरून कल्याणचा निर्देश मिळतो. आज अपरान्त म्हणजे कोंकणपट्टी गृहीत धरली जाते. परंतु, नाशिकपर्यंत या राज्याच्या पूर्व सीमा असाव्यात. दशकुमारचरितात कोंकणचा कुमारगुप्त व नासिक्यचा नागपाल यांचा उल्लेख आहे. अजिंठा लेखांत हरिषेणाच्या अपरान्त विजयाचा उल्लेख आहे.

कुंतल : कर्नाटकाचा उत्तरेकडील धाराशिव जिल्ह्याचा भूभाग व दक्षिण महाराष्ट्र या राज्यात समाविष्ट होता. कुंतल प्रदेशाचा उल्लेख अजिंठ्याच्या लेण्यातील लेखांत आला आहे. पृथिवीषेण द्वितीयच्या बालाघाट ताम्रपटातही आला आहे. तसेच राष्ट्रकुट नृपती अविधेय याचे पांडरंगपल्ली ताम्रपटातही कुंतलचा उल्लेख आहे. त्यांची राजधानी मानपूर ही होती. दशकुमारचारितात कुंतल देश वाकाटकांचा मांडलिक असल्याचे वर्णन आहे. एकंदरीत महाराष्ट्र व कर्नाटक सीमेवरील हा प्रदेश असावा. यात सातारा, कोल्हापूर, सोलापूर, या कृष्णा नदीच्या उत्तर खोऱ्यातील प्रदेश समाविष्ट होता. नाशिकजवळ अंजनेरी येथे प्राप्त झालेल्या शिलालेखावरून नाशिक परिसराला 'त्रिकुट विषय' म्हणत असे दिसते. तसेच याला 'गोपराष्ट्रही' म्हणत असे उल्लेख आहेत. वाकाटक नृपती नरेंद्रसेनचा विवाह अज्झितभट्टारिका या कुंतल राजकन्येशी झाला होता. हा प्रदेश वत्सगुल्मच्या वाकाटक शाखेच्या राज्याला संलग्न होता. हरिषेणाच्या कुंतल विजयाचा उल्लेख अजिंठालेखांत आलेला आहे.

ऋषिक : ऋषिकचा उल्लेख गौतमीपुत्राच्या नाशिक प्रशस्तीमध्ये आहे. तसेच अजिंठा येथील शिलालेखातही आहे. हा प्रदेश खानदेश (जळगांव-धुळे) चा भाग

होता असे मान्य करण्यात आले आहे. यातूनच उत्तर पथाकडे जाणारे महामार्ग जात होते. याच भागांत महामार्गावर अजिंठा व पितळखोरा येथील बौद्ध लेण्यांची निर्मिती झाली होती. हा व्यापारी दळणवळणाचा महत्त्वपूर्ण मार्ग होता.[६] दशकुमारचरितात ऋषिक प्रदेशाच्या एका वीर नामक वाकाटक सामंताचा उल्लेख आहे. तसेच हा अश्मक नरेश वसंतभानूचा फितूर साथीदार म्हणूनही आला आहे.

त्रिकुट राज्य : महाराष्ट्रात आभिरानंतर त्रैकुटकांचा उदय झाला. त्रिकुट पर्वताच्या आसपासचा प्रदेश त्यांच्या राज्यांत समाविष्ट असल्याने त्यांना त्रैकुटक म्हणतात. सातवाहन काळापासून नाशिकजवळील गोवर्धन–गंगापूर हा पर्वतीय भाग त्रिरश्मी पर्वत म्हणून ओळखला जातो. गौतमीपुत्र सातकर्णीच्या नाशिक लेण्यातील लेखांत 'तिरण्हु पर्वत' असा उल्लेख आहे. या वंशाचा मूळपुरुष इंद्रदत्त होता हे त्याचा पुत्र दर्हसन याच्या नाण्यांवरून कळते.[७] दर्हसनचा पुत्र व्याघ्रदेव असून (इ.स.४९०) त्याचा सुरत ताम्रपट प्रसिद्ध आहे. कान्हेरी लेणीतील ताम्रपटातही त्रैकुटकांचा उल्लेख आहे. हे अपरांताचेही स्वामी होते, असे त्यांचे ताम्रपटावरून दिसते. हरिषेणाच्या त्रिकुट विजयाचे उल्लेख अजिंठा क्र. १६ च्या लेणी लेखांत आहेत.

दक्षिण कोशल : वाकाटकांच्या पूर्वसीमेला लागून असलेले राज्य म्हणजे दक्षिण कोशल होय. यांत छत्तीसगड व आजूबाजूच्या प्रदेशांचा समावेश होता. यात राजपूर, दूर्ग, बिलासपूर समाविष्ट होते. या प्रदेशात नागवंशीय भारशिव राजांची सत्ता होती. भारशिव नृपती भगदत्त याचा शिलालेख भंडारा जिल्ह्यांत पवनी येथे सापडला आहे. हे राजे शिवोपासक होते. भारशिव नृपती भवनाग याने आपली मुलगी प्रवरसेन प्रथमचा जेष्ठ पुत्र गौतमीपुत्र यास दिली व मैत्रीसंबंध प्रस्थापित केले होते.[८] पुढे गुप्तसम्राट समुद्रगुप्ताने आपल्या दक्षिण दिग्विजयात दक्षिण कोशलाचा राजा महेंद्रचा पराभव करून त्यास मांडलिक केले होते. परंतु, गुप्तसत्ता दुर्बल झाल्यावर त्यांनी वाकाटक स्वामित्व स्विकारले असावे.

नलवंशी राज्य : नलराजे कोशल देशात राज्य करीत होते असे पुराणे सांगतात. नल राजांचे कोरीव लेख व नाण्यांवरून त्यांचा राज्यप्रदेश बस्तर जिल्ह्याचा अरण्यमय प्रदेश असावा, असे वाटते.[९] यातील वराह, भवदत्तवर्मा व अर्थपती या तीन राजांची त्यांच्या नाण्यांवरून माहिती मिळते. भवदत्तवर्मा याने वाकाटकांची राजधानी नंदीवर्धन व आजूबाजूचा काही प्रदेश जिंकून घेतल्याचा उल्लेख पृथिवीषेण द्वितीयच्या बालाघाट ताम्रपटात आहे. पृथिवीषेणाने नलाचा पराभव करून त्यांची राजधानी पुष्कर नगरी उद्ध्वस्त केल्याचाही उल्लेख आहे. वाकाटक राज्यावरील नलवंशाचे आक्रमण दीर्घकाळ चालले आणि प्रवरसेन द्वितीय, नरेंद्रसेन व पृथिवीषेण यांनी त्यांचा प्रतिकार केला असे दिसते.

वरील वर्णनावरून असे दिसते की, वाकाटक काळात विदर्भाच्या सभोवती लहान-मोठ्या राज्यांचे अस्तित्व होते व हे राजे वाकाटकांचे मांडलिकही असावेत. तसेच प्रसंग विशेषी विरोधकही असावेत. त्यामुळे वाकाटकांनी नागवंशीय भारशीव राजे, कुंतलाधिपती राष्ट्रकुट आणि उत्तर कोशलचे सम्राट गुप्त यांचेशी वैवाहिक संबंध निर्माण करून आपली सुरक्षितता अक्षुण्य राखण्याचा प्रयत्न केलेला दिसतो.

वाकाटक पूर्व सातवाहन घराणे

दक्षिण भारताच्या राजकीय क्षितिजावर वाकाटक घराण्याचा राजकीय उदय होण्यापूर्वी गोदावरीच्या काठावर सातवाहन राजघराणे अस्तित्वात होते. सातवाहन घराण्याचा काळ इसवी सन पूर्व २२५ ते इसवी सन २२५ असा साधारणत: ४५० वर्षांचा होता. या पराक्रमी राजवंशामुळे दक्षिण भारतातील राजघराण्यांच्या शतकी शासनाचे एक नवीन पर्व सुरू झाले.[१०]

पुरातन साहित्य, उत्खननातील पुरावे व पुराणे यावरून सातवाहन घराण्याची माहिती मिळण्यास मदत होते. सातवाहन घराण्याने वैदिक धर्माला प्रोत्साहन दिले. त्यामुळे यज्ञयाग पद्धतीला पुन्हा चालना मिळाली. सातवाहन घराणे धर्मसहिष्णू होते. या घराण्यात अनेक पराक्रमी राजे झाले होते. सिमुक, कृष्ण, सातकर्णी प्रथम वेदिश्री, शाक्तिश्री, सातकर्णी द्वितीय, अपिलक, मेघस्वाती, हाल, गौतमीपुत्र सातकर्णी, वसिष्ठीपुत्र पुळुमावि, यज्ञ सातकर्णी इत्यादी राजांच्या पराक्रमाच्या जोरावर सातवाहनांची सत्ता इतिहासात अजरामर झाली. सातवाहन सत्तेचा शेवट तिसरा पुळुमावि या राजाच्या राजहत्तेनंतर झाला हे त्याच्या आंध्र प्रदेशातील बल्लारी तालुक्यातील म्याकडेनी येथील प्रस्तर लेखावरून समजते. सातवाहन राजांनी स्वत:ची नाणी पाडल्याचे पुरावे आढळलेले आहेत. या नाण्यांच्या पुराव्यावरून पुळुमाविचे साम्राज्य हे उत्तरेस नर्मदा नदीपासून दक्षिणेस तुंगभद्रेपर्यंत पसरले होते असे म्हणता येईल.

सातवाहन राजा चौथा पुळुमाविचा उल्लेख पुराणांतही येतो. याची नाणी अकोला जिल्ह्यातील तऱ्हाळा येथील नाणेनिधीत सापडली, ती खाली वर्णन केलेल्या छापाची आहेत.

दर्शनी बाजू : हत्ती डावीकडे तोंड करून उभा, त्याची सोंड वर उचललेली आहे. त्यावर लेख आहे तो असा, 'स्रो सिरि पुलुहामाविस' हे नाणे वाटोळ्या आकाराचे असून पोटिन धातूचे आहे. नाण्याच्या मागील बाजूवर उज्जैन चिन्ह आहे.[११] (फुलीच्या चारही बाजूस टोकावर वर्तुळ असलेले चिन्ह म्हणजे उज्जैन चिन्ह होय.)

या घराण्याने जवळजवळ ४५० वर्षे शासन करून स्थिर शासनाचा आदर्श

निर्माण केला. पराक्रमाच्या जोरावर सातवाहन राजांनी आपल्या राज्याचा विस्तार चोहोबाजूंनी केला.

सातवाहन घराण्याची राजसत्ता ही ऋषिक (खान्देश) अस्मक (गोदावरी) मूलक (पैठण) सुराष्ट्र (काठेवाड), कुकुर (राजपुताना), अपरान्त (कोंकण) या प्रदेशावर पसरलेली होती.[१२]

प्राचीन इतिहासाचे गाढे अभ्यासक डॉ. अजयमित्र शास्त्री यांच्या मते, सातवाहन घराण्याची सत्ता ही दख्खनच्या विस्तृत भूप्रदेशावर तसेच मध्यप्रदेशात बालाघाट,शिवनी, छिंदवाडा, बैतुल या भागावरही होती.[१३]

इतिहास तज्ज्ञ म. म. वा. वि. मिराशी यांच्या मतेही विदर्भात वाकाटकांपूर्वी सातवाहनांची सत्ता होती.[१४] तसेच बराच मोठा भूप्रदेश त्यांच्या शासनाखाली होता. परंतु, पुराणांत मात्र सातवाहन घराण्याचा नामनिर्देश आंध्रवंशीय म्हणून केलेला दिसतो. उलट किलकिला वंशाचा उल्लेख मात्र, पुराणे आवर्जून करताना दिसतात. हरिवंशातील उल्लेखातून किलकिला वंशानंतर वाकाटकांचा उदय झाला, अशी नोंद आहे.[१५] पुराणा व्यतिरिक्त इतर पुरावे मात्र सातवाहनांच्या महाराष्ट्रीयत्वाच्या खुणा पटवून देतात. सातवाहनांची नाणी अकोला जिल्ह्यातील तऱ्हाळा येथे सापडली. त्याचप्रमाणे सातवाहनकालीन खापरेही कौंडण्यपूर येथे सापडलेली आहेत. विदर्भात भंडारा येथून सुद्धा सातवाहन राजांचे नाणे मिळाले.[१६] परंतु काही विद्वान मात्र या नाण्याबाबत साशंक आहेत. विदर्भावर सातकर्णी, साति, सातवाहन राजांची सत्ता होती, असे येथे मिळालेल्या नाण्यांवरून समजते. पवनी येथील उत्खननात मिळालेले नाणे सातकर्णी प्रथमचे असल्याचे समजले.[१७] कौंडिण्यपूर येथेही सातवाहनकालीन तांब्याची नाणी मिळालेली आहेत.[१८] तसेच येथे इतर मातीची भांडी मिळाली आहेत. गौतमीपुत्र सातकर्णीस नाशिक येथील शिलालेखात 'वेण्णाकटचे स्वामी' म्हणून संबोधिले आहे. त्याचप्रमाणे गौतमीपुत्र सातकर्णीस 'विदर्भाचा विजेताही' म्हटले आहे.[१९] त्यावरून विदर्भात सातवाहनांची सत्ता होती, तसेच सातवाहन राजघराणे वाकाटकपूर्व होते असे स्पष्ट होते. सातवाहनांच्या अस्तानंतर उदयास आलेल्या लहान मोठ्या राजांमध्ये वाकाटक राजघराण्याचा देखील समावेश होता.

वाकाटक राजघराणे :

वाकाटक घराण्याने इसवी सन २५० ते ५५० पर्यंत विदर्भावर राज्य केले. सातवाहनानंतर सत्तेवर आलेल्या वाकाटकांनी कर्नाटकातील बिदर तसेच मध्य प्रदेशालगत बुंदेलखंडापर्यंत आपल्या साम्राज्याचा विस्तार केलेला होता असे दिसते.

द्वितीय प्रवरसेनाच्या ताम्रपटातील उल्लेखावरून वाकाटकांचे राज्य विदर्भावरही

होते असे दिसते. विदर्भातील भोज राजे हे त्यांचे मांडलिक राजे होते. पैठण, अश्मक (खान्देश), सातपुड्याचे पठार व विदर्भ या प्रदेशांवर यांचे राज्य पसरलेले होते.[२०]

वाकाटक राजवंशाचा संस्थापक विंध्यशक्ती प्रथम, याने विदिशा ही राजधानी निर्माण करून वाकाटक राज्याची मुहूर्तमेढ रोवली. वाकाटक सत्तेवर आल्यानंतर त्यांच्या काळात इतर प्रतिस्पर्धी राजवंशही उदयास आलेले दिसतात. मिराशींच्या मते, या काळात कुषाण आणि त्यांचे मांडलिक शक क्षत्रपांचे या प्रदेशात अधिकार होते.[२१]

विदर्भातील अकोला, अमरावती, यवतमाळ, वर्धा, बुलढाणा, भंडारा इत्यादी ठिकाणी, माळवा, काठियावाड येथे सत्ता असलेल्या पश्चिमी क्षत्रपांची नाणी सापडली आहेत.[२२] तसेच पवनी येथे महाक्षत्रपाचा मुलगा रूपिअम्मचा स्तंभलेख मिळालेला आहे.[२३] कुषाणांनी उत्तर व दक्षिण हिंदुस्थानातून माघार घेतल्याने इतर सत्तांनी आपले वर्चस्व प्रस्थापित करण्यास सुरुवात केली. उत्तर पश्चिमेला मुंड, उत्तर कोशलमध्ये गुप्तवंश, मध्यभागात नागवंश तर विंध्यच्या पट्ट्यात वाकाटकांनी आपली सत्ता प्रस्थापित केली. कुषाणानंतर सत्तेवर येणाऱ्या वाकाटक व नाग राजांनी जुने प्रशासनाचे नियम, चालीरीती पुढे तशाच चालू ठेवल्या. तर कुषाणांचे मांडलिक उत्तर कोसलचे गुप्त घराणे यांनी देखील तोच कित्ता गिरविला. याचे प्रमाण समुद्रगुप्ताने पाडलेल्या नाण्यांवरून, तसेच गुप्तराजे वापरत असलेल्या दरबारी वस्त्रांवरून दिसून येते. कुषाण राजांनी आपल्या काळात पाडलेल्या नाण्यांवर शिवाच्या व नंदीच्या प्रतिमेचा अवलंब केला आहे. पुढे अयोध्येच्या नागराजांनीही आपल्या नाण्यांसाठी नंदीच्या मूर्तीचा वापर केल्याचे दिसते. पद्मावतीच्या नाग राजांनीही हे चिन्ह नाण्यांसाठी वापरलेले होते. पुढे मात्र नाग राजांनी पाडलेल्या नाण्यांवर नंदी उजवीकडून डावीकडे चालत असलेला दाखविला आहे. याचाच अर्थ कुषाणकालीन राजकीय प्रणाली व व्यवस्था यांनी पुढे चालू ठेवल्याचेच हे द्योतक आहे.

इसवी सनाच्या तिसऱ्या शतकापासून सहाव्या शतकापर्यंत दक्षिणेत जे राजवंश झाले, त्यामध्ये वाकाटक राजवंश हा सर्वश्रेष्ठ असून, त्यांच्या कामगिरीचा अखिल दक्षिण भारताच्या संस्कृतीवर फार मोठा परिणाम झाला आहे, असे प्रा. जेनिओ डुब्रील याने केलेले भाष्य म्हणजे वाकाटकांच्या राजवटीचे यथार्थ मूल्यमापन होय.[२४] नागवंशीय राजांशी वाकाटक राजघराण्याने वैवाहिक संबंध प्रस्थापित केले. पुढे वाकाटकांनी विदर्भावर आपली राजवट प्रस्थापित केली. त्यांनी आपल्या पराक्रमाच्या जोरावर महाराष्ट्राच्या इतर भागांवरही वर्चस्व निर्माण केले. याची साक्ष आपणास वाकाटकांच्या काळात कोरलेल्या शिलालेखांवरून पटते. वाकाटकांचे बहुतांश ताम्रपट

व काही शिलालेख सापडलेले आहेत. त्यांची मौलिक मदत या संदर्भात होते. तसेच वाकाटक राजवंशाच्या संदर्भात पवनार, जि. वर्धा, मांढळ, जि. नागपूर, आर्णी, जि. यवतमाळ, तारसा, जि. नागपूर, नागरा, जि. भंडारा, मनसर जि. नागपूर, मुलचेरा जि. चंद्रपूर, वाशीम या ठिकाणी झालेल्या उत्खननावरून वाकाटकांची बरीच महत्त्वपूर्ण माहिती मिळते.

वाकाटक घराण्याच्या संशोधनाचे कार्य वा. वि. मिराशी यांनी अतिशय प्रयासाने केलेले आहे. त्यांचा हा अभ्यासपूर्ण अनमोल ठेवा आज इतर संशोधकांसाठी दीपस्तंभाचे कार्य करीत आहे. वाकाटक घराण्यासंबंधी अनेक संशोधकांनी आपली अलग अलग मते मांडलेली आहेत. अजयमित्र शास्त्रींच्या मते, दख्खनचा मोठा भाग व जवळपासच्या मध्यप्रदेशातील बालाघाट, शिवनी, छिंदवाडा, बैतुल या भागावर राज्य करणाऱ्या आंध्र सातवाहनानंतर वाकाटक सत्तेवर आले. या वेळेस त्यांची सत्ता कर्नाटकाचा बिदरचा भाग व मध्यप्रदेशातील बुंदेलखंडावर पसरलेली होती. तिसऱ्या शतकाच्या मध्यंतरी ते सत्तेवर आले व पाचव्या शतकाच्या शेवटपर्यंत त्यांनी राज्य केले. मिराशींनी वाकाटकांचे मूळ स्थान दक्षिण भारतातील असल्याचे म्हटले आहे. परंतु, उपलब्ध झालेल्या पुराव्यांच्या सखोल अभ्यासांती वरील मताला आधार मिळत नाही, असे अजयमित्र शास्त्रींचे म्हणणे आहे.[२५] के.पी. जयस्वाल यांनी पुराणांतील संदर्भावरून वाकाटकांचे मूळ स्थान व साम्राज्य विंध्यप्रदेश असल्याचे दाखविले आहे. किलकिला ही नदी मध्यप्रदेशातील बुंदेलखंडाच्या दुसऱ्या भागातील ओरच्छा या क्षेत्रातील बागाट या गावावरून आल्याचे त्यांनी दाखविले आहे.[२६] व तेच वाकाटक असावे असे म्हटले आहे. एच. सी. रॉयचौधरी यांनी 'विदर्भ' हाच वाकाटकांचा मुख्य प्रदेश असल्याचे म्हटले आहे.[२७] डी. एस. सरकार यांनी पुराणातील वर्णनावरून असे मत मांडले की, वाकाटकांचा प्रथम राजा विंध्यशक्ती याचे राज्य पूर्व माळव्यामधील विदिशा येथे भरभराटीला आले होते.[२८] अ. स. अळतेकर यांच्या मते, वाकाटक हे स्थळ विध्यंपर्वताच्या उत्तरेपेक्षा दक्षिणेलाच असावे. आंध्र प्रदेशातील अमरावती येथील तिसऱ्या शतकातील शिलालेखात 'वाकाटका यात्रेकरू' असा उल्लेख आढळून आलेला आहे.[२९] वाकाटकांच्या मूळ स्थानाबाबत विद्वानांत अनेक मतभेद आहेत. आंध्रप्रदेशातील गुंटूर जिल्ह्यातील अमरावती येथे एका स्तंभलेखावर एका वाकाटक नावाच्या गृहपतीने बोधिक नामक बौद्ध भिक्षूंच्या सांगण्यावरून काही दान आपल्या दोन पत्नी समवेत दिले होते.[३०] 'गृहपती' शब्दाचा अर्थ राजकीय पदाधिकारी म्हणून काही ठिकाणी येतो. त्यावरून वाकाटक हे मूळचे आंध्रप्रदेशातील असावेत, असाही एक सूर आहे.

परंतु, पुढे वाकाटक वंशाने सातवाहनांच्या अस्तानंतर स्वतंत्र राज्य स्थापन केले. सुरुवातीला नर्मदा नदीच्या दक्षिणेत व नंतर उत्तरेतही वाकाटक घराण्याची सत्ता प्रस्थापित झाली, असा उल्लेख पुराणात (विंध्यशक्तीचा) आला आहे.

वाकाटकांच्या मूळ स्थानाबाबत इतिहास संशोधकांमध्ये एकमत नसले तरी इतके मात्र स्पष्ट दिसते की, वाकाटक राजवंश हे दक्षिण भारतातील एक बलवान व समृद्ध राजवंश होऊन गेले. इसवी सन २५० पासून ५५० पर्यंत वाकाटकांनी विदर्भावर राज्य केले. या तीनशे वर्षांच्या काळात त्यांची सत्ता नर्मदेपासून तुंगभद्रेपर्यंत व अरबी समुद्रापासून बंगालच्या उपसागरापर्यंत पसरली होती.[३१] नर्मदेच्या उत्तरेस असलेल्या मालव, मेकला व चेदि या देशांनीही वाकाटकांचे स्वामित्व काही काळ मान्य केले होते.[३२]

वा. वि. मिराशी 'कुन्तलेश्वर दत्त' या लेखात म्हणतात, "गोदावरीच्या उत्तरेस विदर्भात वाकाटकांचा अंमल होता. इसवी सनाच्या चौथ्या शतकात वाकाटक वंशाच्या दोन शाखा गोदावरीच्या उत्तरेस राज्य करीत असलेल्या आढळतात. मुख्य शाखेची राजधानी नागपूरजवळचे नंदीवर्धन असून तिच्या अंमलाखाली उत्तर वऱ्हाड-मध्यप्रांताचे नागपूर, वर्धा, भंडारा, छिंदवाडा, बैतूल, बालाघाट इत्यादी जिल्हे होते. वत्सगुल्म शाखेची राजधानी वत्सगुल्म (वाशीम) असून त्या राज्यात अजिंठा पर्वतानजीकचा व गोदावरीच्या उत्तरेचा मुलूख येत होता. वाकाटकांची वत्सगुल्म शाखा व राष्ट्रकुट यांची राज्ये एकमेकास लागून असल्याने, त्यांच्यामध्ये कटकटीचे प्रसंग उद्‌भवत असले तरी त्यात वावगे (नाविण्य) नव्हते."[३३]

वाकाटकांचे मिळालेले शिलालेख व ताम्रपट याद्वारे असे सिद्ध झाले आहे की, वाकाटक राज्याची स्थापना प्रथम विदर्भात झाली. रामटेकजवळील नंदीवर्धन ही त्यांची पहिली राजधानी असून वत्सगुल्म (वाशीम) व प्रवरपूर (पवनार) या नंतरच्या राजधान्या होत्या. वाकाटकांचे मूळ राज्य नागपूर, विदर्भ, कुंतल, अश्मक व मुलक या महाराष्ट्रातील प्रदेशांवर होते आणि त्यांचे साम्राज्य माळवा, कोसल, लाट, कलिंग व आंध्र या प्रदेशावर विस्तारले होते. त्याचे बहुतेक सारे कोरीव लेख त्यांनी बांधलेली मंदिरे व त्यांच्या राजवटीतील लेणी महाराष्ट्रातच आहेत. 'महाराष्ट्र' ही वाकाटकांची 'कर्मभूमी' आहे.[३४]

विदर्भाला वाकाटक घराण्याच्या विविध राजांनी वैभव प्राप्त करून दिले. वाकाटकांच्या प्रबळ सत्तेने उत्तर आणि दक्षिण भारतावरही प्रभाव टाकला.

वाकाटक राजवंशाचा उदय : विंध्यशक्ती (इ.स. २५०-२७०): कोणत्याही घराण्याचा किंवा वंशाचा अभ्यास करतांना प्रथम राजकीय घटनांचा विचार करणे

क्रमप्राप्त ठरते. वाकाटक राजवंशाचा विचार करताना देखील वाकाटक वंशीय राजांच्या काळातील राजकीय स्थित्यंतरे पाहणे त्यामुळेच महत्त्वाचे ठरते. याकरिता त्या काळातील ऐतिहासिक साधने महत्त्वपूर्ण कामगिरी बजावतात. या अनुषंगाने प्रभावती गुप्ताच्या पुणे ताम्रपटातील उल्लेख महत्त्वपूर्ण ठरतात. या ताम्रपटातील संदर्भांचा मिराशींनी वाकाटक वंशाचा अभ्यास करण्याकरिता उपयोग करून घेतला. त्यांनी पुणे ताम्रपटाचा अभ्यास करून वाकाटक घराण्याविषयी बरीच नवीन माहिती उजेडात आणली. या ताम्रपटातील उल्लेखावरूनच वाकाटक वंश व गुप्तराजाचा काळ हा समकालीन होता हे ठरविण्यास मदत होते.[३५] हरिवंश पुराणांतील[३६] माहितीवरून गुप्त घराण्याचे साम्राज्य हे गंगा व शरयू या नद्यांनी वेढलेल्या प्रदेशावर पसरलेले होते. इतकेच नव्हे तर गुप्त राजवंशाने दक्षिण बिहार व मगध या भागावरही आपले साम्राज्य पसरविलेले होते याची माहिती मिळते.[३७]

वाकाटक घराण्याचा पहिला राजा विंध्यशक्ती हा होय. त्याने आपल्या पराक्रमाच्या व बुद्धिचातुर्याच्या जोरावर सातवाहनांच्या प्रदेशावर आपली सत्ता प्रस्थापित केली. त्याने आपले राज्य मध्य भारतात स्थापून विदर्भ आपल्या साम्राज्याखाली आणला. (इ.स. २५८-२७०)[३८]

विंध्यशक्ती मूळचा कोठला, याबाबत विद्वानात मतभेद आहेत. पुराणातील वर्णनावरून विंध्यशक्ती विदिशेचा अधिकारी व नंतर शासक असावा असे काही विद्वान मानतात. या उलट म. म. वा. वि. मिराशी हे वाकाटकांचे मूळ स्थान दक्षिण हिंदुस्थान असल्याचे प्रतिपादन करतात.[३९] एकंदरित वाकाटकांच्या मूळ स्थाना बाबतचा संभ्रम आजही कायम आहे. विंध्यशक्तीची राजधानी चनका असावी.

विंध्यशक्ती हा सातवाहन काळात त्यांच्या राज्यातील एक मोठा अधिकारी म्हणून नावारूपाला आलेला असावा. परंतु, काळाच्या नियमानुसार एकाचा अस्त तर दुसऱ्याचा उदय होतो. त्यानुसार सातवाहन घराण्यातील शेवटचे राजे राजकीय दृष्ट्या दुर्बल ठरताच विंध्यशक्तीने त्यांची सत्ता बळकावली. सातवाहनांचे साम्राज्य नर्मदेपासून कन्याकुमारी आणि अरबीसागरापासून बंगालच्या उपसागरापर्यंतच्या विस्तीर्ण प्रदेशात पसरलेले होते. या साम्राज्याचा विस्तार व प्रशासन राजनियुक्त अधिकारी, व सातवाहनांचे शेकडो सामंत यांच्या सहकार्यावर अवलंबून होता. यापैकी अनेकांना जहागिरी दिल्याचे त्यांचे शिलालेखातून स्पष्ट होते. यातूनच सामंतशाहीचा उदय होऊन लहान मोठी राज्ये स्थापली गेली असावीत.

उत्तर सातवाहन कालखंडात शक-क्षत्रप सत्तेचा पश्चिम महाराष्ट्रात उदय होऊन सातवाहन व क्षत्रप यांचा संघर्ष सुरू झाला आणि इसवी सन २३० पर्यंत म्हणजे

सातवाहनांच्या अस्तापर्यंत सुरू होता. सातवाहनांच्या अध:पतनाचे मूळ कारणही हा संघर्षच होता.[४०] विंध्यशक्ती हा यापैकीच सातवाहनांचा एक राजनियुक्त अधिकारी व सामंत असण्याची शक्यता नाकारता येत नाही. सातवाहनांच्या अस्तकालीन सामंतीय प्रदेशाचे स्वतंत्र राज्यात रूपांतर करून विंध्यशक्तीने वाकाटक घराण्याचे बिजारोपण करणे तर्कसंगत ठरते.

भांडारकरांच्या वक्तव्यात ते म्हणतात की, वाकाटकांना सत्ता मिळवून देण्यामध्ये समुद्रगुप्त जबाबदार असला पाहिजे. [४१] विंध्यशक्ती हा समुद्रगुप्ताच्या सैन्यातील अधिकारी होता.[४२]

वाकाटक घराण्याच्या या पहिल्या राजाने आपल्या पराक्रमाच्या जोरावर या वंशास दीप्तीमान केले. त्याच्या पराक्रमाच्या गाथांचा उल्लेख पुराणांमध्ये असल्याचे दिसून येते. त्याच्या पराक्रमाचे वर्णन करताना पुराणांत असे म्हटले आहे की, ''विंध्यशक्ती हा आपला घोडा इतका उधळत असे की, त्याच्या घोड्याच्या टापांमुळे जी धूळ इतस्तत: पसरत असे, त्या उडालेल्या धुळीमुळे सूर्यदेवही झाकून जात असे''. यावरून त्याच्या पराक्रमाची कल्पना आपणास येऊ शकते. तद्वत्‌च विंध्यशक्ती हा अतिशय संतापी असल्याचेही पुरावे मिळतात. तो इतका संतापी होता की, राग अनावर झाल्यास तो देवांनाही आवरत नसे [४३] अशी माहिती अजिंठ्यातील शैलगृह क्रमांक १६ मध्ये आढळून येते. आपल्या पराक्रमाच्या जोरावर त्याने आपली सत्ता विंध्यपर्वतापर्यंत पसरविली होती. विंध्यपर्वतापर्यंत आपला अंमल बसविल्यानेच त्याला 'विंध्यशक्ती' म्हणत. आपल्या अतुलनीय पराक्रमाने त्याला विदर्भावरही आपली सत्ता प्रस्थापित करता आली.

विंध्यशक्तीस अजिंठा येथील शैलगृह क्र. १६ च्या शिलालेखात 'द्विज' म्हटले आहे. द्विज म्हणजे यज्ञोपवित धारण करण्याचा अधिकार होय. मिराशींनी 'द्विज' म्हणजे 'ब्राह्मण' असा अर्थ घेऊन वाकाटक वंशाला 'ब्राह्मण वंश' दर्शविलेले आहे.[४४] या लेखात 'रणदानशक्ति : 'द्विज-प्रकाशो' भुति विद्यांशक्ति'' असा उल्लेख आहे. परंतु, विद्याशक्ती ब्राह्मण होता, याबाबत आजही विद्वानांमध्ये मतमतांतरे आहेत. जयस्वाल व मिराशी यांच्या मते, वाकाटकांचे गोत्र विष्णुवृद्ध हे होते. हे गोत्र महाराष्ट्रीय ब्राह्मणांत आजही आहे. त्यामुळे वाकाटक विष्णुवृद्धी ब्राह्मणच होते. उलट भाऊदाजी लाड यांनी वाकाटक हे यवन/ग्रीक वंशाचे होते असे धाडसी विधान केले आहे. आंध्र कैकेय यवन राजे म्हणजेच वाकाटक होत, असे ते म्हणतात.[४५] वाकाटक हे 'परिव्राजक' होते म्हणजे 'हिंदू' होते असे डुब्रिइल यांचे मत आहे. उलट वाकाटक 'ग्रीक' होते असे म्हणणे चुकीचे आहे असे मत चि. वि. वैद्य यांनी मांडले आहे. रमाशंकर त्रिपाठी

म्हणतात की, 'द्विज' म्हणजे ब्राह्मणच असे नसून ते 'क्षत्रिय'ही असू शकतात. त्यामुळे वाकाटक क्षत्रिय असू शकतात. अर्थात, वाकाटक कोण हा प्रश्न अजून अनुत्तरीत आहे.

त्या काळात ब्राह्मण व क्षत्रिय या दोन्ही वर्णांतील मुलांची मुंज होत असे. दोघांनाही यज्ञोपवित धारण करण्याचा अधिकार होता. क्षत्रियांचा धर्म राज्य करणे व प्रजेचे संरक्षण करणे हा असला, तरी क्षत्रिय यांना यज्ञयागाचे अधिकार होते. त्यामुळे वाकाटक क्षत्रिय राजे होते हे मत नाकारता येत नाही. परंतु, मौंजीबंधनाचा आणि यज्ञोपवित धारण करण्याचा अधिकार त्या काळी ब्राह्मण, क्षत्रिय व वैश्य या वर्णांना असल्यामुळे विंध्यशक्तीला ब्राह्मण ठरविणे तर्कसंगत होणार नाही. त्याने आपल्या वंशाचा त्याच्या कर्तृत्वाच्या बळावर मान वाढवून प्रतिष्ठा मिळवून दिली म्हणून त्यास वाकाटक वंशाचे 'मानचिन्ह' (वाकाटक वंश केतुः) असे म्हटले आहे. तसेच त्यास 'विष्णूवृद्ध' गोत्रीय असे देखील म्हटले आहे.[४६] त्यास सर्व राजांमध्ये श्रेष्ठ व मानाची पदवी मिळालेली दिसते. त्याला 'धर्ममहाराज' ही पदवी शिलालेखात लावलेली आहे. त्यास 'हरितीपुत्र' अशीही पदवी लावलेली आहे. यावरून त्याला तत्कालीन राजांमध्ये मानाचे स्थान होते असे दिसते. बाकी इतर राजांना मात्र 'महाराजा' ही पदवी देण्यात आली होती. विंध्यशक्तीस अधिक मानाची पदवी देऊन त्याच्या कर्तृत्वाचा गौरव केलेला दिसतो.[४७]

अशा या अतुलनीय पराक्रमी थोर सम्राटाच्या नावाचा उल्लेख मात्र वाकाटकांनी दिलेल्या दानपत्रात कुठेही आढळत नाही. त्यामुळे इतिहासकार वाकाटक साम्राज्याच्या संस्थापक पदाचा मान विंध्यशक्तीस न देता प्रथम प्रवरसेनास देतात.

वाकाटक साम्राज्याचा संस्थापक : प्रवरसेन प्रथम (इ.स. २७०–३३०): प्रवरसेन हा विंध्यशक्तीचा मुलगा होय तो आपल्या पित्याप्रमाणेच पराक्रमी निघाला. त्याने आपल्या पराक्रमाच्या जोरावर जवळजवळ ६० वर्षे राज्य केले. त्याच्या पराक्रमाचे पुरावे पुराणांत आढळून येतात. वाकाटक राजांमध्ये विंध्यशक्तीनंतर सर्वात पराक्रमी म्हणून प्रवरसेन प्रथमची प्रसिद्धी आहे. त्याने आपली सत्ता उत्तरेस नर्मदेपर्यंत प्रस्थापित करून पुरिका नगरी आपल्या ताब्यात घेतली. त्याच्या काळात त्याने पुरिका व चनका [४८] येथून राज्यकारभार पाहिला. त्याच्या काळात या दोन्ही ठिकाणांना राजधानी म्हणून प्रसिद्धी मिळाली होती. सुरुवातीस प्रवरसेनाने 'चनका' या ठिकाणाहूनच राज्यकारभार पाहिला. त्यानंतर पुराणांतील उल्लेखांवरून असे दिसते की, विदिशेच्या नागराजाचा पुत्र दौहिक शिशुक; याच्यावर विजय मिळवून प्रवरसेनाने 'पुरिका' हे शहर जिंकले व त्यास राजधानीचा दर्जा दिला.[४९]

'ऋक्षवन्तं समभितस्तीर तत्र निरामये ।

निर्मिता सा पुरी राज्ञा पुरिका नाम नामतः ।।

अर्थात, पुरिका नगरी महत्त्वपूर्ण असल्याने आपोआपच राजधानीचा दर्जा व महत्त्व प्राप्त झाले असावे. वाकाटक राजा सर्वसेनकृत काव्य 'हरिवंश' यात; 'पुरिका' ही सातपुडा पर्वताच्या पायथ्याशी होती, असा उल्लेख आहे.[५०] उत्तर कुंतलातील कोल्हापूर, सातारा, सोलापूर येथेही प्रवरसेनाने आपली सत्ता पसरविली होती. तसेच पूर्वेस दक्षिण कोसल, कलिंग, आंध्र या लहान लहान देशांवर त्याने आपले साम्राज्य प्रस्थापित केले होते.[५१] प्रवरसेन प्रथम, हा आपल्या कारकिर्दीत एका मोठ्या साम्राज्याचा अधिपती होता. त्याने आपला राज्यविस्तार कुठून कुठपर्यंत केला हे मात्र सांगता येणे अवघड आहे. परंतु त्याने आपला राज्यविस्तार सर्व दिशांना केला होता हेही तितकेच महत्त्वपूर्ण आहे.[५२] त्याने आपला साम्राज्यविस्तार करताना बुद्धिचातुर्याने प्रबळ राजघराण्याबरोबर वैवाहिक किंवा मैत्रीपूर्ण संबंध प्रस्थापित केले होते असे दिसते. भंडारा जिल्ह्यातील पवनी येथे वाकाटक राजा प्रवरसेन प्रथम याच्या काळातील जो शिलालेख मिळाला, त्यावर उत्तरेतील भारशिव राजाच्या व वाकाटक घराण्याच्या वैवाहिक संबंधाबाबत प्रकर्षाने नोंद केलेली आहे.[५३] नागवंशीय भारशिव हे मूळ विदर्भातील घराणे होय. आपली मुलगी भारशिव राजाने प्रवरसेन प्रथमचा मुलगा गौतमीपुत्र यास देऊन त्यांच्याशी संबंध प्रस्थापित केले होते. पवनी येथील हा शिलालेख इसवीसनाच्या दुसऱ्या शतकात कोरलेला आहे. यावरून भारशिव घराणे व वाकाटक वंशीय प्रवरसेन प्रथम, हे समकालीन राजे होते हे स्पष्ट होते. या वैवाहिक संबंधांमुळे मात्र वाकाटक राजघराण्यास आपला साम्राज्य विस्तार करण्यास फायदा झाला. त्यांना उत्तर भारतातील या प्रबळ नागघराण्याचे पाठबळ मिळाल्यामुळे वाकाटक राजसत्ता सशक्त व दृढमूल होण्यास मदत झाली. प्रवरसेनाने राज्यरक्षणाच्या सोईकरिता भारशिव राजांशी (उत्तरेतील नाग राजांशी) वैवाहिक संबंध जोडले होते. भारशिव घराण्याबद्दल माहिती देणारा शिलालेख भंडारा जिल्ह्यातील पवनी येथे मिळाला आहे. यावरून नाग घराण्याबाबत बरीच माहिती मिळते. भारशिव वंशाचा राजा हा भवनाग प्रवरसेनाचा समकालीन होता. या वैवाहिक संबंधामुळे वाकाटकांना नागवंशाचे राजकीय पाठबळ मिळाले.

प्रवरसेन प्रथमने भागीरथीच्या (गोदावरी) पलीकडील सर्व प्रदेश आपल्या अधिपत्याखाली आणून तेथे वाकाटक वंशाची सत्ता प्रस्थापित केली होती. त्यात पुराणांत प्रवरसेनाविषयी असे म्हटले आहे की, त्याने अनेक देशांवर स्वारी करून आपला साम्राज्य विस्तार घडवून आणून साम्राज्य निर्मिती केली. त्याने इतके विजय

प्राप्त केले होते की, आपल्या चारही मुलांना योग्य प्रमाणात वाटा मिळेल याची तजवीज त्याने आपल्या हयातीतच केली होती.

प्रवरसेन प्रथमविषयक आपले मत व्यक्त करताना मिराशी असे म्हणतात की, त्याने आपल्या वर्चस्वाखाली बराच मोठा प्रदेश आणला होता.[५४] आपल्या पराक्रमाच्या जोरावर त्याने अनेक राजांना पराभूत करून अंकित केले होते. तसेच त्यांना मांडलिकत्व पत्करण्यास भाग पाडले होते. म्हणूनच त्याने स्वतःस 'सम्राट' ही उपाधी धारण केलेली दिसून येते.[५५]

प्रवरसेन हा अतिशय पराक्रमी व कर्तृत्ववान राजा होता हे त्याच्या काळात झालेल्या चार अश्वमेध यज्ञावरून समजून येते.[५६] प्रवरसेन याने 'हरितीपुत्र' व 'धर्ममहाराज' ही सम्माननीय पदवीही धारण केली होती.[५७] त्याने 'वाजपेयाग' केला होता. हा 'याग' फार महत्त्वाचा समजला जातो. प्रवरसेनाने वाजपेय यज्ञानंतर 'सम्राट' ही उपाधी धारण केली होती.[५८]

भारतातील राजे विविध प्रकारचे यज्ञ करीत, त्यामध्ये अश्वमेध, राजसूय, वाजपेय, पुरुषमेध, सर्वमेध, यांचा समावेश असे. राजा स्वतःस नृपती, सम्राट, चक्रवर्ती, राजाधिराज आदी पदव्या लावण्यासाठी अशा भव्य दिव्य यज्ञांचे आयोजन करीत असत. नुकतेच मनसर येथील उत्खननात पुरुषमेध यज्ञातील चुन्याचा मानवी पुतळा सापडला आहे. [५९] प्रथम प्रवरसेनाने चार अश्वमेध केल्याचा उल्लेख आहे.[६०]

प्रवरसेन प्रथम, यास चार पुत्र होते व त्यांनी सर्वांनी राजपद उपभोगले असे पुराणात म्हटले आहे. अर्थात, प्रवरसेनानंतर वाकाटक साम्राज्याच्या वाटण्या झाल्या असे दिसते. या मताला पुष्टी देणारा पुरावा १९३९ ला मिळालेल्या वाशीम ताम्रपटात सापडतो. या ताम्रपटात त्याच्या चार मुलांचा उल्लेख आहे. प्रवरसेनाचा एक पुत्र गौतमीपुत्र व दुसरा सर्वसेन ज्यांचा उल्लेख अजिंठ्याच्या १६ क्रमांकाच्या शैलगृहात आला आहे. प्रवरसेनाच्या मृत्यूनंतर त्याच्या अवाढव्य साम्राज्याची त्याच्या मुलांमध्ये वाटणी झाली. प्रवरसेन हयात असतानाच त्याच्या मोठ्या मुलाचा, गौतमी पुत्राचा मृत्यू झाला होता. म्हणून गौतमीपुत्राचा मुलगा रुद्रसेन प्रथम, यास गादीचा वारस नेमण्यात आले होते. याचा पुरावा चम्मक व शिवनी येथील ताम्रपटात तसेच वाशीम ताम्रपटातील राजमुद्रेवरून मिळतो.[६१]

शिवनी ताम्रपटातील मजकूर पुढीलप्रमाणे आहे.

वाकाटककलामस्य
क्रमप्राप्तनृपश्रियः(।*)
राज्ञ प्रवरसेनस्य
शासन (नं) रिपुशासनम् (।।*)

हा लेख इसवी सन ४३० मधील आहे.[६२] वाकाटकांचा ज्येष्ठ शाखेच्या अंमलाखाली उत्तर विदर्भ विंध्य पर्वतापर्यंत किंवा त्या पलीकडील काही भूप्रदेश असावा व तो राजकीय विभाग त्याचा नातू रुद्रसेन प्रथमच्या अंमलाखाली असावा. तसेच प्रवरसेनच्या सर्वसेन नामक पुत्राने दक्षिण विदर्भात 'वत्सगुल्म' येथे स्वतंत्र राज्याची निर्मिती केली. त्याच्या शासनाखाली गोदावरीच्या तीरापर्यंतचा प्रदेश असावा. अन्य दोन पुत्रांची नावे इतिहासाला अजूनही ज्ञात नाहीत. त्यांपैकी एकाचे राज्य गोदावरीच्या दक्षिणेस कुंतल देशावर व दुसऱ्याचे दक्षिण कोसलवर (छत्तीसगड) असावे. परंतु त्यांची राज्ये लवकरच नष्ट झाली असावीत. कुंतल देशात राष्ट्रकुट वंशीय मानाङ्क याने राज्य स्थापन केले तर कोसल राज्य नजिकच्या नल वंशीय राजाने जिंकले असावे.[६३] प्रवरसेन प्रथम वाकाटक घराण्याचा खऱ्या अर्थाने संस्थापक होता.

राजा रुद्रसेन प्रथम (इ.स. ३३०–३५०) : प्रवरसेन प्रथमचा नातू रुद्रसेन प्रथम हा त्याच्या मृत्यूनंतर गादीवर आला. त्याने इसवी सन ३३० पासून इसवी सन ३५० पर्यंत म्हणजे २० वर्षे राज्य सांभाळले.

प्रवरसेन प्रथमच्या मृत्यूनंतर वाकाटकांच्या साम्राज्याचे दोन शाखांत विभाजन झाले. ज्येष्ठ शाखेचा राजा प्रवरसेनाचा नातू रुद्रसेन प्रथम झाला तर कनिष्ठ शाखेची स्थापना प्रवरसेनाचा मुलगा सर्वसेन याने वत्सगुल्म येथे केली. यानंतर वाकटकांच्या दोन्ही शाखांची स्वतंत्र राज्ये बनलीत. जेष्ठ शाखेचा राजा रुद्रसेन प्रथमच्या काळातच वाकाटकांची राजधानी नागपूर जवळ 'नगरधन' येथे संरक्षणाच्या दृष्टीने हालवली गेली असावी.

प्रवरसेन प्रथमच्या मृत्यूनंतर वाकाटक घराण्याची सत्ता काही प्रमाणात साम्राज्याच्या विघटनामुळे कमकुवत झाली असावी असे दिसते. त्या काळात अनेक सत्ता उदयास येऊन त्यांनी वाकाटक राज्याच्या काही भागावर आपली सत्ता प्रस्थापित केली असावी. आपल्या बुद्धिचातुर्याने रुद्रसेनाने इतर राजांशी मैत्री करून आपले गेलेले राज्य परत मिळविले. त्याने भारशिव वंशीय भवनाग या राजाशी मित्रत्वाचे संबध प्रस्थापित केले.[६४] यावरून रुद्रसेन समन्वयाच्या राजकरणात तरबेज होता हे स्पष्ट होते. मिराशींच्या मते, त्याने आपले राज्य पूर्व विदर्भ, नर्मदा व विंध्यांद्री या भागात पसरविले होते. यावरून वाकाटकांचे काळात महाराष्ट्राचा बराचसा भाग वाकाटकांच्या वर्चस्वाखाली असल्याचे स्पष्ट होते.[६५]

के. पी. जयस्वाल रुद्रसेनाविषयी आपले मत मांडताना असे म्हणतात की, गुप्त सम्राट चद्रंगुप्त प्रथम आणि दुसरा सम्राट समुद्रगुप्त हे दोघेही सुरुवातीच्या काळात

प्रवरसेन प्रथमचे हाडवैरी होते. गुप्त राजे अतिशय पराक्रमी असल्याने कर्तृत्ववान असा प्रवरसेन प्रथम, हा त्यांच्या साम्राज्या विस्ताराच्या आड येत असावा. म्हणून त्यांच्यात सतत वितुष्ट येत होते. प्रवरसेन जीवित असेपर्यंत त्यांच्यात मैत्रीपूर्ण संबंध प्रस्थापित होऊ शकले नाहीत. इतकेच नव्हे तर प्रवरसेनच्या काळात गुप्त राजे आपले साम्राज्य वाकाटकांच्या प्रदेशात पसरवू शकले नाहीत. पुढे मात्र प्रवरसेन प्रथमच्या मृत्यूनंतर त्याचा नातू रुद्रसेन, हा गादीवर आला. गुप्त घराण्यातही त्याच वेळी समुद्रगुप्त गादीवर आला. हे दोन्ही राजे समकालीन होते. ते राजगादीवर आरूढ झाले त्यावेळी समुद्रगुप्ताचे राज्य हे मगधवर होते. त्या काळात वाकाटक-नाग-गुप्त या तीनही शक्ती लष्करी दृष्ट्या अतिशय प्रभावी व शक्तीशाली होत्या. यापैकी वाकाटक व नाग राजांचे मात्र मैत्रीपूर्ण संबध प्रस्थापित झालेले होते. तर समुद्रगुप्त रुद्रसेन प्रथमच्या वाढत्या सत्तेमुळे विरोध करीत होता. त्यातच भवनाग राजा व रुद्रसेन याची युती असल्यामुळे समुद्रगुप्ताला ते अडचणीचे वाटत होते. तसेच साम्राज्यवाढीस वाकाटक राजा विरोध दर्शवित होता. त्यातच समुद्रगुप्ताने वाकाटकासांठी विशेष लष्कर निर्माण करून त्याकरवी वाकाटकांचे पद्मावती हे ठिकाण जिंकून घेतले.[६६] परंतु यानतंरचा गुप्त वाकाटक संबंधांचा पुरावा मात्र इतिहासाला मिळाला नाही.

रुद्रसेनच्या काळातील कोरीव लेख [६७] न मिळाल्याने त्याच्याविषयी विशेष माहिती उपलब्ध नाही. म्हणूनच रुद्रसेन प्रथमच्या काळातील फारच थोडी माहिती मिळते. त्याच्या कारकिर्दीतील फारच थोडे प्रसंग माहित असल्याने त्याच्या राज्यविस्तारबाबतही ठोस माहिती उपलब्ध नाही. परंतु, सुदैवाची गोष्ट म्हणजे महाराष्ट्र शासनाने पुरातत्व विभागातर्फे जे उत्खनन कौसंबी येथे केले त्या उत्खननात रुद्रसेन प्रथमच्या काळातील नाणी सापडली. त्याने पाडलेली नाणी ही तांब्याची होती. त्यावरून राज्यशासनाविषयी थोडी माहिती मिळण्यास मदत होते.[६८]

काही अभ्यासकांच्या मते, वाकाटक राजा रुद्रसेन आर्यावर्ताचा राजा रुद्रसेन होय, व त्या राजास समुद्रगुप्ताने हरविले. परंतु वाकाटक राजा रुद्रसेन प्रथमचा इतिहास पाहता असे दिसून येते की, रुद्रसेनचे राज्य नागपूर जिल्ह्यात, दक्षिण पट्ट्यात समाविष्ट झालेले होते. त्यामुळे समुद्रगुप्ताकडून पराभूत झालेला उत्तर भारतातील आर्यावर्ताचा राजा रुद्रसेन हा वाकाटक राजा रुद्रसेन प्रथम, असूच शकत नाही.[६९] आर्यावर्ताचा राजा रुद्रसेन हा वेगळा असावा.

अशा प्रकारे गुप्त घराण्यातील समुद्रगुप्ताच्या साम्राज्य वादाला खंबिर विरोध करणारा पराक्रमी वाकाटक राजा रुद्रसेन प्रथम इसवीसन ३५० च्या सुमारास कालवश होऊन त्याचा पुत्र पृथिवीषेण हा गादीवर आला.

पृथिवीषेण प्रथम (इ.स. ३५०–४००) : रुद्रसेन प्रथमचा मुलगा पृथिवीषेण प्रथम इसवी सन ३५० ला गादीवर आला. पृथिवीषेण हा गादीवर आला तेव्हा वाकाटकांच्या साम्राज्यास जवळजवळ १०० वर्षे पूर्ण झालेली होती याचा वाकाटकांच्या उपलब्ध झालेल्या ताम्रपटात उल्लेख येतो. पृथिवीषेण प्रथम सर्व दृष्ट्या संपन्न जीवन जगल्याचे पुरावे वाकाटकांनी दिलेल्या दानपत्रात आढळतात. त्याच्या काळात त्याने उत्तरेतील गुप्त व पश्चिमेचे शक–क्षत्रपांची दखल घेऊन वाकाटकांची सैन्यशक्ती वाढविण्याकडे लक्ष पुरविले. कारण ज्या राजाचे सैन्य उत्तम असते त्याचा विजय हा निश्चित ठरलेला असतो व राज्य स्थिर असते. म्हणूनच त्याने आपले लक्ष सैन्यावर केंद्रित केले.[७०] सैन्याच्या बळावर पृथिवीषेण इतकी वर्षे आपले अधिपत्य टिकवून होता. वाकाटकांच्या काळातील मिळालेल्या ताम्रपटात त्याच्या सैन्यात व खजिन्यात सतत वाढ होत असल्याचे म्हटले आहे.[७१] यावरून त्याचे राज्यात समृद्धी व स्थैर्य होते व राज्ययंत्रणा प्रभावी होती असे निश्चितपणे म्हणू शकतो. त्याला बरीच मुले होती असाही पुरावा द्वितीय प्रवरसेनाच्या जांब ताम्रपटात निर्देशित करण्यात आला आहे.[७२] यावरून तो कौटुंबिक दृष्ट्याही संतुष्ट राजा होता असे दिसते.

पृथिवीषेण हा पराक्रमी राजा असून [७३] समुद्र गुप्ताचा समकालीन होता. समुद्रगुप्ताने या काळात वाकाटकांशी वैर न करता मैत्रीचे धोरण स्वीकारले असावे. पृथिवीषेणाजवळ प्रबळ सैन्य शक्ती होती, राजाही पराक्रमी होता. त्याचे राज्य उत्तर महाराष्ट्र व विदर्भ या प्रदेशांवर पसरलेले होते. समुद्रगुप्ताने दक्षिणेतील पूर्व किनाऱ्यालगतचे देश जिंकले. पण पश्चिमेकडील शक्तीशाली वाकाटकांशी दोन हात करण्याचे मुद्दाम टाळले असावे असे दिसते. गुप्त, वाकाटक व क्षत्रप यांच्या राज्यांच्या सीमा एकमेकास लागून होत्या. त्यावरून त्यांचेमध्ये राजनीतीच्या सामान्य तत्त्वाप्रमाणे वितुष्ट असले पाहिजे. पृथिवीषेणाच्याच काळात मगधच्या सिंहासनावर आरूढ झालेल्या चंद्रगुप्त द्वितीयने वाकाटकांशी स्नेहसंबंध जोडून क्षत्रपावर चाल केली व त्यांचा पूर्ण निःपात केला. एवढेच नव्हे तर चंद्रगुप्त द्वितीयने पृथिवीषेणाची सैन्य मदतही घेतली होती व आपली मुलगी पृथिवीषेणाचे मुलास विवाहात दिली होती.

गुप्तांचा मध्य व उत्तर भारतावर पूर्ण अंमल होता. पण गुजरात–सौराष्ट्र भागातील क्षत्रप या परकीय वंशाच्या अधिपतींनी गुप्तांना अनेकदा जेरीस आणले होते. गुप्त साम्राज्याच्या स्थैर्यासाठी व साम्राज्य विस्तारासाठी पश्चिमेकडील क्षत्रापांचा बिमोड करणे गुप्त सम्राटाला आवश्यक होते. उत्तर महाराष्ट्रात साम्राज्य निर्मिणाऱ्या वाकाटकांच्या मदतीने क्षत्रपांचा पूर्ण निःपात करण्यासाठी वाकाटकांबरोबर स्नेह संबंध प्रस्थापित करण्याचा राजकीय विचार चंद्रगुप्ताच्या मनात होता. त्याच्या या प्रस्तावाला पृथिवीषेणाने

त्वरित होकार दिला. मात्र चंद्रगुप्ताने आपल्या मुलीचा, प्रभावतीचा, विवाह त्याचे मुलाशी, रुद्रसेनाशी करावा अशी अट घातली. वाकाटक पराक्रमी असले तरी त्याचे सामाजिक स्थान गुप्तांपेक्षा कनिष्ठ समजल्या जात असावे, तसेच या विवाहामुळे गुप्तांच्या दक्षिणेतील साम्राज्य लालसेला खिळ बसेल व क्षत्रपांचाही बंदोबस्त होईल हा धूर्त राजकीय विचार असावा. त्यामुळेच चंद्रगुप्ताच्या मुलीचा, प्रभावतीचा हात रुद्रसेनासाठी मागण्यात आला असावा.

चंद्रगुप्ताने या विवाहाला त्वरित संमती दिली. पुढे क्षत्रपांविरुद्ध ही जावई सासऱ्याची युती जिंकली व क्षत्रपांचा बिमोड झाला. त्यामुळे गुप्त व वाकाटक दोन्ही राज्यांना स्थैर्य प्राप्त झाले. पृथिवीषेणाच्या मुलाशी रुद्रसेन व प्रभावती गुप्ता यांचा विवाह इसवी सन ३९५ मध्ये झाला असावा, असे तत्कालीन नाण्यांवरून व इतर पुराव्यांवरून समजते.[७४] हा विवाह पृथिवीषेणाच्याच काळात राजकीय निकड या दृष्टीने घडून आलेला विवाह होता.

पृथिवीषेण प्रथम हा सत्य, आर्जव, कारुण्य, शौर्य, विक्रम, नय, विनय, महात्म, धीमत्व (बुद्धिमत्ता) सत्पात्र व्यक्ती विषयी भक्ती, धर्मविजयत्व, मनोनैर्मल्य (मनाचा निर्मलपणा) इत्यादी गुणांनी संपन्न होता. त्याच्या विषयी असे म्हटले जाते की, १०० वर्षांपर्यंत सतत वाढत जाणारा द्रव्यसंग्रह व अवाढव्य सैन्य त्याच्याजवळ होते. त्याची वृत्ती युधिष्ठिरासारखी होती.[७५] त्याच्या या सामर्थ्य व संपन्नतेच्या बळावरच गुप्त घराण्याने वाकाटक घराण्याशी वैवाहिक संबंध प्रस्थापित केले होते. परिणामांती, रुद्रसेन द्वितीय व प्रभावती गुप्ता यांचा विवाह झाला होता.

वाकाटक राजे हे सामर्थ्य व वैभवाच्या शिखरावर असताना चंद्रगुप्त द्वितीयने त्यांच्याशी वैवाहिक संबंध जोडले होते. त्याच वेळी विष्णुकुंडी राजा माधववर्म्यानेही वाकाटक राजकन्येशी वैवाहिक संबंध केला.[७६] त्यामुळे भांडारकरांचे कथन की, ''कधीकधी समुद्रगुप्ताच्या औदार्याची वाकाटकांना मदत घ्यावी लागली किंवा वाकाटक घराणे हे कंगाल होते'' [७७] हे परिस्थितीच्या पूर्णपणे विसंगत असल्यसाचे दिसते.

पृथिवीषेण हा शिवाचा भक्त होता असे वर्णन त्याच्या बालाघाट ताम्रपटात आहे. त्यात तो एक असामान्य व्यक्तिमत्त्वाचा स्वामी व अतुलनीय पराक्रमी होता असे म्हटले आहे.[७८] पृथिवीषेण हा अतिशय पराक्रमी म्हणून ओळखल्या जातो.

पृथिवीषेण प्रथम यास धर्मविजयी असे संबोधले आहे. एवढेच नव्हे तर त्याची तुलनाही युधिष्ठिराशी केली जाते.[७९] त्याच्याविषयी असे नमूद केले आहे की, त्याला पुत्र तसेच नातू यांचा आनंद मिळाला. त्याचप्रमाणे त्याने बलशाली सैन्य शक्तीच्या जोरावर अनेक विजय मिळवून त्याच्या इच्छा-अपेक्षा पूर्णपणे तृप्त केल्या. अशा या

तृप्तीत त्याने ५० वर्षे राज्य करून आनंद उपभोगला. असा अतिशय सुदैवी राजा काळाच्या ओघात इसवी सन ४०० मध्ये निधन पावला.[८०] पृथिवीषेण गादीवर आला तेव्हा वाकाटकांच्या राज्य स्थापनेस १०० वर्षे पूर्ण झाली होती. तसेच वाकाटकांच्या ताम्रपटातही प्रथम पृथिवीषेणाच्या काळी राज्याचा खजिना व सैन्य १०० वर्षे सतत वृद्धी पावत होते असे म्हटले आहे. यावरून पृथिवीषेणाने दीर्घ काळ राज्य केले असे दिसते.

वरील संदर्भांवरून मात्र पृथिवीषेण प्रथमच्या कारकिर्दीचा विचार करता, त्याची शासन कालमर्यादा फक्त ५० वर्षांची असल्याचे आढळते. इसवी सन ३५० मध्ये तो गादीवर आला व त्याने इसवी सन ४०० पर्यंत राज्य केले. परंतु त्याचा द्रव्यसंचय, सैन्यशक्तीची वाढ व विस्तार या अफाट कर्तृत्वामुळे त्याला शंभर वर्षांचा शासनकर्ता असे अलंकारिकरित्या संबोधिले गेले असावे. पृथिवीषेणाचा पराक्रमी राजा म्हणूनही उल्लेख आहे. परंतु त्याच्या पराक्रमाचे दाखले मात्र तत्कालीन पुराव्यात सापडत नाहीत. उत्तरेस साम्राज्यवादी गुप्तराजे व पश्चिमेस क्षत्रपांची सत्ता असल्यामुळे त्यास स्वसंरक्षणाचे दृष्टीने सैन्यशक्तीची वाढ अपिहार्य होती. राज्याचे स्थैर्यासाठी द्रव्यबळही आवश्यक होते. या सैन्यशक्तीमुळेच गुप्तांनी त्याच्याबरोबर मैत्री केली असावी व क्षत्रपांचा बिमोड झाला. त्यामुळेच त्याच्यासंबंधी पराक्रमी हे संबोधन वापरले जाणे स्वाभाविक होते. एकंदरीत तो अतिशय सुखी होता की, ज्याने अनेक वर्षे राज्य व खजिना उपभोगला. अर्धे शतक पावेतो त्याचे शासन होते हे लक्षात घेणे उचित ठरते.

रुद्रसेन द्वितीय (इसवी सन ४०० ते ४०५) : प्रभावती गुप्ता (इ. स. ४०५-४२०) : पृथिवीषेण प्रथमच्या मृत्यूनंतर रुद्रसेन द्वितीय हा गादीवर आला. रुद्रसेन द्वितीयच्या कालखंडात नागपूरच्या उत्तरेला १३ मैलावर असलेले नगरधन उर्फ नंदीवर्धन हे शहर वाकाटकांची राजधानी होती. रुद्रसेनाने फक्त ५ वर्षे राज्य केले. रुद्रसेन चंद्रगुप्त द्वितीयचा जावई होता. सम्राट चंद्रगुप्त याने आपली मुलगी प्रभावती हिचा विवाह रुद्रसेनाशी करून देऊन वाकाटकांशी वैवाहिक संबंध जोडले होते. त्याचप्रमाणे चंद्रगुप्त द्वितीयचे राष्ट्रकुटांशीही संबंध होते. कदाचित वाकाटकांप्रमाणे या राष्ट्रकूट घराण्याशी त्याने विवाह संबंध करून त्यांचे सख्य मिळविले असावे. राजनैतिक विवाह ही गुप्तांची राजनीती होती. दक्षिण कुन्तलवर राज्य करणाऱ्या कदंबांशीही गुप्तांचा विवाह संबंध होता.[८१]

या संबधांचा उपयोग चद्रंगुप्ताने गुजरात-सौराष्ट्र भागातील क्षत्रपावर अंकुश ठेवण्यासही करून घेतला. त्याने यासाठी पराक्रमी व प्रभावशाली वाकाटक घराण्याशी वैवाहिक संबंध जोडून व पूर्वीचे दोन घराण्यातील हाडवैर नष्ट करून आपल्या

उद्दिष्टपूर्तीकरिता वाकाटकांची मदत घेतली. त्यांच्या सैन्याचा व खजिन्याचा गुप्त राजांनी वापर करून घेतला होता, हे म्हणणे नाकारता येण्यासारखे नाही.

रुद्रसेनाचा गुप्त राजकन्येशी इ.स. ३९५ मध्ये विवाह घडून आला. मिरेगांव ताम्रपटातील उल्लेखानुसार त्यास दिवाकरसेन, दामोरदसेन व प्रवरसेन द्वितीय असे तीन पुत्र झाले.[८२] परंतु राज्यावर आल्यानंतर केवळ पाच वर्षातच रुद्रसेन द्वितीयचा मृत्यू झाला.[८३]

रुद्रसेनाच्या कालखंडातील अतिशय कमी पुरावे उपलब्ध असल्यामुळे त्याच्याबाबत अधिक माहिती प्राप्त होऊ शकत नसली तरी त्याच्या मांढळ ताम्रपटातील उल्लेखावरून त्याचा विभिषण नावाचा सेनापती होता हे लक्षात येते व राज्य कारभारात त्याचेच वर्चस्व असल्याचे आढळते.[८४]

रुद्रसेन द्वितीयच्या नंतर त्याचा सर्वात मोठा मुलगा दिवाकरसेन राज्यावर आला. परंतु अल्पवयीन असल्याने राज्य कारभाराची सर्व सूत्रे त्याची आई प्रभावती गुप्ताच्या हाती आली होती. चंद्रगुप्त द्वितीयने रुद्रसेन द्वितीयच्या मृत्यूनंतर मुलीच्या राज्यकारभारात मदत करण्यासाठी म्हणून आपल्या दरबारचे धोरणी व कर्तबगार अधिकारी विदर्भात पाठवून तेथील कारभार चालविण्यास आपल्या मुलीस मदत केली. दरबारी मुत्सद्यात कवी कालिदास याससुद्धा विदर्भात पाठविले होते असे दिसते. या कारणामुळेच कालिदासाचे वास्तव्य विदर्भात झाले.[८५]

दिवाकरसेन हा राजा अल्पवयीन असल्याने त्याची आई प्रभावती गुप्ता हिने इसवी सन ४०५-४२० या काळात जवळजवळ १३ वर्षे राजप्रतिनिधी म्हणून राज्यकारभार सांभाळला.[८६] प्रभावतीसमोरील काळजी करण्याची बाब म्हणजे राजा अज्ञान असल्याचा फायदा घेऊन शत्रुंनी उचल खावी. परंतु पृथिवीषेणाच्या द्रव्यशक्ती व सैन्य शक्तीचा मिळालेला वारसा व वडील चंद्रगुप्ताची प्रत्यक्ष मदत यामुळे धाडस मात्र कुणीही केलेले दिसत नाही. प्रभावती गुप्ताचे काळात सर्वत्र शांतता नांदत असावी असे दिसते.

प्रवरसेन दुसरा (इसवी सन ४२० ते ४५०) : प्रवरसेन द्वितीयचा काळ वाकाटक घराण्यात अतिशय महत्त्वपूर्ण मानल्या जातो. प्रवरसेन राज्यकारभारात लवकरच निपुण होऊन स्वतंत्ररित्या राज्यकारभार करीत असावा असे दिसते. ही बाब त्याच्या काळात सर्वात अधिक सापडलेल्या ताम्रपटांवरून व शिलालेखांवरून स्पष्ट होते.[८७] प्रवरसेन द्वितीयने राज्यकारभाराच्या एकोणविसाव्या वर्षी इसवी सन ४२९ च्या सुमारास दानपत्र दिले. या पाटणा संग्रहालय ताम्रपटाचे दान त्याने स्वतःच्या व आईच्या ऐहिक व पारलौकिक पुण्यप्राप्तीकरिता दिले.[८८] यावरून त्यास आपल्या आईच्या कर्तृत्वाचा सार्थ अभिमान व आदर होता हे स्पष्ट होते.

वाकाटकांच्या ज्येष्ठ शाखेचा सर्वात प्रभावशाली राजा म्हणून प्रवरसेनाचीच गणना करावी लागेल. बेलोरा ताम्रटावरून प्रवरसेनने आपली राजधानी नंदीवर्धन येथून हलवून आपल्या राज्यकारभाराच्या अठराव्या शासनवर्षी प्रवरपूर (पवनार) येथे नेली व नवीन राजधानीस स्वतःच्या नावावरून प्रवरपूर असे नावे दिले[८९] असे स्पष्ट होते. अर्थात, प्रवरसेनच्या राजधान्या नंदीवर्धन व प्रवरपूर येथे होत्या. प्रवरसेनाच्या चम्मक ताम्रपटात तसा उल्लेख आहे.[९०] याबाबत मिराशी असे सुचवितात की, आजचे पवनार जि. वर्धा हे त्या काळातील प्रवरपूर होय, व प्रवरपूर हे नाव प्रवरसेनच्या नावावरून देण्यात आले आहे. तसेच पवनार येथे जेव्हा विनोबा भावे यांच्या परमधाम आश्रमाचे बांधकाम हाती घेण्यात आले तेव्हा त्या खोदकामात जे अवशेष मिळाले ते प्रवरसेन द्वितीयच्या काळातील आहेत हे सिद्ध झाले आहे. पवनारच्या उत्खननात मिळालेल्या मूर्त्यांवरूनसुद्धा प्रवरपूर ही त्याची राजधानी होती ही माहिती उजेडात आली आहे.[९१]

प्रवरसेन द्वितीयचे अनेक ताम्रपट नागपूर जवळील नंदीवर्धन या राजधानीतून दिलेले आहेत. प्रवरसेनाने मूळ राजधानी नंदीवर्धन येथून आपला राज्यकारभार सुरू केला होता. याचा उल्लेख त्याच्या १७ व्या शासनवर्षी दिलेल्या मांढळ ताम्रपटात येतो .[९२] यावरून असे स्पष्ट होते की, नंदीवर्धन हे शत्रूंनी काबीज केल्यामुळे प्रवरसेनाने आपली राजधानी प्रवरपूर (पवनार) केली असावी. द्वितीय प्रवरसेनाच्या कारकिर्दीत त्याच्या ११ व्या राज्यवर्षापर्यंत त्याची राजधानी नगरधन (नंदीवर्धन) होती. कारण त्या कालावधीत त्याने आपले दोन बेलोरा ताम्रपट नंदीवर्धनवरून दिले आहेत.[९३] तसेच प्रभावती गुप्ताने दिलेला ऋद्धपूर ताम्रपट प्रवरसेनाच्या १९ व्या राज्यवर्षी दिला असून तो 'रामगिरीस्वामिन' 'पादमूलात्' म्हणजे नगरधनजवळील रामटेक येथून दिला आहे. अर्थात, नगरधन १९ व्या शासनवर्षी पर्यंत वाकाटकांचे हातून गेले नव्हते. शत्रूच्या संकटांची पूर्व कल्पना आल्यामुळे प्रवरसेनाने आपल्या १८ व्या राज्यवर्षी राजधानी हलवून ती प्रवरपूर येथे नेली असावी. त्यानंतर काही वर्षांनी नलवंशीय राजांनी नंदीवर्धन काबीज करून तेथे आपले बस्तान बसविले असावे असे दिसते. भवदत्तवर्माच्या स्वारीमुळेच वाकाटकांना आपली नगरधन ही राजधानी सोडावी लागली असे डॉ. अळतेकरही म्हणतात.[९४]

प्रवरसेन द्वितीयच्या हातून राजधानी नगरधन निसटली. वाकाटकांवर राज्याचा काही भाग गमवायचा हा दुर्धर प्रसंग ओढवला असावा. परंतु, वाकाटक साम्राज्यातील नागपूरच्या पश्चिमेकडील यवतमाळ जिल्ह्याचा प्रदेश प्रवरसेनाचे हाती होता.

प्रवरसेन द्वितीयच्या कारकिर्दीची माहिती देणारे ताम्रपट शिवनी येथे सापडलेले

आहेत. ते साधारणत: ४३० च्या सुमारास लिहिले होते. त्यावरून त्याच्या अंमलाखाली असणारा प्रदेश साधारणत: प्राचीन विदर्भाच्या इतका मोठा असल्याची साक्ष पटते. तो म्हणजे उत्तरेस नर्मदा नदी व त्यापलीकडे पहिल्या कुमार गुप्ताचे राज्य होते, तर पूर्वेस राजपूरजवळ शरभपूर राजांचे राज्य होते. हे शरभपूरचे राजे वाकाटकांचे मांडलिक असावेत असा तर्क आहे. यावरून त्यांच्याही प्रदेशावर वाकाटकांचे वर्चस्व होते. वाकाटकांच्या राज्याच्या आग्नेयेस व दक्षिणेस व्यंगी राजाचे राज्य होते, तर दक्षिणेकडील या राज्याची सीमा कृष्णा व भीमा नद्यांच्या समांतर रेषेत मोडत होत्या. भीमा नदीच्या पलीकडल्या प्रदेशावर कदंब राजांचे राज्य होते, तर पश्चिमेकडील प्रदेशावर म्हणजे अपरान्तावर (कोंकण) त्रैकुटक राजघराण्याचे वर्चस्व होते. वाकाटकांचे राज्यातच त्याकाळात शिवनी व एलीचपूर ही गावे समाविष्ट होती. प्राचीन विदर्भात वाकाटकांचा अंमल होता. म्हणूनच त्यांना 'विदर्भाचे राजे' म्हणून संबोधण्यात आले आहे.

प्रवरसेन द्वितीय 'सेतुबन्ध' या काव्याचा कर्ता होता. त्याला भोजदेव म्हणून एका टीकाकाराने संबोधले आहे. कारण भोज ही शाखा सुरुवातीच्या काळात वाकाटकांची एक शाखा समजली जात होती.[९५] दशकुमार चरितात अनंतवर्म्याच्या वंशाला भोजवंश असे म्हटले आहे. वाकाटक आपणास या वंशाचे समजत नसत. तथापि, पौराणिक काळात विदर्भावर राज्य करणारे राजे भोजवंशी असल्याने वाकाटकांना; लोक भोजवंशी समजत असले तर, आश्चर्य नाही.

प्रवरसेन द्वितीयच्या राज्यप्रदेशात कुंतलचीही गणना केली जाते. कदाचित कुंतलबरोबरच्या वैवाहिक संबंधांमुळे हे मत मांडले गेले असावे. प्रवरसेन द्वितीयचा पुत्र नरेंद्रसेनाचा विवाह कुंतल देशाची राजकन्या अज्झितभट्टारिका हिच्याशी झाला होता. जेणे करून दोन राजघराण्यांमध्ये दृढ मैत्रीचे संबंध प्रस्थापित झाले होते. त्याकाळी राजकीय विवाहांची प्रथा अस्तित्वात होती. या विस्तारित सामार्थ्याचे जोरावर प्रवरसेनचे हातून निसटलेला प्रदेश त्याचा पुत्र नरेंद्रसेन याने परत मिळविला असावा. यावरून प्रवरसेन द्वितीय धुरंदर राजकारणी व मुत्सदी असल्याची साक्ष पटते.

प्रवरसेनाने दिलेल्या ताम्रपटांपैकी एक ताम्रपट म्हणजे पट्टन ताम्रपट होय. हा ताम्रपट त्याच्या शासनाच्या २७ व्या वर्षी दिल्याचे आढळते.[९६] त्याचप्रमाणे यवतमाळ व मासोद प्लेट्स याही प्रवरसेन द्वितीयच्या काळातच कोरल्या गेल्याचे पुरावे आढळतात.[९७] पट्टन ताम्रपटावरून वाकाटक कालीन राजकीय व इतरही माहिती मिळते. तसेच वाकाटकांच्या प्रशासकीय विभागाबाबतही माहिती मिळते. प्रवरसेन द्वितीयच्या काळात त्याचा सेनापती चित्रवर्मा याने महत्त्वपूर्ण कामगिरी पार पाडलेली दिसते.[९८] त्याचा उल्लेख बेलोरा ताम्रपटात व चम्मक ताम्रपटात येतो.

नरेंद्रसेन (इ. स. ४५०–४७०) : प्रवरसेन द्वितीयचा मुलगा नरेंद्रसेन हा आपल्या पित्याच्या मृत्यूनंतर गादीवर आला. जवळजवळ २० वर्षे त्याने राज्यकारभार पाहिला. कुंतल राजवंशाची राजकन्या अज्झितभट्टारिका हिचा विवाह नरेंद्रसेनाशी झाला होता.[९९] ती मानपूरच्या तत्कालीन राष्ट्रकुट राजाची कन्या असावी. कोल्हापूरजवळ पांडरंगपल्ली येथे सापडलेल्या ताम्रपटात कुंतलनरेश मानांङ्कचा उल्लेख आहे. त्याला कुंतलचा प्रशासक व विदर्भाचा विजेता असे संबोधिले आहे.[१००] त्यानेच मानपूर येथे राजधानीची स्थापना केली. कुंतल राज्य वत्सगुल्म शाखेच्या वाकाटक राज्याला लागून असल्याने त्यांचेत कलहाचे प्रसंग येणे संभवनीय आहे. याच घराण्यातील देवराजाचा पुत्र अविधेय याची अज्झितभट्टारिका मुलगी होय. या विवाहामुळे प्रबळ कुंतल नरेशांचे सहाय्य नरेंद्रसेनाला लाभले असावे. नरेंद्रसेनचा काळ हा इसवी सन ४५० ते ४७० हा समजण्यात येतो.[१०१] प्रवरसेन द्वितीयच्या मृत्यूनंतर वारसायुद्ध सुरू झाले होते असे दिसते. या वारसा युद्धात नरेंद्रसेन विजयी ठरून गादीवर आला होता.[१०२] पृथिवीषेण द्वितीयच्या बालाघाट ताम्रपटात नरेंद्रसेनचा उल्लेख 'अपहृत वंशश्री' असा केला आहे. माहुरझरी ताम्रपटातही तेच विषेशण आढळते. नरेंद्रसेनाने आपल्या वडील भावास बाजूला सारून राजलक्ष्मी मिळविली असावी असे अनुमान किलहार्न यांनी केले आहे.[१०३] परंतु, वरील मत मिराशींना मान्य नाही. त्यांचे मतानुसार बालाघाट ताम्रपटातील वर्णन काव्यमय असावे.[१०४]

नरेंद्रसेनने त्याच्या विरोधकाकडून राज घराण्याची गेलेली सत्ता परत काबीज केली होती. नरेंद्रसेन वारसा हक्काने मिळालेली आपली सत्ता समर्थपणे सांभाळू शकला नाही असे दिसते. कारण त्याच्याच कारकिर्दीच्या आरंभी गृहयुद्धाला तोंड फुटून काही महत्त्वाकांशी नातलग व इतर मांडलिक राजे कोणत्याही एका राजाची सत्ता मानायला तयार नव्हते असे दिसते. या गृहयुद्धात नरेंद्रसेनाने प्रयत्न करूनही त्याच्या हातास अपयश आले आणि नरेंद्रसेनाचा नातेवाईक दायादा (Dayada) हा काही काळ गादीवर आला. दायादा हा नंदीवर्धन अगर वत्सगुल्म शाखेचा होता या विषयी काहीही उल्लेख मिळत नाहीत. नरेंद्रसेनाच्या काळात वाकाटकांच्या दोन्ही शाखेत चांगलेच कलह निर्माण झाले असावेत.[१०५] या शत्रूत्वामुळे नरेंद्रसेनास एकदा वारसा हक्काने मिळविलेले राज्य गमवावे लागले होते. वाकाटक घराण्यातील राज्यविभाजन सामंजस्याने झाले नसावे. पुढे दोन्ही शाखांमध्ये सामंजस्य असेल असे म्हणता येत नाही. परंतु, नरेंद्रसेन वैवाहिक संबंधाच्या जोरावर पुन्हा सत्ता प्राप्त करण्यात यशस्वी झाला असे दिसते. नरेंद्रसेन वाकाटक सांम्राज्याच्या बहुतांश भागावर स्वामीत्व राखून असावा.

नरेंद्रसेनने आपल्या हुशारीने व अंगभूत गुणांनी सुरुवातीस उत्कृष्टरीत्या राज्यकारभार पाहिला. त्याने आपल्या राज्याच्या पूर्व व उत्तर दिशेस आक्रमण करून आपल्या पराक्रमाने शत्रूंचा पराभव केला होता. तसेच कोसल, मेखला व मालवच्या राजांना आज्ञा केल्या व या राजांकडून त्याला बहुमान प्राप्त झाला होता, असे वर्णन वरील बालाघाट ताम्रपटात आहे. परंतु त्याच्या राजकीय प्रदेशाचा विस्तार कुठपर्यंत होता हे निश्चित सांगता येणार नसले, तरी कोसल, मेखला आणि मालव राज्ये नरेंद्रसेनाचे अधिपत्य मानत असावेत. हे सर्व प्रदेश विंध्य पर्वताच्या उत्तरेस आहेत. त्यांचे प्रदेशांविषयी निश्चिती नसली, तरी दक्षिण कोसलचा (छत्तीसगड) राजा हा शरभपूरचा राजा भीमसेन प्रथम असावा आणि मेखला राजा पांडव वंशीय भरतबल (इसवी सन ४६० ते ४८०) असावा, असे त्याचे बह्मनी ताम्रपटातील प्रच्छन्न उल्लेखावरून वाटते. परंतु हे प्रदेश पूर्वी गुप्त प्रभावाखाली होते. हूण आक्रमणामुळे जर्जर झालेल्या गुप्त साम्राज्याचे जोखड झुगारून हे राजे नरेंद्रसेनाचे मांडलिक बनले. मालव गुप्त साम्राज्याच्या एक अंतर्गत हिस्सा होता. नंतर मात्र मालव हुणांच्या हल्ल्याचे लक्ष बनला होता. त्यांनी स्वतंत्र होण्यासाठी नरेंद्रसेनाचे स्वामीत्व स्वीकारले असावे. ही बाब नरेंद्रसेनाचा पुत्र पृथिवीषेणाचे ताम्रपटावरून दिसून येते.[१०६]

नरेंद्रसेनच्या बालाघाट येथील कोरीव लेखात त्याचा कार्यकाळ नोंदविलेला आहे. नरेंद्रसेनाने घराण्यातील मतभेदाच्या काळातही मोठ्या हिंमतीने गादी राखली. एवढेच नव्हे तर सर्वत्र आपला दराराही निर्माण केला होता. कोसल, मेखला, माळवा येथील राजे त्याच्या आज्ञा आदराने पाळत. नरेंद्रसेनाने राज्यकारभार त्याच्या वयाच्या चाळीसाव्या वर्षी हाती घेतला असला तरी, त्याच्या गुणांनी त्याला प्रवरसेन द्वितीयच्या काळातही राज्यकारभारात वाव होता. प्रवरसेन द्वितीयने ३० वर्षे राज्य केल्यामुळे नरेंद्रसेनला गादीचा वारसा उशिरा मिळाला. परंतु, पुढे मात्र त्याने आपल्या गुणावरच वंशलक्ष्मी मिळविली हे लक्षात घेण्यासारखे आहे.

पृथिवीषेण द्वितीय (इ. स. ४७०-४९०) : नरेंद्रसेनच्या मृत्यूनंतर त्याचा मुलगा पृथिवीषेण हा गादीवर आला. या पृथिवीषेण राजाने वाकाटक वंशाचे नाव पुन्हा नावारूपाला आणलेले दिसते. त्याने २० वर्षे राज्य केले. त्याचा राज्यकारभाराचा कालावधी इसवी सन ४७० पासून इसवी सन ४९० पर्यंत होता. नरेंद्रसेनाचे मृत्यूपूर्वी (इसवी सन ४७०) वाकाटक राज्यावर एक संकट आले होते. नलवंशी भवदत्तवर्मा याने वाकाटकांचे मुलूखावर स्वारी करून वाकाटकांची पूर्व राजधानी नंदीवर्धनसह बराचसा भूभाग काबीज केला. नल राजे कोसल देशात राज्य करीत होते. भवदत्त वर्माचा एक ताम्रपट अमरावती जिल्ह्यात ऋद्धपूर येथे सापडला आहे. त्यात यवतमाळ

जिल्ह्यातील कदंबगिरीग्राम दान केल्याचा उल्लेख आहे.[१०७] तसेच भवदत्तवर्माचा पुत्र अर्थपति याने नंदीवर्धनवरून दिलेल्या ताम्रपटात भवदत्तवर्माने पुण्य प्राप्तीसाठी दान दिल्याचा उल्लेख आहे. अर्थात, बऱ्याच दूरवरचा प्रदेश वाकाटकांचे हातून गेला होता असे दिसते.[१०८]

नंलवंशी भवदत्तवर्मा याचे आक्रमण निश्चितपणे केव्हा झाले होते आणि त्याच्या आक्रमणाचा प्रतिकार कोणी केला याचा सुसंगत क्रम मिळत नाही. पुरातत्व शास्त्रज्ञ ए. के. शर्मा यांच्या मते, भवदत्तवर्माचे आक्रमण इसवी सन ४४५ मध्ये झाले होते[१०९] व दिर्घकाळ नंदीवर्धन व आजूबाजूचा प्रदेश नलवंशी शासकांचे ताब्यात होता. मनसर येथील आधुनिक उत्खननात (इ.स.२००३) हिडिंबा टेकडीवर वाकाटकांच्या भव्य महालाचे अवशेष मिळाले आहेत. हा महाल जाळण्याचेही पुरावे ए. के. शर्मा यांना मिळाले आहेत. त्यांच्या मते, आक्रमकांनी हा महाल जाळून टाकला.[११०]

या आक्रमणाचा प्रतिकार कोणी केला, यावर पृथिवीषेण द्वितीयच्या बालाघाट ताम्रपटाने प्रकाश पडतो. यात पृथिवीषेण द्वितीयचा पितामह प्रवरसेन द्वितीय यास 'उच्छिन्नसर्वद्विषाः' असे विशेषण लावले आहे. तसेच प्रवरसेन द्वितीयचे चंम्मक आणि मांढळ ताम्रपट प्रवरपूर या नवीन राजधानीवरून दिले गेले आहेत. अर्थात, या काळात नंदीवर्धन राजधानी शत्रुच्या ताब्यात गेली असावी. याच बालाघाट ताम्रपटात पिता नरेंद्रसेनाचे वर्णन 'पूर्व्वाधिगत गुण विश्वासात अपहृतवंशश्रियः' असे म्हटले आहे. अर्थात, त्याचा अर्थ गेलेले वैभव परत मिळविले असा होतो. म्हणजे नरेंद्रसेनाने परत नंदीवर्धन व परिसर जिंकून नलवंशीय शत्रुंना पिटाळून लावले असावे असे दिसते. या ताम्रपटात स्वतः पृथिवीषेणाला 'द्विमग्नवंशोद्धर्नुः' म्हणजे स्ववंशाचा उद्धारकर्ता म्हटले आहे. [१११] शत्रूवर मात करण्यासाठी पृथिवीषेणाने आपली राजधानी प्रवरपूरवरून भंडारा जिल्ह्यातील आमगावजवळ पद्मपूर नगरी नेली, असे वर्णन दुर्ग ताम्रपटात आहे.[११२] पृथिवीषेण द्वितीयने येथे आपले सैन्यबळ वाढवून नल राजास विदर्भात हाकलून लावले. एवढेच नव्हे तर नल राजांची राजधानी पुष्करी नगरीवर आक्रमण करून ती उद्ध्वस्त केली असा उल्लेख नल राजा स्कन्दवर्मा याचे आंध्रप्रदेशातील पोडागड शिलालेखात आहे.[११३] वाकाटक राज्यावरील नलवंशीयांचे आक्रमण दीर्घ काळ चालू असावे आणि या आक्रमणाचा प्रवरसेन द्वितीय, नरेंद्रसेन व पृथिवीषेण द्वितीय यांनी चिकाटीने प्रतिकार केला असे दिसते.

पृथिवीषेणाला आपला वंश किंवा राज्य वाचवावे लागले. अळतेकरांच्या मते, तो दुसरा प्रसंग म्हणजे छत्तीसगड येथील शरभपूरचा राजा महासुदेवराज याने या सुमारास विदर्भ व मध्यप्रदेशाचा दक्षिण भाग जिंकून घेतला होता. तेव्हा पृथिवीषेणाच्या

राज्यावर आलेले संकट ते असावे. अळतेकरांचा हा तर्क कुंतल नरेश अविधेय यांच्या पांडरंगपल्ली ताम्रपटावर आधारलेला आहे.[११४] परंतु, अविधेयाचा हा ताम्रपट शरभपूर येथील नृपतीचा नसून तो कुंतलच्या अधिपतीचा म्हणजे त्या काळात दक्षिण महाराष्ट्रात राज्य करणाऱ्या राष्ट्रकुट नृपतींचा आहे असे वा. वि. मिराशी यांनी या ताम्रपटाचे पुनर्वाचन करून लिहिलेल्या लेखात स्पष्ट केले आहे.[११५]

पृथिवीषेणाची आई अज्झितभट्टारिका कुंतलाधिपती राष्ट्रकुट वंशातील होती. तेव्हा त्यांनी पृथिवीषेणाच्या राज्यावर आक्रमण केले असेल असे वाटत नाही. कुंतलाधिपती अविधेयाला 'सन्तास्ताविदर्भास्मकमण्डल' असे वरील ताम्रपटात म्हटले आहे. तसेच 'सविदर्भास्मक विजेतामानांक नृपतीः' तसेच कुंतलाचा प्रशासक (श्रीमत्कुन्तलांना प्रशासिता) असेही म्हटले आहे. यावरून असे दिसते की, त्याने त्यावेळी विदर्भाच्या पश्चिम विभागावर राज्य करणाऱ्या वाशीम येथील वाकाटक नृपतींशी युद्ध केले असावे. याचा पुरावा अजिंठा शैलगृहातील वराह देवाच्या शिलालेखातही मिळतो, असे मिराशी यांनी दाखविले आहे.[११६] यावरून कुंतलेशाचे आक्रमण वाकाटकांचे ज्येष्ठ शाखेवरील नव्हते असे दिसते.

पूर्वीच्या विंध्य प्रदेशातील अजयगड संस्थानातील गंज व जसो या प्रांतातील 'नचने की तलाई' येथील व्याघ्रदेवाच्या शिलालेखांवरून दिसून येते की, पृथिवीषेण द्वितीयची सत्ता या भागावर पाचव्या शतकाच्या शेवटी होती. त्याने आपली सत्ता उत्तरेत 'बघेलखंड'पर्यंत वाढविली होती. या ठिकाणी त्याचा मांडलिक राजा व्याघ्रदेव हा राज्य करीत होता असे मिराशींचे मत आहे.[११७] परंतु, डि. सी. सरकार या मिराशींच्या मताशी सहमत नाहीत. कारण नवीन पुराव्यांच्या आधारावर ते आपले मत मांडतात की, मध्यप्रदेशातील बघेलखंड विभागातील सिंधी जिल्ह्यातील मिळालेल्या ताम्रपटावरून बघेलखंडात गुप्तांचे राज्य असलेले दिसते. हा ताम्रपट गुप्त राजांनी गुप्तसंवत सन १६८ (इ.स. ४८८) मध्ये दिलेला आहे. त्यावरून नवीन माहिती मिळण्यास मदत होते.[११८] गुप्त राजघराण्याचा शेवटचा राजा बुधगुप्ताच्या काळात महाराजा हरिवर्मनने तो दिला होता. यावरून बघेलखंड हा ४८७ ते ४८८ या काळात गुप्तांच्या म्हणजेच बुधगुप्ताच्या साम्राज्याचा एक भाग होता. परंतु, गुप्त घराणे मोडकळीस आल्यामुळे त्यांच्या विस्कळीत कारभाराचा फायदा घेऊन पृथ्वीसेन द्वितीयने; बघेलखंड व बुंदेलखंड या विभागात आपला साम्राज्यविस्तार घडवून आणला असावा.[११९] इसवी सन ४९० मध्ये पृथिवीसेन द्वितीयचा अस्त झाला. इसवी सन ४९५ च्या काळात बुधगुप्ताचा मृत्यू झाला. यावरून असे म्हणता येईल की वाकाटकांची सत्ता ही नर्मदेच्या उत्तरेकडेसुद्धा इसवी सन ४४३ ते ४९० पर्यंत पसरलेली होती.[१२०]

नचना व गंज शिलालेख तेथील शासक उच्चकल्पवंशी व्याघ्रदेवाचे आहेत. त्यात पृथिवीषेणाचे कारकिर्दीचे वर्ष नमूद आहेत.[१२१] तसेच पृथिवीषेणाचे काळात दोनदा राज्यावर संकटे आली असली तरी त्याने आपले राज्य वाचविले व वंशाचा उद्धार केला, असाही उल्लेख आहे.[१२२] व्याघ्रदेवाने नचना लेखात स्वतःला-

वाकाटकाणा (नां) महाराजश्रि (श्री)
पृथिविषेणपादानुद्ध्योतो
व्याघ्रदेवो मातापित्रो (:*) पुन्या (ण्या) र्थे
कृतमिती (।*)[१२३]

-असे विनम्रपणे म्हटले आहे. त्यावरून व्याघ्रदेव हा पृथिवीषेण द्वितीयचा मांडलिक होता हे स्पष्ट होते.[१२४] कारण, माता पित्याला पुण्य मिळावे म्हणून दान देतांनाही पृथिवीषेणाच्या चरणांचे चिंतन केले आहे. उच्चकल्पी राजवंशाचे विंध्यप्रदेशात सापडलेल्या अन्य ताम्रपटानुसार व्याघ्रदेवाचा काळ इ.स.४७० ते ४९० हा येतो.[१२५] पांडव वंशीय राजा प्रमाणेच उच्चकल्प राजे प्रथम गुप्तांचे मांडलिक होते. परंतु, पुढे पाचव्या शतकाच्या उत्तरार्धात गुप्त दुर्बल झाल्यावर त्यांनी वाकाटकांचे स्वामीत्व स्वीकारले असावे.

द्वितीय पृथिवीषेणाच्या माहूरझरी ताम्रपटावरून [१२६] तसेच शिवनी येथील ताम्रपटावरून व नाण्यांवरून असे आढळून आलेले आहे की, एके काळी बुंदेलखंडापर्यंत पृथिवीषेण द्वितीयचा अंमल होता. एवढेच नव्हे तर नर्मदेपलीकडे मेकला देशाच्या उत्तरेस चेदि देशापर्यंत राज्यविस्तार झाला होता.[१२७] यावरून पृथिवीषेण हा पराक्रमी राजा होता हे स्पष्ट होते. पृथिवीषेण उत्तम प्रशासक व प्रजाहितदक्ष शासकही होता हे खालील दानपत्रावरून स्पष्ट होते.

तस्य ब्राह्मणरावेदिसत्य स-दण्ड - निग्रहं कुर्य्याम (।)
व्यास गितश्चात्र श्लोको भवति (।)
स्व-दत्ताम्पर-दत्ता (.) वा यो हरेत वसुन्धरां (।)
गवा (.) शतसहस्त्रस्य हन्तुर्हरति दुष्कृतम् (।।)
संवत्सरे च त्रयोदशमे लिखितमिद (.) शासनम् (।) चक्क्र दासेनोत्कट्टितम् (।।)[१२८]

ब्राह्मणाने त्याच्यासाठी सांगितलेल्या दंडाचा वापर करावा. याबाबतीत व्यासांचा श्लोक या ठिकाणी उचित ठरेल. स्वतः दुसऱ्याला दिलेली, जमीन किंवा गाय तिचे अपहरण केले असता जो हरण करणारा असतो त्याला वाईट कृत्याबद्दल शतसहस्त्र पाप भरावे लागते.

स्वत: दिलेली किंवा दुसऱ्यांनी दिलेली दान भूमी जो कोणी हिरावून घेईल त्याला एक लक्ष गोहत्येचे पातक लागेल, असे व्यासांचे वचन उद्‌धृत करून पापभिरू प्रजेला अवगत करण्यात आले आहे.

वरील दानपत्रावरून पृथिवीषेणाने नीतिनियमांचा आदर करण्याची व दान स्वीकारणाऱ्यांना उपद्रव होणार नाही याची पूर्ण दक्षता घेतलेली दिसते. तसेच, यावरून त्याच्या प्रशासकीय कर्तव्यदक्षतेचीही कल्पना येते.

पृथिवीषेणाच्या काळात विष्णुदत्त व रविदत्त दोन सेनापतींचा प्रकर्षाने उल्लेख आल्याचे दिसते. पृथिवीषेणाच्या अगोदर बुडालेले वाकाटक राज्य परत मिळविण्यासाठी त्यांनी त्यास मौलिक मदत केली असावी. विष्णुदत्त हा पृथिवीषेण द्वितीयच्या कारकिर्दीत दुसऱ्या वर्षापासून दहाव्या वर्षापर्यंत सेनापती म्हणून काम करीत असावा.[१२९]

रविदत्त याने पृथिवीषेणच्या कारकिर्दीच्या दहाव्या व सतराव्या वर्षाच्या मध्य काळात सेनापती पद भूषविलेले असावे, असे माहुरझरी शिलालेखावरून निदर्शनास येते.[१३०]

पृथिवीषेण द्वितीयने विष्णुदत्त आणि रविदत्त यांना जमालखेटक गावाचे दान दिल्याचा उल्लेख माहुरझरी ताम्रपटात आहे. या दानाबाबत खालीलप्रमाणे आज्ञा दिलेल्या आहेत. "जे दान दिले त्या दानाचे सर्वांनी सर्व प्रकारे संरक्षण व संवर्धन करावे. या आमच्या आज्ञांचे उल्लंघन करून स्वतः किंवा इतराकडून (त्या दानाला) जो थोडीशी बाधा करील त्याला या ब्राह्मणांनी तक्रार केल्यास आमच्याकडून कडक शासन व दंड करण्यात येईल. अशा रीतीने नीतिनियमांचा आदर करतांना, पूर्वी होऊन गेलेल्या अनेक राजांनी दिलेल्या दानाचे आम्ही काळजीपूर्वक संरक्षण कसे केले हे केवळ आम्ही केलेल्या पुण्यकर्त्यांचे पुन्हा वर्णन करण्याचे टाळावे म्हणून वर्णन करीत नाही. आमचे संकल्प, युद्ध आणि पराक्रम यांनी आम्ही ज्यांना जिंकले आहे, त्या विद्यमान व्यक्तींना आम्ही आज्ञा करतो, आणि या काळानंतर होणाऱ्या राजाविषयी मनात गौरव बाळगून आम्ही त्यांना वरीलप्रमाणे विनंती करतो. याबाबतीत व्यासांनी सांगितलेला श्लोक सर्वांनी प्रमाण मानावा."

एकंदरित पृथिवीषेण द्वितीय पराक्रमी व प्रजाहितदक्ष राजा होता. त्याने दोनदा आपल्या घराण्याची पत सुधारली. संघर्ष करून त्याने मिळविलेल्या यशाचा संबंध कदाचित नलवंशी भवदत्त वर्मा आणि वत्सगुल्मच्या हरिषेणाशी झालेल्या संघर्षाशी असावा.[१३१] पृथिवीषेणाचे मृत्यूनंतर वाकाटकांचे जेष्ठ शाखेचा अंत झाला असावा व त्यांचा प्रदेश वत्सगुल्म शाखेच्या हरिषण राजाच्या साम्राज्यात विलीन झाला असावा. कारण, पृथिवीषेणानंतर प्रवरपूरच्या जेष्ठ शाखेच्या अस्तित्वाचे कोणतेही पुरावे अजूनपर्यंत उपलब्ध झालेले नाहीत.

वाकाटक राजे हिंदू धर्मीय व शिवोपासक होते. त्यामध्ये फक्त रुद्रसेन द्वितीय व पृथिवीषेण द्वितीय मात्र विष्णुपासक होते. बालाघाट ताम्रपटात पृथिवीषेणाचे वर्णन 'परमभक्त' (विष्णुचा निःसीम उपासक) असे केले आहे.[१३२] पृथिवीषेणास कीर्तीमान राजा संबोधणे वावगे ठरणार नाही. हा ज्येष्ठ शाखेचा शेवटचा राजा होय.

भागवत पुराणावरून असे दिसते की पृथिवीषेण द्वितीय परम भागवत किंवा विष्णूचा भक्त होता.[१३३] हे गुप्ताच्या वाकाटकांवरील प्रभावाचे पुनरुज्जीवन होय, असे निश्चित म्हणता येणार नाही. पण, तरीही हे मान्य करावे लागेल की, पृथिवीषेणाने दोनदा आपल्या घराण्याची पत सुधारली. [१३४]

वाकाटक घराण्याची दुसरी शाखा – वत्सगुल्म

सर्वसेन (इ. स. ३३०–३५५) : सातवाहन राजवंशाच्या अस्तानंतर इसवीसन २५० च्या दरम्यान प्राचीन विदर्भात वाकाटक घराण्याचा उदय झाला. या घराण्यात अनेक कर्तृत्ववान, प्रभावशाली व पराक्रमी राजे होऊन गेले. प्रत्येकाने आपआपल्या कर्तृत्वाने वाकाटक घराण्याचे वैभव वृद्धिंगत केले. इसवीसन ३३० पर्यंत एकसंघ असलेले हे घराणे, प्रवरसेन प्रथमच्याच राजवटीत दुभंगले गेले. प्रवरसेन प्रथम यास गौतमीपुत्र, सर्वसेन व अन्य दोन अशी चार मुले होती. यांच्यामध्ये राजसत्तेकरिता कलह निर्माण होऊन सर्वसेनाने स्वपराक्रमाने वत्सगुल्म येथे दुसरी शाखा स्थापन केली. अशा तऱ्हेने इसवी सन ३३० पासून वाकाटकांच्या दुसऱ्या शाखेच्या राजधानीचा सन्मान वत्सगुल्म शहरास मिळाला. वाकाटक सत्तेच्या दोन शाखांची निर्मितीवरून राजसत्तेचा विवाद असावा हे स्पष्ट दिसून येते. कारण, पितृक राज्याची वाटणी करण्याची प्रणाली प्राचीन काळापासून दिसत नाही.

सर्वसेन हा वाकाटकांच्या दुसऱ्या शाखेचा संस्थापक समजला जातो. त्याने आपली राजधानी वत्सगुल्म म्हणून निश्चित केली होती. सर्वसेनबद्दलची माहिती वाशीम येथील ताम्रपटातून तसेच अजिंठा येथील १६ क्रमांकाच्या शैलगृहातून मिळते. याचे साम्राज्य इंध्याद्री (विंध्याद्री) पासून दक्षिणेला गोदावरीपर्यंत पसरल्याचा उल्लेख वरील लेखांत आलेला आहे. या कार्यात त्याला रवि नामक ब्राह्मण पुत्र सचिवाची [१३५] मदत झाली. रविचे वंशज; नंतर अनेक पिढ्या प्रधानपदी विराजमान होते. सर्वसेनाच्या राजधानीस ऐतिहासिक व राजकीय महत्त्व प्राप्त झाले होते.

'वत्सगुल्मक' असा उल्लेख वात्सायनाच्या 'कामसूत्रात' आला आहे.[१३६] 'कामसूत्राच्या' जयमंगल नामक टीकेत म्हटले आहे की, वत्स व गुल्म हे दोन भाऊ असून त्यांनी वसविलेल्या प्रदेशास 'वत्सगुल्म' नाव पडले.[१३७] दुसरी उत्पत्ती अशी की, वत्स नामक ऋषीने आपल्या आश्रमाजवळ अनेक देवता समूहांची (गुल्मांची)

स्थापना केली होती. म्हणून त्यास वत्सगुल्म नाव पडले असे 'वत्सगुल्ममहात्म्यात' वर्णन आहे. वत्सगुल्म हे तीर्थक्षेत्र होते, अशी आख्यायिका आहे. या भागात नाथपंथीय लोकांचे प्राबल्य होते. या भागात मोठ्या प्रमाणात असलेली प्राचीन शिवमंदिरे याचे द्योतक आहे. वाशीम येथे झालेल्या उत्खननाच्या जागेच्या नजीकच्या परिसरात अनेक मंदिरांचे अस्तित्व असलेले दिसते. उत्खननांच्या पूर्वेस करुणेश्वर व माहूर, उत्तरेस मध्यमेश्वर व मंगरुळनाथ, दक्षिणेस कार्तिकेय व पश्चिमेस लंकालय वारूण तीर्थ आहे. वाकाटक काळात वत्सगुल्म विद्या व संस्कृतीचे केंद्र म्हणून ख्याती पावले होते. येथील प्राकृत काव्यरीती 'वच्छोमी रीती' म्हणून मान्यता पावली होती.[१३८] सर्वसेनाच्या कारकिर्दीचा काळ इसवी सन ३३० पासून इसवी सन ३५५ पर्यंत होता. त्याच्या अधिपत्याखाली नांदेड, औरंगाबाद हे आजचे जिल्हेही येत होते. सर्वात महत्त्वाचे म्हणजे औरंगाबाद, अजिंठा, घटोत्कच यासारखी सुपरिचित लेण्यांची स्थळेदेखील त्याच्या अधिपत्याखाली मोडत होती.[१३९]

सर्वसेनाने आपल्या पराक्रमाने वत्सगुल्म शाखेस भरभराटीस नेले. त्याने आपल्या कारकिर्दीत शेजारच्या राजवंशाबरोबर सहकार्य केल्याचे दिसून येते. सर्वसेनाने त्याच्या समकालीन कदंब राजवंशास मदतीचा हात पुढे करून त्यांचे गेलेले राज्य मिळवून दिले, असे मुदगेरे ताम्रपटावरून दिसून येते.[१४०] मुदगेरे हे गाव चिकमगपूर जिल्ह्यात मोडत असून या गावाचा तालुका तरीकेरे हा होय. मुदगेरे गावाच्या एका शेतकऱ्यास जमीन नांगरताना तांम्रपट मिळाले. ते वाचल्यानंतर ते वाकाटककालीन असल्याचे संशोधकांनी स्पष्ट केले. कारण, या ताम्रपटातील लेखात सर्वसेन महाराजांनी कदंब राजा सिंहवर्मास मुकुट परिधान केल्याचे वर्णन आहे. त्यातील सेन ही संज्ञा वाकाटक वंशात मोडते तर महाराज ही उपाधीही या वंशातील राजे स्वतःस धारण करीत असत. म्हणूनच या पुराव्यास महत्त्व दिले गेले. हे ताम्रपट कदंब वंशातील राजांनी केलेले आहेत. यात कदंब राजा विष्णुवर्मा व त्याचा पुत्र सिंहवर्मा यांचा नामनिर्देश असून त्यात वडील व पुत्राच्या प्रेमाबद्दल उल्लेख येतो. विष्णुवर्माचा सिंहवर्मा हा प्रिय पुत्र होता असे म्हटले आहे. या सिंहवर्मास वाकाटक राजा सर्वसेन महाराजांनी आपल्या हाताने मुकुट चढविला होता. कारण, विष्णुवर्माच्या मृत्यूनंतर कदंब वंशाकडे इतर सत्ताधीश वक्रदृष्टीने पाहू लागले होते व त्यांना आपले राज्य गमवावे लागले होते. पुढे कदंब वंशाच्या या सिंहवर्माने वाकाटक राजा सर्वसेन यांच्याशी मैत्रीपूर्ण संबंध जोडले तेव्हा सर्वसेनाने त्याची गादी परत मिळवून देऊन त्यास आपल्या हाताने राज्यावर बसवून त्यास मुकुट चढविला.[१४१] अर्थात, गेलेले राज्य परत मिळवून देण्यासाठी सर्वसेनाने सिंहवर्मास मदत केल्याचे दिसते. या उपकाराची जाणीव ठेवून कदंब राजाने

हा ताम्रपट उपकारकर्त्याच्या आठवणी प्रित्यर्थ दिला असावा. या परोपकारात कदंबांची मैत्री प्राप्त करणे हा राजकीय दृष्टिकोनही असू शकतो.

वाकाटक वंशाची सर्वसेनाच्या काळात खूप भरभराट झाली होती व सामर्थ्य वाढले होते. सर्वसेननेही पित्याप्रमाणे 'धर्ममहाराज' ही पदवी धारण केली होती. त्याने 'हरिविजय' नावाचे प्राकृत काव्यही रचले होते. एकंदरित सर्वसेन वैभव संपन्न असून कला व साहित्याचा भोक्ता होता असे दिसते.

विंध्यसेन : (विंध्यशक्ती द्वितीय) (इ. स. ३५५-४००): सर्वसेनाच्या मृत्यूनंतर त्याचा मुलगा विंध्यसेन हा गादीवर आला. त्याच्या कारकिर्दीत दिलेल्या वाशीम ताम्रपटावरून त्याची माहिती मिळण्यास मदत होते. विंध्यशक्तीने इसवी सन ३५५ ते ४०० पर्यंत एकूण ४५ वर्षे वाकाटक राज्य सांभाळले व आपल्या वंशाचा दरारा पित्याप्रमाणे कायम राखला असे म्हटले तर वावगे होणार नाही. [१४२]

वाकाटक घराण्यातील प्रथम प्रवरसेन व पृथिवीषेण राजानंतर सर्वात जास्त काळ गादीवर राहिलेला राजा म्हणजे विंध्यसेन होय. (प्रथम प्रवरसेन ६० वर्षे, प्रथम पृथिवीषेण ५० वर्षे, विंध्यसेन ४५ वर्षे) विंध्यसेन पृथिवीषेण प्रथमचा समकालीन होता. अजिंठ्याचे लेखात विंध्यसेनने कुंतलेशाचा पराभव केल्याचा उल्लेख आहे. कुंतल देशात राष्ट्रकुट वंशीय मानाङ्क याने सत्ता स्थापन केली होती. त्याने प्रवरसेन प्रथमच्या एका मुलाचे ताब्यात असलेला गोदावरीच्या दक्षिणेकडील प्रदेशही जिंकला असावा. त्याने मानपूर (सातारा जिल्हा) राजधानी वसविली. तो विंध्यसेनचा समकालीन होता. 'विदर्भ व अश्मक देशाचा विजेता' असे त्याचे वर्णन आहे.[१४३] अर्थात, विंध्यसेन व कुंतलेश दोघेही परस्परांचा पराभव केल्याचा निर्देश करीत असल्यामुळे पूर्ण विजय कुणालाही मिळाला नसावा असे दिसते. विंध्यसेन पराक्रमी व कार्यकुशल होता. त्याच्या वाशीम ताम्रपटात नान्दीकट विषयातील एक गाव दान दिल्याचा उल्लेख आहे. यावरून त्याचे राज्य नांदेडपर्यंत पसरले असल्याचे स्पष्ट होते. त्याने आपली कारकिर्द शांततेने पार पाडल्याची दिसते.[१४४] राज्यात शांतता व सुव्यवस्था असल्याशिवाय कोणतीही सत्ता ही दीर्घकाळ टिकत नसते. विंध्यसेनाने अनेक वर्षे राज्य केल्याने असे आपण म्हणू शकतो की तो एक हुशार, चाणाक्ष व धुरंधर राजकारणी होता. त्यानेही 'धर्ममहाराज' ही पदवी धारण केली होती. संस्कृत भाषेला प्राधान्य दिले होते. त्याचा प्रधान, प्रवर याचा उल्लेख घटोत्कच लेण्यांतील लेखात आहे.[१४५]

प्रवरसेन द्वितीय (इ. स. ४००-४१०) : सर्वसेन द्वितीय (इ. स. ४१०-४५०) : विंध्यसेनच्या मृत्यूनंतर त्याचा मुलगा प्रवरसेन द्वितीय हा गादीवर आला. त्याची कारकिर्द ही इसवी सन ४०० ते ४१० पर्यंत होती. प्रवरसेन द्वितीय हा

अल्पायुषी ठरला. अजिंठ्याचे लेखांत त्याचा उत्कृष्ट, उदार व कीर्तीमान शासक असा उल्लेख आहे. घटोत्कच लेण्यातील लेखांत श्रीराम नावाच्या सचिवाचाही उल्लेख आहे. अजिंठा येथील लेणी क्रमांक १६ मधील लेखात नमूद केल्याप्रमाणे प्रवरसेन द्वितीयनंतर त्याचा आठ वर्षाचा अल्पवयीन मुलगा वाकाटक राज्याचा राजा बनला. परंतु त्याचे नाव मात्र लेखात पुसट झाल्यामुळे प्रवरसेन द्वितीयचा मुलगा कोण हे अज्ञात होते. त्याने जवळजवळ ४० वर्षे राज्य केले. त्याचा काळ ४१० ते ४५० मानल्या जातो.[१४६]

अजिंठा लेणी क्रमांक १६ मधील लेख तसेच इसवी सन १९३९ मध्ये सापडलेला वाशीम ताम्रपट प्रवरसेन द्वितीयच्या मुलाचे नाव निश्चित करण्यास असमर्थ ठरले. तथापि थाळनेर ताम्रपटात ते सर्वसेन असे दिले आहे.[१४७] ही त्या ताम्रपटाने इतिहासाला दिलेली महत्त्वाची महिती होय. हा सर्वसेन वत्सगुल्म शाखेचा आतापर्यंत अज्ञात असलेला द्वितीय सर्वसेन होय.[१४८] त्याने उत्तम रीतीने राज्य केले असा अजिंठा लेखात उल्लेख आहे. तसेच घटोत्कच लेण्यातील लेखात त्याच्या कीर्ती नामक सचिवाचा उल्लेख आहे. त्याची कारकिर्द शांतता व सुबत्तेत गेली असावी असे दिसते.

देवसेन (इ. स. ४५० ते ४७५) : इसवी सन ४५० ते इसवी सन ४७५ या कालखंडाच्या दरम्यान देवसेनाने वाकाटक वंशाचा वारसा चालविला. हिस्सेबोराळा येथे इसवी सनाच्या ४५८ (शके ३८०) काळातील शिलालेख सापडलेला आहे.[१४९] हा शिलालेख वत्सगुल्म शाखेच्या देवसेनचा असल्याचे ग्राह्य मानले गेले आहे. त्यातील दाखल्यावरून त्या काळात वत्सगुल्म हे वैभव संपन्न व अत्यंत महात्त्वाचे शहर असल्याचे स्पष्ट होते. वत्सगुल्म येथूनच देवसेन राज्यकारभार पाहत असे. पंरतु, देवसेन हा इतर वाकाटकवंशीय राजासारखा राज्यकारभारात रस घेणारा, दक्ष राजा नव्हता. तो अत्यंत सुखासीन जीवन जगणारा एक विलासी राजा होता. त्याने राज्यकारभाराचा सर्व भार त्याचा प्रधान हस्तीभोज याच्यावर सोपविलेला होता. हस्तीभोज हा अतिशय सात्त्विक वृत्तीचा व जनतेविषयी कळकळ असणारा होता असे दिसते. तो प्रजेला प्रिय होता असे अजिंठ्याचे लेखात म्हटले आहे. त्याची स्तुती घटोत्कच लेण्यातील लेखातही आहे. हे दोन्ही लेख त्याचा पुत्र वराहदेव याने कोरविले होते. तसेच देवसेनाचा दुसरा अधिकारी स्वामीलदेव याने देवसेनाच्या कारकिर्दीत अनेक सामाजिक कार्ये करून लोकांना मूलभूत सुविधा उपलब्ध करून दिल्या. तो देवसेनाच्या आज्ञाधारक अधिकाऱ्यांपैकी एक होता. आपल्या कारकिर्दीत देवसेनाने चांगले अधिकारी निर्माण करून आपला राज्यकारभार त्यांच्या करवी व्यवस्थितपणे पार पाडला [१५०] यातच त्याचे कसब दिसते.

बिदर येथे देवसेनाच्या कारकिर्दीतील एक ताम्रपट आढळला. त्यावर ‘देवसेन

महाराज' असे लिहिले आहे. त्यातील उल्लेखानुसार बिदर तसेच त्याच्या आजूबाजूचा प्रदेश, आंध्रप्रदेशातील जवळचा भाग हा देवसेनाने त्याच्या कारकिर्दीच्या ५ व्या वर्षी जिंकून घेतला होता व त्या प्रदेशावर आपला अंमल ठेवलेला होता. बिदर प्लेटवरही देवसेनाबद्दल धर्म महाराज असे कोरलेले आढळलेले आहे.[१५१]

एकंदरीत देवसेनाचे काळात वत्सगुल्म शाखेचे वैभव व सामर्थ्य टिकून होते असे निश्चितपणे म्हणता येते. देवसेनाचे राज्य वर्धा, नर्मदा, तापी व गोदावरी या नद्यांपर्यंत पसरल्याचे पुरावे हिस्सेबोराळा शिलालेखात दिसतात. तसेच तो धर्मविजयी झाल्याचाही उल्लेख त्याच्या इंडिया आफिस या ताम्रपटात येतो.[१५२] परंतु, देवसेनाचे राज्य वर्धेच्या उत्तरेकडे असावे असे वाटत नाही किंवा प्रवरपूर राज्यावर त्याने आक्रमण केले होते असेही पुरावे नाहीत.

हरिषेण (इ. स. ४७४–५००) : देवसेनानंतर त्याचा पुत्र हरिषेण हा गादीवर आला. हा वत्सगुल्म शाखेचा शेवटचा महत्त्वाकांक्षी व पराक्रमी राजा होय. त्याने इसवी सन ४७५ ते ५०० या काळात राज्य केले. हरिषेणाच्या काळात वाकाटक राज्याच्या सीमा उत्तरेला माळव्यापासून तर दक्षिणेला कुंतलपर्यंत पोहचलेल्या होत्या. अवंती, कलींग, त्रिकुट , आंध्र, बिदर या प्रदेशाचा समावेश हरिषेणाच्या राज्यात होता.[१५३] अजिंठा येथील क्रमांक १६ च्या शैलगृहातील लेखात हरिषेणाने जिंकून घेतलेल्या खालील प्रदेशांचा उल्लेख आलेला आहे.[१५४] हे सर्व प्रदेश विदर्भाच्या अवती भोवती पसरलेले होते असे दिसते.

(१) कुंतल–भीमा व वेदवती या नद्यांमधील सातारा, सोलापूर, म्हैसूर व जुन्या मद्रास राज्यातील काही जिल्ह्यांचा समावेश होत असलेला प्रदेश, (२) अवंती–पश्चिम माळवा, (३) कलिंग–महानदी व गोदावरी या नद्यांच्या मधला पूर्व किनाऱ्यालगतचा प्रदेश, (४) कोसल–आधुनिक छत्तिसगड व ओरिसा प्रांताला लागून असलेला प्रदेश, (५) त्रिकूट– नाशिकच्या पश्चिम दिशेस असलेला डोंगरी भाग, (६) लाट–माही व तापी या नद्यांमधील मध्य व दक्षिण गुजराथचा प्रदेश, (७) आंध्र–गोदावरी नदीच्या दक्षिणेकडील तेलगुभाषीय प्रदेश.

हरिषेणाचा ताम्रपट खानदेशात थाळनेर या गावी सापडलेला आहे.[१५५] परंतु त्यात दिग्विजयाचा उल्लेख नाही. हरिषेणाच्या दिग्विजयाचे वर्णन त्याचा सचिव वराहदेव याने अजिंठ्याचे १६ व्या क्रमांकाची लेणी खोदवून त्यांत केला आहे. सदर वराहदेव हस्तीभोज हा या पूर्व प्रधानाचा पुत्र असून अत्यंत धार्मिक, उदार व प्रजाहितदक्ष होता. तो बौद्ध धर्मानुयायी होता. त्याने अजिंठ्याच्या पश्चिमेस दहा मैलावर गुळवाड्याच्या टेकडीत घटोत्कच लेणे खोदवून आपल्या वंशाचा समग्र वृत्तांत कोरविला

आहे. हे दोन्ही लेख वत्सगुल्मच्या वाकाटकांच्या इतिहासासाठी अत्यंत उपयुक्त ठरले आहेत.

हरिषेण वत्सगुल्म शाखेतील शेवटचा ज्ञात राजा होय. त्याने विदर्भाच्या चारही बाजूला विजय मिळविले असले तरी, विजित भूप्रदेश त्याच्या राज्यात समाविष्ट नसावा. विजित राज्यांना त्याने वार्षिक करभार घेऊन मांडलिक बनविले असावे व त्यांची राज्ये त्यांच्याच ताब्यात राहू दिली असावित असे दिसते.[१५६]

हरिषेणाच्या दिग्विजयाची व विशाल साम्राज्याची संपूर्ण इमारत अजिंठा लेणे क्रमांक १६ मधील शिलालेखातील एका श्लोकावर आधारित आहे. तो श्लोक खालीलप्रमाणे :

स कुंतलावन्तिकलिंगकोसल

त्रिकूटलाटांध्र◡ –◡ जानिमान् (।)

◡ –◡ – –◡◡ शौर्यविश्रुतानपि

स्वनिर्देश गुणाति –◡ – (१८।।)

या सर्व विजयांबाबत मिराशींचे अनुमान असे आहे की, हरिषेणाने अवंती (माळवा) देश जिंकला होता. त्या अर्थी त्याने वाकाटकांच्या जेष्ट शाखेचे उत्तर विदर्भाचे राज्य जिंकून आपल्या राज्यात समाविष्ट केले असावे.[१५७] पृथिवीषेण द्वितीयच्या मृत्यूनंतर (इसवी सन ४९०) जेष्ट शाखेचा शोध लागत नसल्यामुळे वरीलप्रमाणे अदमास करण्यास निश्चित वाव आहे. कलिंग देशात इसवी सन ४९८ च्या सुमारास गंग वंशाच्या राज्यस्थापनेचा संवत सुरू झाला.[१५८] हरिषेणाचे आक्रमाणामुळेही तेथे राजकीय उलथापालथ शक्य आहे. आंध्र प्रदेशात विष्णुकुंडीन वंशी गोविंदवर्माची स्थापना हरिषेणाने केली. या गोविंदवर्माचा पुत्र माधववर्मा याचा वाकाटक राजकन्येशी विवाह झाला होता.[१५९] ही राजकन्या हरिषेणाची मुलगी किंवा जवळची आप्त असावी असा कयास आहे. या विवाहसंबंधामुळेच हरिषेणाची मदत विष्णुकुंडीन गोविंदवर्मास प्राप्त होणे राजकीय दृष्टीने शक्य होते. नुकत्याच सापडलेल्या राजा माधववर्मा याच्या खानापूर येथील अपूर्ण ताम्रपटावरून हरिषेणाच्या अस्तानंतर माधववर्माने आपले साम्राज्य सावरले. परंतु त्याचा मुलगा विक्रमेंद्रवर्मा याने कलचुरीचे सार्वभौमत्व स्वीकारल्याचे दिसून येते.[१६०] वाकाटकानंतर काही काळ महाराष्ट्रावर विष्णुकुंडीन राजा माधववर्मा यांची सत्ता होती हे त्याच्या खानापूर ताम्रपटावरून कळते. माधववर्माने आंध्र, कोशल, महाराष्ट्र व कर्नाटक आपल्या अधिसत्तेखाली आणले.[१६१] त्याच्यानंतर दक्षिण महाराष्ट्रात राष्ट्रकुटांनी आपले डोके वर काढले.

महाराष्ट्राच्या इतिहासात राष्ट्रकुटांचे स्थान मानाचे आहे. कृष्णा नदीच्या खोऱ्यात

पाचव्या शतकात या घराण्याचा उदय झाला. सातारा जिल्ह्यातील माण हे त्याच्या राजधानीचे ठिकाण होते. वाकाटक आणि राष्ट्रकुट ही राज्ये लागून असल्यामुळे त्यांच्यात वैरभाव उत्पन्न झाला होता. परंतु, ज्येष्ठ वाकाटक शाखेचा नरेंद्रसेन आणि कुंतल राजकन्या अज्झितभट्टारिका यांच्या विवाहामुळे उभय कुलात मैत्री झाली.[१६२] दक्षिण कोसलात जुन्या राजवंशाचे जागी शरभपूरचे राजघराणे याच काळात उदयास आले.[१६३] अजिंठा लेणे क्रमांक १७ च्या लेखात पश्चिमेकडील ऋषिक (खानदेश) देशाचा राजा हरिषेणाचा मांडलिक असल्याचा उल्लेख आहे.[१६४] हरिषेणाने आपल्या राज्यात पूर्व खानदेश समाविष्ट केला, परंतु पश्चिम खानदेश मात्र त्याचा मांडलिक राजा गोमिकराज याचे अमलाखाली होता. दक्षिणेस कुंतलचे राष्ट्रकुट घराणे हरिषेणाचे मांडलिक होते पण स्वतंत्र होते. हरिषेणने कुंतल राजाचा पराभव केल्याचा उल्लेख अजिंठा शैलगृह क्रमांक १६ च्या लेखात आलेला आहे.[१६५] त्यावरून मिराशी असे सूचित करतात की, हरिषेणाने पराभूत केला तो कदंब राजा रविवर्मा असावा. त्याचा पराभव करून त्याने सिंहवर्मनला मदत केली. याचा अर्थ असा होतो की, कदंब राजे हे पाचव्या शतकाच्या उत्तरार्धातही वाकाटक घराण्याच्या मदतीने राज्यकारभार पाहात होते. कदंब-वाकाटक समकालीन होते हे यावरून दिसते.[१६६]

वरील अजिंठा लेखातील श्लोकाचे अनुषंगाने मिराशीनी केलेले हरिषेणाचे साम्राज्याचे विवेचन-शोभना गोखले[१६७] व वाल्टर स्पिंक यांनी स्वीकारले आहे. परंतु, ब्रह्मानंद देशपांडे यांचे मते[१६८] अजिंठा श्लोकातील वर्णन पारंपरिक प्रशस्ती पद्धतीचे व अतिषयोक्तीचे असून पुराव्यांच्या निकषावर टिकणारे नाही. लाट (गुजरात), आंध्र आणि कोसल या प्रदेशावर वाकाटकांचे स्वामीत्व होते किंवा हे प्रदेश जिंकले होते असा कुठलाही आधार आतापर्यंत उपलब्ध झालेला नाही. त्यामुळे या प्रदेशावर वाकाटकांचे अधिपत्य नव्हते. तसेच माळवा विजयाच्या मार्गात वाकाटकांच्या ज्येष्ठ शाखेचे राज्य होते. व ज्येष्ठ शाखेचे राज्य हरिषेणाने जिंकल्याचा पुरावा नाही. हाच प्रकार कलिंग देशाचे बाबतही आहे, असे ब्रह्मानंद देशपांडे यांचे मत आहे.

तसेच त्यांच्या मते, हरिषेणाने कुंतल देश जिंकला होता हेही म्हणणे इतिहासाच्या निकषावर टिकणारे नाही. हरिषेणाचे समकालिन कदंब नृपती मृगेशवर्मा (इ.स. ४७५-४९०) आणि रविवर्मा (इ.स. ४९७-५३७) हे कुंतल वनवासी प्रदेशावर राज्य करीत होते. शिवाय नंदीवर्धन शाखेतील पृथिवीषेण द्वितीयची माता अज्झित्भट्टारिका ही कुंतलेशाची राजकन्या होती.[१६९] त्या कदंबाच्या कुठल्याही लेखात वाकाकटकांबरोबरच्या युद्धाचा किंवा जयपराजयाचा उल्लेख नाही.

त्रैकुटक राजांच्या (गोवर्धन-गंगापूर भाग व अपरांत) प्रदेशावरील आक्रमक

वर्णनही अतिशयोक्त आहे असे ब्रह्मानंद देशपांडे मानतात. त्रैकुटक महाराज व्याघ्रसेन याचा सुरत ताम्रपट कलचुरी संवत २४१ (इ. स. ४९०) चा आहे. पुढे सापडलेला कान्हेरी ताम्रपट कलचुरी संवत २४५ (इ.स. ४९४) चा आहे. त्यात त्रैकुटक राजाचे नाव नाही. डॉ. शोभना गोखले यांनी संपादिलेल्या मध्यमसेनाच्या 'माटवण ताम्रपटा'चा काळ कलचुरी सवंत २५६ (इ.स. ५०५) आहे. त्यांच्या मते, मध्यमसेन हा वाघ्रसेनाचा पुत्र असावा. हरिषेणाच्या आक्रमणामुळे वाघ्रसेन पराभूत होऊन अराजक माजले. त्यामुळे कान्हेरी ताम्रपटात त्रैकुटक राजाचे नाव नाही. पुढे मध्यमसेनाने महिष्मतीच्या कलचुरींच्या मदतीने हे अराजक संपविले असावे.[१७०] हरिषेणाने त्रैकुटकाचा पराभव करून केवळ करभार घेतला हे मिराशींचे मत शोभना गोखले स्वीकारतात. परंतु, ब्रह्मानंद देशपांडे हा सर्व ओढून ताणून आणलेला कल्पना विलास मानतात. कान्हेरी ताम्रपट बौद्ध उपासकांचा वैयक्तिक लेख होय असे ते मानतात. 'माटवण ताम्रपटा'मुळे इतिहासाला नवीन उपयुक्त माहिती मिळाली आहे यात शंका नाही. कान्हेरी ताम्रपटातील राज्यकर्त्यांचा अनुल्लेख हा तत्कालीन अराजकता दर्शवितो. परंतु त्यानंतर दहा वर्षांनी मध्यमसेनाचा माटवण ताम्रपट उपलब्ध झाला या घटना महत्त्वपूर्ण आहेत.[१७१] अजिंठ्याच्या सोळाव्या क्रमांकाच्या शैलगृहातील वाकाटकनृपती हरिषेणाच्या प्रशस्ती लेखामध्ये त्याने त्रिकुट देशाच्या राजाचा पराभव केल्याचा उल्लेख आहे. परंतु त्यात राजाच्या नावांचा उल्लेख नाही. हरिषेणाचा काळ सर्वसाधारणपणे पाचव्या शतकाचा शेवट मानला जातो. कान्हेरी ताम्रपटाचा काळ त्याच सुमारास आहे. कान्हेरी ताम्रपटातील राजकर्त्यांचा अनुल्लेख आणि हरिषेणाचा अजंठा लेखातील त्रिकुट दिग्विजयाचा निर्देश या घटनांची माटवण ताम्रपटामुळे सांगड घालणे शक्य झाले आहे. वाकाटक नृपती हरिषेण याने पराभूत केलेला त्रिकुट प्रदेशाचा राजा व्याघ्रसेन नसून मध्यमसेन असावा. परंतु या ताम्रपटावरून असे दिसून येते की, मध्यमसेनाचे राज्य बळकावल्यानंतर वाकाटक नृपती हरिषेणाची राजवट त्रिकूट देशावर फार काळ टिकली नाही. लवकरच हरिषणाचे राज्य लयास गेले. या ताम्रपटामुळे हरिषेणाचा अंतकाळ ठरविण्यास आणखी नवीन पुरावा उपलब्ध झाला आहे. मिराशींनी हरिषेणाचा काळ इसवी सन ४७५ ते ५०० ठरविला आहे.[१७२] त्यांच्या विधानास या ताम्रपटातील पुराव्याने पुष्टी मिळते. त्यानंतर मध्यमसेनाने आपले राज्य सावरले. कदाचित वाकाटक राजाच्या विरुद्ध उठाव करण्यास त्याने कलचुरींना मदत करून त्याच्या मोबदल्यात आपले स्वातंत्र्य मिळविले असावे.[१७३] परंतु त्याचा मुलगा विक्रमसेन याने कलचुरीचे वर्चस्व मान्य केले होते हे त्याच्या नुकत्याच सापडलेल्या कलचुरी संवत २८४ (इ.स. ५३३) या ताम्रपटावरून दिसते.[१७४] एकंदरीत हरिषेणाचे विजय व साम्राज्यविस्तार संशयास्पद

आहेत असा त्यांचा सूर आहे. त्यावर अधिक सखोल संशोधन होणे गरजेचे वाटते.

हरिषेण कलेचा भोक्ता होता. त्याने कलेला आश्रय देऊन कलाकारांकरवी आपल्या राज्यात उत्कृष्ट कलाकृती निर्माण करून घेतल्या. अजिंठा येथील कलाकृती हे त्याचे उत्कृष्ट उदाहरण होय. हरिषेणाच्या कारकिर्दीतील अजिंठा येथील कलाकृती पाहिल्यानंतर त्याच्या कलाप्रेमाची साक्ष पटते. वाकाटकांच्या वत्सगुल्म शाखेचा वाशीम, अकोला, भागात राज्य करणारा हरिषेण प्रभावी राजा होता. मात्र आज दिसणारा उत्तर विदर्भ किंवा प्राचीन विदर्भ नागपूर, वर्धा, चंद्रपूर, भंडारा, गडचिरोली यावर निर्विवाद सत्ता मिळविणे त्याला शक्य झाले नसावे. कारण त्या प्रदेशात हरिषेण निर्मित कलाकृतींचे अस्तित्व मिळत नाही. हरिषेणाचे राज्यात अचलपूर, वाशीम इत्यादी परिसरात काही उल्लेखनीय कलाकृती घडवल्या गेल्या. अजिंठा शैलगृहांची निर्मिती त्याचेच काळाची देण होय. हरिषेणाचा राज्यकाळ इसवी सन ४७५ ते ५०० हा मानला जातो. अजिंठा शैलगृह क्र. १६ मध्ये वाकाटक राजांच्या उत्किर्ण वंशावळीत हरिषेण हा वत्सगुल्मवंशाचा शेवटचा राजा असल्याचे दर्शविले आहे. परंतु, मिराशी असे सूचित करतात की, हरिषेणानंतरही हरिषेणाचा पुत्र तृतीय सर्वसेन यांने इसवी सन ५०० ते ५१० असे दहा वर्षे राज्य केले. त्यानंतरही इसवी सन ५५० पर्यंत वाकाटकांचीही सत्ता अस्तित्वात होती.[१७५]

संदर्भ :

१) मोरवंचीकर, रा. श्री. : सातवाहन कालीन महाराष्ट्र, पृ. १३

२) मिराशी, वा. वि. : वाकाटक नृपती आणि त्यांचा काल, क्र. १६ गुहालेख स्वतंत्रपुस्तिका

३) मोरवंचीकर, रा. श्री. : सातवाहन कालीन महाराष्ट्र, पृ. १७

४) जोशी, महादेवशास्त्री : संस्कृती कोष. खंड ७, पृ. २००

५) द्वितीय विंध्यशक्तीचा वाशीम ताम्रपट (मिराशी, वा. वि. : वाकाटक नृपती आणि त्यांचा काल)

६) Deshpande M. N. : Pitalkhora Caves, Ancient India. Vol. 15 लेखक : 'यक्षलेणी पितळखोरा' लोकमत, औरंगाबाद, जाने. १९८१

७) Numismatics Diagest IIIp. 23

८) जांब ताम्रपट, ओळ ७ (मिराशी, वा. वि. : वाकाटक नृपती आणि त्यांचा काल)

९) मिराशी, वा. वि. : संशोधन मुक्तावली. सर – २, पृ. ७९

१०) मिराशी, वा. वि. : वाकाटक नृपती आणि त्यांचा काल, पृ. २६
११) ढवळीकर, एम. के. : प्राचीन भारतीय नाणकशास्त्र, पृ.९३, ९४
१२) पूर्वोक्त, पृ. ६३
१३) Shastri, A. M. : The Vakatakas Original Home & Some Others Problems (Ed. Shastri, A. M.: The Age of The Vakatakas) p. 3
१४) मिराशी, वा. वि. : वाकाटक नृपती आणि त्यांचा काल, पृ. ९
१५) मिराशी, वा. वि. : वाकाटक नृपती आणि त्यांचा काल, पृ. १६, २७
१६) मिराशी, वा. वि. : विदर्भ संशोधन मंडळ वार्षिक अंक १९७४, पृ. १६६
१७) Journal of The Numastic Society of India. Vol. 35, p. 109-110
१८) Dave, S. B. : Kaundyanyapur Excavation, p. 137
१९) Mirashi, V. V. : Epigraphia Indica. Vol. VIII, p. 60
२०) Shastri, A. M. : The Vakatakas Original Home & Some others Problems (Shastri, A. M. : The Age of the Vakatakas), p. 3
२१) मिराशी, वा. वि. : कुषाणों के प्रभुत्व में विदर्भ, इतिहास अनुशिलन, पृ. २६ ते ३२
२२) Dave S. B., Joshi J. P. : Pauni Excavation, p. 11
२३) Mirashi V. V. : Studies in Indology, Vol. - IV, p. 106 to 111
२४) देशपांडे, य. खु. : वत्सगुल्म महात्म्य, पृ. ३०
२५) Shastri, A. M. : The Vakatakas Original Home & Some others Problems, p. 3 (Shastri, A. M. : The Age of the Vakatakas)
२६) Mukherji, B. N. : A Note on the Original Habitat & Kingdom of the Vakatakas (Ed. Shastri, A. M.: The Age of The Vakatakas), p. 21
२७) Ibid, p. 21
२८) Ibid, p. 21
२९) Mukherji, B. N. : A Note on the Original Habitat & Kingdom of the Vakatakas (Ed. Shastri, A. M.: The Age of The Vakatakas), p. 21
३०) मिराशी, वा. वि. : (हिंदी अनुवाद – शास्त्री ए. एम.) वाकाटक राजवंश का इतिहास तथा अभिलेख, पृ. ३६
३१) चौधरी, की. का. : वर्धा गॅजेटीयर, पृ. ३९

३२) मिराशी, वा. वि. : वाकाटक नृपती आणि त्यांचा काल, पृ. ४८, ५३
३३) काळे, या. मा. : वऱ्हाडचा इतिहास, पृ. २०
३४) केतकर, व्य. गो. : भारतीय समाज कोष. खंड - ८, पृ. ५४४
३५) गोखले, शोभना : पुराभिलेखविद्या, पृ. १७४ ते १७८
३६) जोशी, पंडित महादेवशास्त्री : महाराष्ट्र ज्ञानकोष खंड - २०, पृ. ५४३
३७) बाजपेयी, कृष्ण दत्त : ऐतिहासिक भारतीय अभिलेख, पृ. ११५ ते १८२
३८) Sohoni, S. V. : Vakataka Rudrasena I and Samudragupta (Ed. Shastri, A. M.: The Age of The Vakatakas), p. 40, 41
३९) मिराशी, वा. वि. : वाकाटक नृपती आणि त्यांचा काल, पृ. २१-२७
४०) मोरवंचीकर, रा. श्री. : सातवाहन कालीन महाराष्ट्र, पृ. ७०
४१) Mirashi, V. V. : D. R. Bhandarkar on the Relations of the Guptas & the Vakatakas (Ed. Shastri, A. M.: The Age of The Vakatakas), p. 59
४२) Shastri, A. M. : The Vakatakas Original Home & Some others Problems (Shastri A. M. : The Age of The Vakatakas), p. 5
४३) Ramesh, K. V. : On the Vakatakas & Their Inscriptions, p. 28 to 29 (Ed. Shastri, A. M.The Age of the Vakatakas)
४४) मिराशी, वा. वि. : वाकाटक नृपती आणि त्यांचा काल, पृ. ९,२८,२९
४५) मिराशी, वा. वि. : वाकाटक नृपती आणि त्यांचा काल, पृ. २
४६) कदम, रा. आ. : भारतीय राजवंश एक सत्य शोधन. खंड १, पृ. १५४
४७) मिराशी, वा. वि. : वाकाटक नृपती आणि त्यांचा काल, पृ. ८०
४८) Shastri, A. M. : New Vakataka Inscriptions, p. 248-249 (Shastri, A. M. : The Age of the Vakataka)
४९) चौधरी, कि. का. : महाराष्ट्र शासन, महाराष्ट्र राज्य गॅझेटियर, पृ. ३६, ३७
५०) मिराशी, वा. वि. संशोधन मुक्तावली. सर - १, पृ. १८२
५१) Mukharji, B. N. : A Note of The Original Habitat & Kingdom of The Vakatakas (Shastri, A. M. : The Age of the Vakataka), p. 23, 24
५२) मिराशी, वा. वि. : वाकाटक नृपती आणि त्यांचा काल, पृ. १६
५३) मिराशी, वा. वि. : वाकाटक राजवंश का इतिहास तथा अभिलेख, पृ. ३३, ४१ (हिंदी अनुवाद - डॉ. अजयमित्र शास्त्री)
५४) पूर्वोक्त, पृ. २३६-२३९

५५) मिराशी, वा. वि. : वाकाटक नृपती आणि त्यांचा काल, पृ. ३०
५६) चंद्रशेखर, गुप्त : विदर्भ ऐतिहासिक एवं भौगोलिक पृष्ठभूमी, पृ. ७२
५७) Gupta, Chandrashekhar : Paunar under the Vakatakas, p. 119 Mukharji, B. N. : A note on the original habitat & kingdom of the Vakatakas (Ed. Shastri, A. M. : The Age of The Vakatakas) p. 23
५८) चौधरी, कि. का. : महाराष्ट्र शासन : महाराष्ट्र राज्य गॅझेटियर, पृ. ३६,
५९) गुप्त, चंद्रशेखर : विदर्भ, ऐतिहासिक एवं भौगोलिक पृष्ठभूमी, पृ. ७२
६०) चितळे, श्रीपाद : दैनिक 'लोकसत्ता' २७/५/९८ 'मनसर जगातील पुरातत्त्वीय नकाशावर'
६१) मिराशी, वा. वि. : वाकाटक नृपती आणि त्यांचा काल, पृ. ३४
६२) पूर्वोक्त, पृ. २२४
६३) मिराशी, वा. वि. : वाकाटक नृपती आणि त्यांचा काल, पृ. २३३, २२६
६४) पूर्वोक्त, पृ. ७, ८
६५) गोखले, बि. जी. : प्राचीन भारत, इतिहास और संस्कृती, पृ. ६०
६६) Sohoni, S. V. : Vakataka Rudrasena I and Samudragupta, p. 48 (Ed. Shastri, A. M.: The Age of The Vakatakas)
६७) Mukharji, B. N. : A Note on the Omriginal Habitate & Kingdom of the Vakatakas (Ed. Shastri, A. M.: The Age of The Vakatakas) p. 23
६८) Gupta, R. C. : The Classical Age. Vol. III, p. 178
६९) Sohoni, S. V. : Vakataka Rudrasena I and Samudragupta (Ed. Shastri, A. M.: The Age of The Vakatakas), p. 43
७०) मिराशी, वा. वि. : वाकाटक नृपती आणि त्यांचा काल, पृ. ९,१०
७१) पूर्वोक्त, पृ. १०
७२) पूर्वोक्त, पृ. १९९
७३) कोलते, वि. भि. : महाराष्ट्रातील काही ताम्रपट व शिलालेख, पृ. ४५
७४) मिराशी, वा. वि. : कालिदास, पृ. २७
७५) कोलते, वि. भी. : महाराष्ट्रातील काही ताम्रपट व शिलालेख, पृ. ३४
७६) मिराशी, वा. वि. : संशोधन मुक्तावलि, सर – २, पृ. १०४
७७) Mirashi, V. V. : D. R. Bhandarkar on the Relations of the Guptas, & the Vakatakas (Ed. Shastri, A. M. : The Age of The Vakatakas), p. 59 to 60

७८) बालाघाट ताम्रपट ओळ, ५ (मिराशी, वा. वि. : वाकाटक नृपती आणि त्यांचा काल, पृ. ४०, ३०४)
७९) गुप्त, चंद्रशेखर : विदर्भ ऐतिहासिक एवं भौगोलिक पृष्ठभूमी, पृ. ७३, ७४
८०) मिराशी, वा. वि. : वाकाटक नृपती आणि त्यांचा काल, पृ. ९
८१) Mujumdar, R. C. & Altekar C. A. : The Vakatakas Gupta Age, p. 302
८२) गुप्त, चंद्रशेखर : विदर्भ ऐतिहासिक एवं भौगोलिक पृष्ठभूमी, पृ. ७३
८३) मिराशी, वा. वि. : वाकाटक नृपती आणि त्यांचा काल, पृ. १०
८४) Mirashi, V. V. : D. R. Bhandarkar on The Relations of The Guptas & The Vakatakas. (Ed. Shastri, A. M. : The Age of The Vakatakas), p. 61
८५) Ibid
८६) Mujumdar, R. C. : The Classical Age. Vol. III, p. 180
८७) पूर्वोक्त, पृ. २८५-२९०
८८) पूर्वोक्त, पृ. २८८
८९) मिराशी, वा. वि. : संशोधन मुक्तावलि. सर - ५, पृ. १३५
९०) चौधरी, कि. का. : वर्धा गॅझेटियर, पृ. ३८
९१) मिराशी, वा. वि. : वाकाटक नृपती आणि त्यांचा काल, पृ. १३०, १३२, २७७
९२) Shastri, A. M. : New Vakataka Inscriptions (The Age of the Vakatakas), p. 230
९३) देव, शां. भा. : महाराष्ट्र गोवे शिलालेख ताम्रपटांची वर्णनात्मक संदर्भ सूची, पृ. ३१३
९४) Yajdani : The Early History of Deccan. Vol. I, p. 180
९५) मिराशी, वा. वि. : संशोधन मुक्तावलि. सर - २, पृ. ९४
९६) मिराशी, वा. वि. : वाकाटक नृपती आणि त्यांचा काल, पृ. २७७
९७) Shastri, A. M. : New Vakataka Inscriptions, p. 236, 231 (Ed. Shastri, A. M. : The Age of The Vakatakas)
९८) मिराशी, वा. वि. : वाकाटक नृपती आणि त्यांचा काल, पृ. ७६
९९) मिराशी, वा. वि. : संशोधन मुक्तावली. सर - ५, पृ. १३५
१००) पूर्वोक्त
१०१) मिराशी, वा. वि. : वाकाटक नृपती आणि त्यांचा काल, पृ. ४५, ४६

१०२) मिराशी, वा. वि. : विदर्भ संशोधन मंडळ वार्षिक अंक १९७१
१०३) Epigraphia Indica, Vol. 9, p. 269
१०४) मिराशी, वा. वि. : वाकाटक नृपति आणि त्यांचा काल, पृ. ४६
१०५) Mirashi, V. V. : Indological Research Papers. Vol. I, p. 66, 67, 68
Mujumdar, R. C. : The Classical Agep. 184
१०६) मिराशी, वा. वि. : वाकाटक राज्य का इतिहास और अभिलेख, पृ. २२४ (हिंदी अनुवाद - अजयमित्र शास्त्री)
मिराशी, वा. वि. : वाकाटक नृपती आणि त्यांचा काल, पृ. ४८-५०
१०७) Epigraphia Indica, Vol. 19, p. 100
मिराशी, वा. वि. : वाकाटक नृपती आणि त्यांचा काल, पृ. ५१
१०८) झाडे, विकास : दैनिक 'लोकमत' 'उत्खननातील स्तुपाखाली बौद्धकालीन महापुरूषाच्या अस्थी' दि. २९/३/२००३
१०९) पूर्वोक्त
११०) पूर्वोक्त
१११) बालाघाट ताम्रपट. क्र. १७, ओळ ३३
(मिराशी, वा. वि. : वाकाटक नृपती आणि त्यांचा काल, पृ. ३०६)
११२) दुर्ग ताम्रपट. क्र. १६, ओळ १ (मिराशी, वा. वि. : वाकाटक नृपती आणि त्यांचा काल,पृ. ३००)
११३) Epigraphia Indica, Vol. 21, p. 156
मिराशी, वा. वि. : वाकाटक नृपती आणि त्यांचा काल, पृ. ५२
११४) Yajdani : The Early History of Deccan. Vol. I, p. 134
११५) कोलते, वि. भि. : महाराष्ट्रातील काही ताम्रपट व शिलालेख, पृ. ५०
११६) मिराशी, वा. वि. : संशोधन मुक्तावली, सर - ५, पृ. ११७, १४२
११७) मिराशी, वा. वि. : वाकाटक नृपती आणि त्यांचा काल, पृ. ३१८, ३२३
११८) Sircar, D. C. : Vakataka Occupation of Baghlkand Bundelkhand Region (Ed. Shastri, A. M. : The Age of The Vakatakas), p. 48
११९) गोखले, शोभना : पुराभिलेखविद्या, पृ. ६२
१२०) मिराशी, वा. वि. : वाकाटक नृपती आणि त्यांचा काल, पृ. ३१८, ३२३
१२१) मिराशी, वा. वि. : वाकाटक राजवंशका इतिहास तथा अभिलेख, पृ. ३७ (हिंदी अनुवाद - अजयमित्र शास्त्री)
१२२) Mirashi, V. V. : Studies In Indology. Vol. III, p. 104
१२३) मिराशी, वा. वि. : वाकाटक नृपती आणि त्यांचा काल, पृ. ३२२, ३२३

१२४) देव, शां. भा. : महाराष्ट्र व गोवे शिलालेख, ताम्रपटांची वर्णनात्मक संदर्भ सूची पृ. १५१
१२५) Coppers Inscription Indicarom. Vol. III, p. 117
१२६) Shastri A. M. : New Vakataka Inscriptions, p. 244, 245
देव, शां. भा. : महाराष्ट्र व गोवे शिलालेख, ताम्रपटांची वर्णनात्मक संदर्भ सूची, पृ. ३०३
१२७) मिराशी, वा. वि. : वाकाटक नृपती अणि त्यांचा काल, पृ. ५३
१२८) गोखले, शोभना : पुराभिलेखविद्या, पृ. ६२
१२९) Sircar, D. C. : Vakataka Occupation of Baghelkhand- p. 48 Bundelkhand Region (Ed. Shastri, A. M. : The Age of The Vakatakas) Shastri, A. M. : The Age of the Vakatakas, p. 241
१३०) Mirashi, V. V. : The Classical Age. Vol. III, p. 184
१३१) Ibid, p. 184
१३२) बालाघाट ताम्रपट. क्र. १७, ओळ ३३
(मिराशी, वा. वि. : वाकाटक नृपती आणि त्यांचा काल, पृ. ३०६)
१३३) मिराशी, वा. वि. : वाकाटक नृपती आणि त्यांचा काल, पृ. ३६५
१३४) Mirashi, V. V. : The Classical Age. Vol. III, p. 184
१३५) मिराशी, वा. वि. : वाकाटक नृपती आणि त्यांचा काल, पृ. ३६५
१३६) वात्सायन- कामसूत्र, काशी संस्कृत सीरीज, पृ. २६१
(मिराशी, वा. वि. : वाकाटक नृपती आणि त्यांचा काल), पृ. ५५
१३७) कथासरीत्सागर १, ३, ९. (मिराशी, वा. वि. : वाकाटक नृपती आणि त्यांचा काल), पृ. ५६
१३८) राजशेखर : कर्पुमंजरी, १, १. (पूर्वोक्त), पृ. ५६
१३९) Pathy, V. T. : Some Observations on The Art & Architecture of The Rock Cut Cave of The Vakataka Period. (Ed. Shastri, A. M.: The Age of The Vakatakas), p. 165
१४०) Sharma, M. J. : Relation Between Vakatakas & Kadambas, p. 54 (Ed. Shastri, A. M. : The Age of The Vakatakas)
१४१) Sharma, M. J. : Relation Between Vakatakas & Kadambas (Ed. Shastri, A. M. : The Age of The Vakatakas), p. 54, 55
१४२) मिराशी, वा. वि. : वाकाटक नृपती आणि त्यांचा काल, पृ. ५६

१४३) मिराशी, वा. वि. : वाकाटक नृपती आणि त्यांचा कालपृ. ५७अ‍ॅनाल्स् ऑफ दि भांडारकर ओरिएंटल रिसर्च इंन्स्टिट्यूट. खंड-२५, पृ. ३१
१४४) Shastri, A. M. : New Vakataka Inscriptions (The Age of The Vakatakas), p. 250
१४५) घटोत्कच लेख. क्र. २५, ओळ ९(मिराशी, वा. वि. : वाकाटक नृपती आणि त्यांचा काल), पृ. ३६७
१४६) मिराशी, वा. वि. : वाकाटक नृपती आणि त्यांचा काल, पृ. ५८
१४७) देशपांडे, ब्रह्मानंद : संशोधक, खंड - १, पृ. ३१
१४८) मिराशी, वा. वि. : संशोधन मुक्तावलि. सर - १०, पृ. ४९
१४९) मिराशी, वा. वि. : विदर्भ संशोधन मंडळ वार्षिक अंक १९७४, पृ. १३७
१५०) कोलते, वि. भी.: वाकाटकांचा हिस्सेबोराळा येथील शिलालेख (पंडित, भ. श्री. (संपा.) : विदर्भ संशोधन मंडळ वार्षिक अंक १९६४), पृ. १४३
१५१) Shastri, A. M. : New Vakataka Inscriptions (The Age of The Vakatakas), p. 248
१५२) मिराशी, वा. वि. : वाकाटक नृपती आणि त्यांचा काल, पृ. ३३७, ३४०
१५३) मिराशी, वा. वि. : वाकाटक राज्य का इतिहास और अभिलेख, पृ. ४१ (हिंदी अनुवाद - अजयमित्र शास्त्री)
१५४) देव, शां. भा. : महाराष्ट्र व गोवे शिलालेख ताम्रपटांची वर्णनात्मक संदर्भ सूची, पृ. २३
१५५) मिराशी, वा. वि. : संशोधन मुक्तावलि. सर - १०, पृ. ४४
१५६) मिराशी, वा. वि. : वाकाटक नृपती आणि त्यांचा काल, पृ. ५९
१५७) मिराशी, वा. वि. : संशोधन मुक्तावलि. सर - १०, पृ. ४५, ४७
१५८) Epigraphia Indica, Vol. 26, p. 326, 336
मिराशी, वा. वि. यांचा गंगसंवंतांचा आरंभकाळ हा लेख
१५९) Epigraphia Indica, Vol. 4, p. 103
मिराशी, वा. वि. : वाकाटक नृपती आणि त्यांचा काल, पृ. ६०
१६०) मिराशी, वा. वि. : संशोधन मुक्तावली. सर - २, पृ. १०८, १०९, ११६
१६१) मिराशी, वा. वि. : संशोधन मुक्तावली. सर - २, पृ. ९९
१६२) सांकलिया, स. ह., माटे, म. श्री. : महाराष्ट्रातील पुरातत्त्व, पृ. १४७
१६३) Bulletin of The Deccan College Research Institute. Vol. 8, p. 47
मिराशी, वा. वी. : महाकोशलातील राजवंश

१६४) मिराशी, वा. वि. : वाकाटक नृपती आणि त्यांचा काल, पृ. ३८५
अजिंठा लेणे क्र. १७ तील लेख
१६५) मिराशी, वा. वि. : संशोधन मुक्तावली. सर - २, पृ. ९६
१६६) नागोरी, एस. एल. : प्राचीन भारतीय संस्कृती, पृ. ५८
१६७) Gokhale, Shobhana : Epigraphical Evidence on Harishena's, p. 269 Conquest From Kanheri (Ed. Shatri, A. M.The age of the Vakatakas)
१६८) देशपांडे, ब्रह्मानंद : शोधमुद्रा खंड - २, पृ. २९-४०
१६९) देशपांडे, ब्रह्मानंद : शोधमुद्रा खंड - २, पृ. ३१
१७०) भारतीय इतिहास आणि संस्कृती, जानेवारी ७२, पृ. ११
१७१) देशपांडे, ब्रह्मानंद : शोधमुद्रा खंड - १
१७२) मिराशी, वा. वि. : संशोधन मुक्तावलि. सर - २, पृ. ८६
१७३) मिराशी, वा. वि. : कलचुरी नृपती आणि त्यांचा काल, पृ. १
१७४) शर्मा, आर. के. : कलचुरी संवत और उनका युग, पृ. ४०
१७५) झाडे, विकास: दैनिक 'लोकमत' दि. २९/३/२००३

प्रकरण - ३

प्रशासकीय व्यवस्था

वाकाटक शासनाचा कालखंड इसवी सन २५० ते ५५० गृहित धरला जातो. या तीनशे वर्षांच्या प्रदिर्घ कालखंडात वाकाटक राजांनी आपल्या राज्यात शांतता व सुव्यवस्था कायम राखली, सर्वांगीण उत्कर्ष साधला याला त्यांचे कार्यक्षम प्रशासन मोठ्या प्रमाणात जबाबदार आहे. वाकाटकांच्या अमलाखाली जे प्रदेश होते त्यांच्या प्रशासनाची माहिती त्यांच्या उपलब्ध ताम्रपट व शिलालेख व पूर्वकालीन संदर्भ यावरून स्पष्ट होते.

वाकाटकांची केंद्रीय शासन व्यवस्था

वाकाटक शासनाच्या कालखंडात हिंदुस्थानभर राजसत्ताक राज्यपद्धती अस्तित्वात होती. वाकाटककाळी विदर्भातही राजसत्ताक पद्धती प्रचलित होती. राजांच्या हाती निरंकुश सत्ता असे व ते प्रजेचे स्वामी असत. पण त्या सत्तेला शास्त्र नियमांचे बंधन असे.

केंद्रप्रमुख राजा व राज परिवार

वाकाटक राजे हे शासन व्यवस्थेचे केंद्रप्रमुख होते, परंतु अनियंत्रित नव्हते. त्यांनी लोककल्याणकारी राज्याचे ध्येय सतत जोपासले होते असे दिसते. कालिदास व अन्य संस्कृत कवींनी आपल्या काव्य व नाटकातून याच धारणेचा पुरस्कार केलेला दिसतो. कालिदासाचे रघुवंशात खालील श्लोक आहेत.

प्रजानां विनयाधानाद्रक्षणाद्भरणादपि ।
स पिता पितरस्तासां केवलं जन्महेतवः ।।[१]

विनयाचा अवलंब करून प्रजेचे पालनपोषण आणि रक्षण करीत असल्यामुळे तो राजा प्रजेचा (खऱ्या अर्थाने) पिता आहे. प्रजेचे माता-पिता केवळ त्यांच्या जन्माचे कारण असतात.

कालिदास हा वाकाटकांचे राजधानीत वास्तव्यास होता हे लक्षात घेता पुत्राप्रमाणे राजाने प्रजेचे पालन करावे हे संकेत त्याकाळात रूढ होते असे दिसते. वाकाटक राजे याला अपवाद असल्याचे दिसत नाही. वाकाटक राजे हे पूर्णपणे स्वतंत्र असूनही त्यांनी 'राजन' किंवा 'महाराज' याच पदव्या धारण केल्या. त्यांनी आपणास ईश्वरी अंश असल्याचे किंवा 'महाराजाधिराज', 'परमेश्वर' इत्यादी पदव्यांनी संबोधित केलेले आढळत नाही. उलट इष्ट देवतेच्या कृपाप्रसादाने राजलक्ष्मी प्राप्त झाली, अशी त्यांची श्रद्धा होती. प्रवरसेन द्वितीयने जांब ताम्रपटात आपणास भगवान चक्रपाणिच्या प्रसादाने राजऐश्वर्य प्राप्त झाले असे लीनतेने म्हटले आहे.

प्रवरसेन द्वितीयच्या पाटणा संग्रहालय ताम्रपटात भगवान शंकराचे प्रसादाने त्याला शूलायुद्ध मिळाले होते असे नमूद आहे.

(१) शम्भो (:*) प्रसादधृति(त)- शूल(ला)यु - धस्य ....

वाकाटक शासकांनी दक्षिणेत प्रचलित 'हारीतीपुत्र' याच पदवीवर समाधान मानले होते. तसेच ते धर्मानुयायी असल्यामुळे त्यांनी 'धर्म महाराज' ही पदवी धारण करण्यात भूषण मानले होते. गौतम धर्मसूत्रात शत्रुंवर विजय मिळविणे हे क्षत्रियांचे कर्तव्य होय असे सांगितले आहे. परंतु, असे विजय दुर्बलांचे संरक्षण व दुर्जनांचे पारिपत्य करून धर्माचे राज्य पृथ्वीवर प्रस्थापित करावे व अश्वमेध, राजसुय यासारखे मोठमोठे यज्ञ करून देवांना संतुष्ट करावे, या करिताच असे[२]. प्रवरसेन प्रथम याने अनेक यज्ञयाग केले. ते मुख्यतः सोमयागाच्या प्रकारातील प्रतिष्ठित यज्ञ होते. याशिवाय त्याने चार अश्वमेध यागही केले. ते मुख्यतः सार्वभौमत्व सिद्ध करण्यासाठी असावेत. पुष्यमित्र शुंगाने पुनरुज्जीवित केलेल्या या यागचरणाला प्रवरसेनने उजाळा दिलेला दिसतो. पुराणामध्येही त्याने वाजपेय याग केले व चनाका येथे साठ वर्षे राज्य केल्याचा उल्लेख येतो.[३] वाजपेय याग केल्यामुळे प्रवरसेनने 'सम्राट' पदवी धारण केली होती. वाजपेय याग राजसूय यज्ञाचे तोडीचा समजला जातो.[४] राजसूय यज्ञ एक वर्ष किंवा त्याहीपेक्षा जास्त काळ चालत असे.[५]

वाकाटकांच्या धर्मप्रवणतेचा पुरावा नागपूर जिल्ह्यातील रामटेकजवळ मनसर येथे १९९९-२००० या वर्षी झालेल्या उत्खननात सापडला आहे. येथे पुरुषमेध यज्ञ झाल्याचे पुरावे उत्खननाच्या पहिल्या टप्प्यात मिळाले आहेत. येथे मनुष्याची प्रतिकृती मिळाली आहे. या काळातील राजे आपले सामर्थ्य व सार्वभौमत्व सिद्ध करण्यासाठी पुरुषमेध यज्ञ करीत असत.[६]

प्रवरसेन द्वितीयच्या जांब ताम्रपटात महाराज प्रथम पृथिवीषेणाचे गुणगौरवात्मक वर्णन आहे.[७] पृथिवीषेण शौर्य, बुद्धिमता, राजनीतीनैपुण्य, सत्यवादीत्व, ऋजुत्व,

दयाशिलत्व या गुणांमुळे सुपरिचित व प्रजेचा कंठमणी झाला होता. त्याला आपण धर्मविजयी आहोत याचा सार्थ अभिमान होता[८]. अर्थात, त्याने राज्यलोभाने परराज्यांचे अपहरण केले नव्हते. तो योग्यतापात्र जनांचा आदर करीत असे व त्याचे वर्तन अजातशत्रु युधिष्ठिराप्रमाणे असे.[९] याच ताम्रपटात प्रवरसेन द्वितीयने आपल्या उत्कृष्ट राज्यशासनाने प्रजेला आपण कृतयुगात वास्तव्य करीत आहोत याचा प्रत्यय आणून दिला होता असेही वर्णन आहे.[१०]

द्वितीय पृथिवीषेणाच्या बालाघाट ताम्रपटात, द्वितीय प्रवरसेनच्या वर्णनात त्याने पूर्वीच्या राजांच्या चारित्र्याचे अनुसरण केले होते व उत्तम राजनीती, बल व पराक्रम याचे योगे सर्व शत्रुंचा उच्छेद केला होता ही माहिती आहे.[११]

वाकाटक वंशातील इतर राजांच्या शासनाविषयी विशेष माहिती त्यांचे कोरीव लेखावरून प्राप्त होत नाही. परंतु, वरील पृथिवीषेण व प्रवरसेनाचे प्रजाकल्याणकारी ध्येय सर्वच राजांनी अनुसरले असावे असे म्हणण्यास प्रत्यवाय असू नये. अजिंठा येथील लेणी क्रमांक १७ मधील लेखात वत्सगुल्म शाखेचा राजा हरिषेण याचे वर्णन त्याचा मांडलिक असलेल्या राजाने 'हरिषेणे हितकारिणी प्रजानाम्' (प्रजेचा हितकर्ता) असे केले आहे.[१२]

प्रजा कल्याणकारी राजे : वाकाटकांचे ताम्रपटात प्रजाहितैषी कार्याचा व राजाज्ञांचाही उल्लेख आहे. प्रथम रुद्रसेन याचे देवटेक शिलालेखात राजाने चिकम्बुरी येथे धर्मस्थान किंवा देवालय बांधल्याचे वर्णन पूर्वीच्या अशोकाच्या शिलालेखावरच जागा करून कोरले आहे. हा शिवभक्त होता. अर्थात, या कृतीत वैदिक धर्माचे व संस्कृत विद्येचे पुनरुज्जीवनाचा हेतू स्पष्ट करणे हा उद्देश असावा.[१३] प्रभावती गुप्ताच्या पुणे ताम्रपटात ती रुद्रसेन (द्वितीय) ची अग्रमहिषी असल्याचा व गुप्त घराण्याची वंशावळ देऊन आपण प्रतापी चंद्रगुप्ताची पुत्री असल्याचा उल्लेख आहे.[१४] तसेच याच ताम्रपटात ओळ १६ मध्ये पूर्वीच्या राजांनी दिलेले चातुर्विद्या, अग्रहार, परिहार इत्यादी तसेच चालू राहतील व त्यांत हस्तक्षेप करण्यास भट, छात्रादी सैनिकांना बंदी राहील. अशी राजाज्ञाही अंतर्भूत आहे. पुन्हा २९ व्या ओळीत स्वतः दिलेली किंवा दुसऱ्याने दिलेली भूमी जो कोणी हिरावून घेईल त्याला एक लक्ष गोहत्तेचे पातक लागेल अशी धर्मवाणीही आहे.[१५] यात प्रजेला मुळीच त्रास होऊ नये हा दृष्टिकोन दिसतो. अर्थात, तिचा पुत्र दिवाकरसेन अज्ञान असल्यामुळे तिच्या राजप्रतिनिधी पदास जनसमर्थन प्राप्त करण्याचा व आपण भगवतभक्त असल्याचे दर्शविण्याचा हेतू असणे शक्य आहे. द्वितीय प्रवरसेनच्या जांब ताम्रपटात प्रथम पृथिवीषेणाचा गुणगौरव असून प्रवरसेनने भगवान शंकराच्या प्रसादाने कृतयुग निर्माण केले असा उल्लेख आहे.[१६]

द्वितीय प्रवरसेनाच्या सिवनी ताम्रपटात, दान दिलेल्या गावांना राज अधिकारी, भट व छात्र यांनी उपद्रव देऊ नये म्हणून राजाज्ञा कोरलेल्या आहेत.[१७] व्याघ्रदेवाचे नचना शिलालेखात देऊळ, विहीर किंवा तळे यासारखे लोकोपयोगी कार्य केल्याचा उल्लेख आहे. व्याघ्रसेन पृथिवीषेण द्वितीयचा मांडलिक होता. तसेच व्याघ्रदेवाच्या गंज शिलालेखातही पाण्याच्या प्रवाहाला बांध घातल्याचा उल्लेख आहे. द्वितीय विंध्यशक्तीच्या वाशीम ताम्रपटात त्याने चार अश्वमेध व अन्य याग केल्याचा व 'हारितीपुत्र' व 'धर्ममहाराज' ही बिरुदे धारण केल्याचा उल्लेख आहे.[१८] महाराज देवसेनाच्या इंडिया ऑफीस ताम्रपटात दानासंबंधी राजाज्ञा त्या प्रदेशात दौरा करणारे (संचरन्तक) राजसेवक, भट, भोजक व दण्डनायक यांना उद्देशून काढली आहे.[१९] देवसेन याचे हिस्सेबोराळा शिलालेखात आर्य स्वामिलदेव या अधिकाऱ्याने सुदर्शन नावाचा तलाव बांधल्याची नोंद आहे.[२०] देवसेन याने आपले राज्यातील प्राणिमात्राचीही काळजी घेतल्याचे हे द्योतक आहे. या भूतदयेच्या भावनेने तो आपल्या राज्यात सरोवर किंवा जलाशय निर्माण करीत असे. जनतेच्या कल्याणासाठी वापी, कुप, तलाव वगैरे निर्माण करणे हे प्रजाहितदक्ष राजाचे कर्तव्य समजले गेले आहे.[२१] वराहदेव हा वाकाटक नृपती हरिषेणाचा अमात्य बौद्धधर्मी होता. त्याचे अजिंठा येथील लेखांत चैत्यमंदिर व मंडपरत्न (बौद्ध देवालय व विहार) कोरवून बौद्ध संघाला अर्पण केले असे वर्णन आहे.[२२] याकाळात राजा व मंत्री यांना धर्मकर्तव्याची जाण असलेली दिसते.

वरील विवरणावरून वाकाटक राजे शैव किंवा वैष्णव पंथीय असले तरी धर्मसहिष्णू, प्रजाहितदक्ष व नीतिनियमांचे आचरण करणारे होते असे दिसून येते. अष्टौप्रहर प्रजेच्या कल्याणाची चिंता वाहणारा राजा एक प्रकारे तपश्चर्या करीत असतो. या धारणेमुळे त्याला राजर्षी म्हणून जनमान्यता मिळत असे. कौटिल्याने अर्थशास्त्रात राजाला राजर्षी या संबोधनाने संबोधिले आहे.[२३] राजाने चारित्र्यवान बनून राज्य उपभोगले पाहिजे हा तत्कालीन संकेत होता. प्रजेचे संरक्षण, शिक्षण, पोषण इत्यादी विविध प्रकारे रघुवंशातील राजे आपल्या प्रजेचे संगोपन करीत होते असे कालिदासाने आपल्या साहित्यात अनेक ठिकाणी म्हटले आहे. या संदर्भात कालिदासाचा खालील श्लोक अत्यंत बोलका आहे.

अध्याक्रान्ता वसतिरमुनाप्याश्रमे सर्वभोग्ये
रक्षायोगादयमपि तपः प्रत्यहं सञ्चिनोति ।
अस्यापि द्यां स्पृशति वशिनश्चारणद्वन्द्वगीत ।
पुण्यः शब्दो मुनिरिती मुहुः केवलं राजपूर्व :।।

हा दुष्यन्त राजा मुनीप्रमाणेच आहे. कारण हा सर्वांना उपभोग्य असलेली

(गृहस्थ) आश्रमामध्ये राहतो. सर्वांचे रक्षण केल्यामुळे हासुद्धा दररोज तपाचे पुण्य गोळा करतो. जितेंद्रिय अशा याची वैतालिक गणांनी गायिलेल्या वीर गाथेची प्रशंसा आकाशाला स्पर्श करते. केवळ (त्याच्यासाठी) 'राज' शब्दाच्या अगोदर 'मुनी' हा पुण्य शब्द लागला आहे. वाकाटक राजे या कसोटीवर पूर्णत: उतरणारे होते असे त्यांचे अध्ययनावरून स्पष्ट होते.

राजाला प्राचीन काळापासून राज्याभिषेका प्रसंगी प्रजेची पुत्राप्रमाणे पालन करण्याची आणि धर्म, अर्थ काम व मोक्ष या चार पुरुषार्थांचे आचरण करण्याची शपथ घ्यावी लागत असे. वाकाटक काळातही साधारणत: शासकांचे राज्याभिषेक होत असत तसेच त्यांच्या मान्यवर उत्तराधिकाऱ्यांचेही राज्याभिषेक होत असत. राजे, महाराजे, उच्चपदाधिकारी राजसूय यज्ञ करीत.[२४] अर्थात, वाकाटक राजेही धर्म व नीतिनियमांचे पालन करणारे व प्रजाकल्याणासाठी झटणारे जनप्रिय शासक होते असे, वरील विवेचनावरून दिसून येते.

या संदर्भात वाकाटकराजा द्वितीय पृथिवीषेण याने माहुरझरी ताम्रपटान्वये दिलेले दानपत्र लक्षणीय आहे. हे ग्रामदानासी संबंधित आज्ञापत्र पुढीलप्रमाणे आहे.[२५]

''आरम्मि राज्याच्या जमालखेटक मार्गात (विभागात) सर्वाध्यक्षाच्या आज्ञेने नेमले गेलेले आणि आमच्या आज्ञेने आपला अधिकार चालविणारे आमचे सर्व अधिकारी, सैनिक व शिपाई यांना त्यांना पूर्वीच माहीत असलेली आमची पुढील आज्ञा विदित करण्यात यावी. तुम्हा सर्वांना माहीत करून देण्यात आले आहे की, आपला धर्म, आयुष्य, बल आणि ऐश्वर्य यांच्या वृद्धीसाठी व इहलोकात आणि परलोकात आत्मकल्याणासाठी आमच्या विजयी धर्मस्थानातून पृथ्वीपूर येथे वास्तव्य करणारे वाजसेनीय कश्यप गोत्रातील विष्णुदत्त आणि भवदत्त यांना पूर्वी कुणालाही न दिलेले सोमदरिच्या पश्चिमेस नांदीपूरकटकाच्या पूर्वेस अभीलकाच्या दक्षिणेस आणि जलकुटुभाच्या उत्तरेस असलेले जमालखेटक नावाचे गाव आम्ही उदकपूर्वक दान दिले आहे. त्याप्रमाणे चारही वेदात प्रवीण असलेल्या ब्राह्मणांना दान दिलेल्या गावांच्या बाबतीत पूर्वीच्या राजांनी मान्य केलेल्या सवलतीही आम्ही त्यांना देत आहोत. हे गाव करमुक्त राहील.त्यात कोणत्याही सैनिकाला व शिपायाला प्रवेश करता येणार नाही. रिवाजाप्रमाणे त्याना गाई आणि बैल द्यावे लागणार नाहीत. फुले आणि त्याच्या ठोक विक्रीवर कर भरावे लागणार नाहीत. गुप्तहेरांना जागा, ढाल किंवा कातडी व कोळसा यांचा पुरवठा करावा लागणार नाही. जमिनीतून मीठ खणण्यासाठी, दारू गाळण्यासाठी कर द्यावे लागणार नाहीत. सर्व प्रकारच्या वेठबिगारीपासून हे गाव मुक्त राहील. भूगर्भातील सर्व वस्तुजात आणि ठेवी, तसेच गावात घेण्यात येणारे लहान

मोठे कर यावर त्यांचा अधिकार राहील. अंतराळात चंद्र आणि सूर्य आहेत तोपर्यंत त्यांना व त्यांच्या पुत्र पौत्रादी वंशांना त्याचा उपभोग घेता येईल. याच्या उपभोगात कोणीही कोणत्याही प्रकारचा अडथळा करता कामा नये. उलट या दानाचे सर्वांनी सर्वप्रकारे संरक्षण व संवर्धन करावे. या आमच्या आज्ञा उल्लंघन करून स्वत: किंवा इतरांकडून जो थोडीही बाधा निर्माण करील त्याला या ब्राह्मणांनी तक्रार केल्यास आमच्याकडून कडक शासन व दंड करण्यात येईल.

''अशा रीतीने नीतिनियमांचा आदर करताना पूर्वी होऊन गेलेल्या अनेक राजांनी दिलेल्या दानाचे आम्ही काळजीपूर्वक संरक्षण कसे केले हे केवळ आम्ही केलेल्या पुण्यकृत्याचे पुन्हा वर्णन करण्याचे टाळावे म्हणून वर्णन करीत नाही. आमचे संकल्प, युद्ध आणि पराक्रम यांनी आम्ही ज्यांना जिंकले आहे त्या विद्यमान व्यक्तींना आम्ही आज्ञा करतो. आणि त्या काळानंतर होणाऱ्या राजाविषयी मनात गौरव बाळगून आम्ही त्यांना विनंती करतो की, याबाबतीत व्यासांनी गायलेला श्लोक सर्वांनी प्रमाण मानावा.''[२६]

शासनातील स्त्रियांचा सहभाग : वाकाटकांच्या शासनकारभारात स्त्रियांना कितपत वाव होता याबाबत विशेष माहिती मिळत नाही. वाकाटकांचे दानपत्रात किंवा ताम्रपटाच्या मुद्रांवरील लेखात त्यांच्या राण्यांचा निर्देश आढळत नाही. याला द्वितीय रूद्रसेनाची पट्टराणी प्रभावती गुप्ता[२७] व नरेंद्रसेनाची राणी अज्झितभट्टारिका[२८] या दोन राण्या मात्र अपवाद आहेत. प्रभावती गुप्ताने पतीनिधनानंतर आपला पुत्र दिवाकरसेन व दामोदरसेन यांचे नावे जवळजवळ पंधरा वर्षे समर्थपणे राज्यकारभार सांभाळला होता. तिचा पुत्र द्वितीय प्रवरसेन याला आपल्या मातेच्या कर्तृत्वाबद्दल खूप आदर होता. त्याने तिरोडी ताम्रपटाचे दान स्वतःचे आयुष्य व ऐश्वर्य वृद्धिकरीता आणि आईचे पुण्योपार्जनाकरिता दिले होते.[२९] अज्झितभट्टारिका या राणीने स्वतंत्रपणे राज्यकारभार केला किंवा कसे याबाबत मात्र कोणतेही उल्लेख मिळत नाहीत. मात्र दानधर्म किंवा धार्मिक कार्यात त्यांच्या सल्ल्याला मान असावा.

राजाज्ञा : वाकाटक काळात वंशपरंपरागत राजप्रणाली अस्तित्वात असली तरी राजे प्रजेच्या रक्षणासाठी सदैव कटीबद्ध असत. तसेच सर्वच वाकाटक राजे प्रजाकल्याणकारी व परम धार्मिक असलेले दिसतात. वाकाटक शासकांनी अनेक दानपत्रे (ताम्रपट) अग्रहाराचे स्वरूपात पुण्योपार्जनार्थ दिलेली आहेत. ही दानपत्रे तयार करण्याची व संरक्षणाची विशिष्ट पद्धती आचरणात असावी असे दिसते. याज्ञवल्क्य स्मृतीतील लेख्यप्रकरणात राजशासनपत्रे कशी तयार करावी याबाबत तपशील दिलेला आहे. 'मिताक्षर' या टीकेत शासन (राजाज्ञा) कसे लिहावे याबद्दल माहिती आहे. गत

शककाल किंवा त्या राजांचा राज्यसवंत नमूद करावा, तसेच सूर्यग्रहण किंवा ज्यावेळी दान दिले असेल त्या पर्वकाळाचे नाव द्यावे, तसेच दान देण्याऱ्या राजाची शक्य असेल तर पूर्ण वंशावळ किंवा कमीतकमी तीन पिढ्यापर्यंतची वंशावळ द्यावी व दान देण्याचा उद्देश ग्रंथित करावा असे विधान टीकेत आहे. साधारणत: वाकाटकांच्या दानपत्राचा प्रकार असाच असलेला दिसतो. ताम्रपट लिहिण्यापूर्वी ताम्रपटात नमूद करावयाचा मजकूर लाकडी फळीवर खडूने लिहिला जाई. नंतर तो मजकूर 'करणिक' तंतोतंत ताम्रपटावर कोरून काढीत असत. हे कार्य सुव्यवस्थित होण्यासाठी त्यावर देखरेख ठेवण्यास एका अधिकाऱ्याची नेमणूक होत असे. त्यास 'अक्षपटलिक' म्हणत. कोरक्याने (कर्णिकाने) कोरलेल्या मजकुराला 'उत्कीर्ण' (उत्कलीत) ही संज्ञा होती. असे लिहिलेले (कोरलेले) ताम्रपट राजाच्या शासनागारात सुरक्षित ठेवलेले असत. या विभागास सातवाहनांच्या लेखात 'फलकवार' असे म्हटले आहे.[३०] अर्थात, वाकाटक राजे सातवाहनांचेच उत्तराधिकारी असल्याने वाकाटकांचे प्राप्त झालेले ताम्रपट वरील वर्णनासी जुळतेमिळते असलेले दिसतात.

प्रशासकीय विभाग

दक्षिण भारतात वाकाटकांचे एक विशाल साम्राज्य निर्माण झाले होते. या वंशाने विदर्भात साधारण इसवी सन २५० ते ५५० पर्यंत म्हणजे तीनशे वर्षे शासन केले. या वंशात पराक्रमी साम्राज्य निर्माते व प्रजाहितदक्ष तसेच कला प्रेमी शासक झालेत. वाकाटकराजांनी महाराज, धर्ममहाराज, सम्राट, हरितीपुत्र इत्यादी पदव्याही धारण केल्या होत्या.

वाकाटकांचे राज्य उत्तरेस नर्मदेपासून दक्षिणेस गोदावरीपर्यंत आणि पश्चिमेस ऋषिक राज्याचा (खान्देश) पूर्व सीमेपासून पश्चिमेस दक्षिण कोशल (छत्तीसगड) पर्यंतच्या विस्तीर्ण भूभागावर होते. या सीमेत अधूनमधून बदल झालेत. तसेच माळवा, कलिंग, कुंतल अपरान्त, आंध्र हे प्रदेशही अधूनमधून स्वामित्वाखाली होते असे वाकाटकांच्या इतिहासावरून दिसते.

वाकाटकांच्या काळी राजसत्ताक पद्धती अस्तित्वात होती. तसेच करभार देणाऱ्या मांडलिक राजांचेही अस्तित्व असलेले दिसते. अर्थात, वाकाटकांच्या प्रत्यक्ष प्रशासनाखाली असलेला राजसत्ताक भूभाग आणि मांडलिक राजांच्या अधिपत्याखालील भूभाग, असे स्पष्टपणे शासनाचे दोन विभाग असलेले दिसतात. अर्थात, विंध्यपर्वतापासून पैनगंगेपर्यंतचा विदर्भ प्रदेश वाकाटकांचे प्रत्यक्ष प्रशासनाखाली असावा आणि विदर्भाच्या चारही बाजूला मांडलिक राजांचा राजप्रदेश असावा. वाकाटकांच्या शासनपद्धतीविषयी

फारच अल्प माहिती उपलब्ध आहे. त्यांच्या प्रशासकीय विभागांचा खालीलप्रमाणे आढावा घेता येईल.

राष्ट्र किंवा राज्य : राज्य कारभाराच्या सोईसाठी राष्ट्र किंवा राज्य या संज्ञा वाकाटककाळी वापरल्या जात असत. वाकाटक काळातही शासनाच्या विकेंद्रीकरणासाठी कौटिल्याचे अर्थशास्त्रावर आधारित मौर्य कालीन संज्ञा प्रचलित होत्या असे दिसते. कारण राष्ट्र, राज्य, कटक, विषय इत्यादी संज्ञा मौर्य काळातही प्रचलित होत्या. आधुनिक जिल्ह्याचे समकक्ष भूप्रदेशास वाकाटक काळी 'राज्य' किंवा 'राष्ट्र' या संज्ञा होत्या असे स्पष्ट दिसून येते. विदर्भाच्या मोठ्या भूप्रदेशावर सुनियंत्रितपणे व प्रजाकल्याणकरी शासन करता यावे म्हणून त्यांनी प्रशासकीय सोय म्हणून आपल्या राज्याचे राष्ट्र किंवा राज्य असे विभाग पाडले होते. याचा ओझरता उल्लेख वाकाटकांच्याच ताम्रपटात येतो. उदा. प्रवरसेन द्वितीयने आपल्या अकराव्या शासनवर्षी दिलेल्या बेलोरा ताम्रपटात पाक्कण 'राष्ट्र' या संज्ञेचा उल्लेख केला आहे.[३१]

"त(न) स्य वचना (त्) पाक्कणराष्ट्रे दीर्घद्रह न्नाम ग्राम (:) शैलपुरमार्ग्गे असिभुक्ति"[३२] राजा प्रवरसेन द्वितीयच्याच अठराव्या शासनवर्षी दिलेल्या चम्मक ताम्रपटात भोजकट 'राज्याचा' उल्लेख केला आहे.[३३]

"भोजकटराज्ये मधुनदीतटे चर्म्माङ्कनामग्र (ग्रा) मः राजमानिकभु (भू) मि"

याच राजाच्या कारकिर्दीत २३ व्या शासनवर्षी दिलेला दुदिया ताम्रपटातही आरम्मि राज्याचा उल्लेख आहे.

"वा(व)चनात् आरम्मिराज्ये अस्मत्सन्तकास्स (र्व्वा) द्ध्यक्षनियोगनियुक्तः आज्ञासञ्चारिकुल."

प्रवरसेन द्वितीयच्या २९ व्या शासनवर्षी दिलेल्या पांढुर्णा ताम्रपटातही 'वारुच्च राज्यातील' धृववासकांत (संभाव्यगावांत) काही भूमी दान दिल्याचा उल्लेख आहे.[३४]

पाक्कण राष्ट्र : बेलोरा ताम्रपट प्रसरसेन द्वितीयने आपले शासनाचे ११ वे वर्षी नंदीवर्धन येथून दिला. या ताम्रपटात पाक्कण राष्ट्रातील दीर्घद्रह आणि असिभुक्तीतीतील शैलपूर मार्गावरील महल्ल (म) लाट अशी दोन गावे प्रवरेश्वर षड्विशत्तिवाटक येथे राहणाऱ्या तैतरिय शाखेच्या काश्यपगोत्री सूर्य स्वामी नामक ब्राह्मणास दान दिल्याचा उल्लेख आहे. यापैकी दीर्घद्रह हे गाव आष्टीच्या उत्तरेस वर्धानदी काठी, ३० मैलांवरील दिघी हे असावे आणि महल्ललाट हे गाव अमरावती जिल्ह्यातील घाटलाडकी हे असावे असे मिराशी मानतात.[३५] अर्थात, चांदूर बाजार तहसील ते पूर्वेस आष्टी तहसिलीपर्यंतचा भूभाग पाक्कण राष्ट्रात मोडत असावा असा कयास करता येऊ शकतो. परंतु, पाक्कण राष्ट्र विभागाचे मुख्यालय पाक्कण याचा शोध मात्र अजूनपर्यंत लागू शकलेला नाही.

परंतु, पाक्कण या भूभागास 'राष्ट्र' ही संज्ञा लागलेला बेलोरा ताम्रपट हा एकमेव होय.[३६] पाक्कण या शब्दावरून ते एक छोट्या स्वरूपाचे राज्य असावे. तो प्रशासनातील मोठा भूभाग नव्हता, तर लोकवसाहत असलेला लहान भूप्रदेश (प्रांत) असावा.[३७] पाक्कण राष्ट्र हे आकाराने लहान असून (संभवत: दोन किंवा तीन तालुके मिळून बनलेले) त्यात काही खेडे व काही हजार लोकांचा समावेश असावा व 'राज्य' या प्रकरातच मोडत नसावा. संभवत: 'राज्य' या संज्ञेने नामित भूप्रदेशापेक्षा लहान असेलेल्या भूप्रदेशाला 'राष्ट्र' ही संज्ञा वापरात प्रचलित असावी.

भोजकट राज्य : चम्मक ताम्रपट प्रवरसेन द्वितीयने आपल्या १८ व्या शासन वर्षी प्रवरपूर येथून दिला. प्रवरपूरचा उल्लेख येथे प्रथमच आलेला आहे. अर्थात, यापूर्वी राजधानी नंदीवर्धन असावी व नंतर प्रवरपूर वसवून नवीन राजधानी केली असावी. या ताम्रपटात भोजकट राज्यातील मधुनदी तिरावरील चर्माङ्क ग्राम हजार ब्राह्मणांना दान दिल्याचे नमूद आहे. या गावाचा विस्तार राजमानाने आठ हजार निवर्तने होता. यातील उल्लेखित भोजकट हे गाव मिराशींच्या मते, अमरावतीपासून आठ मैलावर असेलेले भातकुली होय. तसेच चार्माङ्क हे गाव अचलपूर तहसीलमधील चम्मक होय.[३८] यात वर्णन केलेल्या मधु नदीला कालांतराने चंद्रभागा हे नाव मिळाले.[३९] यावरून असे दिसते की, आधुनिक अमरावती व अचलपूर तहसीलीचा भूभाग वाकाटक काळात भोजकट राज्यात मोडत असावा.

आरम्मि राज्य : दुदिया ताम्रपट प्रवरसेन द्वितीयने आपले २३ वे शासनवर्षी प्रवरपूरवरून दिला आहे. या ताम्रपटात चंद्रपूर संगमिकेमधील दर्भमलक गावातील पंचवीस निवर्तने जमीन कौशिक गोत्री यक्षार्य ब्राह्मणास आणि हिरण्यपूर भोगाच्या कर्मकार गावातील साठ निवर्तने जमीन कौन्डिण्यगोत्री कालीशर्मा नामक ब्राह्मणास दान दिली असे निर्देश आहेत. तसेच या दानधारकांना राज अधिकाऱ्यांनी त्रास देऊ नये म्हणून आरम्मि राज्यातील कुलपुत्र (राजधिकारी) भट व छात्र (पोलिस अधिकारी) यांना उद्देशून राजाज्ञा निर्गमित केली आहे. अर्थात, वरील दोन्ही दानग्राम आरम्मि राज्यात समाविष्ट होती हे स्पष्ट आहे. परंतु, आरम्मि राज्याच्या सीमा निश्चितीबाबत विद्वानांचे अजून एकमत झालेले नाही. किलहार्न यांच्या मते, चंद्रपूर हे सिवनीच्या दक्षिणेस व वैनगंगेच्या पश्चिमेस असलेले चांदपूर असावे. अर्थात, भंडारा ते सिवनीपर्यंतचा प्रदेश म्हणजे आरम्मि राज्य हे त्यांना अभिप्रेत आहे. रायबहाद्दूर हिरालाल यांच्या मते, आरम्मि म्हणजे वर्धा जिल्ह्यातील आर्वी आणि चंद्रभागा व सरस्वती या दोन नद्यांचे संगमाजवळ असलेले चांदूर म्हणजे चंद्रपूर संगमिका असावे. हिरण्यपूर म्हणजे चांदूर जवळचे सोनेगाव व कर्मकार हे कळमगाव असावे. अर्थात,

चांदूर आर्वीपासून वर्धेपर्यंतचा भूभाग त्यांना आरम्मी राज्य म्हणून अभिप्रेत आहे. परंतु, हिरालाल यांचे मत मिराशी यांना मान्य नाही. मिराशींच्या मते, चंद्रपूर म्हणजे आधुनिक चांदा (चंद्रपूर) असावे. चंद्रपूर जवळची इरई नदी म्हणजे हिरण्या नदी असून तिच्या काठी हिरण्यपूर शहर असावे. तसेच चंद्रपूर जवळचा इरई व झरपट या नद्यांचा संगम म्हणजेच चंद्रपूर संगमिका होय. अर्थात, चंद्रपूर जिल्हा म्हणजे आरम्मि राज्य होय हे त्यांना अभिप्रेत आहे असे दिसते.

वरील सर्व मतमतांतराचा गलबला बाजूला ठेवला तरी वाकाटक राज्यांतर्गत जिल्हास्तरीय भूप्रदेश म्हणजे राज्य ही बाब सर्वमान्य दिसते.

वारुच्च राज्य: पांढुर्णा ताम्रपट प्रवरसेन द्वितीयच्या २९ व्या शासनवर्षी प्रवरपूरच्या देवकुल स्थानातून दिला होता. या ताम्रपटातील दानपत्रानुसार प्रवरसेनने, त्याच्या पूर्वी पृथिवीषेणाने दान दिलेल्या विजयपल्ली वाटकाचे बदली (प्रतिवस्तु) वारुच्च राज्यातील धृववाटकात, ब्राह्मणवाटक गावाचे पश्चिमेस, अजकर्ण गावास जाणाऱ्या मार्गाच्या उत्तरेस बदरीग्रामाच्या पूर्वेस, आणि दर्भपथाच्या पश्चिमेस काही भूमी दान दिली होती. याशिवाय अन्य भूमीदानाचाही उल्लेख या ताम्रपटात आहे. त्यानुसार आरम्मि राज्यातील लेखपल्लिका गावामध्ये पंचवीस निवर्तने भूमी आणि त्याच राज्यातील संगमिका गावातील आणखी पंचवीस निवर्तने भूमी काल्लार गावातील कौंडिण्यगोत्री सोमार्याला तिलवाचनक (श्राद्ध) प्रसंगी दान दिली होती.

मिराशींच्या मते, वरील गावांपैकी विजयपल्लीवाटक हे छिंदवाडा जिल्ह्यातील कन्हान नदीवरील बिजागीर असावे. ब्राह्मणवाटक हे मुलताईच्या उत्तरेस बारा मैलावरील बोरगाव असावे. तर लेखपल्लीका हे मुलताईच्या ईशान्येस दहा मैलांवरील लखापूर असावे. संगमिका हे कन्हान व बेल नद्यांचे नाव असावे. तसेच काल्लारगाव हे वरील ब्राह्मणवाड्याजवळचे खरेली गाव असावे.[४०] छिंदवाडा जिल्ह्यातील पांढुर्ण्यापासून चार मैलावरील आजचे वारेगाव हे वारुच्च राज्याचे प्रमुख ठिकाण वारुच्च असावे.[४१] यातील धृववासकगाव फार वसलेले नसावे व ते आरम्मि राज्याच्या उत्तर सीमेवर वसलेले असावे.[४२] यावरून वारुच्च राज्य म्हणजे पांढुर्णा, मुलताई, छिंदवाडा हा भूप्रदेश अभिप्रेत दिसतो.

वरील सर्व विवेचनावरून असे दिसते की, 'राज्य' किंवा 'राष्ट्र' हा प्रशासनाचा सर्वात मोठा घटक होता, व आवश्यक प्रशासकीय विभाग होता. राज्य किंवा राष्ट्र या संज्ञेचा उपयोग नागरिकांचे नागरिकत्व सिद्ध करण्यासाठी होत होता. राज्य किंवा राष्ट्रावरील मुख्य प्रशासकीय अधिकाऱ्यास 'राज्याधिकृत' असे संबोधिले जाई. हा अधिकारी राजाचा विश्वासपात्र असे. प्रवरसेन द्वितीयने शासनाच्या २३ व्या वर्षी

दिलेल्या तिरोडी ताम्रपटातील उल्लेखावरून त्यावेळी चमिदास हा राज्याधिकृत या पदावर विराजमान होता.

'राज्याधिकृतन (कृतेना) (च) मिदासेन [४३]

याशिवाय अन्य राज्य किंवा राष्ट्र अस्तित्वात असू शकतात, पण त्यांचा नामोल्लेख मिळत नाही.

मांडलिक राज्ये किंवा राष्ट्रे : वाकाटकांचे साम्राज्य विदर्भाबाहेरही चारही बाजूला विस्तारले होते. विस्तारित भूप्रदेशातील राजे वाकाटक नृपतिंचे वार्षिक करभार देणारे मांडलिक राजे असत. त्यांच्या राज्यांतर्गत प्रशासकीय सत्ता मांडलिक राजांच्या हाती असे. वाकाटकांचे दानपत्रात तीन प्रकारच्या मांडलिक राजांचा उल्लेख मिळतो.

१) साम्राज्य सत्तेने आक्रमण केल्यावर जे पराभूत होऊन शरण आले असे राजे.

२) साम्राज्य सत्तेच्या आक्रमक उद्देशांची पूर्व कल्पना आल्यामुळे ज्यांनी घाबरून आक्रमणापूर्वीच मांडलिकत्व स्वीकारले असे राजे.

३) साम्राज्य सत्तेने आक्रमण केल्यावर प्रत्यक्ष युद्धापूर्वी, विनाशाचे भीतीमुळे ज्यांनी मांडलिकत्व स्वीकारले असे राजे.[४४]

वर उल्लेखित पाक्कण राष्ट्र बहुदा वरील प्रथम प्रकारातून निर्माण झाले आसावे.[४५] तेथील अधिकारी राजाच्या नियंत्रणाखाली सुरळीत राज्यकारभार चालवित असत.[४६] भोजक्ता राज्य, वारुच्च राज्य या नामसंज्ञा अशा राज्यासाठी वापरल्या असाव्यात. ही मांडलिक राज्ये क्षेत्रफळाचे दृष्टीने लहान असल्यामुळे त्यांना दिशांनी संबोधित असत, असे दिशादर्शक उल्लेख मांडलिक राजांचे ताम्रपटात असलेले दिसतात. उदा. पांडववंशी राजा भरतबल हा ज्येष्ठ वाकाटक शाखेचा मांडलिक होता. त्याच्या राज्याचा उल्लेख 'उत्तरराष्ट्र' असा त्याच्या बम्हनी ताम्रपटात आहे. तसेच महाजयराजाचे आरंग ताम्रपटात आणि महासुदेवराजाच्या रायपूर ताम्रपटात पूर्वराष्ट्राचा उल्लेख आहे. वाकाटकांचे साम्राज्यात मांडलिक राजांवर सम्राटाची बंधने अत्यल्प असावीत असे दिसते. कारण मांडलिकांच्या कोरीव लेखात सम्राटांच्या नावाचा उल्लेख आलेला आढळत नाही.[४७] शरभपुरीय राजे वाकाटकांचे मांडलिक असूनही त्यांचे लेखात वाकाटक सम्राटांचा नामोल्लेख आलेला नाही. मांडलिकांवर वार्षिक करभार देणे व युद्ध प्रसंगी आमंत्रित केल्यास सहाय्याला येणे एवढीच बंधने असावीत.[४८] परंतु, सम्राट विपत्तीत सापडल्यास त्याच्या आज्ञांची अवहेलनाही होत असावी. उदा. पृथिवीषेणाचे बालाघाट ताम्रपटात वर्णन 'निमम्बवंशस्तोद्धती' (विपत्तीत सापडलेला) असे आहे. ही विपत्ती नळवंशीय भवदत्तवर्माचे स्वारीची होती. या प्रसंगी त्याचे मांडलिकही त्याला जुमानेनासे झाले होते. फक्त पूर्वेकडील कोशल (छत्तीसगड) मेकल (नर्मदेचा उगमाजवळचा प्रदेश)व

मालव आज्ञा पाळीत होते, (किस मेकला माळवाधिकपती भिरभ्यचिंतशासन:) असा उल्लेख बालाघाट ताम्रपटात आहे.[४९] यावरून असे दिसते की, वाकाटकांचे साम्राज्य राजाचा पराक्रम, सामर्थ्य व मांडलिक राजाप्रतीचा व्यवहार, यावर अवलंबून होते. त्याचे अंतर्गत राज्यकारभारात सम्राटाचा हस्तक्षेप नसावा.

विषय : वाकाटकांचे प्रत्यक्ष शासनाखालील राष्ट्र या मोठ्या विभागाचे शासनाच्या सोईसाठी पोटविभाग असत. त्याला 'विषय' ही संज्ञा होती. 'विषय' तालुकास्तरीय किंवा त्यापेक्षा थोडा मोठा भूभाग असावा. वाकाटकांचा मांडलिक असलेल्या भरतबलाच्या बह्मनी ताम्रपटात मेकला देशाच्या उत्तर राष्ट्रातील पञ्चगर्ता (पंचगर्ता) विषयाचा व त्यात असलेल्या वर्धमानक गावाचा उल्लेख येतो.[५०] तो खालीलप्रमाणे आहे.

तिय (सार्वभौमप्रथित) गुणा (ण) गणोदि (दी) र्णवैरो ने (न) रेन्द्रः

(।।११ ।।*) ततः मेकलायं (यां) उत्तरराष्ट्रे पा (ञ्च) गर्ताविषये वर्द्धमानके ।

विषयाचे नावाचे शेवटी 'कट' किंवा 'कटक' अशी संज्ञा सामान्यपणे लावण्यात येत असे. उदा. भोजकट (अमरावती जिल्हा) बेन्नाकट (भंडारा व बालाघाट जिल्हा) नाङ्गर कटक आणि नान्दीकट (नांदेड) इत्यादी नावे विषयांची आहेत. विषयांची नावे ही प्रशासकीय भागाची किंवा जागेची खूण दर्शक असत. कधीकधी नदी किनारी वसलेल्या प्रशासकीय ठिकाणांना तेथील नदीचे नाव देण्यात येत असावे. वाकाटकांचे कोरीव लेखात खालीलप्रमाणे कट किंवा कटक अंत्य लागलेल्या चार विषयांचा उल्लेख येतो.

नान्दीकट : विंध्यशक्ती द्वितीयच्या शासनाने ३७ व्या वर्षी दिलेल्या वाशीम ताम्रपटात या विभागाची नावे कोरलेली आढळतात. त्यात नान्दीकट विषयाचा उल्लेख येतो.[५१] तो खालीलप्रमाणे आहे.

वाकाटकानां । श्रि (श्री) विन्ध्यशक्तेर्व्वचनात् (।*) नान्दीकडस उत्तरमग्गे [५२]

यातील 'कडस' म्हणजे 'कट' असावे आणि नान्दीकट हे आधुनिक नांदेड असावे. वाकाटकांची राजधानी वत्सगुल्म याच्या हे जवळ आहे. याची दुसरी कुठली माहिती उपलब्ध नाही.

बेन्नाकट : प्रवरसेन द्वितीयने शासनाच्या ३३ व्या वर्षी दिलेल्या तिरोडी ताम्रपटात बेन्नाकटचा उल्लेख आहे.

'राजश्रि (श्री) प्रवरसेनस्य वचना(त्*) बेन्नाकटस्य अपरपट्ट ।। अस्मत्सन्तकास्सर्व्वाद्धयक्षनियोग'

या शब्दाचा इतिहास पाहता असे दिसून येते की, बन्नी नावाचे खेडे हे गोंदिया

तालुक्यात येते. ते प्रवरसेन द्वितीयचे कारभार पाहण्याचे मुख्य ठिकाण (मुख्यालय) होते.[५३]

बेन्नाकट हा मोठा विषय विभाग दिसतो. बहुतेक याची विभागणी पट्यांमध्ये केलेली होती. या पट्ट्यांना वेगवेगळ्या दिशांप्रमाणे नावे दिलेली होती. यापैकी फक्त दोन विभाग परिचित आहेत. त्यांची नावे अप्परपट्टा आणि उत्तरपट्टा अशी आहेत.[५४] नवीन पुराव्याच्या आधारे असे सूचित होते की, पट्टा हा लहान विषयासाखा प्रशासकीय घटक असून बेन्नाकट विषय, राज्य विभागासमान घटक असावा. एखादा विषय भूप्रदेश मोठा असल्यास त्याचे दिशादर्शक लहान विभाग करण्यात येत असावेत.

कृष्णलेशाली कटक : प्रवरसेन दितीयच्या कारकिर्दीतील ३२ व्या शासनवर्षी दिलेल्या पवनी ताम्रपटातील दानात याचा उल्लेख येतो. या दानात उल्लेख केलेले स्थळ हे अचलपूरजवळील प्रदेश असावा [५५] हे नाव असे सूचित करते की, हा प्रदेश कृष्णानदीच्या तिरी असावा.

नांगरकाटक : याचा उल्लेख प्रथमच वत्सगुल्म शाखेचे महाराज देवसेन यांचे इंडिया ऑफिस प्लेटमध्ये केलेला आहे. या ताम्रपटातील नांगरकटकाच्या उत्तरमार्गातील एक गाव धर्मस्वामी या ब्राह्मणांना दान दिल्याचा उल्लेख आहे. कारण नवीन संशोधनाद्वारे हे निदर्शनास आले आहे की, या नांगरकाटकचा समावेश वत्सगुल्म शाखेच्या राज्यात होतो. मागील 'नांगर' या शब्दाचा अर्थ 'नांगरणे' असाही होतो. नांगरकटक हे जिल्हा सादृष्य विषयाचे नाव असावे व ते आधुनिक अकोला जिल्यातील मांगरुळ असावे.[५६]

उत्तरपट्टा : हे पृथ्वीसेन द्वितीयने प्रशासनाच्या सोईकरिता निर्माण केलेले काही भाग (घटक) आहेत. याचा उल्लेख पृथिवीषेणाने दिलेल्या मांढळ येथील दोनही सनदांमध्ये सापडतो. हे अनुदान त्याने राज्यकारभारावर आल्यानंतर दुसऱ्या वर्षी दिले. यात कुरुभोजनाका व कुरुभाजका या ठिकाणांचा उल्लेख आलेला आहे. ही ठिकाणे संशोधन करून शोधून काढण्यात आली. ती स्थळे भंडारा जिल्ह्यातील वैनगंगा नदीकिनारी असून ती उत्तरपटामध्ये मोडतात.[५७]

मार्ग : वाकाटक कालीन 'विषय' या प्रशासकीय विभागाचे 'आहार' आणि 'भोग' किंवा 'भुक्ती' असे लहान विभाग, काही गावांचा किंवा नगरांचा समुच्चय अशा स्वरूपात पाडलेले होते. वाकाटकांच्या काही लेखात 'मार्ग' नामक प्रशासकीय विभागाचा उल्लेख येतो. हा मार्ग विभाग विषयापेक्षा लहान व भोग किंवा भुक्तीपेक्षा मोठा असे. त्या काळात शहराकडे किंवा अरण्याकडे जाणारा रस्ता किंवा वाट या

अर्थानेही 'मार्ग' हे संबोधन प्रचलित होते. तसेच मार्ग म्हणजे 'प्रशासकीय भूविभाग' असाही दुसरा अर्थ वाकाटक प्रशासनासाठी रूढ होता. वाकाटकाचे लेखात असे अनेक मार्ग उल्लेखिलेले आहेत.

पद्मपूर मार्ग : मार्गांचा उल्लेख वाकाटकांनी दिलेल्या ताम्रपटात येतो. पद्मपूर हा मार्ग भंडारा जिल्ह्यातील गोंदिया तालुक्यातील प्रशासकीय प्रदेश असावा असे काही अंशी इतर पुराव्यांच्या सहाय्याने म्हणता येईल.[५८] पद्मपूरचा भवभूतीच्या 'महावीरचरित' तसेच 'मालतीमाधव' या नाटकात उल्लेख येतो.

शैलपूर मार्ग : याचा उल्लेख प्रवरसेन द्वितीयच्या राज्यरोहणाच्या ११ व्या वर्षी दिलेल्या बेलोरा ताम्रपटात येतो. यात पाक्कण राष्ट्रतील, शैलपूर मार्गातील, असीभुक्तीतील महल्लमलाट हे गाव दान दिल्याचा उल्लेख आहे.

त (न) स्य वचना (त्*) । पाक्कणराष्ट्रे दीर्घद्रहन्नाम ग्राम (: *)।
शैलपूरमार्गे असिभुक्ति महल्लमलाटग्रामश्च एवं ग्रामद्वयं ।'[५९]

यात उल्लेखित महल्लमलाट ग्राम म्हणजे मोर्शी तालुक्यातील घाटालाडकी हे आहे, असे नवीन संशोधनाने समजून आलेले आहे. तसेच शैलपूर मार्गाचे मुख्य गाव शैलपूर म्हणजे घाटलाडकीच्या बाजूला १५ मैलावर असलेले सालबर्डी होय, असाही प्रकाश पडलेला आहे.[६०]

जमालखेत मार्ग : याचा उल्लेख आपणास प्रवरसेन द्वितीयच्या कारकिर्दीच्या १७ व्या वर्षी दिलेल्या माहुरझरी ताम्रपटात येतो. तसेच माहुरझरी ताम्रतटातील जमालखेतक मार्गातील मुख्यनगर जमालखेतक रम्मी राज्यात आहे. या ताम्रपटात उल्लेखिलेल्या जमालखेतक मार्गासाठी दिलेल्या दानाचीही यात नोंद केलेली आहे. याचा विचार करणे आवश्यक ठरते. जामालखेतक नावाचे गांव किंवा नगर आज अस्तित्वांत नाही. परंतु, सावनेर तालुक्यातील मोहपापासून २ मैलावर जमालपाणी आहे त्याचा या ठिकाणी संदर्भ लक्षात घेऊन प्रवसेन द्वितीयने दिलेल्या देणगीचे रम्मीराज्यातील जमालखेतक हे अस्तित्वात असलेले जमालपाणी होय असे प्रतिपादन करण्यात येते.[६१]

कौसीक मार्ग : प्रवरसेन द्वितीयच्या कारकीर्दीच्या १९ व्या वर्षी त्याची आई प्रभावती हिने त्याच्या पराक्रमाचे कौतुक म्हणून ऋद्धपूर (रिद्धपूर) ताम्रपट दिलेला आहे.[६२] त्यात कौशिक मार्गातील अश्वस्त्थ नगरातील घर व शेत दान दिल्याचा उल्लेख आहे. यातील अश्वस्त्थ नगर म्हणजे अचलपूर तालुक्यातील असदपूर असावे.[६३] कौशिक मार्गातील प्रमुख नगर कौशिक मात्र अजून अज्ञात आहे. या ताम्रपटात कौसीक मार्गाचा उल्लेख सापडतो.

गोपूरका मार्ग : गोपुरका मार्ग याचा उल्लेख इंदोर ताम्रपटातून सापडतो. प्रवरसेन द्वितीयने राज्यारोहण प्रसंगी काही खेडी दान म्हणून दिली होती. त्यातील उल्लेखित कोशम्ब, अंजनवाटक व कोविदारक यांच्या स्थलनिश्चितीमुळे हा ताम्रपट बालाघाट जिल्ह्यातील असावा असे मानले जाते. मात्र गोपुरक गावाचा पत्ता अजून लागलेला नाही.[६४]

वरदाखेत (वऱ्हाडखेट) मार्ग : पट्टन ताम्रपट प्रवरसेन द्वितीयच्या २७ व्या राज्यारोहण समारंभ प्रसंगी दिल्याची नोंद या ताम्रपटात नोंदविली आहे. वरदाखेत म्हणजे वऱ्हाडखेट असावे. यात वरदाखेटक मार्गातील अश्वस्त्थखेटक ग्रामातील ४०० निवर्तने भूमी दान दिल्याचा उल्लेख आहे. वरदाखेत मार्ग हे नाव वरुड वा वर्ध्याशी जुळणारे वाटाते. पण वरुड हा संदर्भ येथे घेणे उचित ठरेल. कारण या दोन्ही शब्दांमध्ये साम्य असून वऱ्हाड हे नाव अमरावती – वरुड साठी आजही वापरले जाते म्हणून ते मान्य करणे संयुक्तिक होईल. [६५]

सुंधतीमार्ग व यशपूर मार्ग : पाटणा संग्रहालय ताम्रपटात या मार्गांचा उल्लेख आहे. वा. वि. मिराशी यांनी सुंधतीमार्गाबाबत आपले मत माडताना हे बालाघाट जवळील समनापुर असावे असे म्हटले असून हेच मत सर्वमान्य ठरले आहे.[६६] यशपूर मार्गाचे स्थळ मात्र निश्चित नाही. या शिवाय विंध्यशक्ती द्वितीयच्या वाशीम ताम्रपटात, नान्दीकटांत अंतर्भूत असलेला 'उत्तरमार्ग' यांचाही उल्लेख मिळतो.

वरील मार्ग विवरणावरून असे दिसते की, मार्ग, भूप्रदेश दर्शक प्रशासकीय विभाग होता व साधारणत: आधुनिक पंचायत समितीच्या किंवा परगण्याचा समकक्ष प्रदेशाला 'मार्ग' ही संज्ञा असावी.

आहार : भोग : भुक्ती : वाकाटकांचे लेखात 'विषयांचा' (तालुका सादृष्य) तसेच 'मार्गाचा' (परगणा सादृष्य) उल्लेख मिळतो. तसेच 'आहार' भोग आणि भुक्ती या लहान विभागांचाही उल्लेख मिळतो. काही ठिकाणी विषयाचे विभाजन सरळ आहार, भोग किंवा भुक्ती या लहान विभागात केलेले असावे. परंतु, काही मोठ्या विषयांचे विभाजन प्रथम मार्गात व नंतर मार्गांचे विभाजन आहार, भोग आणि भुक्ती या लहान प्रशासकीय विभागात केलेले असावे असे दिसते. परंतु आहार, भोग आणि भुक्ती यांचे परस्पर संबंध दर्शक पुरावे मात्र उपलब्ध झालेले नाहीत.

आहार : वाकाटक शासकांच्या उपलब्ध ताम्रपटात आतापर्यंत 'सुप्रतिष्ठाहार' या एकाच 'आहाराचा' उल्लेख मिळालेला आहे. प्रभावती गुप्ताच्या पुणे ताम्रपटात खालील उल्लेख आहे.

(१०) (श्री) दिवाकरसेनजननी श्रीप्रभावति (ती) गुप्ता सुप्रतिष्ठाहारे

प्रवरसेन द्वितीयच्या जांब ताम्रपटात खालील उल्लेख आहे.

(१७) 'स्य वचना (त्) सुप्रतिष्ठाह (हा) रे । उमानद्या अपरपार्श्वे।

तसेच प्रवरसेन द्वितीयच्या वडगांव ताम्रपटात खालील उल्लेख आहे.

(१७) राजं (ज) श्रीप्रवरसेनस्य वचना (त्*) ।। सुप्रतिष्ठ (ष्ठा) हारे ग्रिदृग्रामस्य

वरील तीनही ताम्रपटात 'सुप्रतिष्ठाहारात' समाविष्ट अन्य गावांचे उल्लेख आहेत. त्यापैकी काही गावे हिंगणघाट तहसिलमध्ये सापडतात. त्यामुळे मिराशींच्या मते, या आहारात हिंगणघाट, वरोरा व यवतमाळ तहसिलीचा काही भूभाग समाविष्ट असावा. वरील एकुलत्या एक उदाहरणाशिवाय 'आहार' या संज्ञेने दर्शविल्या जाणाऱ्या प्रशासकीय विभागाचे अस्तित्व असलेल्या कोरीव लेखात दिसत नाही. आहार हा विषय किंवा मार्ग यापेक्षा निश्चितच लहान भूप्रदेश दर्शक प्रशासकीय विभाग असावा. साधारणतः तो पंचायत समिती सादृष्य विभाग असावा.

भोग : विषय किंवा मार्गाचे विभाजन 'भोग' या लहान प्रशासकीय विभागात केले जात असे. वाकाटकांच्या ताम्रपटात बेन्नाकार्पर भोग, लोहनगर भोग, व हिरण्यपूर भोग अशा तीन भोगांचा उल्लेख आहे. भोग विभाग हा सद्याच्या गट ग्रामपंचायती सादृष्य काही गावांचा मिळून झालेला विभाग असावा.

प्रवरसेन द्वितीयच्या १८ व्या शासनवर्षी दिलेल्या सिवनी ताम्रपटात 'बेण्णाकार्परभोगाचा' उल्लेख खालीलप्रमाणे आहे.

(१७) महाराजश्रीप्रवरसेनस्य वचनात् बेण्णा कार्पर भा (भो) गे

(२१) ब्रह्मपूरकन्नाम ग्रामोतिसृष्ट : (।*) वटपूरकस्योत्तरेण ।

यात बेण्णाकार्परभोगातील ब्रह्मपूरक गाव दान दिल्याचा उल्लेख आहे. ब्रह्मपूरक हे गाव आमगावपासून जवळ आहे.[६७] बेण्णाकार्पर भोग हे विभागीय नाव बेण्णा किंवा वैनगंगा नदीच्या सान्निध्यामुळे पडले असावे. कारण दान दिलेले ब्रह्मपूरक (बहमनी) हे गाव वैनगंगेच्या पूर्व किनाऱ्यावर आहे. भरतबलाच्या बह्मनी ताम्रपटाच्या उलब्धीशीसुद्धा हे स्थळ निगडित आहे.[६८]

प्रवरसेन द्वितीयच्या पट्टन ताम्रपटात लोहनगर भोगाचा उल्लेख खालीलप्रमाणे आहे.

(२०) लोहणनगराभागे वरदाखेटमार्ग्गे अश्वस्थ (त्थ) खेटके –

या ताम्रपटानुसार दान दिलेले अश्वस्थखेटक गाव लोहनगर भोगात आणि वरदाखेट मार्गात वसलेले होते. वरदाखेटक हे अमरावती जिल्ह्यातील वरुड असून लोहनगर हे वरुडजवळचे लोणी असावे, असे मिराशी मानतात.[६९]

प्रवरसेन द्वितीयच्याच दुदिया ताम्रपटात 'हिरण्यपूर भोगा' चा उल्लेख खालीलप्रमाणे आहे.

(१६) सङ्गमिकायाः दर्ब्भमलके भूमे (च)≍ पञ्चविशां कौशिक
सगोत्र (त्रा) य यक्षार्य्याय हिरण्यपूर भोगे
(१७) कर्मकारग्रामे भूमे (:*) षष्टि (:*)

यात हिरण्यपूर भोगातील कर्मकार गावातील साठ निवर्तने जमीन दान दिल्याचा उल्लेख आहे. हिरण्यपूर हे हिरण्या म्हणजे चंद्रपूर जवळील इरई नदीवर वसलेले गाव असावे व राजुरा तालुक्यातील सोलापूरजवळ असावे, असे मिराशी मानतात.[७०]

भुक्ती : हा प्रशासकीय विभाग भोग सादृष्य असावा व काही गावांचा मिळून बनलेला असावा. परंतु, भोग व भुक्ती यात काय अंतर आहे ही बाब स्पष्ट करणारी साधने मात्र उपलब्ध झाली नाहीत. भोग व भुक्ती हा फक्त प्रायोगिक नावांचाच फरक असावा. वाकाटकांच्या ज्येष्ठ शाखेतील शासकांचे ताम्रपटात फक्त एकाच ठिकाणी भुक्ती नामक प्रशासकीय विभागाचा उल्लेख दिसून येतो. प्रवरसेन द्वितीयच्या बेलोरा ताम्रपटात 'असिभुक्तीचा' उल्लेख खालीलप्रमाणे आहे.

(१३) एवं ग्रामद्वयं ।। पाक्कणराष्ट्रे दीर्ग्घद्रहन्नाम ग्राम (:*) । शैलपुरमार्ग्गे असिभुक्ती महल्लमलाटग्रामश्य

यानुसार पाक्कण राष्ट्रातील, शैलपूर मार्गातील असिभुक्तीतील, महल्लमलाट हे गाव दान दिले आहे. यातील महल्लमलाट हे गाव अमरावती जिल्ह्यातील घाटलाडकी असावे. शैलपूर हे सालबर्डी असावे व 'असि' नामक गाव पंधरा-वीस मैलावरील आष्टी असावे. असिभुक्ती म्हणजे आष्टभुक्ती असावी असे दिसते.[७१]

वाकाटकांच्या कनिष्ठ शाखेतील हरिषेणाचे राज्यरोहणाचे तिसऱ्या वर्षी दिलेल्या थाळनेर ताम्रपटात अनंतपूर भुक्तीमधिल काही खेड्यातील जमीन दान दिल्याचा उल्लेख आहे. यांपैकी काही खेड्यांची ओळख शहापूर, शहादा व धुळे जिल्ह्यात पटते. भुक्तीच्या प्रमुख स्थळांची ओळख पटलेली आहे.[७२]

वरील माहितीवरून असे दिसते की, आहार, भोग किंवा भुक्ती हा काही गावांचा लाहान-मोठा गट दर्शक विभाग असून त्या त्या गटातील जनसामान्यांच्या जनजीवनासी व भावबंधनाशी जवळून निगडित असलेला प्रशासकीय विभाग होता.

नगर व ग्राम : भोग व भुक्ती या सर्वात लहान प्रशासकीय विभागात नगर, उपनगर व गावांचा अंतर्भाव असे. वाकाटकांच्या ताम्रपटात व उत्किर्ण लेखांत त्यावेळी अस्तित्वात असलेल्या अनेक नगरांचा व गावांचा उल्लेख आलेला आहे.

दानपत्रातील गावांचा नामनिर्देश करताना त्यांचे भौगोलिक स्थान तसेच गावांच्या चतुःसीमा ती गावे कोणत्या भोग किंवा भुक्तीत आहेत, कोणत्या विषय किंवा मार्गात आहेत, कोणत्या राष्ट्र किंवा राज्यात आहेत याचे समग्र वर्णन केले असल्याचे आढळते. प्रशासकीय श्रृंखलेतील नगर व गाव हा अंतिम घटक होता.

नगर : नगरांच्या किंवा उपनगरांच्या शेवटी 'पूर' किंवा 'नगर' असा अन्त्य लावण्याचा परिपाठ सामान्यपणे दिसतो. उदा. अश्वस्थनगर, हिरण्यपूर, पद्मपूर, चंद्रपूर इत्यादी. नगरांची संख्या गावांच्या मानाने अल्प असावी. नद्यांचे नावावरूनही शहरांचे नामकरण होत असे. उदा. हिरण्या (इरई) नदीवरील हिरण्यपूर. हरिवंशानुसार 'पुरीका' हे वाकाटकांचे 'राजधानी'चे शहर लोहनगर होय.[७३] नवीन वसविलेल्या नगरांना बहुदा ती वसविणाऱ्यांची नावे दिली जात. उदा. प्रवरसेन द्वितीयने वसविलेले प्रवरपूर हे राजधानीचे नगर त्याच नावाने ओळखिले जाई व येथूनच त्यानंतरच्या सनदा काढल्या गेल्या आहेत.[७४] उदा. नन्दिवर्धन, वत्सगुल्म, रामगिरी इत्यादी नगरे होती.

ग्राम किंवा गाव : भारत वर्ष हा देश गावांचा किंवा खेड्यांचा म्हणून आजतागायत प्रसिद्ध आहे. गाव किंवा ग्राम हे स्वावलंबी असे. वाकाटक काळातही गावांची संख्या मोठ्या प्रमाणावर असावी. गावांच्या नावांच्या अंती 'ग्राम' 'खेट' किंवा 'खेटक' 'वाटक' आणि 'विरक' किंवा 'वासक' यापैकी एखादा अंत्य शब्द सामान्यत: असे.[७५] वाकाटकांच्या दानपत्रात वरील अंत्य शब्द असलेल्या अनेक गावांचा उल्लेख येतो. उदा. दण्डुगुणग्राम, शीर्षग्राम, मण्डुकिग्राम, वरदाखेट, अश्वस्त्थखेटक, अंजनवाटक, बोंथिकवाटक, पवरज्जवाटक, करज्जवीरक, दर्भविरक, वारुच्च राज्यातील धुववासक, सुप्रतिष्ठित आहारातील वेळूसक इत्यादी गावांचा उल्लेख करता येईल.[७६] याशिवाय भौगोलिक स्थिती व धार्मिक प्रसिद्धीला अनुलक्षुन गावांची नावे असावित. उदा. शैलपूर विषयातील असिभुक्तीमधिल महल्लमलाट[७७], जांब ताम्रपटातील कोथूरक, इंदूर ताम्रपटातील कोविदारक, चम्मक ताम्रपटातील चर्मांडक, मासोद ताम्रपटातील मातसाकाद्राह[७८], दुदिया ताम्रपटातील दर्भमलक, तिरोडी ताम्रपटातील कोशबखंड इत्यादी गावांचा उल्लेख करता येईल.

काही विभागांची नावे त्या विभागात समाविष्ट असणाऱ्या गावांच्या संख्येवरूनही पडली असावीत. उदा. प्रवरसेन द्वितीयचे बेलोरा ताम्रपटात 'प्रवरेश्वरषङ्विंशतिवाटक'[७९] गावाचा उल्लेख आहे. या गावाच्या नावावरून ते छत्तीस गावांच्या विभागातील प्रमुख गाव असावे असे दिसते. या ठिकाणी प्रवरसेनने प्रवरेश्वर नामक शिवालय बांधले होते. शिवालयासही प्रवरसेनच्या नावाच्या आद्याक्षरावरून नाव पडले होते. तसेच शिवालयाचे नावावरून गावाचे नाव पडले असावे. या नावावरून छत्तीस गावांच्या विभागाचा अर्थबोध होतो.

सातवाहनांच्या काळात भौगोलिक नावे प्राकृतात होती. वाकाटकांच्या कोरीव लेखात नामनिर्देशासाठी संस्कृतचा उपयोग केला असल्याचे दिसते. त्यामुळे संस्कृत प्रचूर शब्द वाकाटकांचे कोरीव लेखात सढळपणे आलेले आहेत.

राजअधिकारी व त्यांची कर्तव्ये

वाकाटक राजे हे सर्वाधिकारी असले व त्यांचे राजपद वंशपरंपरागत पद्धतीचे असले तरी राज्यशकट हाकाटण्यासाठी मंत्रिगण किंवा अधिकारीगण यांचे कर्तव्य बुद्धीने केलेले सहकार्य आवश्यक होते. वाकाटकराजे प्रजाहितदक्ष होते त्यामुळे त्यांचे अधिकारीगणसुद्धा प्रजेच्या कल्याणार्थ झटणारे व राजाला स्वामिनिष्ठ असणे क्रमप्राप्तच होते. वाकाटकांच्या प्रशासकीय प्रणालीची फारच अल्प माहिती त्यांचे कोरीव लेखांत उपलब्ध आहे.

शासन यंत्रणेची उतरंड ही दीर्घजिवी असते. त्यांत शासनांच्या आवश्यकतेनुसार थोडेफार बदल संभवनीय असतात. परंतु, मूळ ढाचा दीर्घकाळपर्यंत टिकून असतो. भारतात कौटिल्याने निर्माण केलेली शासनव्यवस्था दीर्घकाळ टिकून होती. शासकीय अधिकारी व त्यांची बिरुदेसुद्धा चालत आली होती. गुप्त काळातही बहुतांश रीतीने हीच व्यवस्था प्रचलित असलेली दिसते. तसेच राजअधिकाऱ्यांची नावेसुद्धा उदा. राजामात्य, कुमारामात्य, संधिविग्रहक, महाबलाधीकृत, सेनापती, दंडनायक, महादंडनायक, भट, छात्र, चाट इत्यादी सामान्यत: पूर्वापार चालत आलेली दिसतात. वाकाटकांचा शासन काळ गुप्तांच्या समकालीन असल्यामुळे साधारणपणे शासन व्यवस्थेत साम्य असणे ओघानेच येते.

वाकाटकांच्या अधिकारी गणांची व त्यांच्या कार्य क्षेत्राची ओळख त्यांच्या कोरीव लेखांवरून व तत्कालीन वाङ्मयावरून करून घ्यावी लागते. वाकाटक काळातही कौटिल्याने विदित केलेले नियम पाळले जात असावेत.[८०] कौटिल्य म्हणतो की, प्रशासन सुरळीत चालविण्यासाठी राजाने मंत्र्यांच्या नेमणुका केल्या पाहिजेत. शासन हे केवळ मंत्र्यांच्या सहाय्याने केलेले राज्य आहे. म्हणून राजाने मंत्र्यांची मते (विचार) लक्षपूर्वक ऐकणे आवश्यक आहे. वाकाटक राजे या नियमाला अपवाद असलेले दिसत नाहीत.

अमात्य, राज्याधिकृत, सर्वाध्यक्ष : वाकाटक काळात 'अमात्य' हे पद अस्तित्वात होते, असे दर्शविणारे उल्लेख त्यांच्या कोरीव लेखात नाहीत. मात्र तत्कालीन कालिदासाच्या 'रघुवंश' या काव्यात राजा दीलीप हा अमात्यावर राज्यकारभार सोपवून वसिष्ठाश्रमास गेला [८१] असा उल्लेख आहे.

तसेच 'मालविकाग्निमित्र' या नाट्यग्रंथातही अग्निमित्र विदर्भ राजावर स्वारी

करण्याची आज्ञा विरसेनास द्यावी अशी सूचना आपल्या अमात्यास करतो असे वर्णन आहे. परंतु हे वाङ्मयीन उल्लेख कालिदासाचे ग्रंथातील आहेत आणि कालिदास प्रभावती गुप्ताचा सल्लागार म्हणून चंद्रगुप्त द्वितीयच्या दरबारातून पाठविण्यात आला होता. ही बाब लक्षात घेता गुप्ताच्या शासनयंत्रणेतील अमात्य पदाचा उल्लेख त्याचे वाङ्मयात येणे सहज शक्य होते. वाकाटकांच्या प्रशासनात अमात्यपद असल्याचे कोणतेही उल्लेख कोरीव लेखात दिसत नाहीत. तसेच दशकुमारचरिताच्या आठव्या उच्छ्वासात वाकाटककालीन परिस्थितीच्या वर्णनात मंत्री (सल्ला देणारा) व अध्यक्ष (खाते प्रमुख) याचा उल्लेख आहे. परंतु वाकाटकांचे कोरीव लेखात हे उल्लेख आढळत नाहीत. त्यामुळे अमात्य व मंत्री या राज अधिकाऱ्यांबाबत निश्चित विधान करता येत नाही.

'राज्याधिकृत' या राजअधिकाऱ्याचा उल्लेख प्रवरसेन द्वितीयच्या तिरोडी ताम्रपटात आलेला आहे. [८२] "स्य (स्व) यं (यम्) राज्याधिकृतन (कृतेन) (च) मिदासेन लिखितमिती ।" असे स्पष्ट नमूद आहे. या दानपत्रातील राजाज्ञा बेन्नाकटाच्या अप्पर पट्ट्यातील पश्चिम विभागातील अधिकारी, भट व छात्र (पोलिस शिपाई) यांना उद्देशून आहे. प्रस्तुत दानपत्र स्वतः द्वितीय प्रवरसेनाच्या आज्ञेवरून राज्याधिकृत चामिदासने लिहिले असे नमूद आहे. अर्थात, चामिदास 'राज्याधिकृत' होता व राज्य किंवा राष्ट्र या नावाच्या विभागाचा सर्वोच्च अधिकारी होता. त्याचा अधिकार अन्य अधिकाऱ्यांवर चालत होता. तसेच राजाज्ञेचे पालन करणे हे त्याचे कर्तव्य होते हे स्पष्ट होते.

'सर्वाध्यक्ष' या अधिकाऱ्याचा उल्लेख वाकाटकांच्या बहुतेक दानपत्रांत आढळतो. प्रवरसेन द्वितीयच्या जांब ताम्रपटात खालील उल्लेख आहे.

"यतोस्मत्सन्तकाः सर्वाध्यक्षनियोगनियुक्ता आज्ञासंचारी कुलपुत्राधिकृताः
भट्टाश्छात्राश्च विषुतपूर्व्व याज्ञाज्ञापयि तव्या विदितमस्यु..."[८३]

वरील उल्लेखावरून सर्वाध्यक्ष राजाज्ञा प्रसारीत करणारा राजाचा जबाबदार व महत्त्वपूर्ण मुख्यसचिव (सचिवालय प्रमुख) असावा असे दिसते. राजाज्ञा स्वीकारणे व त्यांचे योग्य प्रकारे योग्य अधिकाऱ्यांकडे हस्तांतरण करणे किंवा स्वतः कृती करणे या जबाबदाऱ्या सर्वाध्यक्ष पदासी निगडित असाव्यात. हा अधिकारी राजाचा गोपनीय पत्रव्यवहार सांभाळणारा म्हणूनच विश्वासपात्र असणे ओघाने आलेच. सर्वाध्यक्षाला 'कुलपुत्र' नामक आपले अधिनस्थ दुय्यम अधिकारी नेमण्याचाही अधिकार होता. तसेच राजाज्ञा अंमलात आणण्यासाठी त्यांना आवश्यक त्या सूचना आणि आदेश देण्याचाही अधिकार होता. कुलपुत्र हा अधिकारी साधारणपणे तहसीलदाराच्या समकक्ष

असावा. त्याचे हाताखाली भट (सैनिक) व छात्र (पोलिस शिपाई) शांतता व सुव्यवस्थेसाठी दिलेले असत. काही कोरीव लेखात छात्र या ऐवजी 'चाट' ही संज्ञासुद्धा वापरली आहे.

सचिव : वाकाटकांच्या काळांत 'सचिव' या संज्ञेने नामनिर्देशित महत्त्वपूर्ण अधिकाऱ्याचे अस्तित्व असलेले दिसते. अजिंठ्याच्या क्रमांक १६ च्या लेणीतील वराह देवाचे लेखात सचिवाचा उल्लेख आहे.

◡ -◡ - -◡◡ शौर्यविश्रुतानपि स्वनिर्देशगुणाती –◡ - (।।१८।।*)

प्रथितो भुवि हस्तिभोजसूनुस्सचिवस्तस्य महीपते (र्ब्बभूव।) सकलक्षिती (।।१९।।) [८४]

या लेखात हस्तिभोज नामक सचिवाचा स्पष्ट उल्लेख आला आहे. हस्तीभोज हा महाराज देवसेन (इ.स. ४५०) चा सचिव होता. हा कर्तबगार, कुलीन व दानशूर असल्याचेही वर्णन आहे.[८५] तसेच अजिंठा लेणीतील क्र. १२ ते १६ या श्लोकांत हस्तीभोजाचे समग्र वर्णन केले आहे. तो गुणवान, विनयसंपन्न, प्रजेचा हितकर्ता व पालनकर्ता असल्यामुळे त्यांना त्याचे मातापित्याप्रमाणे प्रिय होता. जनसामान्य नि:शंकपणे त्याचेकडे येऊन गाऱ्हाणे मांडीत असत.[८६] हस्तीभोजाचा पुत्र वराहदेव महाराज हरिषेणाचा सचिव होता. त्याचे गुणवर्णन १९व्या श्लोकात आहे. त्याने न्यायाने प्रजापालन केले व तो राजा व प्रजेला प्रिय होता असे वर्णन आहे.[८७] वराह देवाच्या घटोत्कच लेण्यातील लेखांत सचिवांची पूर्ण वंशावळ देण्यात आलेली आहे. हे लेणे वाकाटक नरेश हरिषेण (इ.स. ४७५) याचा सचिव वराहदेव याने खोदविले होते, हे आता सर्वमान्य झाले आहे. सचिवांचे मूळस्थानाचा 'वल्लूर' असा या लेखात उल्लेख आहे. वल्लूर हे हैदराबाद जवळील येलगंडल जिल्ह्यातील 'वेलूर' असावे असा अभ्यासकांनी निष्कर्ष काढला आहे.[८८] त्यांच्या मते, या सचिव वंशाला ज्या वाकाटक घराण्याचा आश्रय होता तेही याच प्रदेशांत उदयाला आले असावे. कारण वेलूरपासून १५० मैलांवरील अमरावती येथील एका स्तंभावरील लेखात वाकाटक नावाच्या व्यक्तीचा उल्लेख आहे. या दोन्ही कुटुंबांचा उदय एकाच काळात झाला व ती अनेक पिढ्यांपर्यंत एकमेकांशी निगडित होती. अर्थात, दोन्ही कुटुंबे मूळची एकाच प्रदेशातील असावी. हे वेल्लूरचे सचिव व त्यांचे समकालीन वाकाटक शासक यांचा परस्पर संबंध खालीलप्रमाणे आहे.

सचिव नावे	वाकाटक शासक (राज्यारोहण वर्षाप्रमाणे)[८९]
यज्ञपति	---
देव	विंध्यशक्ती (इ.स. २५०)
सोम	प्रथम प्रवरसेन (इ.स. २७०)
रवि	सर्वसेन (इ.स. ३३०)
प्रवर	विंध्यसेन (इ.स. ३५५)
श्रीराम	द्वितीय प्रवरसेन (इ.स. ४००)
कीर्ती	नाव नष्ट झाले (इ.स. ४१०)
हस्ति	भोजदेवसेन (इ.स. ४५०)
वराहदेव	हरिषेण (इ.स. ४७५)

सचिव हे अत्यंत स्वामिनिष्ठ अधिकारी होते. त्यांचा दर्जा प्रधान मंत्र्याचा असावा. सचिव पद हे अनुवंशिक बनलेले दिसते. सचिव या संज्ञेने युक्त वेल्लूर घराण्यातील पुरुषांशिवाय अन्य व्यक्तींचा नामोल्लेख वाकाटकांच्या कोरीव लेखांत आढळत नाही. सचिव हे राजांचे व्यक्तिगत मित्र व सल्लागारही असण्याची शक्यता आहे. तसेच राजानंतरचा अधिकार सचिवांचाच असावा. कारण ते प्रजापालनार्थ दक्ष व तत्पर होते व प्रजाही त्यांना मान देत होती. प्रजेचे ते प्रियही होते. राज्याच्या विकासात त्यांचा मोठा वाटा असावा.

सेनापती – दण्डनायक : वाकाटक कालीन कोरीव लेखांत 'सेनापती' व 'दण्डनायक' या अधिकाऱ्यांचा प्रचुरतेने उल्लेख आलेला आहे. सेनापती हा सर्वोच्च लष्करी अधिकारी असून दण्डनायक हा सर्वोच्च पोलिस अधिकारी असावा. दानपत्रात सेनापतीचा निर्देश एका विशिष्ट कार्यसंपादनाचे संदर्भात आलेला आहे. राजाने दिलेल्या दानपत्रांचे लेखन सेनापतीच्या कार्यालयात केले जात असे. द्वितीय प्रवरसेनच्या बेलोरा ताम्रपटात[९०] स्पष्ट उल्लेख आहे की,

'त्रयोदश्या १० ३ सेन (ना) पतौ चित्रवर्म्मा (र्म्म) णि ना लिखित (म्)* ।

यावरून चित्रवर्मा नामक सेनापतीने हा लेख लिहविला असे दिसते. तसेच याज्ञवल्क्य स्मृतीतील एका श्लोकावरील मिताक्षरेत उद्धृत केलेल्या एका स्मृती वचनात दानपत्र सन्धिविग्रहकारी किंवा परराष्ट्र मंत्री यांनी लिहावित असे म्हटले आहे.[९१] अर्थात, दानपत्राची समग्र माहिती वरिष्ठ अधिकाऱ्यांना असावी हा उद्देश दिसतो. दानदार्त्याला लष्कर किंवा पोलीस यापासून कोणताही उपद्रव होऊ नये ही काळजी घेतलेली दिसते. सेनापतीचा लष्करप्रमुख म्हणून दानपत्रांत उल्लेख येणे क्रमप्राप्तच

होते. सेनापतीचे लष्कर प्रमुख म्हणूनही महत्त्व अनन्यसाधारण होते. सेनापती हा वाकाटकांचा उच्च पदस्थ अधिकारी होता.

दानपत्र देण्यासंबंधीची आज्ञा प्रत्यक्ष राजाने सेनापतीस दिली असेल तर दानपत्रांत शेवटी 'आज्ञास्वयंम' असे शब्द लिहिले जात. राजाने एखाद्या दूतामार्फत सेनापतीकडे आज्ञा पाठविली असेल तर आज्ञा घेऊन जाणाऱ्यास 'दूतम' किंवा 'आज्ञाप्ति' असे संबोधिले जात असे. प्रभावती गुप्ताच्या ऋद्धपूर ताम्रपटात दूतक अर्थात सचिवालयात राजाज्ञा कळविणारा, देवस्वामी असा उल्लेख आला आहे.[१२] अर्थात, दान दिलेल्या ग्रामादिकांची अंमलबजावणी करणारा अधिकारी अशा स्वरूपाचे त्याचे काम होते. द्वितीय प्रवरसेनच्या पट्टन ताम्रपटात राजशासन तयार करणारा, लिहिणारा लेखक व कोरणारा सुवर्णकार यांचीही नावे आली आहेत.

'सांव्वत्सरे सप्ताविङ्शे -
कार्तिकबहुलपक्षसप्तम्यां सेनापतिकात्यायन
सन्तकेन लिखित (तं) कालिदासेन (।*) कौण्डराज
सन्तकेन सुवर्ण्ण -
कार इश्वरदत्तेन खातं (तम्) ।। अस्य शासनस्य कारा -
वकौ पितामहनन्दौ ।।

अर्थात हे दानपत्र प्रवरसेनच्या सत्ताविसाव्या शासनवर्षी कार्तिक कृष्ण सप्तमीस लिहिले असून त्याचा लेखक सेनापती कात्यायन याचा सेवक कालिदास हा होता. कौण्डराजाचा सेवक ईश्वरदत्त या सुवर्णकाराने तो ताम्रपट कोरला आणि पितामह नंद यांनी हे राजशासन तयार करविले ही माहिती स्पष्ट होते.[१३] भरतबलच्या बह्मनी ताम्रपटातही मिहिरकेणेती या सुवर्णकाराचे नाव आलेले आहे.[१४] यावरून सेनापती व दानपत्राशी संबंधित अन्य सेवक वर्ग यांची माहिती मिळते.

दंडनायक हा मुलकी पोलिस बंदोबस्तास जबाबदार अधिकारी होता. राज्यात शांतता व सुरक्षा राखण्याचे त्याचे काम होते. त्याचे कार्यक्षमतेवरच राज्याचा विकास व भरभराट अवलंबून होता. चोर किंवा उपद्रवकारी याचा छडा लावणे व त्यांना दंडित करण्याचाही त्याला अधिकार असावा. दंडनायक हासुद्धा वरिष्ठ अधिकारी होता.

वाकाटकांच्या तुलनेत समकालीन गुप्त शासकांनी लष्करी व मुलकी अधिकाऱ्यांना विशेष सन्माननीय संज्ञा दिलेल्या होत्या. उदा. कुमारामात्य, संन्धिविग्रहीक, महादंडनायक इत्यादी वाकाटकांनी मात्र या वरिष्ठ पदाधिकाऱ्यांसाठी सेनापती किंवा दंडनायक याच संज्ञा कायम ठेवल्या होत्या. वाकाटक काळात अधिकाऱ्यांच्या विशेषत: सेनापती पदावरील व्यक्तीच्या वारंवार बदल्या होत असाव्या

असे दिसते. उदा. द्वितीय प्रवरसेनच्या शासकीय कालखंडात अकराव्या व तेराव्या वर्षी चित्रसेन [९५] अठराव्या व पंचविसाव्या वर्षी बप्प[९६] तेविसाव्या वर्षी नमिदास व चमिदास[९७] तर सत्ताविसाव्या वर्षी कात्यायन[९८] हे सेनापती पदावर होते. तसेच बत्तीसाव्या वर्षी दिलेल्या ताम्रपटात माधाप्पा सेनापती होता.[९९] कालिदासाने लिहिलेल्या 'शाकुंतल' नाटकातही धन्याची मर्जी पाहून वागणाऱ्या सेनापातीचा उल्लेख आहे.

यावरून असे दिसते की, सेनापती हे पूर्ण निष्ठावान व राजाचे विश्वासपात्र असावेत हे अभिप्रेत आहे. सेनापतीच्या अधिन लष्करी सत्ता असल्याने त्यांच्या महत्त्वाकांक्षेला वाव मिळू नये किंवा राजाच्या विरोधी कृत्य करू नये हा सेनापतींच्या वारंवार बदलीमागे विचार असण्याचा संभव आहे. अन्य अधिकाऱ्यांच्या बदल्यांसंबंधी मात्र स्पष्ट उल्लेख मिळत नाही. परंतु, शासनात कार्यक्षमता राखण्यासाठी व अधिकाऱ्याचे एकाच ठिकाणच्या वास्तव्यामुळे हितसंबंध निर्माण होऊ नयेत म्हणून अन्य अधिकाऱ्यांच्याही बदल्या होत असाव्यात असे विधान फारसे वावगे ठरणार नाही.

मांडलिक राजे (सामंत) : वाकाटक काळात काही मांडलिक राज्ये अस्तित्वात होती. मांडलिकांना काही ठिकाणी सामंत हेही संबोधन वापरले गेले आहे. परंतु ते राजाचे सरदार किंवा मंत्रिगण नव्हते. वाकाटकांच्या मूळ राज्याच्या सर्व बाजूला अशी मांडलिक राज्ये होती. मांडलिकांनी जेत्या राजाला करभार देणे व प्रसंगी लष्करी मदत करणे ही त्यांचेकडून अपेक्षित कर्तव्ये होती. तसेच वाकाटक राजांनी त्यांना प्रजेच्या कल्याण कार्यक्रमात सहकार्य करण्यासही राजी केले असावे असे दिसते. मध्य प्रदेशातील पूर्वीच्या अजयगड संस्थानातील नचना व गंज येथे त्या प्रदेशातील उच्चकल्प वंशातील राजा व्याघ्रदेव याचे दोन शिलालेख उपलब्ध झाले आहेत. व्याघ्रदेव हा द्वितीय पृथिवीषेण या वाकाटक राजाचा सामंत किंवा मांडलिक होता. हे दोन्ही शिलेलेख त्याने आपले माता-पित्याचे पुण्योपार्जनासाठी दिले असल्याचा उल्लेख असला तरी त्यात वाकाटक नृपती पृथिवीषेण (द्वितीय) चा अत्यंत विनम्रतापूर्वक उल्लेख केला आहे तो खालीलप्रमाणे आहे.

वाकाटकाणा (नां) महाराज (श्रि) (श्री) पृथिवीषेण पाद्दा (दा) बुद्धयातो व्याघ्रदेवो

मातापित्रो (:*) पुन्या (ण्या) र्त्थे कृतमिति (।*)

यात महाराज पृथिवीषेणाच्या चरणांचे चिंतन करणारा व्याघ्रदेव असा परमादर व्यक्त केला आहे. तसेच पुण्यकर्म म्हणजे देऊळ, विहीर, तळे किंवा जवळच्याच जलप्रवाहाला बांध घालणे असावे असे मानण्यात येते.[१००] यावरून असे दिसते की,

वरील पुण्यकर्म व्याघ्रदेवाने सम्राटाच्या सूचनेवरूनच किंवा आज्ञेवरून केले असावे. पृथिवीषेणाच्या माहुरझरी ताम्रपटातही व्याघ्रदेवाचा सामंत म्हणून उल्लेख आहे.

पृथिवेषेण द्वितीयच्या बालाघाट येथील अपूर्ण ताम्रपटात पृथिषेणाचे वर्णन 'द्विमग्नवङ्शस्योद्धर्त्तुः[१०१] असे केले आहे. अर्थात, विपत्तीग्रस्त व अवनत झालेल्या वाकाटक वंशाला पुन्हा कीर्तीमान करून 'महाराजाधिराज' ही पदवी त्याने धारण केली होती. वाकाटक वंशावरील विपत्ती म्हणजे त्याचे पित्याचे नरेंद्रसेनाचे अंतिम काळी झालेले भवदत्त वर्माचे आक्रमण हे असले पाहिजे. या प्रसंगी वाकाटकांचे मांडलिकही त्यांना जुमानेनासे झाले होते. फक्त पूर्वेकडील कोशल (छत्तीसगड), मेकला (नर्मदानदीच्या उगमाकडील प्रदेश) व मालव (माळवा) येथील मांडलिक सैन्य घेऊन मदतीस आले होते व राजनिष्ठ राहीले होते. मदतीचा खालीलप्रमाणे बालाघाट ताम्रपटात पृथिवीषेण द्वितीयने आवर्जून उल्लेख केलेला आहे.

'प्रवरसेनस्य सुनोः पूर्व्वाधिगतगुण विश्वा (सा?) दपहृतवङशश्रियः

कोसला - मेकलामालवाधिपति (भि*) रभ्यर्च्च (र्च्चि) तशासन स्य

प्रतापप्रलातारिसनस्य (प्रणतारिशासनस्य) वाकाटकानाम्महा राजश्रि (श्री) नरेंद्रसेनस्य [१०२]

यात नरेंद्रसेनाने वंशलक्ष्मी हस्तगत केली होती व वरील कोसला, मालव व मेकला देशांचे अधिपती त्यांची आज्ञा पाळीत होते असे स्पष्ट आहे.[१०३] अर्थात, मांडलिक राजे किंवा सामंत त्यांचे अंतर्गत कारभारात स्वतंत्र असले, तरी त्यांना सम्राट सत्ता आज्ञा करीत असे व त्या पाळल्या जात असत असे दिसते. तसेच पृथिवीषेणाने वंश कीर्तीमान केला म्हणजे या सामंतांना आज्ञा पाळावयास बाध्य केले असावे असे म्हणता येईल.

अजिंठ्यातील शैलगृह क्र. १६ मधील सचिव वराहदेवाचे लेखात राजा हरिषेणाच्या विजयाचे वर्णन आहे. त्यात विदर्भाच्या सर्व बाजूच्या मांडलिक राजांचा निर्देश आहे. उत्तरेस अवन्ती (माळवा) पूर्वेस कोसला (छत्तीसगड) कलिंग (ओरिसाचा पश्चिम भाग) व आंध्र, पश्चिमेस लाट (दक्षिण गुजराथ) व त्रिकुट (नाशिक जवळील भाग), आणि दक्षिणेस कुंतल (गोदावरीभाग) ही राज्य समाविष्ट होती.[१०४] त्यांनी विविध करभार द्यावा व राजाज्ञा पाळाव्यात हे गृहीतच होते. हरिषेणाचे साम्राज्य विस्तारासंबंधी विद्वानात मतभेद असले तरीही त्याचे अंतर्गत मांडलिक सामंतांची राज्ये होती हे मान्य करावेच लागते. शैलगृह क्र. १६ च्या निर्मितीत हरिषेणाचे प्रोत्साहन व सहभाग असलेले दृष्यपण दिसते. अजिंठा येथिल शैलगृह क्र. १७ ची निर्मिती वाकाटक राजा हरिषेणाच्या ऋषिक (खानदेश) प्रदेशावर शासनाकरीत असलेल्या

मांडलिक राजाने केली, असे तेथील शिलालेखात नमूद आहे.[१०५] तसेच शैलगृह क्र. १९ हे लेणे ऋषिक देशाच्या मांडलिकाने खोदवून बौद्ध संघास अर्पण केले असेही नमूद आहे.[१०६] शरभपूरचे राजेही वाकाटकांचे मांडलिक होते.[१०७] अजिंठा शैलगृहात क्र. १७ च्या लेखात मांडलिक राजांची पूर्ण वंशावळ दिलेली आहे. हा राजवंश इसवी सनाच्या तिसऱ्या शतकात उदयास आला असावा. त्यातील आरंभीचे राजे सातवाहनानंतर पश्चिम महाराष्ट्रात साम्राज्य निर्मिती करणाऱ्या अभिर सम्राटांचे मांडलिक असावेत. अभिरांच्या अस्तानंतर त्यांनी वाकाटकांचे मांडलिकत्व स्वीकारले असावे.[१०८] या सर्व मांडलिक राजांना 'सामंत' या संज्ञेने संबोधित केले जात असावे.

रत्नागिरी जिल्ह्यात दापोली तालुक्यातील माटवण येथे त्रैकुटकांचे दोन शिलालेख सापडले आहेत. त्यावरून मध्यसेन आणि विक्रमसेन या दोन नवीन त्रैकुटक वंशीय राजांची ओळख झाली. आतापर्यंत त्रैकुटक वंशातील शेवटचा राजा व्याघ्रसेन हाच मानला जात असे. नवीन उपलब्ध झालेल्या ताम्रपटावरून त्यांनी वाकाटकांचे वर्चस्व स्वीकारले होते. या संदर्भात त्यांचे ताम्रपटात 'विजयनिरुद्ध पुरात् कल्चुरीणा' या वाक्याने सुरुवात झाली आहे.[१०९]

एकंदरीत वरील विवेचनावरून असे दिसते की, वाकाटक हे सम्राट असून त्यांचे मांडलिक सामंत विदर्भाच्या सर्व दिशांना होते. सामंत राज्यांचा लय न करता त्यांना करभार, लष्करी मदत व आज्ञांचे पालन या अटींवर स्वतंत्र राखण्यात आलेले दिसते. तसेच प्रजेच्या हितासाठी सामंत दक्ष राहतील ही काळजी वाकाटक सम्राट घेत असावेत. सामंत राज्यांचे अस्तित्व हे वाकाटकांच्या साम्राज्याचे एक अंग होते, तसेच प्रशासकीय कारभाराचाही एक महत्त्वाचे घटक होते असे दिसते.

अन्य प्रशासकीय अधिकारी : वाकाटकांच्या कोरीव लेखांत अन्य काही प्रशासकीय अधिकाऱ्यांचाही उल्लेख आला आहे. अर्थव्यवस्था ही राष्ट्राच्या पाठीचा कणा असते. वाकाटकांच्या कोरीव लेखात अर्थव्यवस्था प्रमुखाचे नाव किंवा संज्ञा येत नाही. परंतु, कोषाध्यक्ष किंवा तत्सम वरिष्ठ अधिकारी असावा. याबाबत राष्ट्र कुटनृपती प्रथम अमोघवर्ष याच्या संजान येथे सापडलेल्या ताम्रपटात वर्णन येते की, 'लक्षकोटी लेख्य टिकल कलौदतासः गुप्तान्वयः।' हे वचन गुप्तसम्राट द्वितीय चंद्रगुप्तासंबंधी आले आहे. आणि लक्ष कोटी दान दिल्याबद्दल चंद्रगुप्ताने आपल्या कोषाध्यक्षाला त्याची नोंद घ्यावयास सांगितले असा याचा संदर्भ आहे.[११०] वाकाटक व गुप्तांचा समकाळ लक्षात घेता वाकाटक काळातही अर्थव्यवस्था पाहणारा व नोंदी ठेवणारा अधिकारी कोषाध्यक्ष सादृष्य असावा.

'राहसिक' या नावाच्या अधिकाऱ्याचा एक उल्लेख भरतबलाच्या बह्मनी ताम्रपटात येतो. इतर कोरीव लेखात असा उल्लेख नाही.

" लिखितश्चेदं शासनं राहसिकेशानपुत्रेण ..."[१११] म्हणजे राजशासन लिहिणारा लेखक या नात्याने हा उल्लेख आला आहे. याच ताम्रपटात त्यातील लेखाची माहिती कोणकोणत्या अधिकाऱ्यांना असणे आवश्यक आहे त्यांची सूचीसुद्धा आहे. त्यावरून 'राहसिक' हा राजपत्रे लिहिणारा किंवा राजाची खास व गुप्त स्वरूपाची पत्रे लिहिणारा विश्वासपात्र चिटणीस असावा असे ध्वनित होते.

वाकाटक काळी समयबद्ध कार्य संपादण्यासाठी विशिष्ट अधिकाऱ्यांची नियुक्ती होत होती असे दिसते. वत्सगुल्म शाखेच्या महाराज देवसेन याने स्वामीलदेव नामक अधिकाऱ्यास सुदर्शन तलाव बांधण्याची आज्ञा दिली होती, असे हिस्सेबोराळा येथील शिलालेखावरून सुस्पष्ट होते. या शिलालेखात 'आज्ञाकर' आणि 'आर्य' या दोन विशेषणांचा वापर स्वामिलदेवसाठी करण्यात आला आहे. इसवी सन ४५७-४५८ मध्ये आर्य स्वामीलदेव याने सुदर्शन तलाव बांधण्याची नोंद शिलालेखात आहे.[११२] 'आज्ञाकर' म्हणजे हुकूम ग्रहण करणारा किंवा अंमलात आणणारा अधिकारी असा अर्थ लावता येईल. परंतु, शिलालेखात त्याचे नाव कोरण्याइतका हा अधिकारी निश्चितच वरिष्ठ दर्जाचा असावा. तसेच 'आर्य' या विशेषणावरून देखील या अनुमानाला बळकटी येते.[११३] शिवाय स्वामिलदेव नावाच्या अधिकाऱ्याने राजाच्या आज्ञेवरून सुदर्शन तलाव बांधला व या बांधकामाचा सल्लागार कर्मोपदेष्टा बप्पक हा होता असेही नमूद आहे.[११४] यावरून 'कर्मोपदेष्टा' ही संज्ञा प्रत्यक्ष तलाव बांधणाऱ्या किंवा विशिष्ठ कार्य संपन्न करणाऱ्या अधिकाऱ्यासाठी किंवा अभियंत्यासाठी प्रचलित होती असे दिसते. या कामावरील मुख्य अधिकारी बप्पक असावा असा कयास करता येतो. 'वेगीसंहार' नाटकातील "चत्वाशे वयमृत्विजःस भगवान्कर्मोपदेष्टा हरिः ।" या श्लोकात संचालक याच अर्थाने कर्मोपदेष्टा हा शब्द वापरला आहे. त्यावरून 'बप्पक' हा सुदर्शन सरोवराच्या निर्मिती कार्यावरील प्रमुख अधिकारी होता हे स्पष्ट होते. शिलालेखात त्याच्या नावा भोवती चौकट कोरली आहे. त्यावरून तो कोणीतरी ज्येष्ठ दर्जाचा अधिकारी होता हे दिसते. तलाव बांधण्याच्या कृतीला 'सत्कीर्तन' म्हटले आहे. कीर्तन हा शब्द सत्कृत्य या अर्थी वापरला आहे.

वाकाटकांच्या मूळ शाखेतील राजा द्वितीय प्रवरसेन याच्या चम्मक ताम्रपटात 'स्वामिदेव' आणि 'बप्पक' अशी दोन दान ग्रहन करणाऱ्या ब्राह्मणांची नावे आली आहेत.[११५] त्याच्याच शिवनी व वडगाव ताम्रपटात 'बाप्पदेव' या सेनापतीचे नाव आले आहे.[११६] हा बाप्पदेव आणि हिस्सेबोराळा शिलालेखातील बप्पक एकच असावेत

असा एक तर्क याजदानी यांनी व्यक्त केला आहे.[११७] परंतु, याबाबतची निश्चिती होणे अगत्याचे आहे. कारण दोघेही ताम्रपटात नाव येण्याइतके वरिष्ठ अधिकारी आहेत. द्वितीय प्रवरसेनाचा काळ इसवी सन ४२०-४५० तर देवसेनाचा इसवी सन ४५०-४७५ आहे. हे दोन्ही एकच असतील तर प्रवरपूरची मूळ शाखा आणि वत्सगुल्मची धाकटी शाखा यांचेत अधिकारी आदान-प्रदाना इतके सख्य व सामज्यस्य असावे, असा कयास करता येईल.

तसेच मूळ शाखेचा राजा द्वितीय पृथिवीषेण (इ.स. ४७०-४९०) आणि वत्सगुल्म शाखेचा देवसेनपुत्र हरिषेण (इ.स. ४७५-५००) यांच्या अनुक्रमे बिदर व थाळनेर ताम्रपटातदेखील स्वामिलदेव व बप्पक यांचा उल्लेख आढळतो. अर्थात हे दोन्ही अधिकारी हरिषेणाचे काळातही उच्च पदावर होते असे दिसून येते. त्याचप्रमाणे दिलेल्या दानाची अंमलबजावणी करणारा अधिकारी 'दूतक' हा भट्ट इश्वरदत्त होता असाही उल्लेख आहे.[११८]

प्रादेशिक राजकर्मचारी : वाकाटकांचे साम्राज्याचे 'राजशासनांतर्गत राज्यप्रदेश' व 'मांडलिक सामंत राज्ये' असे दोन प्रमुख विभाग होते. राजशासनातील भूप्रदेशाचे प्रशासकीय विभाग निर्माण केले होते. राज्य किंवा राष्ट्र या सर्वात मोठ्या भूविभागावर 'राज्याधिकृत' किंवा 'सर्वाध्यक्ष' या प्रमुख व श्रेष्ठ अधिकाऱ्यांची नियुक्ती केली जाई. त्यांचे अधिनस्थ अन्य अधिकारी व सेवक वर्ग नियुक्तीचा त्यांनाच अधिकार दिलेला होता. आपल्या प्रशासकीय प्रदेशात शांतता, सुव्यवस्था कायम राखणे, कर वसूल करणे व लोकहितकारी कामे संपादन करणे, इत्यादी कर्त्यव्याचे त्यांना वहन करावे लागत असावे.

वाकाटकांच्या कोरीव लेखात वरील कार्यपूर्तीसाठी नेमलेल्या काही अधिकारी व सेवक गणांचा उल्लेख मिळतो. त्यांत सर्वाध्यक्ष्याने नियुक्त केलेल्या 'कुलपुत्र' नामक अधिकाऱ्याचे विशेष स्थान होते असे दिसते.

कुलपुत्र : याची नियुक्ती सर्वाध्यक्ष करीत असे व राजाज्ञा कार्यान्वित करण्याचे जरूर ते आदेश देत असे.[११९] कुलपुत्राकडे अनेक कामे असत. त्यापैकी प्रमुख म्हणजे राज्यात शांतता व सुव्यवस्था कायम ठेवणे. या कामाच्या पूर्ततेसाठी त्याचे हाताखाली 'भट' व 'छात्र' दिलेले असत. प्रवरसेन द्वितीयच्या जांब ताम्रपटात खालील उल्लेख आहे.

''सर्वाध्यक्षनियोगनियुक्ता आज्ञासंचारिकुलपुत्राधिकृताः भट्टाश्छात्राश्च विषुतपूर्व्वयाज्ञाज्ञापयि[१२०]

यापैकी 'भट' ही संज्ञा सैनिकांची निदर्शक आहे तर 'छात्र' ही संज्ञा पोलीस

शिपाई याचे निदर्शक आहे. काही लेखात 'छात्र' ऐवजी 'चाट' ही संज्ञा योजिली आहे. भट व छात्रांची नियुक्ती बहुदा सर्वाध्यक्षाचे संमतीने कुलपुत्र करीत असावा. भट व छात्र या सैनिकांची व मुलकी पोलीस दलाची नियुक्ती त्यांची उपयोगिता लक्षात घेऊन केली जात असावी असे दिसते. साधारणपणे शांतता राखण्याचे व लहान मोठे गुन्हे शोधण्याचे व कर वसुलीस मदत करण्याचे कार्य 'छात्र' म्हणजे 'पोलीस' करीत असावेत. परंतु, गावाच्या संरक्षणाचे व राजाज्ञा कार्यान्वित करण्याचे किंवा अन्य परकीय विरोध मोडून काढण्याचे काम 'भट' म्हणजे 'सैनिकी दस्ता' करीत असावा. परंतु या दोन्हींचे नियमन कुलपुत्राकडेच असल्यामुळे त्यांचे कार्य एकमेकांना पूरक असावे असे दिसते. कारण, कोरीव लेखात दोन्हीं सज्ञांचा संयुक्तपणे उल्लेख आहे. कुलपुत्राला आधुनिक जिल्हाधिकारी किंवा तहसीलदाराचा दर्जा असावा.

भट व छात्र : हे अधिकारी आज प्रशासनात असलेल्या नायब तहसीलदाराप्रमाणे असत. ते आपआपल्या विभागात दौरा करून जमीन महसूल व राज्याचे इतर कर वसूल करीत असत. त्यांना कराबरोबरच जर एखाद्या जागी गुप्त धनाचा शोध लागला तर ते जप्त करण्याचा अधिकार राजाने दिलेले होता. मिठाच्या व इतर खाणी या अधिकाऱ्याच्या नियंत्रणाखाली चालविण्याची राजाने त्यांना कामगिरी दिलेली होती. राजाची कामे वेठबिगाराकडून करवून घेण्याचा या अधिकाऱ्यांना हक्क होता. याचा उल्लेख प्रवरसेन द्वितीयने आपल्या दुसऱ्या शासनवर्षी दिलेल्या जांब ताम्रपटात येतो.[१२१] आपआपल्या विभागात हे कुलपुत्र, भट किंवा छात्र राज्याच्या कामकाजाकरिता दौरे करीत असताना त्या अधिकाऱ्यांची राहण्याची व्यवस्था व जेवणाचा खर्च गावकऱ्यास करावा लागत असे. त्यामुळे गावकऱ्यास बराच त्रास व खर्च सहन करावा लागत असावा. म्हणून वाकाटक राजे गावे किंवा जमिनी ब्राह्मणांना अग्रहार म्हणून देत, तेव्हा कुलपुत्रादिकांना त्यांच्याकडून वरील बाबींकरिता द्रव्य घेण्यास किंवा त्यांच्या अग्रहारात प्रवेश करण्यास मनाई असे.[१२२] उदा. प्रभावती गुप्ताचा पुणे ताम्रपट. परंतु असे असले तरी प्रशासकीय गरज म्हणून जर एखादा देशद्रोही, राजद्रोही, ब्रह्महत्यारा, चोरी करणारा चोर, व्यभिचारी (परदाराभिमर्श) अशी राज्यद्रोही व समाजद्रोही गुन्हेगार मंडळी अग्रहार दिलेल्या गावात आश्रयास गेल्यास त्यांना तेथे जाऊन पकडून आणण्याचा व अटक करण्याचा अधिकार भट व छात्र (किंवा चाट) यांना होता. याचा उल्लेख प्रवरसेन द्वितीयच्या चम्मक ताम्रपटात येतो.[१२३]

रशा (शा) सन स्थितिश्चेयं ब्राह्मणैरीश्वरैश्चानुपालनीया (।*) तद्यथा राज्ञां स प्राङ्गे

म्राङ्गे राज्ये अद्रोहप्रवृन्ता (त्ता) नां (अ*)ब्रह्मघ्न चौरा (र) पारदारिकराजा राजा पत्थकारिप्रभृति(ती)नां

पत्थ्यकारिप्रभृति (ती)नां सङ्ग्राम (म*)कुर्व्वतां अन्यग्राम (मे) ष्वन – पर (रा) द्धानां ।।[१२४]

अर्थात, राजकीय सावधानी बाळगूनच अग्रहार दिलेले असत असे दिसते. याकाळात ज्या ब्राह्मणास अग्रहार दिला आहे तो जोपर्यंत राजद्रोहासारखे किंवा समाजद्रोहासारखे कृत्य किंवा गुन्हा करीत नसेल तोपर्यंत भट व छात्र यांच्याकडून त्रास होण्याची त्याला मुळीच भीती नसे. म्हणून वाकाटक दानपत्रात वरील बाबींचा स्पष्ट उल्लेख केलेला आढळतो. [१२५]

कालिदासाने आपल्या 'शाकुंतल' या काव्यात अपराध्यास तंबी देणारे, पण अपराध्याजवळ पैसे दिसताच दारुच्या आशेने घटकेत पगडी फिरविणारे पोलीस शिपाई व त्यांचा अधिकारी यांचे मार्मिक चित्र रेखाटून समाजदर्शन घडविले आहे.[१२६] साहित्य समाज दर्शनाचा आरसा मानल्यास शासनात कमीअधिक प्रमाणात भ्रष्टाचारी प्रवृत्ती असण्याची शक्यता नाकारता येत नाही.

रजुक : वाकाटक काळात 'रजुक' नावाचा एक अधिकारी असावा असे दिसते. परंतु त्याचा उल्लेख प्रवरसेन द्वितीयच्या इंदूर ताम्रपटातच फक्त आलेला आहे.

'आज्ञा स्वयं (यम्) (।।*) रजुककोट्टदेवेन लिखितम् (।*)'[१२७]

वाकाटकाचे इतर ताम्रपटात किंवा शिलालेखात हे नाव कुठेच आलेले नाही. हा अधिकारी रज्जू म्हणजे दोरीने जमिनीचे मोजमाप करून त्या जमिनीवरील शेतसारा निश्चित करणारा तालुकास्तरीय मुलकी अधिकारी असावा. मौर्य सम्राट अशोकाचे शासन लेखात रजुकाचा उल्लेख आला आहे. मौर्य काळात 'रजुक' हा राजअधिकारी असून शेतीचे मोजमाप करण्याच्या कामामुळे लाखो लोकांवर त्याचा अधिकार चालत असे व त्यांच्यावर कर आकारण्याचा किंवा त्यांचेवर अनुग्रह करण्याचा त्याला अधिकार असे. परंतु, कालांतराने त्याचे महत्त्व व अधिकार कमी झाले असावेत. इंदोर ताम्रपटात राजाज्ञा लिहिणारा लेखक म्हणूनच त्याचा उल्लेख आला आहे. असे असले तरी त्याने केलेल्या जमिनीच्या मोजमापानुसारच कर आकारणी होत असावी व त्यानुसारच कुलपुत्र, भट किंवा छात्र करवसुली करीत असावेत असे अनुमान करता येते. अर्थात, जमिनीचे मोजमाप व कर आकारणीचे रेकॉर्ड तयार करणारा अधिकारी हे त्याचे कार्यक्षेत्र असावे.

विषयपती – भोगिक : वाकाटक शासनांतर्गत राज्य किंवा राष्ट्राचे विभाजन विषयात व विषयाचे विभाजन आहार, भोग, भुक्ती किंवा मार्ग या प्रशासकीय विभागात

असलेले दिसते. विषय साधारणत: जिल्हा सादृष्य विभाग असावा आणि प्रशासकिय प्रमुख 'विषयपती' असावा. विषयपती सर्वाध्याक्षाचे नियंत्रणाखाली असावा. किंवा विषय हा विभाग सर्वाध्यक्षाद्वारा नियुक्त कुलपुत्र या अधिकाऱ्याचे नियंत्रणाखाली असण्याची शक्यतासुद्धा नाकारता येत नाही. मात्र याबाबत स्पष्ट निर्देश किंवा माहिति वाकाटकांच्या कोरीव लेखात आतापर्यंत उपलब्ध झालेली नाही.

भोग किंवा भुक्ती हे विभाग साधारणत: तालुका किंवा परगणा सादृष्य असावेत. विषयांतर्गत अनेक भोग असत. उदाहरणार्थ, नासिक्य विषयात वटनगर (वडनेर) भोगाचा समावेश होत असे. या भोगावरील अधिकाऱ्यास 'भोगिक' म्हणत. राजाने जे जे भूमीदान केले असेल त्याची माहिति स्थानिक सर्व अधिकाऱ्यांना देण्यात येत असे. अशा अधिकाऱ्यात विषयपती (जिल्हाधिकारी) याचे बरोबरच भोगिकाचाही उल्लेख येतो. 'गाथासप्तशती' तील गाथा क्र. ५५६ मध्ये 'भोगीक' या अधिकाऱ्यांचा उल्लेख आहे.[१२८] परंतु त्याचे अधिकार व कर्तव्य याबाबत या कोरीव लेखात काहीच उल्लेख मिळत नाहीत.

नगर व ग्रामशासन : वाकाटकांचे काळातील काही नगराचे उल्लेख मिळतात राजधानीचे शहरे किंवा व्यापारिक महत्त्वाची शहरे ही नगर या व्याख्येत बसणारी असावीत. पूर किंवा नगर अन्त्य असलेली पद्मपूर, प्रवरपूर, हिरण्यपूर, अश्वस्थनगर इत्यादी नगरे वाकाटक राज्यात असावीत. कालिदासाने 'मेघदूत' या काव्यात अलका नगरीचे वर्णन केले आहे. अलकानगरीतील गगनचुंबी प्रसाद, चित्रदिकांनी सुशोभित व रत्नखचित असल्याचे वर्णन त्यात आहे.[१२९] तसेच 'रघुवंश' या काव्यात इंदूमतीच्या विवाहा प्रसंगी विदर्भ नगरीचे वैभवाचे सुंदर वर्णन आहे.[१३०] अर्थात, वाकाटककालीन शहरे किंवा नगरे क्षेत्रफळाने मोठी व प्रासादयुक्त असावी, असा कयास करता येईल.

वात्सायनाच्या 'कामसूत्रा' चा टीकाकार 'यशोधरेनगरे अष्टशतग्राम (म) ध्ये तद्‌यव्यवहार स्थानम' अर्थात आठशे गावांचा व्यवहार चालतो ते नगर अशी व्याख्या करतो.[१३१] कौटिलीय अर्थशास्त्रात चारशे गावातील मुख्य शहराला 'द्रोणमुख' म्हटले आहे.[१३२] वाकाटकांचे ताम्रपट प्रवरपूर, पद्मपूर, रामगिरी, वत्सगुल्म या मोठ्या राजधानीच्या शहरातूनच दिलेले आहेत. त्यामुळे या शहराच्या प्रशासनाची व सुरक्षेची कार्यक्षम व्यवस्था अमलात असावी. परंतु, नगर प्रशासकांचा किंवा सुरक्षा अधिकाऱ्यांचा उल्लेख मात्र कोरीव लेखात आढळत नाही. त्यामुळे राजाचे सचिव, सेनापती व बह्मनी ताम्रपटातील 'द्रोणमुख' हेच शहरांचे प्रशासकीय अधिकारी असावेत असा तर्क करता येण्यासारखा आहे.

ग्राम प्रशासनामध्ये, बह्मनी ताम्रपटात उल्लेखिलेला 'ग्रामकूट' किंवा ग्रामणी हा

गावातील शांतता व सुव्यस्था राखणारा, पाटील सादृष्य प्रशासकीय अधिकारी असावा. गावातील शेतसारा व अन्य कर वसूल करणे हेही काम त्याच्याकडे असावे. तसेच कुलपुत्र, भट किंवा छात्र यांच्या भेटीचे वेळी त्यांची व्यवस्था करणे, वेठबिगार पुरविणे इत्यादी कामे त्याच्याकडे असावीत. गावातील गुन्हे शोधणे तसेच भांडण व तंटे सोडविणे आणि ग्रामपंचा मार्फत त्यांचा न्याय निवाडा करणे ही त्याची कामे असावीत. या पंचांच्या निवड किंवा नियुक्तीबाबत काहीही उल्लेख मिळत नाहीत. पण 'ग्रामपंचायत' ही मौर्यकाळापासून चालत आलेली संस्था अस्तित्वात असावी.

ग्रामकुट : द्रोणाग्रक नायक देववारिक व गंडक : वाकाटकांच्या कोरीव लेखात यांची माहिती उपलब्ध होत नाही. परंतु, वाकाटकांचा मांडलिक असलेला मेकलाधिपती पांडववंशी भरतबल याचे बह्मनी ताम्रपटात वाकाटक कालीन ग्रामकुट, द्रोणाग्रकनायक, देववारिक व गंडक या राजकर्मचाऱ्यांची माहिती आली आहे.

> ''ततः मेकलायं (यां) उत्तरराष्ट्रे पा (ञ्च) गर्ताविषये वर्द्धमानके ।
> ग्रामकु (कू) टद्रोणाग्रकनायक- देववारिकगण्डक
> प्रमुखां (खान्) सर्वां (र्वा) नेव यथाप्रतिवासिनः समाज्ञापयति विदितमस्तु ---''[१३३]

या दानपत्राचा उद्देश मेकला देशाच्या उत्तरराष्ट्रातील पंचगर्ता विषयातील वर्द्धमानक गाव लोहित नामक ब्राह्मणाला दान दिले हे नमूद करण्याचा आहे. यात भरत बल राजाच्या पूर्वजांची माहिती विस्तारपूर्वक आहे. तसेच यात वाकाटक राजा नरेंद्रसेनाचीही स्तुती आहे (श्लोक ११). या दानपत्राची माहिती अधिकारी गणांना असावी म्हणून वरील अधिकाऱ्यांचा उल्लेख या दानपत्रात आला आहे.

'ग्रामकुट' याचा उल्लेख इतरत्र आढळतो. इतरांचा मात्र उल्लेख इतरत्र आढळत नाही. ग्रामकुट म्हणजे ग्रामाधिकारी, ग्रामणी, गावप्रमुख किंवा आधुनिक पाटील म्हणजे गावाचा मुख्य अधिकारी होय. 'द्रोणाग्रकनायक' म्हणजे द्रोणाग्रकाचा प्रमुख असावा. द्रोणाग्रक म्हणजे शासकीय विभागातील मुख्य गाव असावे. कौटीलीय अर्थशास्त्रात द्रोणमुख असा प्रयोग आहे. द्रोणमुख म्हणजे चारशे गावातील मुख्य गाव किंवा नगर असा उल्लेख अर्थशास्त्र आहे. द्रोणमुख म्हणजेच द्रोणाग्रक असावे. अर्थात, काही गावांच्या समुदयातील मुख्य गावाला 'द्रोणाग्रक' हे संबोधत असावे आणि द्रोणाग्रकांचा म्हणजे मुख्य गावांचा प्रमुख म्हणजे द्रोणाग्रकनायक असावा.[१३४] 'देववारीक' म्हणजे देवालयांचा व तीर्थांचा निरीक्षक असावा असे इतिहासतज्ज्ञ डॉ. छाबडा यांचे मत आहे. मिराशी मात्र दानपत्रातील देववारीक हा शब्द प्रयोग 'दौवारिक' या शब्दाऐवजी चुकीने पडला असावा असे मानतात. ही चूक गृहीत धरण्यास देववारीक हा

शुक्रनितीसारांत उल्लेख असलेला[१३५] प्रतिहार या दर्जाचा अधिकारी असावा. आणि प्रतिहार हा नगर किंवा ग्राम येथील संरक्षक दलाचा (पोलीस पथकाचा) प्रमुख असे. म्हणजे देववारीक हा ग्राम किंवा नगर येथील पोलीस दल प्रमुख मानावा लागेल.[१३६] दौवारिक किंवा देववारीक ग्रामकुटाला किंवा ग्रामप्रमुखाला शेतसारा वसुलीस व अन्य कर वसुलीस तसेच गावात शांतता व सुरक्षितता राखण्यात मदत करीत असावा. परंतु संबंधातील छाबडांचेही मत नाकारण्यासारखे नाही. कारण बह्मनी ताम्रपटातील अधिकारी ग्राम किंवा नगरांशी संबधित आहेत. ग्राम किंवा नगरात देवालये व धार्मिक ठिकाणे असतात. ग्रामस्थांच्या किंवा नगरजनांच्या उपयोगासाठी ही पूजनीय स्थाने स्वच्छ ठेवणे, डागडुजी करणे, पुजाऱ्यांची व्यवस्था करणे इत्यादी कामांचे निरीक्षण करणारा राजअधिकारी तत्कालीन राजांनी नियुक्त करण्याचा संभव नाकारता येत नाही. त्यामुळे देववारीक हा शब्द प्रयोग बरोबर असण्याची शक्यता एकदम नाकारण्यासारखी नाही. परंतु, देववारीक हा ग्राम किंवा नगर येथिल एक अधिकारी होता हे तथ्य मात्र स्वीकारता येते. गंडक म्हणजे गावातील पोलीस किंवा सैनिक असावा. त्याच्याकडे गावातील सारा वसुलीचे व गावाच्या सुरक्षिततेचे व सुव्यवस्थेचे काम असावे.[१३७] आधुनिक कोतवालाप्रमाणे ग्रामकुटाचे मदतीला हा असावा. अर्थातच हे सर्व अधिकारी ग्रामप्रशासनाशी संबंधित असल्यामुळे दानपत्रातील भूमीदानाची माहिती त्यांना असणे व कळविणे आवश्यक असे. परंतु हे सर्व अधिकारी वाकाटकांचे शासनात होते किंवा फक्त मेकला प्रदेशात होते याचा अर्थबोध होत नाही.

राजाच्या उत्पन्नाची साधने : कर व्यवस्था :

जनसमूहाच्या जीवित व वित्ताच्या संरक्षणाच्या गरजेतून राजपदाची निर्मिती झाली आहे. त्याच बरोबर जनता व राजा यांचेतील अलिखित सामंजस्य करारान्वये जनतेने राजाला बळी (कर) द्यावा आणि राजाने जनतेचे रक्षण करावे हे परस्परावलंबित्वही स्थिर झाले. वैदिक वाङ्मयात राजाने घ्यावयाचे व जनतेने द्यावयाचे करासंबंधी विस्तृत विवेचन आहे. राजाच्या उत्पन्नाचे मूळ साधन म्हणजे जनतेकडून विविध करांच्या स्वरूपात होणारी आय हे होय. त्या मोबदल्यात राजाने प्रजेचे रक्षण व प्रजेचे रंजन (जनकल्यानाची कामे) करणे हे त्याचे कर्तव्य असते. म्हणूनच अर्थव्यवस्था राजव्यवस्थेच्या पाठीचा कणा मानला जाते.

कर-राजाचा हक्क : कौटिलीय अर्थशास्त्रात न्याय्य राजकर निर्धारणासंबंधी सखोल वर्णन आले आहे. त्यातील कर नियमांचे प्रतिबिंब आजही प्रचलित कर निर्धारण व्यवस्थेवर पडलेले दिसते. कौटिल्याच्या मते, प्रजेची रक्षा व विकासाच्या सोई-सुविधा पुरविण्यास त्यांच्याकडून उत्पन्नाचा एक षष्टांश भाग (१/६ उपज)

घ्यावा, तसेच व्यापाऱ्यांनी आपल्या उत्पन्नाचा एक दशांश (१/१० अर्थाजन) भाग द्यावयास पाहिजे. कारण केवळ राजाच प्रजेची सुरक्षितता व समृद्धी यांचे रक्षण करू शकतो. एखाद्या साधूसही भिक्षेचा एक षष्टांश (१/६) भाग राजास द्यावयास पाहिजे. राजाची स्थिती इंद्र आणि यम यांच्या पेक्षा कमी नाही. लोकांचे कर्तव्य आहे की, राजाची निंदा (आर्थिक दुरावस्था) होऊ देऊ नये. कौटिल्याच्या मते, जनतेकडून कर घेणे हा राजाचा अधिकार आहे. कारण तो प्रजापालनाचे कर्तव्य करतो.[१३८] त्यामुळे कर हे राजाच्या उत्पन्नाचे व स्थैर्याचे महत्त्वपूर्ण साधन ठरते.

मांडलिक राजांकडून किंवा सामंतांकडूनही सम्राट किंवा चक्रवर्ती राजे करभार किंवा खंडणी नियमितरित्या घेत असत त्या मोबदल्यात मांडलिक राज्यांच्या संरक्षणाचे दायित्व सम्राट स्वीकारीत असे. ही प्रथा प्राचीन काळापासून मौर्य व गुप्त काळापर्यंत अबाधितरित्या सुरू होती. या संदर्भात कौटिल्याच्या अर्थशास्त्रात प्रजजुनक जनपदाचा उल्लेख आहे. समुद्रगुप्ताच्या अलाहाबाद स्तंभलेखात प्रज्जूनचा उल्लेख आहे. या प्रज्जून राजाने गुप्त प्रभुत्व स्वीकारून खंडणी देण्याचे व समुद्रगुप्ताच्या आज्ञा पाळण्याचे कबूल केले होते.[१३९]

कर : वाङ्मयीन उल्लेख : वाकाटककालीन वाङ्मयात राजाच्या करासंबंधीचे उल्लेख आहेत. कालिदासाच्या 'शांकुतल' नाटकात उल्लेख आहे की, राजाला प्रजेकडून उत्पन्नाच्या १/८ करभार मिळत असे. हा कर सर्व वर्गावर व अरण्यवासी आश्रमांवरही बसविलेला असे. अरण्यात वास्तव्य करणारे वानप्रस्थाश्रमी तपस्वी सुद्धा १/६ कराचा भरणा करण्यास राज्याच्या अधिकाऱ्यांना देण्यासाठी अरण्यात उत्पादन केल्या जाणाऱ्या निवार धान्याच्या राशी नदीकाठी करून ठेवीत असत. जर वनात राहणाऱ्या अरण्यवासी तपस्व्यांना राजकर देणे आर्थिकदृष्ट्या शक्य होत नसेल तर ते लोक त्यांच्या तपश्चर्येमुळे प्राप्त झालेल्या पुण्याचा सहावा हिस्सा देतात, असे दुष्यंत राजा म्हणतो. अर्थात, वाकाटक काळांत कर उत्पन्नाच्या १/६ किंवा १/८ असावा व करभार सार्वत्रिक असावा. राजे कराचे स्वरूपात मिळणाऱ्या उत्पन्नाची उपेक्षा करीत नसत असे दिसते. राजाने संपत्तीच्या लोभाने प्रजेकडून पैसा अन्याय्य मार्गाने घेऊ नये व कर म्हणून घेतलेल्या पैशाचा विनियोग प्रजेच्या कल्याणार्थ केला पाहिजे असे राजावर नैतिक बंधन होते, असा कालिदासाने या काव्यात अभिप्राय व्यक्त केला आहे. दुष्यंताचे राज्यात एखादा धनवान व्यापारी निपुत्रिक मेल्यास त्याची संपत्ती तत्कालीन कायद्याप्रमाणे राजकोषात जमा होत होती. तरी तिचा लोभ न धरता निपुत्रिकाची पत्नी गरोदर असल्यास त्या गर्भाच्या नावे व्यापाऱ्याची संपत्ती राखून ठेवावी, असे निर्देश राजा

दुष्यंताने दिल्याचाही उल्लेख कालिदासाने केला आहे. कालिदासाला वाकाटक काळाचा प्रतिनिधी मानावा लागेल.

तत्कालीन राजे हे नैतिक बंधने पाळीत होते असे दिसते. कालिदासाच्या 'रघुवंश' काव्यातील रघुने आपल्या अमाप संपत्तीचे यज्ञोपरांत दान केले होते. त्यानंतर आलेल्या एका ब्राह्मण यतीला दान देण्यासाठी काहीही शिल्लक नसल्याने त्याने प्रजेकडून पैसे किंवा अतिरिक्त कर न घेता कुबेरावर चाल करून संपत्ती मिळविली व ब्राह्मणाला दान केले असे वर्णन आहे. अन्याय व अतिरिक्त कर वसुली केली जात नव्हती हे कालिदासाने रघुवंशाचे माध्यमातून दर्शविले आहे.[१४०] अर्थात, राजाने नियमानुसार करभार घ्यावा हा विचार त्या काळात रुढ होता असे म्हणता येईल.

जमीन महसूल व प्रत्यक्ष कर : वाकाटककालीन कोरीव लेखात काही आयस्थानांचा उल्लेख आला आहे. राज्याचे उत्पन्नाचे मुख्य स्त्रोत जमीन महसूल व प्रत्यक्ष कर हे असले पाहिजे. या करांना वाकाटकांचे ताम्रपटात 'क्लुप्त' व 'उपक्लुप्त' या संज्ञा लावलेल्या आढळतात. कौटिल्याचे अर्थशास्त्रात क्लुप्त किंवा निश्चित कर याचा उल्लेख आहे.[१४१] याचा अर्थ जमिनीचा सारा असा असावा. कारण जमिनीचे क्षेत्र निर्धारण व कर निश्चिती पूर्वीच झालेली असल्याने जमीन महसुली कर हे राज्याच्या कायमस्वरूपी व निश्चित उत्पन्नाचा स्त्रोत असावे. उपक्लुप्त किंवा प्रत्यक्ष कर हे विविध प्रकारे व विविध उद्योगावर व प्राप्तीवर लावलेले किरकोळ कर असावेत. मनुस्मृतीच्या – ७, १३१–१३२ या श्लोकात किरकोळ कराचा खालीलप्रमाणे उल्लेख आहे.

'आददीताथ षड्भागं द्रुमांसमधुसर्पिषाम् ।
गन्धौषधिरसानां च पुष्पमूलफलस्य च ।।
पत्रशाकतृणानां च चर्मणां वैदलस्य च ।
मृन्मयानां च भाण्डानां सर्वस्याश्ममयस्य च ।।

अर्थात वृक्ष, मांस, मध, तूप, सुगंधीत वस्तू, वनस्पती, रसमय पदार्थ म्हणजे (मीठ, गुळ) पुष्प, कंदमुळे, फळे, हिरव्या भाज्या, गवत, चामड्याच्या वस्तू, वेताच्या वस्तू, मातीच्या वस्तू आणि दगडापासून बनविलेल्या सर्व वस्तूंच्या उत्पन्नाचा सहावा भाग; कर म्हणून राजाला द्यावा, असे विधान आहे.

अर्थात उत्पन्नाच्या १/६ घेण्यात येणारे परिस्थिती सापेक्ष, वरील वर्णन सादृष्य उपक्लुप्त कर असावेत.[१४२] प्रभावती गुप्ताच्या पुणे ताम्रपटात[१४३] 'सनिधिस्सोपनिधिस्सकृप्तोपकृप्त (।*)' (सक्लृप्तोपक्लृप्तः) असा उल्लेख आहे. हे कर

घेण्याचा राजाचा अधिकार जोपर्यंत चंद्र-सूर्य आहेत तोपर्यंत अबाधित आहे.[१४४] अर्थात भूगर्भातील सर्व वस्तू तसेच ग्रामातून घेण्यात येणारे लहान मोठे कर घेण्याचा राजाचा अधिकार सर्वमान्य होता असे म्हणता येते.

पुणे ताम्रपटानुसार जी जमीन, गावे दान दिली आहेत, ती जमीन भूमी अंतर्गत निधीसह कायम स्वरूपी व कारणपरत्वे घेण्यात येणाऱ्या करासह दान दिली आहे. तसेच भावी काळात येणाऱ्या राजांनी या आज्ञांचे रक्षण करावे व वागावे असे निर्देश आहेत. आणि जो कोणी हुकूम मोडून दान दिलेल्या ब्राह्मणांना थोडी जरी बाधा करील किंवा करविल त्यास ब्राह्मण सांगतील त्याप्रमाणे दंड किंवा तुरुंग याची शिक्षा होईल अशी राजाज्ञा आहे.[१४५] अर्थात, जमिनीतील धन व दान भूमीतील कर घेण्याचा अधिकार याचक ब्राह्मणाला दिला होता. तसेच राजाज्ञेद्वारा त्यांना पूर्ण संरक्षण दिले गेले होते.

वाकाटक राजा रुद्रसेन द्वितीयच्या मांढळ ताम्रपटात पद्मपूरच्या पूर्वमार्गात नियुक्त असलेल्या सर्व राजकर्मचाऱ्यांना माहितीस्तव उद्घोषित केले आहे की, राजाने धर्म, पुण्य, आयू, बल, विजय, ऐश्वर्य इत्यादींच्या वृद्धीसाठी सेल्लद्रह, अच्छमंल्लक, रसग्राम व अरग्राम नावाची चार गावे वत्सगुल्मच्या ब्राह्मणांना उदकपूर्वक दान दिली आहेत. या दान दिलेल्या गावातून कोणताही राजकर्मचारी कोणताही कर वसूल करू शकणार नाही किंवा प्रवासात मिळाणाऱ्या सोई जसे दूध, फुले, बैल, आसन, कातडी, विस्तव, मीठ, वेठबिगार इत्यादी उपभोगू शकणार नाही.[१४६]

द्वितीय पृथिवीषेणाच्या माहूरझरी ताम्रपटानुसार जमालखेटक गाव दान दिले आहे. हे गाव करमुक्त राहील ही सवलत गावासाठी होती. त्यात कोणत्याही सैनिक किंवा शिपायाला गावात प्रवेश करता येणार नाही असे बंधन होते. तसेच रिवाजाप्रमाणे त्यांना (गावकऱ्यांना) राजाला गाई किंवा बैल द्यावे लागणार नाहीत; फुले किंवा दूध याचे ठोक विक्रीवरील कर द्यावे लागणार नाहीत; सरकारी गुप्त हेरांना जागा व ढाल किंवा कातडी व कोळसा यावरील कर द्यावे लागणार नाहीत; जमीनीतून मीठ खणण्यासाठी किंवा दारू गाळण्यासाठी कर द्यावे लागणार नाहीत; सर्व प्रकारच्या वेठबिगारीपासून गाव मुक्त राहील इत्यादी सवलती होत्या.[१४७]

वाकाटक राजांनी जी भूमी दान दिली आहे त्या भूमीवरील आंबा, मोहाची झाडे, कुपवाटीका यावर कोणत्याही कराची आकारणी होत नसे. परंतु दानग्राहीला ती भूमी गहाण टाकता येत नसे. तेथे गणिकांना वस्तीसाठी, जुगारांना जुगार खेळण्यासाठी बंदी असे. वरील बाबींचे जमीन धारकाने (दान मिळालेल्या ब्राह्मणाने) पालन केले नाही किंवा उल्लंघन केले, तर त्याची दान दिलेली जमीन जप्त होत असे.[१४८]

करांची व्याप्ती : वाकाटक राजांच्या यावरील कोरीव लेखांमध्ये जे कर घेऊ नयेत असे आदेश दिलेले आहेत त्यावरून त्या सर्व वस्तू कर योग्य होत्या असे स्पष्ट होते. अर्थात, जमिनीवरील शेत साऱ्याव्यतिरिक्त अनेक किरकोळ कर अस्तित्वात होते. ते प्रवरसेन द्वितीयच्या बेलोरा ताम्रपटात 'अपूष्पक्षिरसन्दोह (म*)[१४९] या शब्दांनी सूचित करण्यात आले आहेत. दानभूमीशिवाय अन्यत्र वरील सर्वकर वसुल केले जात असत हे सुस्पष्ट आहे.

हे कर किती घेण्यात येत, याबाबत द्वितीय प्रवरसेनाच्या पाटणा सग्रहालय ताम्रपटात उल्लेख आहेत.

'परिच्छेदेन सपञ्चाशत्को ग्रामो दतः (त्तः ।।)[१५०] असा उल्लेख आहे.

म्हणजे, शतकाचा पन्नासावा भाग अशी संज्ञा योजिली आहे. अर्थात, गावातील दूध दुभते, फळे-फुले विक्री, कातडी सामानाची विक्री, मीठ विक्री किंवा अन्य उद्योगातून मिळालेल्या धनलाभाच्या दोन टक्के कर द्यावा लागत होता असे दिसते. याशिवाय गुप्त धन किंवा निक्षेप उघडकीस आल्यावर त्यावर राजाचा हक्क असे. मीठाच्या खाणीचे उत्पन्न सरकारच्या मालकीचे असे. दारू गाळण्याचा अधिकार राजाकडे असे. हे कर ग्रामाधिकारी वसूल करीत असावेत. याखेरीज सार्वजनिक लोकोपयोगी कामाकरिता लोकांना वेठीने (जबरीने) कामास लावण्याचा अधिकार राजास होता. तसेच राजाचे अधिकारी सैनिक किंवा शिपाई दौऱ्यावर असत तेव्हा त्यांच्या भोजनाची व राहण्याची व्यवस्था करणे, त्यांच्या घोड्यांना व बैलांना वैरण पुरविणे, त्यांचे आसनासाठी चामडी देणे, त्यांच्या स्वयंपाकाकरिता जळणाची व्यवस्था करणे इत्यादींसाठी गावकरी लोक जबाबदार असत, असा उल्लेख वरील उल्लेखित बेलोरा ताम्रपटातच आहे.[१५१] अग्रहार दिलेल्या गावात मात्र हे कर राजाला द्यावे लागत नसत तर ते सर्व अग्रहाराच्या मालकास मिळत व त्याला चांगली वर्तणूक आहे तोपर्यंत संरक्षण होते.

वाकाटकांची सैन्य व्यवस्था :

वाकाटक राजांच्या शासनाचा कालखंड जवळजवळ २५० ते ३०० वर्षांचा आहे. या प्रदीर्घ व वैभवशाली कालखंडाच्या स्थैर्याचे महत्त्वपूर्ण साधन म्हणजे वाकाटकांची सैन्य शक्ती होय. वाकाटक सैन्य कार्यक्षम, अनुभवी व शत्रु मित्रांवर धाक निर्माण करणारे असले पाहिजे हे ओघानेच येते. वाकाटक राजेसुद्धा पराक्रमी व विजयी असल्याचे उल्लेख त्यांच्या कोरीव लेखात आहेत. वाकाटकांच्या बलाढ्य सैन्य शक्तीमुळेच साम्राज्यवादी गुप्त सम्राट समुद्रगुप्ताला वाकाटकांविरुद्ध मोहीम काढण्याचे धाडस झाले नाही. उलट चंद्रगुप्त द्वितीयला वाकाटकांचे सैन्य शक्तीच्या मदतीनेच

शकांचा बिमोड करणे शक्य झाले. एवढेच नव्हे तर गुप्त व वाकाटक संबंध दृढ करण्यास आपली मुलगी प्रभावती वाकाटक राजा रुद्रसेनाला विवाहात देणे इष्ट वाटले. वाकाटकांच्या बलाढ्य सैन्यशक्तीचे संघटनही तेवढेच नियमबद्ध असले पाहिजे. तसेच त्यांच्या प्रशिक्षणाचीही सुसंबद योजना असली पाहिजे.

सैन्य प्रमुख राजा : राजा हा सैन्य प्रमुख असला पाहिजे. प्राचीन काळापासून राजे स्वतः युद्धात भाग घेत होते. राजपुत्रांना युद्धकौशल्यात निपुण होण्यासाठी तत्कालीन विद्यापीठात शस्त्र शिक्षणाची व राजनीतिच्या शिक्षणाची सोय उपलब्ध होती. काही विषय तर राजपुत्र किंवा प्रधानपुत्रांनीच शिकण्यासाठी राखून ठेवले होते. वाकाटकांच्या कोरीव लेखात त्यांच्या प्रशिक्षणाची माहिती मिळत नाही. परंतु राजांच्या शौर्याची माहिती मात्र मिळते.

विंध्यशक्ती प्रथम याने मोठमोठ्या युद्धात विजय मिळविला होता, त्याच्या घोड्यांच्या टापांच्या धुरळ्याने सूर्य झाकून जात असे व शत्रू त्याचे पुढे नतमस्तक होत असत, असे वर्णन अजिंठ्याचे शिलालेखात आहे.[१५२] प्रवरसेन प्रथम; याने आपले साम्राज्य सर्व दिशांना पसरविले होते. त्याच्या पराक्रमाचे वर्णन करताना विरोधी राजांच्या किरीटातील रत्ने तो चुंबीत असे, असे म्हटले आहे.[१५३] त्याने चार अश्वमेध यज्ञ व अन्य याग केले होते. हे विजयाचे प्रतीक मानावे लागेल. त्यानंतर ज्येष्ठ शाखेतील रुद्रसेन प्रथम हा समुद्रगुप्ताचा समकालीन होता. समुद्रगुप्ताने वाकाटकाच्या सामर्थ्यामुळेच संघर्ष टाळला असावा. प्रथम पृथिषेणाची; सत्य, ऋनत्व, कारुण्य, शौर्य, विक्रम व बुद्धिमत्ता या विषयी ख्याती होती.[१५४] त्याचा खजिना भरला असून सैन्यही मोठे व जय्यत तयार होते. त्यामुळे गुप्त सम्राट चंद्रगुप्त द्वितीयने आपली मुलगी प्रभावती गुप्ता हिचा विवाह पृथिवीषेण पुत्र रुद्रसेन द्वितीय याजबरोबर केला व वाकाटकांच्या सैन्यशक्तीच्या मदतीने शकांचा पराभव केला. या युतीमुळेच गुप्तांचे राज्य निष्कंटक झाले. द्वितीय रुद्रसेनाच्या अल्पायुषी मृत्युनंतर प्रवरसेन द्वितीयपर्यंत वाकाटकांच्या सैन्यशक्तीच्या धाकामुळे शत्रुंनाही वाकाटकांकडे वाकडी नजर करण्याचे धारिष्ट्य झाले नसावे. नरेंद्रसेनाच्या शौर्याचे व कोसला, मेकला व माळवा विजयाचे वर्णन बालाघाट ताम्रपटात आहे.[१५५] पृथिवीषेण द्वितीयच्या सामर्थ्याचे व विजयाचे वर्णन नचना व गंज शिलालेखात आहे.[१५६] वत्सगुल्मच्या कनिष्ठ शाखेतील राजांचे वर्णन तसेच हरिषेणाच्या विजयाचे वर्णन अजिंठा येथील लेखात आहे.[१५७]

वाकाटक राजांच्या पराक्रमाच्या व विजयांच्या वर्णनावरून वाकाटक सैन्य शक्तीच्या बलाढ्यतेचा अदमास घेता येतो. राजा स्वतः सैन्यप्रमुख असल्यामुळे सैनिकांची योग्य काळजी घेतली जात असावी व सैन्याचे मनोबल उच्च दर्जाचे असावे असे म्हणावे लागेल.

सैन्य संघटन : राजा सैन्य प्रमुख असला तरी सेनापती हा राजाचा कर्तबगार अधिकारी होता. वाकाटकांच्या कोरीव लेखात सेनापतीचा अनेक ठिकाणी उल्लेख मिळतो. राज्यावर कोणतेही परकीय अरिष्ट येऊ नये यासाठी सेनापतीला सजग व जागृत राहाणे क्रमप्राप्त होते. तसेच सैन्य विजयासाठी सतत तयार राखण्याचेही कार्य त्यालाच करावे लागत असावे. सेनापती पदासाठी कर्तबगारी, संघटन कौशल्य व पराक्रम हे गुण पारखूनच योग्य व्यक्तीची नियुक्ती राजा करीत असावा. त्यामुळे सेनापती पदावरील व्यक्तींच्या वारंवार बदल्या झालेल्या दिसतात. उदा. द्वितीय प्रवरसेनाच्या कारकिर्दीत अकराव्या व तेराव्या वर्षी चित्रवर्मा [१५८] सेनापती होता, तर अठराव्या व पंचविसाव्या वर्षी बप्प सेनापती होता[१५९] तसेच नमिदास व चमिदास तेविसाव्या वर्षी [१६०] आणि कात्यायन सत्ताविसाव्या वर्षी सेनापती पदावर होते[१६१] सैन्याची सर्व व्यवस्था पहाणे सेनापतीचे कार्य असावे. सेनापतीच्या हाताखाली वेगवेगळे दुय्यम अधिकारी असावेत; पण त्यांचा दर्जा किंवा अन्य उल्लेख कोरीव लेखांत मिळत नाहीत. सैन्य संख्येचाही सुगावा मिळत नाही. सेना अधिकाऱ्यांचे अधिकार व कर्तव्ये याबाबतही निश्चित माहिती मिळत नाही. पण सैन्यात प्रतवारी असली पाहिजे.

राज्याचे संरक्षण व साम्राज्य विस्ताराचा मुख्य घटक सैन्य शक्ती होता. वाकाटकांचे चतुरंग सैन्य असल्याचे म्हटले जाते.[१६२] चतुरंग सैन्याचा उल्लेख कालिदासाचे वाङ्मयातही आहे. 'शाकुंतल' नाटकात गांधर्व विवाहानंतर दुष्यंत परत राजधानीला जाताना तिला सांगतो की, शकुंतलेला स्वप्न नगरीला नेण्यासाठी मी चतुरंगसेना पाठवीन[१६३] अर्थात, वाकाटक काळी चतुरंग सैन्याची संकल्पना अस्तित्वात होती. त्याचे सैन्यात हत्तीदल, घोडदळ, रथदळ व पायदळ असे चार विभाग असल्याचे पुरावे अजिंठा लेण्यातील चित्रांत दिसतात. यापैकी रथदळाचा उपयोग अल्पशाने केला जात असावा. अजिंठ्यातील शैलगृह क्र. १७ मध्ये विश्वांतर जातक नावाच्या भित्तीचित्रांत विश्वांतरने ब्राह्मणांना रथ व घोडे दान केल्याचे दर्शविले आहे. तसेच शैलगृह क्र. १७ मध्ये चार घोड्यांचा रथ दाखविला आहे. अर्थात, वाकाटक राजांचे संग्रही रथ असावेत. परंतु त्यांचा युद्धात उपयोग केला जात होता किंवा नाही याबद्दल मात्र साशंकता आहे. कारण विंध्य, सातपुडा, सातमाळा इत्यादी डोंगर व अनेक नद्या-खोऱ्यांच्या प्रदेशात रथ हे युद्ध वाहन उपयुक्त ठरत नाही. त्यामुळे रथ हे वाहन राजा-राण्यांच्या आरामदायी प्रवासासाठीच असावे असे वाटते.

हत्तीदलसुद्धा मर्यादित असावे. हत्ती हा राजाचे मानचिन्ह व स्वारीचे साधन समजले जाई. मुळात गणेश हे हत्तीचे दैवतीकरण होय. डोंगर व जंगलातून मार्ग निमार्ण करण्यास हत्ती अतिशय उपयुक्त प्राणी होता.[१६४] अजिंठा येथिल शैलगृह क्र.

१६ मधील बोधिसत्व या जातकात हत्ती जंगल तोड करीत आहेत, असे दाखविले आहे. कौटिल्यानेसुद्धा इतर वाहतूक कामाप्रमाणे जंगल तोड करून रस्ता तयार करण्याचे कामी हत्तीदल वापरावे असे सांगितले आहे.[१६५] विदर्भातील रामटेक जवळील नगरधन (नंदीवर्धन) येथे सापडलेल्या ताम्रपटात 'महाराजांच्या गणाने' म्हणजे माहुतांच्या संघाने ब्राह्मणांना एक गाव दान दिल्याचा उल्लेख आहे. दुसऱ्या एका दानपत्रावरून माहुतसंघाच्या विनंतीवरून 'चिंचपट्टीका' या गावात काही जमीन ब्राह्मणांना दान दिल्याचे समजते. ही माहुत संघाच्या औदार्याची उदाहरणे असली तरी माहुत संघ अस्तित्वात होता म्हणजेच हत्तीदल अस्तित्वात होते हे स्पष्टपणे दिसून येते. अजिंठा शैलगृहातील षडदंत जातकातील गजयुद्ध हत्तींची उपयुक्तता दर्शविते. प्राचीन विदर्भ गजलक्ष्मीनेसुद्धा श्रीमंत असावा. वाकाटक राजांचे पदरी हत्तीदल असावे. त्यांचा युद्धात उपयोग मर्यादित असावा. विशेषतः वाहतूक व रस्ते तयार करणे यासाठीच हत्तीदलाचा उपयोग होत असावा.

वाकाटकांचे सैन्यात घोडदळ मात्र प्रचुर प्रमाणात असावे. अजिंठ्याच्या क्रमांक १६ च्या लेणीच्या शिलालेखात वाकाटकांचे राज्य विंध्य व सातपुड्यात पहाडी प्रदेशात असल्याचे नमूद आहे. पहाडावर घोडा हा प्राणी सराईतपणे चढू शकतो. इतर प्राणी डोंगरपहाडावर उपयोगी पडत नाहीत. त्यामुळे घोडा हा सुरक्षित प्राणी होता.[१६६] म्हणूनच वाकाटककाळी; घोड्यांचा वापर मोठ्या प्रमाणावर सैन्यात होत असावा आणि घोडे स्वाराला सैन्यात विशेष महत्त्व असावे. घोडदळाचे कार्यक्षमतेवरच युद्धाचे भवितव्य ठरत असावे. अजिंठ्यातील शैलगृह क्र. १६ मधील बोधिसातव जातकात घोडा हा प्राणी त्यावर बसण्यास व रथाला जोडण्यास वापरत असत असे दाखविले आहे. पायदळाचेही अस्तित्व चित्रित आहे. अजिंठ्यातील शैलगृह क्र. १७ व अन्य शैलगृहातील चित्रातसुद्धा घोडा हा प्राणी प्रामुख्याने दाखविला आहे. अजिंठ्यातील हरिषेणाच्या शिलालेखावरून त्याने घोडेस्वारामुळे विदर्भ आणि कुंतल देशांना जिंकून घेतले असा उल्लेख आहे.[१६७] यावरून वाकाटक काळात घोडदळ अत्यंत प्रभावी व कार्यक्षम असावे असे दिसते.

वाकाटकांचे सैन्यात पायदळ हा विभाग सर्वात मोठा सैन्यविभाग असावा. अजिंठा येथील शैलगृह क्र. १७ मध्ये सिंहलयुद्ध चित्रित आहे. त्यात घोड्यावरील सैनिक व पायदळ सैन्यही दाखविले आहे. हे पायदळ सैन्य शिस्तबद्ध दर्शविले आहे. अजिंठा चित्रांत अन्यत्रही युद्धावर जाणारे शिपाई दर्शविले आहेत. अर्थात, युद्धातील लढण्याचा मुख्यभार पायदळ सैन्यावर असावा असे दिसते.

संरक्षण व्यवस्था : वाकाटकांनी शत्रूच्या आक्रमणापासून संरक्षण व्हावे

म्हणून बचावात्मक व्यवस्था केलेली दिसून येते. वाकाटकांच्या जेष्ठ शाखेचे राजधानीचे ठिकाण नागपूरजवळ नंदीवर्धन (नगरधन) हे दीर्घकाळ होते. या ठिकाणी जुन्या किल्ल्याच्या विटा सापडल्या आहेत. त्यावरून राजधानीच्या संरक्षणाची कल्पना येते.[१६८] वत्सगुल्म (वाशीम) हे वाकाटकांच्या धाकट्या शाखेच्या राजधानीचे शहर होते.[१६९] येथील उत्खननात अनेक संरक्षक पुरावे उपलब्ध झाले आहेत. शहरात तटाच्या विटांचे अवशेष मिळाले आहेत.

वाकाटक राजधानी नंदीवर्धन (नगरधन) सपाट प्रदेशात वसलेले असल्याने राजधानीच्या संरक्षणासाठी नजिकच्या परिसरांत एखाद्या किल्ल्याचे अस्तित्व असणे स्वाभाविकच होते. नगरधनपासून रामटेक हे अवघे पाच किलोमीटर अंतरावर आहे. रामटेकजवळील गडाची दोन बाजूंनी नैसर्गिक तटबंदी व राजधानीचे सानिध्य लक्षात घेता वाकाटकांनी रामटेकच्या टेकडीला तट बांधून ते ठिकाण लष्करीदृष्ट्या सुरक्षित केले हाते असे दिसते. या तटाच्या आत एक गाव वसलेले होते. त्याचे अवशेष मनसर येथील उत्खननात आढळून आले आहे. येथे नागार्जुन टेकडीवर यज्ञविधीचे मोठे कुंड व स्तुपाचेही अवशेष मिळाले आहेत. तसेच रामटेक परिसरातील एका टेकडीवर आधुनिक उत्खननात एका भव्य राजवाड्याचे अवशेष मिळाले आहेत. बोधीसत्व नागार्जून स्मारक संस्था व अनुसंधान केंद्राचे संचालक ए. के. शर्मा यांचे अध्यक्षतेखाली झालेल्या उत्खननात येथील महालाचा प्रवेशद्वाराचा शोध लागला आहे. हा महाल अत्यंत कलाकुसरीने बनविण्यात आला आहे.[१७०] त्यावरून या परिसरात अनेक तलाव उपलब्ध आहेत. सैन्य छावणीसाठी हा रामटेक परिसर उपयोगात येत असावा. अर्थात, पर्यायी संरक्षणाची सर्व व्यवस्था येथे होती असे दिसते. रामटेक मनसरच्या बाह्यतटाच्या आत नागपूरचे पहिले रघुजी भोसले यांनी अठराव्या शतकात बांधलेला दुसरा उंच तट आहे. हा तट आजही सुस्थितीत आहे.

वाकाटकांची दुसरी राजधानी वर्धेजवळ प्रवरपूर (पवनार) ही होती. ही राजधानी प्रवरसेन द्वितीयने वसविली होती व येथून अनेक दानपत्रे दिलेली आहेत व आज्ञा प्रसारित केल्या आहेत. प्रवरपूर चौथ्या शतकानंतर खूप भरभराटीला आलेले शहर होते. स्वाभाविकरित्या येथील उत्खननात वाकाटककालीन प्राचीन अवशेष मिळाले आहेत.[१७१] वाकाटकांच्या वरिष्ठ शाखेचे राज्य विंध्यपर्वताच्या दक्षिणेपासून गोदावरीच्या उत्तर भागापर्यंत पसरले होते. नंदीवर्धन ही राजधानी राज्याच्या एका टोकाला असल्यामुळे, संरक्षणाच्या व प्रशासनाच्या दृष्टीने मध्यवर्ती ठिकाण म्हणून प्रवरपूर ही धामनदी किनारी नवीन राजधानी वसविली गेली असावी. तसेच नगरधनपेक्षा प्रवरपूरचा भूप्रदेश सुपीक असल्यामुळे सैन्याच्या रसदीची उपलब्धी, आर्थिक सुबत्ता व व्यापार

वृद्धी ही सुद्धा नवीन राजधानी निर्मितीमागे कारणे असू शकतात. पण येथील तटाचे किंवा किल्ल्याचे अवशेष अजून प्राप्त झालेले नाहीत. कदाचित मध्यवर्ती असल्यामुळे आवश्यकताही नसावी.

सैनिकांची शस्त्रास्त्रे आणि हत्यारे : वाकाटकांचे सैन्य अत्यंत प्रबळ होते. सैन्याच्या कार्यक्षमतेचे व शत्रूवर विजय संपादन करण्याचे मुख्य साधन म्हणजे त्यांच्या वापरात असलेली शस्त्रास्त्रे व हत्यारे होत. ही हत्यारे चालविण्याचे प्रशिक्षण सैनिकाला दिले जात असावे. शिवाय शस्त्रास्त्रांच्या अनुषंगाने त्यांची वेगवेगळी पथके असावीत. उत्खननात प्राप्त झालेल्या, तसेच भित्तीचित्रांत चित्रित केलेल्या आणि वाङ्मयात उल्लेख झालेल्या शस्त्रास्त्रांच्या निर्देशांवरून सैन्यशक्तीच्या प्रबळतेचा अंदाज करता येऊ शकतो.

शस्त्रास्त्रे आणि हत्यारे : ही साधारणत: दोन वर्गात विभागलेली दिसतात.

अ) आक्रमक : प्रतिस्पर्ध्यावर हल्ला करण्यासाठी वापरण्यात येणारी शस्त्रास्त्रे.

ब) बचावात्मक : प्रतिस्पर्ध्यापासून बचाव करण्यासाठी वापरण्यात येत असलेली शस्त्रास्त्रे.

अ) आक्रमण करण्यासाठी सर्वसाधारणपणे खालील शस्त्रास्त्रांचा वापर होत असावा.

धनुष्य (Bow) : प्राचीन काळापासून म्हणजेच सिंधू संस्कृती, रामायण, महाभारत व मौर्य काळातही धनुष्य हे शस्त्र वापरण्यात येत असे. हे प्रसिद्ध हत्यार आहे व सामान्यपणे सर्वत्र वापरात असलेले दिसते. पौरस, अलेक्झांडरसोबत झालेल्या झेलमच्या लढाईत धनुष्यबाणाने लढला असे वर्णन ग्रीक साहित्यात आहे.

सातवाहन, वाकाटक, गुप्त, राष्ट्रकुट काळात निर्माण झालेल्या अजिंठ्याच्या लेण्यांमध्ये निरनिराळ्या प्रकारचे धनुष्यांचे नमुने दाखविलेले आहेत. त्याची वर्गवारी खाली दिलेली आहे.

(i) साधे एकेरी अर्ध गोलाकार धनुष्य (ii) दुहेरी अर्धगोलाकार धनुष्य (iii) संयुक्त धनुष्य

साधे एकेरी अर्धगोलाकार धनुष्य (Simple Bow) : या प्रकारचे धनुष्य अजिंठा लेण्यांत सर्वत्र दर्शविलेले सामान्य धनुष्य होय. यामध्ये एका लवचीक बेताला अर्धगोलाकार आकार देऊन त्याची दोन्ही अणकुचीदार टोके दोरीने (Chord) आवळून बांधलेली असतात. यांचा उपयोग सामान्यपणे शिकारी वगैरे लोक करीत असावेत. याशिवाय पायदळ सैन्याकरितासुद्धा याचा उपयोग होई. या धनुष्यांचा बेत (Stave)

सुशोभित करण्यात येई. धनुष्याचा हा प्रकार सातवाहन, वाकाटक व नंतरच्याही काळातील चित्रकलेत आढळतो.[१७२] अजिंठा शैलगृह क्रमांक २ तसेच शैलगृह क्रमांक १७ तील महाकपिजातकात राजा आपल्या धनुर्धारी सैन्यासोबत घोड्यावर बसलेला दाखविला आहे. एक धनुर्धारी तेथील माकडावर बाण चालवत आहे. तसेच ऋक्ष जातकातंही भालूवर धनुर्धारी बाण चालविताना दाखविला आहे.[१७३] या एकेरी अर्धगोलाकार धनुष्याचे वाकाटक काळात सार्वाधिक प्रचलन असावे. ही हलकी व वापरण्यास सुटसुटीत होती.

दुहेरी अर्धगोलाकार धनुष्य : या प्रकारच्या धनुष्याची फार थोडी उदाहरणे मिळतात. सुशोभित आणि रत्नजडीत दुहेरी धनुष्ये मौर्य सातवाहनाचे काळात होती. वाकाटक काळातही असावीत.[१७४]

अशा प्रकारची धनुष्ये फक्त राजे व मोठे मानकरी वापरत असावेत. ही धनुष्ये आकाराने फार मोठी असून वापरण्यास त्रासदायक होती. अशा प्रकारचे धनुष्य हे ते वापरणाऱ्या माणसाच्या उंचीएवढे बनविले जाई. धनुष्याचे दोन अर्धगोलाकार असून, मध्ये धरण्यासाठी सरळ मूठ असे. खुल्या दोन टोकांना प्रत्यंचा बांधण्यात येई. हे धनुष्य वापरण्यास धनुष्याच्या खालच्या टोकावर डावा पाय दाबून अगर प्रत्यंचेची गांठ पायाच्या दोन बोटात दाबून, प्रत्यंचा ताकदीने ओढून बाण सोडावा लागत असे.

धनुष्याचा बेत (Stave) तयार करण्यासाठी बांबूचा किंवा मोठ्या प्राण्यांच्या शिंगाचा उपयोग करण्यात येई.

संयुक्त धनुष्य : अशा प्रकारच्या धनुष्याचा एक नमुना अजिंठ्यातील लेण्यामध्ये दिसतो.[१७५] यासाठी वेताचे (Stave) दोन अर्धगोलाकार तुकडे धातुच्या पत्र्यामध्ये जोडून धनुष्य तयार केले जाई. याचे वेत (Stave) रत्नांनी सुशोभित केले जात.[१७६] समुद्रगुप्ताचा सिंहछाप व वाघछाप नाण्यावर व चंद्रगुप्त द्वितीयने पाडलेल्या सिंह-विक्रम छाप नाण्यावर अशा प्रकारचे धनुष्य दाखविले आहे. या प्रकारच्या धनुष्याचा उपयोग सामान्यत: गुप्त व वाकाटक काळात वरिष्ठ श्रेणीच्या लोकांकडून होत असावा. साहित्यिक संदर्भावरून असे दिसून येते की, हे धनुष्य लाकूड व हाडापासून बनविलेले असत.[१७७] त्याचा मधला भाग लाकडी तुकड्याने जोडलेला असे.

सामान्यत: धनुष्यासाठी बांबूचा उपयोग ते टिकावू व लवचीक असल्यामुळे केला जात असे.[१७८] याशिवाय धनुष्ये, ताडाची, चाप नामक कळकाच्या लाकडाची, धन्वन झाडाच्या लाकडाची आणि शिंगांचीसुद्धा केलेली असत. त्यांना अनुक्रमे कार्मूक, कोदंड, द्रूणा व धनु म्हणत. धनुष्याच्या दोऱ्या (प्रत्यंचा) मूर्वाच्या धाग्याच्या, अर्कवृक्षाच्या धाग्याच्या, अंबाडीच्या सालाच्या, गवेधकाच्या धाग्याच्या, वेळूच्या किंवा तांतीच्या केलेल्या असत.

बाण (Arrows) : धनुष्यासहित बाण बऱ्याच अजिंठा येथील चित्रांत दाखविलेले आहेत. ते साधारणतः खालील प्रकारात मोडतात.

पहिल्या प्रकारात बाण हा लांब, बारीक पट्टीचा बनलेला असून त्याला अणकुचीदार टोक असते व दुसरे धनुष्याच्या दोरीला लावावयाचे टोक गोलाकार असे. दुसऱ्या प्रकारात काही बाणांमध्ये लांब त्रिकोणी टोक (Head) असून ते तीक्ष्ण असे[१७९] (Sharp) या बाणाची गती स्थिर राहण्यासाठी त्याच्या मागच्या भागावर पंख लावलेले असत. या बाणांची पट्टी बांबू किंवा केन किंवा लोखंडाची तयार केलेली असे. बाणांची लांबी साधारणत: धनुष्याचे प्रकारावर अवलंबून असे.

तलवारी : धनुष्यबाणानंतर तलवारी युद्धातील मुख्य हत्यार होते.[१८०] प्राचीन काळापासून युद्धात तलवारीचा वापर करण्यात येत असे. अजिंठ्यातील बहुतेक चित्रात सैनिकांनी तलवारी म्यान केलेल्या किंवा बाहेर काढलेल्या दिसतात. निरनिराळ्या प्रकारच्या तलवारींचे नमुने येथे दाखविण्यात आलेले आहेत. तलवारींचे , छाटणारी तलवाल (Chopping) (२)कापणारी तलवार (Cutting)(३) खोल घुसणारी तलवार (Thursting) असे मुख्य प्रकार आहेत.

खंजीर (Dagger) : अजिंठा चित्रात छोटे (आखूड), रुंद व सरळ पाते असलेल्या खंजीरांचे नमुने आढळातात. खंजीरांचा आकार वाकदार किंवा सरळ किंवा अणकुचीदार असे. याला धरण्यासाठी साधी, हस्तीदंती किंवा रत्नजडीत मूठ असे. खंजीर हा म्यान (Sheath) मध्ये ठेवलेला असे. म्यान रत्नाने मढवलेली असे. म्यान सोन्याचीसुद्धा असे.[१८१]

चाकू (Knife) : अजिंठा चित्रांत याचे नमुने फार थोडे पहावयास मिळतात. त्याला सरळ मूठ (Handle) व किंचीत वाकलेले पाते असते. त्याचे टोक तीक्ष्ण निमुळते असते. त्याचे पाते मुठीत दुमडून ठेवता येते. त्याला 'चुरीका' म्हणून संबोधिले जाते. काही चाकूना वाकलेली मूठ असून पातेसुद्धा वाकलेले असते. त्याला तीक्ष्ण टोक असते.[१८२] चाकूचा युद्धात फारसा उपयोग नसतो. परंतु प्रसंगी उपयोगी ठरू शकतो.

भाला : भाला हा लांब दांड्याचा (Pole) असे. दांड्याचे एका टोकाला शेंबी व पुढे गोल मुंदन व समोर अणकुचीदार त्रिकोणी पाते बसविलेले असे. शेंब्याला लागून लांब बांबूचा, लाकडाचा किंवा लोखंडाचा दांडा असे.[१८३] हा भाला प्राण्यांना किंवा शत्रूला फेकून मारला जाई. याचा उपयोग शक्यतोवर घोड्यावर बसलेले घोडेस्वार युद्धात करीत. अजिंठा चित्रावलीत भाल्याचे पुष्कळसे नमुने दिसतात. भाल्याने एकावेळी एकच मनुष्य मारला जातो. म्हणून त्याला 'एकादानी' (Ekadonai) म्हटलेले आहे.[१८४]

भाल्यांचे शीर्षभाग (Head) बहुतेक लोखंडाचे बनविलेले असतात. कधी ते सोन्याचे किंवा सोन्याचा मुलामा दिलेले असत. असे भाले विशेषत: शिकारीसाठी राजे किंवा श्रेष्ठी वापरत असावेत असे वाटते. भाल्यांच्या पात्याच्या लांबीवरूनच त्याचे वेगवेगळे प्रकार केले जातात. घोडेस्वाराचा भाला (Lance) लांब व मजबूत असे. साध्या भाल्यातून ओळखण्यासाठी यावर एक प्रकारचे चिन्ह बांधलेले असे. हा बिल्ला (Ensign) साधारणत: चौकोनी असून घोडेस्वार असा भाला धारण करीत. [१८५] लढाईच्या पहिल्या हल्ल्यातील भाल्याचा उपयोग निर्णायक ठरत असे.

ब) बचावात्मक हत्यारे (Weapons of Defence)

बचावात्मक हत्यारांपैकी ढाल (Shields) आणि चिलखत (Body armour) यांचे नमूने अजिंठा लेण्यामध्ये आढळले आहेत. सामान्यपणे ढाल नेहमीच वापरल्या जात व चिलखत मात्र क्वचितच विशेषतः युद्धप्रसंगी वापरण्यात येई.

ढाल (Shields) : त्यांच्या आकारावरून त्यांचे वर्गीकरण खालीलप्रमाणे केले जाते.

गोलाकार ढालीचे दोन नमुने आढळतात. एक साधी (Plain) असून तिचे मागील भागाला धरण्यास पट्टा किंवा मूठ असते.[१८६] दुसरा प्रकार म्हणजे सुशोभित केलेली किंवा रत्नांनी मढवलेली ढाल असून तिलासुद्धा पाठीमागे पट्ट्याची मूठ असते.[१८७] गोल ढालेला 'चरमा' (Charma) म्हणून संबोधल्या जाई. ढाली बहुतेक बैलाच्या टणक कातड्यापासून बनविल्या जात.[१८८]

अंडाकृती ढालीचे (Oval) सुद्धा दोन नमुने आढळले आहेत. यापैकी एक प्रकार लांबोळ्या आकाराचे ढालींचा असून दुसरा फुलीसारखा (गुणाकारचिन्ह किंवा क्रॉस) आहे.[१८९] (अजिंठा शैलगृह क्र. १) या ढाली हलक्या वस्तूपासून तयार केलेल्या असतात. उदा. बांबू वगैरे व त्यांना कातड्याने आच्छादलेले असते.

चौरस ढाल (Square Shields) हा प्रकार फक्त अजिठ्यांतील सिंहल अवादन (Simhala Avadana) या एकाच चित्रात आढळलेला आहे.[१९०] यावर सूर्य-चंद्र काढलेले दिसतात. लांबोळी ढाल (Oblong Shields) सरळ व चापट असलेली दिसते. यातील दुसरा प्रकार लांबोळ्या गोलाकार ढालीचा होय.[१९१] यावर चौकोन किंवा सूर्य व चंद्राचे चित्र आहे. कौटिल्याच्या अर्थशास्त्रात ही ढाल लाकूड, बांबू, बेत, हड्डी व चामड्यापासून बनविल्या जाईत, असे म्हटले आहे.[१९२] त्या मुख्यत्वे चामड्याच्या बनविल्या असल्यामुळे त्याला 'चरमा' म्हणत.[१९३] द्वितीय पृथिवीषेणाच्या माहूरझरी ताम्रपटात सरकारी कर्मचाऱ्यांना अग्रहारातून चामडी ढाल व इतर वस्तूंचा

पुरवठा होणार नाही असे म्हटले आहे.[१९४] अर्थात, ढाल स्वरक्षणाचे महत्त्वाचे आयुध होते असे दिसते.

चिलखत (Body armour) हे फार क्वचित वापरत. युद्धामध्ये छातीचा बचाव करण्यासाठी सेनापतींच्या दर्जाचे योद्धे चिलखत वापरत. याला 'लोहजलिका'ही म्हणत, शरीरावरील लोह कवच म्हणजे वक्षस्थळावरील चिलखत होय. बाहू व पायावरील लोहपट्ट असत. चिलखत हे टणक धातूचे किंवा टणक कातड्याचे असल्याने जीविताची हानी होत नसे. हत्यारापासून संरक्षण व्हावे म्हणून मानेच्या खालपासून कमरेपर्यंत साधारणत: चिलखत घालत असत.[१९५] बाहूवर व पायावर लोहपट्ट बांधित असत.

शिरस्त्राण (Helmets) : डोके, गाल व हनुवटीचे संरक्षण करण्यासाठी वापरल्या जात असलेले शिरस्त्राण हा एक प्रकारचा पट्टाच आहे. अजिंठ्यातील भित्तीचित्रात एक सैनिक शिरस्त्राण घातलेला दाखविलेला आहे.[१९६] हे लोखंडी पत्र्यापासून तयार केले जात असे. शिरस्त्राण, कंठस्त्राण, कुर्पास-कोपरापर्यंत आवरण, कंचूक - गुडघ्यापर्यंत आवरण, वारवाण- घोट्यापर्यंत आवरण, पट्ट म्हणजे बिन बाह्यांचे आवरण आणि नागोदारिका म्हणजे अगुंलिस्त्राण, अशी ही निरनिराळ्या प्रकारच्या आवरणांबाबत अर्थशास्त्रात माहिती आली आहे.[१९७]

सैनिकांची वेषभूषा : वाकाटक-गुप्त हे पराक्रमी योद्धे होते. व त्यांना आपल्या विजय यात्रेसाठी नेहमी एका प्रशिक्षित व सुसंघट सेनेची गरज होती. त्यामुळे ती राष्ट्रीय सेना होती.[१९८]

अजिंठ्यातील चित्रांत सेवक दाखविले आहेत. तसेच बहुतांश शैलगृहांत वेगवेगळे सैनिक दाखविलेले आहेत. त्यांच्या पोशाखावरून त्यांचा स्तर दर्शविला आहे. शैलगृह क्रमांक १७ मध्ये एका भागातील सैनिकांनी धोतर परिधान केलेले आहे. तर दुसऱ्या भागातील सैनिकांनी कंचूक व पायजामा घातलेला रेखाटला आहे.[१९९]वाकाटकांचे सैन्यातील सैनिकांना त्यांचा परंपरागत पोशाख वापरण्याची मुभा असावी असे दिसते. त्यांना विशिष्ट प्रकारचा सैनिकी पोषाख वापरण्याची प्रथा नसावी असे दिसते. परंतु युद्धकाळी अवघड व अडचणीचा ठरणार नाही असा वेश सैनिकांचा असावा.

सैनिकांचा पगार व भत्ते : वाकाटक राजांकडून सैनिकांना कुटुंबाचे पोषण होण्याइतके वेतन नक्कीच असावे. त्याशिवाय ते निष्ठेने सैनिक सेवा करणार नाहीत. तसेच युद्धातील लुटीतही सैनिकांचा काही हिस्सा असावा. त्याशिवाय ते जोमाने

लढणार नाहीत. परंतु, याबाबत वाकाटकांचे कोरीव लेखात किंवा तत्कालीन वाङ्मयातही काही उल्लेख मिळत नाहीत.

वाकाटककालीन न्याय व्यवस्था :

प्रजारक्षणाचा संदर्भ प्रजेचे जीवित व वित्त यांचे रक्षण करण्यासाठी आहे. त्यासाठी त्याला पूर्ण उपाययोजना करणे अभिप्रेत आहे. धर्मशास्त्रात निःपक्ष न्याय करणे हे राजाचे दुसरे मुख्य कर्तव्य मानले आहे. असामाजिक तत्त्वाकडून प्रजेचे जीवित व वित्त हानी झाल्यास राजाने योग्य चौकशी करून निःपक्ष न्याय द्यावा व दोषी असलेल्यास दंडित करावे हे अधिकार धर्मशास्त्राने राजाला दिले आहेत.

न्यायदानाबाबत, न्यायव्यवस्था व दंड प्रावधानाची विशेष चिकित्सा गौतम धर्मसूत्र, कामन्दकिय नीतिसार, मनुस्मृति, महाभारत, याज्ञवल्क्ल्यस्मृति, अर्थशास्त्र, व्यवहार प्रकाश इत्यादी प्राचीन ग्रंथात विस्ताराने आहे. धर्मनियम व स्मृतिवचनानुसार न्यायदानाची पद्धत व प्रथा ही इसवी सनाच्या दहाव्या शतकापर्यंत कमी अधिक फरकाने सर्वत्र रूढ होती. वाकाटक काळातही धर्मनियमाप्रमाणे न्यायदानाची पद्धत झिरपत आली असावी.

न्यायदान पद्धतीचे प्रवर्तक गौतम मुनी मानले जातात.[२००] प्राचीन काळापासून न्यायदान हा राजाचा अधिकार मानला जाई.[२०१] 'याज्ञवल्क्ल्यस्मृति' व 'आपस्तंभ' हे न्यायदानावरील ग्रंथ वाकाटकांच्या समकालीन व संबंधित असलेल्या गुप्तकाळात लिहिले गेलेत. या ग्रंथातही न्याय व्यवस्थेची विस्तृत चर्चा आहे. त्यांचा प्रभाव वाकाटकांच्या न्याय व्यवस्थेवर असावा हे गृहीत नाकारता येत नाही.

न्यायविषयक शिक्षण व्यवस्था : प्राचीन काळात नालंदा, तक्षशिला, वल्लभी ही विद्यापीठे ज्ञानदानाची केंद्रे म्हणून मान्यता पावली होती. या सर्व विद्यापीठातून अन्य विषयांसोबतच न्यायशिक्षण देण्याची उत्तम व्यवस्था होती. प्राचीन शिक्षण पद्धतीनुसार जे ७२ विषय शिकविण्यात येत असत त्यांत न्यायदान हा विषय राजांसाठी व मंत्र्यांसाठी महत्त्वाचा मानला जात असे. वल्लभी विद्यापीठात राजपुत्रांना व प्रधानपुत्रांना हा विषय शिकविला जाई.[२०२]

शिक्षणात 'न्यायदान' या विषयाला प्राधान्य असल्यामुळे आणि या विषयाचे महत्त्व असाधारण असल्यामुळे वाकाटकांच्या समकाळातच न्याय विषयक ग्रंथरचना झाल्याचे दिसते. इसवी सनाच्या दुसऱ्या शतकानंतर वसुबंधु यांनी बौद्ध विचारांचा न्याय विषयक ग्रंथ लिहिला. तेव्हापासून न्यायशास्त्राचा एका विशिष्ट पद्धतीने अभ्यास होऊ लागला. पुढे वसुबंधुंनी भ्रमण करताना तक्षशिला व मगध देशांत जाऊन तेथे न्यायशास्त्रावर चर्चा केल्या व न्याय प्रणालीचा प्रसार केला. इसवीसनाच्या चौथ्या

शतकात वात्स्यायनाने 'न्यायभाष्य' हा ग्रंथ लिहिला, तर दिङ्नाथ यांनी 'प्रमाणसमुच्चय' व 'न्यायमुख' हे ग्रंथ लिहिले. याचाच अर्थ न्यायदानाला एक प्रमाणित पद्धत लाभली होती व त्यानुसार न्यायदान होत असावे. न्यायपद्धती बरोबरच शिक्षा देण्याचे प्रकारही निर्धारित झालेले दिसतात. गुन्ह्याचे तीव्रतेनुसार प्रावधान असे.

वाकाटकांचा न्यायविषयक दृष्टिकोण : वाकाटक राजांनी न्यायविषयक शिक्षण तत्कालीन विद्यापीठातून घेतले होते किंवा नाही हे कळत नाही. कारण, तसे कोणतेही पुरावे उपलब्ध झालेले नाहीत. परंतु, वाकाटक राजे नीतीने वागणारे, धर्मसाहिष्णू व न्यायी असल्याचे उल्लेख त्यांचे कोरीव लेखांत आढळतात. अर्थात, धर्मशास्त्रातील संकेताप्रमाणेच त्याकाळी न्यायदान होत असावे असे दिसते.

आपल्या पती निधनानंतर प्रभावती गुप्ता ही अल्पवयीन मुलांतर्फे राज्यकारभार पहात होती. तिने आचार्य चनालस्वामी यास दङ्गुण ग्राम दान दिल्याचा उल्लेख पुणे ताम्रपटात आहे.[२०३] तसेच राजाज्ञा आहे की भट किंवा छात्र किंवा राजकर्मचाऱ्यानी या अग्रहारात कर वसूलीस प्रवेश करू नये. ही दानभूमी हिरावून घेण्याचा प्रयत्न झाल्यास त्याला एक सहस्त्र गोहत्येचे पातक लागेल. या व्यासांच्या श्लोकाचे स्मरण ठेवावे.[२०४] या आज्ञेचे उल्लंघन केल्यास दंडित केले जाईल.[२०५] यावरून दोन बाबी स्पष्ट होतात. एक म्हणजे, अवज्ञेसाठी दंडविधान होते. अर्थात, न्याय निवाडा करूनच दंड करण्यात येत असावा. दुसरे म्हणजे व्यासांच्या श्लोकाचे करून दिलेले स्मरण होय. अर्थात, धर्मशास्त्रातील न्यायविषयक संकेत पाळण्यात येत असावेत असे दिसते. प्रभावती गुप्ताच्या याच ताम्रपटात शेवटी 'राजमुद्रा' आहे. त्यात

'जनन्या युवराजस्य
शासनं रिपुशास (न) (म् ।।*)[२०६]

याचा अर्थ 'शासनाच्या शत्रुंना शासन करणारी युवराजाची माता' असा मुद्रेचा अर्थ होतो. अर्थात, शासनाचे शत्रू म्हणजे असामाजिक तत्त्वे किंवा प्रजेचे जीवित व वित्त हरण करणारे. यांना शासन म्हणजे दंडित करणारी राजमाता असा ध्वनित अर्थ निघतो. शासन म्हणजे शिक्षा ही न्याय नियमाप्रमाणे होईल असा दंडक असावा असे दिसते.

न्यायविषयक साहित्यिक निर्देश : वाकाटककालीन साहित्यातही न्याय विषयक काही उल्लेख मिळतात. 'मृच्छकटीक' या नाटकातील एका प्रसंगात चारुदत्तावर वसंतसेनेचा वध केल्याचा आरोप ठेवण्यात येतो.[२०७] तेव्हा आरोपी चारुदत्त आहे हे सिद्ध करण्यासाठी न्यायाधीश पुरावा मागतो आणि खात्री करून घेण्यासाठी न्यायाधीश वसंतसेनेचे प्रेत खरोखर तेथे आहे किंवा नाही याची खात्री करून घेण्यासाठी वीरक

नावाच्या नगररक्षकास पाठवतो.[२०८] न्यायदान करीत असताना न्यायाधीश पुरावा आवश्यक मानत असे हे यावरून सिद्ध होते. या उल्लेखावरून न्याय नि:पक्ष व्हावा अशी न्यायाधीशांची स्पष्टपणे धारणा दिसते.

कालिदासाने 'रघुवंश' या काव्यात राजा दिलीप याच्या कारकिर्दीत प्रशासकीय शिस्त असल्याचे वर्णन केलेले आहे. दिलीप राजाला पुत्र झाला तेव्हा आनंदउत्सवाप्रीत्यर्थ कैदेतून मुक्त करण्यास एकही कैदी तुरुंगात नव्हता.[२०९] 'चोर' हा शब्दच मुळी समाजास ऐकीव माहीत होता. याचाच अर्थ प्रशासनाचा दरारा होता आणि न्यायदानाबाबत धाक होता.

त्या काळात विहारात राहणाऱ्या अभिसारिका बौद्ध धर्माचा प्रसार करीत सर्वत्र संचार करीत. धर्म प्रसाराचे काम करीत असताना त्या फिरून फिरून थकून वाटेतच झोपी जात. त्या झोपल्या असताना त्यांचे वस्त्र वारा सुद्धा हलवू शकत नसे असे वर्णन आहे.[२१०] अर्थात, एकटी दुकटी स्त्रीसुद्धा सुरक्षित होती असे दिसते. यावरून शांतता व सुव्यवस्था सर्वत्र नांदत होती. लोकांचा शासनावर विश्वास होता. कठोर न्यायदान असल्याने कुणी गुन्हा करण्याचे धारिष्ट्य करीत नसल्याचे लक्षात येते.

वाकाटक राजा सर्वसेन याने लिहिलेल्या 'हरिविजय' या ग्रंथात त्याने पारिजात प्राप्तीस्तव झालेला इंद्र व कृष्ण यांच्यातील संघर्ष प्रसंग रेखाटला आहे. त्यांच्या भांडणात इंद्राने बृहस्पतीस न्याय मागितला.[२११] देव लोकांचे भांडण अशा रीतीने मध्यस्थ व नि:पक्ष न्यायाधीश नेमून मिटविण्यात आले. याचाच अर्थ, परस्पर विरोधी दाव्यात दोन्ही पक्षांना न्यायधीशाचा न्याय मान्य होत असे. न्यायविषयक नियम व त्यानुसार मिळालेला न्याय सर्वमान्य होता.

वाकाटकांचे प्रशासन सुदृढ होते. तसेच न्यायव्यस्थाही कार्यक्षम व विश्वासपात्र असावी. कारण राज्यात सर्वत्र शांतता व सुबत्ता नांदत होती.

प्राप्त पुराव्याच्या आधारे परिशिलन केल्यास वाकाटक राजकीय व्यवस्थेचे एकसंघ चित्र असे दिसते की, इसवी सन २५० ते ५०० च्या दरम्यान विदर्भाला वाकाटक घराण्याच्या विविध राजांनी वैभव प्राप्त करून दिले. वाकाटकांच्या प्रबळ सत्तेने, उत्तर आणि दक्षिण भारतावरही राज्य केले. जेष्ठ शाखेच्या वैभवी काळात सर्वत्र सुख, शांतता व प्रशासनाचा दरारा होता. त्या काळांत अनेक मंदिरांची निर्मिती झाली. राजांच्या पराक्रमामुळे वाकाटक राज्य साम्राज्याप्रत पोहोचले. सामंत राज्ये वाकाटकराजांचा सन्मान करीत. एकंदरीत वाकाटक राज्य प्रगत व भरभराटीला आलेले होते.

संदर्भ :

१) मिराशी, वा. वि. : वाकाटक नृपती आणि त्यांचा काल, पृ. ७० (कालिदास-रघुवंश सर्ग १, श्लोक २४)

२) मिराशी, वा. वि. : संशोधन मुक्तावली. सर - ९, पृ. ४७, ६५

३) मिराशी, वा. वि. : कालिदास, पृ. २७०

४)

५) चौधरी, कि. का. : वर्धा गॅझेटीयर, पृ. ३६

६) मिराशी, वा. वि. : वाकाटक नृपती आणि त्यांचा काल, पृ. ३९, १९३

७) चोपडा, पुरी, पी. एन : भारत का सामाजिक, सांस्कृतिक और आर्थिक इतिहास, पृ. ६१, २०२

८) तपस्वी, प्रकाश : मनसर येथील उत्खनन (दैनिक 'लोकसत्ता' २९ मे १९९९)

९) जांब ताम्रपट क्र. ३, ओ. ९, ११, १२ (मिराशी, वा. वि. : वाकाटक नृपती आणि त्यांचा काल, पृ. १९९)

१०) पूर्वोक्त क्र. ३, ओ. १५, १६ (पूर्वोक्त)

११) बालाघाट ताम्रपट ओ. १९-२१ (मिराशी, वा. वि. : वाकाटक नृपती आणि त्यांचा काल, पृ. ३०२)

१२) अजिंठा येथील शैलगृह क्र.१७, ओ. २१ (पूर्वोक्त, पृ. ३८५)

१३) देवटेक शिलालेख ओ. १ ते ६ (पूर्वोक्त, पृ. १८४,१८५)

१४) पुणे ताम्रपट ओ. ९ व १० (पूर्वोक्त, पृ. १९१)

१५) गोखले, शोभना : पुराभिलेखविद्या, पृ. १७८

१६) जांब ताम्रपट ओ. ८-१२ (मिराशी, वा. वि. : वाकाटक नृपती आणि त्यांचा काल, पृ. १९९)

१७) सिवनी ताम्रपट ओ. १३, १४ (पूर्वोक्त, पृ. २६३)

१८) वाशीम ताम्रपट ओ. १-४ (पूर्वोक्त, पृ. ३२९)

१९) इंडिया ऑफीस ताम्रपट, ओ. ३ (पूर्वोक्त, पृ. ३३८)

२०) कोलते, वि. भि. : वाकाटकांचा हिस्सेबोराळा येथील शिलालेख (पंडित, भ. श्री. संपा.- विदर्भ संशोधन मंडळ वार्षिक अंक १९६४, पृ. १४२)

२१) कोलते, वि. भि. : महाराष्ट्रातील काही ताम्रपट व शिलालेख, पृ. २०

२२) अजिंठा शैलगृह क्र. १६, (मिराशी, वा. वि. : वाकाटक नृपती आणि त्यांचा काल, पृ. ३४४)

२३) भावे, ह. अ. : कौटिलीय अर्थशास्त्र, पृ. १३६, १३७
२४) शास्त्री, अजयमित्र : अजंता, पृ. ९७
२५) कोलते, वि. भि. : महाराष्ट्रातील काही ताम्रपट व शिलालेख, पृ. ५३
Shastri, A. M : New Vakatakas Inscriptions
(Ed. Shastri, A. M. : The Age of The Vakatakas), p. 241- 245
२६) सांकलिया, स. ह., माटे, म. श्री. : महाराष्ट्रातील पुरातत्व, पृ. १५२
देव, शां. भा. : महाराष्ट्र व गोवे ताम्रपटांची वर्णनात्मक संदर्भ सूची, पृ. ५२, ५३
२७) प्रभावती गुप्ताचा पुणे ताम्रपट ओ. ९ (पूर्वोक्त, पृ. १९१)
२८) द्वितीय प्रवरसेनाचा बालाघाट ताम्रपट ओ. ३१ (पूर्वोक्त, पृ. ३०६)
२९) तिरोडी ताम्रपट ओ. १२ (पूर्वोक्त, पृ. २६२)
३०) सांकलिया, स. ह., माटे, म. श्री : महाराष्ट्रातील पुरातत्व, पृ. १३७, १३८
३१) देव, शां. भा. : महाराष्ट्र व गोवे ताम्रपटांची वर्णनात्मक संदर्भ सूची, पृ. २८४
३२) मिराशी, वा. वि. : वाकाटक नृपती आणि त्यांचा काल, पृ. २११
३३) देव, शां. भा. : महाराष्ट्र व गोवे ताम्रपटांची वर्णनात्मक संदर्भ सूची, पृ. १४४, १४५
३४) मिराशी, वा. वि. : विदर्भ संशोधन मंडळ वार्षिक अंक, १९५८, पृ. ८८
३५) मिराशी, वा. वि. : वाकाटक नृपती आणि त्यांचा काल, पृ. २०६, २०७
३६) देव, शां. भा. : महाराष्ट्र व गोवे ताम्रपटांची वर्णनात्मक संदर्भ सूची, पृ. २८४
३७) Mahajan Malti : Administrative Divisions under the Vakatakas
(Ed. Shastri, A. M. : The Age of The Vakatakas), p. 67 to 70
३८) मिराशी, वा. वि. : वाकाटक नृपती आणि त्यांचा काल, पृ. २१६, २१७
३९) दीक्षित, मो. गो. : मध्यप्रदेश पुरातत्व की रूपरेषा, पृ. २९२
४०) मिराशी, वा. वि. : वाकाटक नृपती आणि त्यांचा काल, पृ. ३८९-३८२
४१) मिराशी, वा. वि. : विदर्भ संशोधन मंडळ वार्षिक अंक १९५८, पृ. ८८
Shrimali Krishna Mohan : Some Aspects of The Economy of The Vakatakas (Ed. Shastri, A. M. : The Age of The Vakatakas), p. 106
४२) Mahajan Malti : Administrative Divisions Under The Vakatakas
(Ed. Shastri, A. M. : The Age of The Vakatakas), p. 66, 69
४३) तिरोडी ताम्रपट क्र. ११, ओ. ३३ (मिराशी, वा. वि. : वाकाटक नृपती आणि त्यांचा काल, पृ. ७४,२६५)

४४) ऋद्धपूर ताम्रपट क्र. ८, ओ. २६, २७ (मिराशी, वा. वि. : वाकाटक नृपती आणि त्यांचा काल,पृ. ७२)

४५) Mahajan, Malti : Administrative Divisions Under The Vakatakas (Ed. Shastri, A. M. : The Age of The Vakatakas), p. 66, 67

४६) Gupta, Chandrashekhar : Pawanar under the Vakatakas, p. 119 (Ed. Shastri, A. M. : The Age of The Vakatakas)

४७) घटेत्कच लेणे क्र. १८, ओ. २१ बह्मनी ताम्रपट ओ. ३२, ३४ (मिराशी, वा. वि. : वाकाटक नृपती आणि त्यांचा काल, पृ. ७३)

४८) दशकुमारचरीत् – सामंत विदर्भ राजाचे सहाय्यार्थ जमा झाल्याचे वर्णन आहे.

४९) मिराशी, वा. वि. : संशोधन मुक्तावली. सर –१, पृ. ९२, ९३

५०) मिराशी, वा. वि. : वाकाटक नृपती आणि त्यांचा काल, पृ. ३०८

५१) Mujumdar, R. C. : The Classical Age. Vol. III, p. 160

५२) मिराशी, वा. वि. : वाकाटक नृपती आणि त्यांचा काल, पृ. २३२

५३) Mahajan, Malati : Administrative Divisions Under The Vakatakas (Ed. Shastri, A. M. : The Age of The Vakatakas), p. 70, 71

५४) मिराशी, वा. वि. : वाकाटक नृपती आणि त्यांचा काल, पृ. २६१, २६३

५५) मिराशी, वा. वि. : विदर्भ संशोधन मंडळ वार्षिक अंक १९६७, पृ. २६

५६) मिराशी, वा. वि. : वाकाटक नृपती आणि त्यांचा काल, पृ. ३३९, ३४०

५७) Shastri, A. M. : New Vakataka Inscriptions (The Age of The Vakatakas), p. 240

५८) मिराशी, वा. वि. : संशोधन मुक्तावली, सर – १, पृ. ७३, ७४

५९) मिराशी, वा. वि. : वाकाटक नृपती आणि त्यांचा काल, पृ. २११

६०) बोरकर, र. रा. : दैनिक 'लोकमत' २०/१२/९८

६१) Mahajan, Malti : Administrative Divisions under the Vakatakas, p. 66 (Ed. Shastri, A. M. : The Age of The Vakatakas)

६२) मिराशी, वा. वि. : वाकाटक नृपती आणि त्यांचा काल, पृ. २३६

६३) मिराशी, वा. वि. : वाकाटक नृपती आणि त्यांचा काल, पृ. २३८

६४) पूर्वोक्त, पृ. २४६

६५) Mahajan, Malti : Administrative Divisions under the Vakatakas (Ed. Shastri, A. M. : The Age of The Vakatakas), p. 75

६६) मिराशी, वा. वि. : वाकाटक नृपती आणि त्यांचा काल, पृ. २८९

६७) मिराशी, वा. वि. : वाकाटक नृपती आणि त्यांचा काल, पृ. २२७

६८) Mahajan, Malati : Administrative Divisions Under The Vakatakas (Ed. Shastri, A. M. : The Age of The Vakatakas), p. 76
६९) मिराशी, वा. वि. : वाकाटक नृपती आणि त्यांचा काल, पृ. २७९, २८०
७०) मिराशी, वा. वि. : वाकाटक नृपती आणि त्यांचा काल, पृ. २५२, २५३
७१) पूर्वोक्त, पृ. २०६, २०७
७२) Mahajan, Malti : Administrative Divisions Under The Vakatakas (Ed. Shastri, A. M. : The Age of The Vakatakas), p. 76
७३) मिराशी, वा. वि. : मेघदूतातील रामगिरी अर्थात रामटेक, पृ. ४२
७४) Mirashi, V. V. : Studied In Endology, Vol. II, p. 272
७५) मिराशी, वा. वि. : वाकाटक नृपती आणि त्यांचा काल, पृ. ६८
७६) पूर्वोक्त, पृ. ६८, १९०, ३८०
७७) देव, शां. भा. : महाराष्ट्र व गोवे शिलालेख ताम्रपटांची वर्णनात्मक संदर्भसूची, पृ. २८४
७८) Shashtri, A. M. : New Vakataka Inscriptions (The Age of The Vakatakas), p. 232
७९) बेलोरा ताम्रपट क्र. ५, ओ. १४ (मिराशी, वा. वि. : वाकाटक नृपती आणि त्यांचा काल, पृ. २११)
८०) भावे, ह. अ.(मराठी अनुवाद) : कौटिलीय अर्थशास्त्र पृ. १४०, १५३
८१) मिराशी, वा. वि. : कालिदासपृ. १३०, १३१
८२) तोरोडी ताम्रपट ओ. ३२ (मिराशी, वा. वि.: वाकाटक नृपती आणि त्यांचा काल, पृ. २६५)
८३) जांब ताम्रपट ओ. २०, २१ (पूर्वोक्त, पृ. २००)
८४) वराह देवाचा अजिंठा येथील लेख ओ. १५ (मिराशी, वा. वि. : वाकाटक नृपती आणि त्यांचा काल, पृ. ३५३)
८५) वराह देवाचा घटोत्कच लेण्यातील लेख ओ. १० (पूर्वोक्त, पृ. ३६७)
८६) अजिंठा लेख श्लोक १२-१६ (पूर्वोक्त, पृ. ३४७)
८७) अजिंठा लेख श्लोक १९-२० (पूर्वोक्त, पृ. ३४८)
८८) वराह देवाचा घटोत्कच लेण्यातील लेख (पूर्वोक्त, पृ. ३६२)
८९) घटोत्कच लेणेए श्लोक ४-१३ (मिराशी, वा. वि.: वाकाटक नृपती आणि त्यांचा काल, पृ. ३६१)
९०) बेलोरा ताम्रपट, ओ. ३० (पूर्वोक्त, पृ. २१४)
९१) यज्ञवल्क्यस्मृती - अध्याय २, श्लोक ३१९-३२० (मिराशी, वा. वि.: वाकाटक नृपती आणि त्यांचा काल, पृ. ७६)

९२) मिराशी, वा. वि. : मेघदूतातील रामगिरी अर्थात रामटेक, पृ. १०६

९३) पट्टन ताम्रपट, ओ. ४४-४७ (मिराशी, वा. वि. : वाकाटक नृपती आणि त्यांचा काल, पृ. २८४,२८५)

९४) बह्मनी ताम्रपट, ओ. ४९ (पूर्वोक्त, ३१८)

९५) बेलोरा ताम्रपट, ओ. ३०, चम्मक ताम्रपट, ओ. ६० (पूर्वोक्त, पृ. ७६) देव, शां. भा. : महाराष्ट्र व गोवे शिलालेख ताम्रपटांची वर्णनात्मक संदर्भ सूची, पृ. २४५

९६) सिवनी ताम्रपट, ओळ ३५, वडगाव ताम्रपट, ओ. ४२ (मिराशी, वा. वि.: वाकाटक नृपती आणि त्यांचा काल)

९७) दुदिया ताम्रपट, ओ. २८, तिरोडी ताम्रपट, ओ. ३३ (पूर्वोक्त)

९८) पट्टन ताम्रपट, ओ. २४, (पूर्वोक्त)

९९) Shastri, A. M. : New Vakataka Inscriptions (The Age of The Vakatakas), p. 238, 286

१००) नचना व गंज शिलालेख, ओ. २० (मिराशी, वा. वि. : वाकाटक नृपती आणि त्यांचा काल, पृ. ३२४)

१०१) बालाघाट ताम्रपट (पूर्वोक्त, पृ. ३०६)

१०२) बालाघाट ताम्रपट ओ.२६, २९ (पूर्वोक्त, पृ. ३०५, ३०६)

१०३) मिराशी, वा. वि. : संशोधन मुक्तावली, सर - १, पृ ९२, ९३

१०४) अजिंठा लेख, ओ. १४ (मिराशी, वा. वि. : वाकाटक नृपती आणि त्यांचा काल, पृ. ५९)

१०५) देव, शां. भा. : महाराष्ट्र व गोवे शिलालेख ताम्रपटांची वर्णनात्मक संदर्भ सूची, पृ. २४, २५

१०६) सांकलिया, स. ह., माटे, म. श्री. : महाराष्ट्रातील पुरातत्व, पृ. १६४

१०७) पूर्वोक्त, पृ. १३९

१०८) मिराशी, वा. वि. : वाकाटक नृपती आणि त्यांचा काल, पृ. ३८५

१०९) सांकलिया, स. ह.,माटे, म. श्री. : महाराष्ट्रातील पुरातत्व, पृ. १३६

११०) मिराशी, वा. वि. : कालिदास, पृ. २२

१११) बह्मनी ताम्रपट, ओ. ४८, (मिराशी, वा. वि. : वाकाटक नृपती आणि त्यांचा काल, पृ. ३१८)

११२) कोलते, वि. भि. : वाकाटकांचा हिस्सेबोराळा शिलालेख (पंडीत, भ. श्री. : विदर्भ संशोधन मंडळ वार्षिक अंक १९६४, पृ. १४२)

११३) कोलते, वि. भि. : महाराष्ट्रातील काही ताम्रपट व शिलालेख, पृ. २१
११४) सांकलिया, स. ह., माटे, म. श्री. : महाराष्ट्रातील पुरातत्व, पृ. १५३
११५) चम्मक ताम्रपट, ओ. ५३ (मिराशी, वा. वि. : वाकाटक नृपती आणि त्यांचा काल, पृ. २२३)
११६) सिवनी ताम्रपट, ओ. ३५, वडगाव ताम्रपट, ओ. ४२ (पूर्वोक्त, २३२)
११७) याजदानी भाग ३, पृ. १७९, १८७
११८) मिराशी, वा. वि. : संशोधन मुक्तावली. सर-६, पृ. ३२
११९) प्रवरसेनाचा जांब ताम्रपट, ओ. २० (मिराशी, वा. वि. : वाकाटक नृपती आणि त्यांचा काल, पृ. १२१)
१२०) पूर्वोक्त
१२१) देव, शां. भा. : महाराष्ट्र व गोवे शिलालेख ताम्रपटांची वर्णनात्मक सूची पृ. ३१३जांब ताम्रपट, ओ. २६ (मिराशी, वा. वि. : वाकाटक नृपती आणि त्यांचा काल, पृ. ७४, २०१)
१२२) गोखले, शोभना : पुराभिलेखविद्या, पृ. १७७
१२३) देव, शां. भा. : महाराष्ट्र व गोवे शिलालेख ताम्रपटांची वर्णनात्मक सूची, पृ. ७५, १४४

चम्मक ताम्रपट, ओ. ४०, ४२ (मिराशी, वा. वि. : वाकाटक नृपती आणि त्यांचा काल, पृ. २२२)

काळे, या. मा. : वऱ्हाडचा इतिहास, पृ. ६०, ६१
१२४) चम्मक ताम्रपट, ओ. ४०, ४२ (मिराशी, वा. वि. : वाकाटक नृपती आणि त्यांचा काल, पृ. २२२)
१२५) गोखले, शोभना : पुराभिलेखविद्या, पृ. १७७
१२६) मिराशी, वा. वि. : कालिदास, पृ. २२२
१२७) इंदूर ताम्रपट, ओ. ३४ (मिराशी, वा. वि. : वाकाटक नृपती आणि त्यांचा काल, पृ. २५०)
१२८) मिराशी, वा. वि. : संशोधन मुक्तावली. सर - ९, पृ. १९८
१२९) मिराशी, वा. वि. : कालिदासपृ. १२०
१३०) पूर्वोक्त, पृ. १३६
१३१) मिराशी, वा. वि. : संशोधन मुक्तावली. सर - २, पृ. १८
१३२) भावे, ह. अ. : कौटिलीय अर्थशास्त्र (मराठी अनुवाद), पृ. १३७
१३३) बह्मनी ताम्रपट, ओ. ३४-३७ (मिराशी, वा. वि. : वाकाटक नृपती आणि त्यांचा काल, पृ. ३१६)

१३४) पूर्वोक्त, पृ. ७५
१३५) शुक्रनितीसार - २, १२०-२१; १७०-७५ (पूर्वोक्त, पृ. ७७)
१३६) मिराशी, वा. वि. : वाकाटक नृपती आणि त्यांचा काल, पृ. ७५
१३७) मिराशी, वा. वि. : वाकाटक नृपती आणि त्यांचा काल, पृ. ७५
१३८) महाजन, विद्याधर : प्राचीन भारत का इतिहास, पृ. २६३
१३९) Mahajan, Malti : Administrative Divisions Under The Vakatakas (Ed. Shastri, A. M. : The Age of The Vakatakas), p. 68
१४०) मिराशी, वा. वि. : कालिदास, पृ. २७९, २८०
१४१) अर्थशास्त्र पृ. ६० (मिराशी, वा. वि. : वाकाटक नृपती आणि त्यांचा काल, पृ. ७८)
१४२) मिराशी, वा. वि. : वाकाटक नृपती आणि त्यांचा काल, पृ. ७८
१४३) पुणे ताम्रपट, ओ. १८ (पूर्वोक्त, पृ. १९२)
१४४) कोलते, वि. भि. : महाराष्ट्रातील काही ताम्रपट व शिलालेख, पृ. ५३
१४५) गोखले, शोभना : पुराभिलेखविद्या, पृ. १७८
१४६) गुप्त, चंद्रशेखर : लोकराज्य त्रैमासिक, १६ औगष्ट १९९३, पृ. ४५
१४७) कोलते, वि. भि. : महाराष्ट्रातील काही ताम्रपट व शिलालेख, पृ. ५३
१४८) सांकलिया, स. ह., माटे, म. श्री. : महाराष्ट्रातील पुरातत्व, पृ. १५३
१४९) बेलोरा ताम्रपट, ओ. २० (मिराशी, वा. वि. : वाकाटक नृपती आणि त्यांचा काल, पृ. २१२)
१५०) पाटणा संग्रहालय ताम्रपट, ओ. १०
(मिराशी, वा. वि. : वाकाटक नृपती आणि त्यांचा काल, पृ. २९०)
१५१) बेलोरा ताम्रपट, ओ. २०, २१ (पूर्वोक्त, पृ. २१२)
१५२) अंजिंठा येथिल लेणी क्र. १६ मधील वराहदेवाचा लेख ओ. २ व ४
(मिराशी, वा. वि. : वाकाटक नृपती आणि त्यांचा काल, पृ. २९)
१५३) Royal Asiatic Society Journal, Mumbai, 1962, p. 56
१५४) द्वितीय प्रवरसेनाचा जांब ताम्रपट, ओ. ७-१०
(मिराशी, वा. वि. : वाकाटक नृपती आणि त्यांचा काल, पृ. ३९)
१५५) द्वितीय पृथिवीषेनाचा बलाघाट ताम्रपट, ओ. २७-२८ (पूर्वोक्त, पृ. ४८)
१५६) व्याघ्रदेवाचे नचना व गंज शिलालेख क्र. २०, २१ (पूर्वोक्त, पृ. ५३)
१५७) वराहदेवाचा लेणी क्र. १६ मधील लेख क्र. १०-१३ (पूर्वोक्त, पृ. ५९)

१५८) बेलोरा ताम्रपट, ओ. ३०, चम्मक ताम्रपट ओ. ६०
(मिराशी, वा. वि. : वाकाटक नृपती आणि त्यांचा काल, पृ. ७६)
१५९) चम्मक ताम्रपट, ओ. ३५, वडगाव ताम्रपट ओ. ४२ (पूर्वोक्त)
१६०) दुदिया ताम्रपट, ओ. २८, तिरोडी ताम्रपट ओ. ३२ (पूर्वोक्त, पृ. २५७, २६५)
१६१) पट्टन ताम्रपट, ओ. २४ (पूर्वोक्त)
१६२) शुक्ल, प्रयागदत्त : सातपुडा की सभ्यता, पृ. ८२
१६३) मिराशी, वा. वि. : संशोधन मुक्तावली. सर – ८, पृ. २२
१६४) रायकर, यशवंत : दैनिक 'लोकसत्ता', २९/११/१९९८
१६५) भावे, ह. अ. : कौटिलीय अर्थशास्त्र, पृ. ४७४
१६६) शुक्ल, प्रयाशदत्त : सातपुडा की सभ्यता, पृ. ८२५
१६७) शुक्ल, प्रयाशदत्त : सातपुडा की सभ्यता, पृ. ६१
१६८) मिराशी, वा. वि. : मेघदुतातील रामगिरी अर्थात, रामटेक, पृ. २५
१६९) देशपांडे, य. खु. : वत्सगुल्म महात्म्य, पृ. ७४, ७५
१७०) शर्मा, ए. के. : दैनिक 'लोकमत' दि. २७, २८, २९/३/२००३
१७१) Mirashi, V. V. : Studied In Endology. Vol. II, p. 35
मिराशी, वा. वि. : वाकाटक नृपती आणि त्यांचा काल, पृ. ४४
१७२) भावे, ह. अ. : कौटिलीय अर्थशास्त्र, पृ. ४७५-४८०
१७३) शास्त्री, अयजमित्र : अजंता, पृ. ९६
१७४) भावे, ह. अ. : कौटिलीय अर्थशास्त्र, पृ. २१६
१७५) ढवळीकर, एम. के. : प्राचीन भारतीय नाणकशास्त्र, पृ. १८१, १८२, १८६
१७६) Dhawalikar, M. K. : Ajanta : A Cultural Study, p. 105
१७७) ढवळीकर, एम. के. : प्राचीन भारतीय नाणकशास्त्र, पृ. १८३,१ १८६
१७८) भावे, ह. अ. : कौटिलीय अर्थशास्त्र, पृ. २१६
१७९) Dhawalikar, M. K. : Ajanta : A Cultural Study, p. 105
१८०) Dhawalikar, M. K. : Ajanta : A Cultural Study, p. 106
१८१) Ibid
१८२) The Way of The Buddha Ajanta, p. 175
(Ajanta Hansjatak Cave No. 16)
१८३) Mulak Raj Anand : Ajanta, p. 17
१८४) Dhawalikar, M. K. : Ajanta : A Cultural Study, p. 107
१८५) अजंठा शैलगृह क्र. १७

१८६) भावे, ह. अ. : कौटिलीय अर्थशास्त्र, पृ. २१७
१८७) Dhawalikar, M. K. : Ajanta : A Cultural Study, p. 111
१८८) भावे, ह. अ. : कौटिलीय अर्थशास्त्र, पृ. २१७
१८९) Dhawalikar, M. K. : Ajanta : A Cultural Study, p. 111
१९०) Ibid, p. 112
१९१) अजंठा शैलगृह क्र. १७ तील नलगीरी कथा
१९२) Dhawalikar, M. K. : Ajanta : A Cultural Study, p. 111, 112
१९३) भावे, ह. अ. : कौटिलीय अर्थशास्त्र, पृ. २१७
१९४) कोलते, वि. भी. : महाराष्ट्रातील काही ताम्रपट व शिलालेख, पृ. ५३
१९५) भावे, ह. अ. : कौटिलीय अर्थशास्त्र, पृ. २१६, २१७
१९६) अजंठा शैलगृह क्र. १७ तील सुतसमजातक
१९७) भावे, ह. अ. : कौटिलीय अर्थशास्त्र, पृ. २१६, २१७
१९८) मोतीचंद्र : प्राचीन भारतीय वेशभुषा (मराठी अनुवाद : पारधी, मा. कृ.), पृ. १४३
१९९) मिराशी, वा. वि. : वाकाटक नृपती आणि त्यांचा काल, पृ. ९०, ९१
२००) तवकर, ना. गो. : प्राचीन भारतीय विद्यापीठे, पृ. १५६
२०१) मोरवंचीकर, रा. श्री. : सातवाहनकालीन महाराष्ट्र, पृ. १३९
२०२) तवकर, ना. गो. : प्राचीन भारतीय विद्यापीठे, पृ. १४९
२०३) गोखले, शोभना : पुराभिलेखविद्या, पृ. १७६
पुणे ताम्रपट, ओ. १४ (मिराशी, वा. वि. : वाकाटक नृपती आणि त्यांचा काल, पृ. १९२)
२०४) पुणे ताम्रपट, ओ. २० (पूर्वोक्त, पृ. १९३)
२०५) पूर्वोक्त, ओ. २१, पृ. १९३
२०६) पूर्वोक, मुद्रापृ. १९३ मिराशी, वा. वि. : संशोधन मुक्तावली, सर - २, पृ. १८२
२०७) मिराशी, वा. वि. : सातवाहन आणि पश्चिमी क्षत्रप यांचा इतिहास व कोरीव लेखपृ. ११०
२०८) मिराशी, वा. वि. : संशोधन मुक्तावली. सर - २, पृ. ३२
२०९) मिराशी, वा. वि. : कालिदास, पृ. २७९
२१०) मिराशी, वा. वि. : कालिदास, पृ. २८
२११) मिराशी, वा. वि. : संशोधन मुक्तावली. सर - ६, पृ. ३४

प्रकरण – ४

समाज संघटन

समाज जीवन ही सतत विकसित होणारी प्रक्रिया होय. समाजातील प्रचलित रूढी, परंपरा, विचार, श्रद्धा, राहणीमान, भौतिक आवश्यकता इत्यादी बाबी कालमान परिस्थितीनुसार बदलत असतात व समाजाच्या आवश्यकतांच्या पूर्तीसाठी होणारे किंवा केले जाणारे प्रयत्न हे समाजजीवन उत्तरोत्तर प्रगत करीत असतात.

वाकाटककालीन समाज जीवनाचा लक्षवेध घेतांना, तत्कालीन लोकराहणी, त्यांची वस्त्रे, केशभूषा, अलंकार, घरे, उपयोगी साहित्य, भांडी, वाद्ये इत्यादींचे उल्लेख, त्यांचे कोरीव लेखात मिळत नाहीत. त्यासाठी तत्कालीन संस्कृत व प्राकृत वाङ्मय, अजिंठ्याच्या क्र. १६, १७ व १९ या लेण्यातील शिल्पे व चित्रे तसेच उत्खननातील प्राप्त झालेले साहित्य या सर्वांचा साकल्ल्याने विचार करणे आवश्यक ठरते. तसेच वाकाटकपूर्व सातवाहन काळाचेही शब्दचित्र नजरेआड करता येत नाही. या सर्वांच्या अनुमानातून सिद्ध होणारे निष्कर्श वाकाटककालीन समाजजीवनाचे दृष्यरूप म्हणता येऊ शकेल.

वर्णव्यवस्था

वाकाटकाच्या पूर्वी अस्तित्वात असलेली सत्ता म्हणजे 'सातवाहन राजवंश'. सातवाहन कालखंड म्हणजे महाराष्ट्राच्या सामाजिक जीवनाची खऱ्या अर्थाने सुरुवात होय.[१] या काळातील अनेक प्रथा, परंपरा वाकाटकांच्या काळातही रूढ होत्या.

सातवाहन काळाचा वारसा : सातवाहन काळातील सामाजिक पाया वर्णाश्रम पद्धतीवर अवलंबून असल्याचे निदर्शनास येते.[२] सातवाहन राजे हे ब्राह्मण असल्याने त्यांनी ब्राह्मणांना समाजात महत्त्वाचे स्थान दिले,[३] व त्यातूनच ब्राह्मणांना यज्ञयाग, अध्ययन, अध्यापन करण्याचा तसेच वेदविद्या जाणून घेण्याचा अधिकार मान्य झाला.

वाकाटक काळापर्यंत जातीव्यवस्था हा समाज व्यवस्थेचा पाया होता. सामाजिक

रूढी, परंपरा, आचार-विचार, धर्मश्रद्धा जातीव्यवस्थेशी एकरूप झाल्या होत्या. बौद्ध व जैन धर्माच्या प्रादुर्भावानंतर जातीयता नष्ट करण्याचे प्रयत्न लटके पडले होते. स्मृतीकारांनी अवलंबिलेली धारणा वर्णाश्रम सिद्धांताला अनुकूल अशीच होती. मनुस्मृती, याज्ञवल्क्य किंवा आपस्तंभ यातून वैदिक धर्माचे श्रेष्ठत्व आणि वर्णाश्रम धर्माचा पुरस्कार केला आहे. सातवाहन राजे वैदिक धर्मीय असल्याने जातीव्यवस्थेला त्यांनी स्वीकारलेले दिसते. मात्र, जाती व्यवस्था कठोर नव्हती व जातीय सामंजस्य होते असे दिसून येते.

वर्णव्यवस्था चातुर्वर्ण्य पद्धतीवर आधारित होती. वर्ण व्यवस्थेतून समाजाचे स्वास्थ व कल्याण साधण्याचा प्रयत्न होत असे.[४] सातवाहन घराण्याने अनेक वर्षे राज्य करून वैदिक धर्माचे पुनरूज्जीवन केले. वाकाटक राजघराणे सातवाहनांचे उत्तराधिकारी असल्याने वर्णव्यवस्था त्यांचे काळात अस्तित्वात असणे स्वाभाविक आहे. वर्णव्यवसस्था किंवा जाती व्यवस्था तत्कालीन समाज रचनेचा मोठा आधार होता.

वर्णव्यवस्थेत ब्राह्मण वर्गाला समाजात अग्रक्रम व सन्मान होता. सातवाहनांनी अश्वमेध व अन्य याग केले होते. विद्वान ब्राह्मणांचा योगक्षेम चालविण्यासाठी त्यांना अग्रहार दिल्याच्या नोंदी कोरीव लेखात सर्वत्र आहेत. ब्राह्मण वर्गाचे वेद व वेदांतर्गत उपशाखानुसार पोटभेद अस्तित्वात होते.

वाकाटककालीन समाज व्यवस्थेबाबतची माहिती त्यांचे ताम्रपट, शिलालेख तसेच निरनिराळ्या ठिकाणी आतापर्यंत झालेल्या उत्खननातील प्राप्त विविध वस्तुंवरून मिळविता येते.

ब्राह्मण वर्णीयांना समाजात प्रतिष्ठा होती व त्यांच्या योग क्षेमासाठी त्यांना दान देण्याचा प्रघात होता. ब्रह्मदानामुळे पुण्य प्राप्ती होते असा समाजात विश्वास असलेला दिसतो. वाकाटक काळात ब्राह्मणांचे यज्ञार्य, भोजार्य, धर्मार्य व सोमार्य असे चार प्रकार होते.[५] प्रवरसेन द्वितीयने दिलेल्या पांढुर्णा ताम्रपटात यांचा उल्लेख येतो. यात शुक्ल यजुर्वेदी ब्राह्मणांना वारुच्च राज्यातील ध्रुववासक गाव दान दिल्याचा उल्लेख येतो. याबाबत पुढीलप्रमाणे संदर्भ देता येतील. दोन वेदांचा अभ्यास करणाऱ्या ब्राह्मणास द्विवेदी असे म्हणत.[६] पर्यायाने तीन वेदाध्यायी 'त्रिवेदी' तर चार वेदाध्यायी 'चतुर्वेदी' ब्राह्मण म्हणून ओळखले जात. अर्थात, हे ब्राह्मणांचे गोत्र नसून उपपद होते. जे ब्राह्मण श्राद्ध प्रसंगी दान स्वीकारत त्यांना 'गणयाजी ब्राह्मण' म्हणत. प्रवरसेन द्वितीयच्या जांब ताम्रपटात अशा गणयाजी ब्राह्मणांचा उल्लेख येतो. या ताम्रपटात त्या ब्राह्मणाचे नांव कालूट्टक असून सदर ब्राह्मण तैतरीय शाखीय कौंडिण्यगोत्री असल्याचे म्हटले

आहे.[७] तसेच प्रवरसेन द्वितीयच्या चम्मक ताम्रपटातही अनेक गोत्रांच्या एक हजार ब्राह्मणांचा उल्लेख येतो.[८] जसे, गार्णार्य, देवार्य, कुशारशर्मीय, मातृशर्मन, स्कंदार्य, सोमशर्मार्य, शात्यायन, वात्सगोत्री, भारद्वाज, कौशिक, वरशर्मन्, अत्रेय, गौतम, शांडिल्य ही त्यांची गोत्रे आहेत.[९] ब्राह्मणांना या काळात समाजात मानाचे स्थान होते. कालिदासाने लिहिलेल्या 'मालविकाग्निमित्र' या नाटकात याचा प्रत्यय येतो. रंगभूमीवरील नाटकाच्या प्रयोगापूर्वी ब्राह्मणांची आदराने पूजा केली जाई. यातून त्या काळात ब्राह्मणांना मिळत असलेला सन्मान व आदर स्पष्ट होतो. वाकाटकांनी बहुतेक सर्व दानपत्रे ब्राह्मणांना दिले असल्याचे निदर्शनास येते. वाकाटक नृपती द्वितीय रुद्रसेनने आपल्या पाचव्या शासनवर्षी वत्सगुल्म येथील विविध गोत्रीय ब्राह्मणांना पद्मपूरच्या पूर्व मार्गात असलेली चार गावे दान दिली.[१०] तसेच प्रवरसेन द्वितीयच्या बेलोरा ताम्रपटातील दान त्याच्या अकराव्या शासनवर्षी षडविशातिवाटक येथे राहणाऱ्या तैत्तरिय शाखेच्या काश्यपगोत्री सूर्य स्वामी नावाच्या ब्राह्मणाला दान दिले.[११] प्रभावती गुप्ताच्या पुणे ताम्रपटातील दान दङ्गुणग्राम नामक गावच्या आचार्य चनालस्वामी यास दिले.[१२] प्रवरसेन द्वितीयच्या सिवनी ताम्रपटात ब्रम्हपूरक हे गाव तैतरीय शाखेच्या देवशर्माचार्य या ब्राह्मणास दान दिल्याचा उल्लेख येतो.[१३] याच राजाच्या इंदूर ताम्रपटावरून प्रवरपूर येथील चंद्र नावाच्या एका व्यापाऱ्याने एका गावाचा अर्धा भाग विकत घेऊन आरामक येथे राहणाऱ्या बाजिकौशिकगोत्री ब्राह्मणांना दान दिल्याचे स्पष्ट होते.[१४] प्रवरसेनाच्या दुदिया ताम्रपटात दर्भमलक गावातील पंचवीस निवर्तने जमीन कौशिकगोत्री यक्षार्य ब्राह्मणास तर हिरण्यपूर भोगाच्या कर्मकार गावातील साठ निवर्तने जमीन कौडिण्यगोत्री कालीशर्मा नावाच्या ब्राह्मणास दान दिल्याचे नमूद केलेले आहे.[१५] वाकाटक राजा पृथिवीषेण द्वितीयने आपल्या दुसऱ्या शासनवर्षी कुभोज्जका गाव हे महेश्वरस्वामी अग्निस्वामी या ब्राह्मणांना दान दिले याबाबतची नोंद मांढळ ताम्रपटात आढळते.[१६] पृथिवीषेण द्वितीयच्या मांढळ ताम्रपटात गोवासाहिका हे गाव महेश्वरस्वामीन, ब्रह्मास्वामीन, हरास्वामीन आणि वराहस्वामीन या चार ब्राह्मणांना दानात दिल्याची नोंद आहे.[१७] वाकाटकांच्या दुसऱ्या शाखेचा राजा देवसेन याने वाशीम जिल्ह्यातील 'नाङ्गरकटक' मधील एक गाव एका ब्राह्मणाला दान दिल्याचा उल्लेख हिस्सेबोराळा येथील शिलालेखात आढळतो.[१८] त्याचप्रमाणे हरिषेण राजाच्या धुळे जिल्ह्यातील थाळनेर ताम्रपटात कंसकारक, सुवर्णकार, गोवेच्छेतदी या गावातील जमीन प्रतिग्राही ब्राह्मणापैकी देवस्वामी, गंगस्वामी, भट्टरकस्वामी, खुडस्वामी, धरस्वामी या ब्राह्मणांना दान दिल्याचे आढळते.[१९]

वरील माहितीवरून असे दिसते की, वाकाटक शासकांनी दिलेली सर्व दाने ही

ब्राह्मण वर्णीयांनाच दिली आहेत. अर्थात, ब्राह्मण वर्णीय समाज विद्वान व आदर यांस प्राप्त असावा असे दिसते. तसेच ब्राह्मण वर्णीयांना उपजिविकेचे व अधिकाराचे साधन उपलब्ध करून दिले गेले होते हेही स्पष्ट होते. शिवाय वाकाटक काळात ब्राह्मण वर्णीयांचे समाजात श्रेष्ठत्व मान्य होते असेही दिसते.

या काळात ब्राह्मण क्षत्रिय धर्माचेही पालन करीत.[२०] वाकाटक राजे द्विज म्हणजे ब्राह्मण असल्याचा उल्लेख[२१] वाशीम शाखेच्या हरिषेणाचा अमात्य वराहदेवाने कोरविलेल्या अजंठा शिलालेखात येतो.[२२] परंतु हे मत निर्णायक नाही. उपनयनाने माणूस द्विज होतो ही कल्पना अथर्ववेदातही आढळते.[२३] त्यामुळे वाकाटक राजे द्विज म्हणजे ब्राह्मणही असू शकतात किंवा क्षत्रिय असून उपनयनाद्वारे द्विज झालेले असू शकतात. परंतु यावरून त्याकाळी वर्ण किंवा जातीतील कर्मठपणा नव्हता हेच दिसून येते.

बहुदा राजे व राजकर्मचारी क्षत्रिय असत. सैन्यात क्षत्रिय समाजाचा विशेष भरणा असे. सेनाधिकारी क्षत्रिय असत. समाजात क्षत्रियांना सन्मान होता. क्षत्रिय शेती, व्यापार व उद्योगधंद्यातही असत. यज्ञयागाचा अधिकार क्षत्रियांना होता. दानधर्मही करण्याची क्षत्रियांची प्रवृत्ती होती. या काळात कर्तृत्ववान माणसास मान व आदर प्राप्त होई. कामाचे विभागही जातीवरून न पडता कामावरून पडत असत. कर्तृत्व हे जातीपेक्षा श्रेष्ठ मानण्याचा हा काळ होता. वर्णाचे बंधन व्यवसायात नसल्याचे निदर्शनास येते.[२४]

वैश्य हे शेती, व्यापार, पशुपालन, सुतार, लोहार ही व्यावसायिक कामे करून आपला चरितार्थ चालवीत याचा उल्लेख प्रवरसेन द्वितीयच्या इंदोर ताम्रपटात[२५] आलेला आहे. चंद्र नावाच्या एका वाण्याने (व्यापाऱ्याने) ब्राह्मणास दान धर्म केल्याचा उल्लेख आहे.[२६] गृहपती, सार्थवाह, व्यापारी[२७] असे अनेक लोक व्यापार व व्यवसाय करीत.[२८] त्या काळात व्यापाऱ्यांना योग्य मार्गदर्शन करणाऱ्या व्यक्तीस 'सार्थवाह' असे म्हणत.[२९] वाकाटक काळात काही ब्राह्मणही सार्थवाह व्यवसाय करून श्रीमंत होत. 'मृच्छकटिक' या नाटकाचा नायक चारुदत्त हा ब्राह्मण असुनही त्याने 'सार्थवाह' म्हणून व्यापाऱ्यांना दुसऱ्या प्रदेशाविषयीची माहिती पुरवून त्यांना मार्गदर्शन केले व या व्यवसायातून त्याने बरेच धन मिळविले होते. [३०] श्रेष्ठी व सावकार यांचा उल्लेख प्राचीन साहित्यात सापडतो. या काळात जाती व्यवस्था होती.[३१] तरीही कामाच्या स्वरूपानुसार माणसाला सामाजिक मान सन्मान मिळत असे. यावरून समाजातील जातीय कर्मठपणा क्षीण असल्याचे व कर्तृत्वाला श्रेष्ठत्व आल्याचे लक्षात येते.

दासप्रथा : चौथा वर्ण म्हणजे 'शूद्र'. शूद्र वर्णातील लोक ब्राह्मण, क्षत्रिय,

वैश्य या तीनही वर्णाची सेवा करीत. वाकाटककालीन समाजव्यवस्थाही प्राचीन भारतीय समाज व्यवस्थेवर आधारलेली होती. याज्ञवल्क्य स्मृतीत दास प्रथेबाबत उल्लेख आहे की, जर कुणालाही जबरदस्तीने दास केलेले असेल, किंवा एखाद्यास चोरांनी विकल्यामुळे तो दास झाला असेल तर त्यास राजाने बंधमुक्त करावे.[३२] युद्धात पराजित झालेल्या लोकांना कैद करून त्यांना दास बनवीत [३३] एखादी व्यक्ती जुगारात हरली व त्याच्या जवळचे द्रव्य संपले तर त्यास दास बनावे लागे. जर या जुगाऱ्यास किंवा युद्ध कैद्यास द्रव्य देऊन सोडविण्याचे प्रयत्न केले तर त्या दासाची सुटका करता येत असे. [३४] पैशासाठीसुद्धा दास्यत्व स्विकारले जाई. अजिंठा शैलगृह क्र. १७ च्या लेखानुसार वाकाटकाच्या दुसऱ्या शाखेचा राजा हरिषेण याच्या मांडलिकाने अशा दीन, दुःखी दासांना धन देऊन दास्यातून मुक्त केले होते.[३५]

तत्कालीन लोक परंपरेने चालत आलेले आपले व्यवसाय करीत व त्यात प्रावीण्य आत्मसात करीत असे दिसते. त्यांना आपल्या व्यवसायांचा अभिमानही असलेला दिसतो. कालिदासाने लिहिलेल्या 'शाकुंतल' या प्रेमकाव्यात राजा दुष्यंताने शकुंतलेस दिलेली आठवणीची अंगठी नावेतून जाताना पाण्यात पडते व मास्याच्या पोटात जाते.[३६] पुढे ती अंगठी मासे पकडणाऱ्या कोळ्याला सापडते. राजाचे अधिकारी त्या कोळ्यास पकडून त्याचेवर चोरीचा आरोप करतात. कोळ्याचे उत्तर मार्मिक आहे. तो म्हणतो कोळ्याचे काम जरी निंद्य असले तरी जातीचे काम आहे ते टाकून देता येत नाही.[३७] परंपरागत व्यवसाय व त्यावरून रूढ झालेल्या व्यावसायिक जाती असे चित्र आजही काही अंशी टिकून आहे. भारतीय चातुर्वर्ण्य–व्यवस्थेत शुद्रांनासुद्धा व्यवसायाचा हक्क दिला आहे.[३८] शुद्रांना समाज व्यवस्थेत सामावून घेऊन त्यांना त्यांचा व्यावसायिक अधिकार चातुर्वर्ण्य व्यवस्थेमुळेच प्राप्त झाला होता [३९] हे स्पष्ट होते.

कालिदासाने लिहिलेल्या 'मालविकाग्निमित्र' नाटकात अग्निमित्राची राणी धारिणी हिचा भाऊ वीरसेन हा कनिष्ठ जातीचा होता असे वर्णन आहे.[४०] तो अग्निमित्र राजाच्या राज सरहद्दीवर किल्लेदार म्हणून नेमलेला होता. याचाच अर्थ राज्यरक्षणाची म्हणजे क्षत्रियकर्माची जबाबदारीदेखील त्या काळात कनिष्टवर्णीयांना दिली जात होती.

वाकाटक कालीन समाज चातुर्वर्ण्य व्यवस्थेवर आधारित असला तरी वर्णव्यवस्था कठोर नव्हती. व्यवसायानुसार जाती अस्तित्वात असलेल्या दिसतात. परंपरागत व्यवसाय करून त्यात नैपुण्य मिळविण्याचा हा काळ असला, तरी सर्व वर्णीयांना व्यवसायाचे स्वातंत्र्य असलेले दिसते. राजकीय स्थैर्यामुळे समाजात सुख,

शांती व स्थैर्य असून विकासाला पूर्ण संधी होती. तसेच सर्व वर्णातील कलाकारांचे कलागुणांना जास्तीतजास्त वाव होता व जातीय सामंजस्य होते असे एकंदरीत चित्र दिसते.

कुटुंबपद्धती

माणूस सामाजिक प्राणी म्हणून संबोधला जातो. मात्र माणूस किंवा व्यक्ती समुहात राहणे अधिक पसंत करतो. सहजीवन त्याला आवडते. सहजीवन म्हणजे कुटुंब निर्मिती होय. कुटुंबसंस्था समाजरचनेतील एक छोटा; परंतु अतिशय महत्त्वपूर्ण घटक असून त्याद्वारे समाज विकसित होतो.

संयुक्त कुटुंबपद्धती : वैदिक काळापासून संयुक्त कुटुंबपद्धती अस्तित्वात होती.[४१] संयुक्त कुटुंबात मुलगी द्यावी, असा उल्लेख स्मृतीत आढळतो.[४२] कुटुंबातील वडीलधाऱ्या व्यक्तींचे कुटुंबातील अस्तित्व आवश्यक व उपयुक्त समजण्यात येई. वडीलधारी व्यक्ती ही कुटुंबाचा सर्व दृष्ट्या वडीलकीच्या नात्याने सांभाळ करीत असे. घरातील सर्व लहानथोर व्यक्तीच्या कल्याणासाठी त्याला सर्वतोपरी प्रयत्न करावे लागत. कुटुंबप्रमुखाला निर्णायक अधिकार असले तरी, स्वतःच्या मनाप्रमाणे बेताल वागण्याची मोकळीक नव्हती. घरातील इतर सदस्यांच्या सहमतीने महत्त्वाचे निर्णय घेतल्या जात असत. कुटुंबप्रमुखाच्या जबाबदाऱ्या समाजमान्य समजल्या जात.

या काळात कुटुबसंस्था संयुक्त स्वरूपाची होती. पितृसत्ताक कुटुंब पद्धत स्थिर झाली होती. पहिल्या मुलाला कुटुंबामध्ये मानाचे स्थान होते. काही वाकाटक दानपत्रातही ब्राह्मणांच्या पित्यांच्या नावांचा आवर्जून उल्लेख केला आहे. व्याघ्र देवाच्या 'गंज' शिलालेखातही व्याघ्रदेवाने आपल्या पित्याच्या पुण्योपार्जनाकरिता काही धार्मिक कृत्य केले असे नमूद करण्यात आले आहे.[४३] पित्याचे नाव पुत्राच्या नावापुढे लावत असत. पितृसत्ताक कुटुंबपद्धतीचे हे दाखले होत.

वाकाटकपूर्व सातवाहन काळात मात्र पुत्राच्या नावामागे मातेचे नाव धारण करण्याची प्रथा होती. अशा प्रकारचा वाकाटक वंशीय गौतमीपुत्राचा एकमेव उल्लेख आढळतो.[४४] मात्र हा एकमेव उल्लेख मातृसत्ताक कुटुंबपद्धतीचा पुरावा म्हणून गृहित धरता येणार नाही.

'गाथासप्तशती' मध्ये कुटुंबातील कलहाचे कारण म्हणजे स्त्रिया असून घरातील लोकांनी यापासून दक्ष असणे आवश्यक आहे असे वर्णन आहे.[४५] अर्थात, कौटुंबिक सामंजस्य टिकविण्यासाठी त्यांना धाकात ठेवण्याची सावधगिरी कुटुंबप्रमुखाने बाळगली पाहिजे असे कवीला सुचवायचे आहे असे दिसते. तसेच तत्कालीन कुटुंबातील स्त्रियांचा दर्जा काय होता याचाही बोध होतो.

कुटुंबात पित्याच्या मृत्यूनंतर ज्येष्ठ मुलाला प्रतिष्ठा आणि मान मिळत असे. मनुस्मृतीतही याचा उल्लेख येतो. वाकाटक काळात पित्याच्या मृत्यूनंतर सर्व भाऊ वडिलांच्या मिळकतीचे समप्रमाणात विभाजन करू शकत होते. पण लहान भाऊ मोठ्या भावाच्या अधीन असल्याचे दिसते. ज्याप्रमाणे ते आपल्या पित्याजवळ त्याला कुटुंबप्रमुखाचा दर्जा देऊन राहत तसेच मोठ्या भावाजवळ राहत.[४६] वाकाटक दानपत्रातूनही असेच निदर्शनास येते की, बहुतेक दान एकाच कुटुंबातील ब्राह्मणांना दिली आहेत.[४७] द्वितीय प्रवरसेनाच्या चम्मक, इंदोर, पांढूर्णा ताम्रपटातील दान हे एकाच कुटुंबातील ब्राह्मणांना दिल्या गेले होते. यावरून असे अनुमान काढता येते की, त्या काळात संयुक्त कुटुंबपद्धती होती व वडिलांचे किंवा मोठ्या भावाच्या आज्ञेत सर्व लहान बंधू असत.

कुटुंबातील स्त्रियांचा दर्जा : स्त्रियांना या काळात वेदाभ्यास नाकारण्यात आला होता.[४८] उपनयन विधी मात्र प्रचलित होता. मुलांबरोबर मुलींच्या उपनयनाला मान्यता होती. मात्र, मुलीचा उपनयन विधी व लग्न वयाच्या आठव्या वर्षीच करण्यात येत असे. उत्तरकालीन स्मृतीत ब्राह्मण मुलांचे उपनयन आठव्या वर्षी, क्षत्रिय व वैश्य यांच्या मुलांचे बाराव्या वर्षी उपनयन करावे असा उल्लेख आहे.[४९] वाकाटक काळात मात्र उपनयन वय कमी झाल्याने ते वय मुलींच्या विवाहास योग्य मानले जाऊ लागले. त्यामुळे उपनयनानंतर वेदाभ्यासाची संधी न मिळताच मुलींचे लग्न होत असे. वैदिक मंत्र हे फक्त विवाह होतानाच स्त्रीच्या कानावर पडत असत. स्त्रियांसाठी विवाहापुरताच वैदिक मंत्रांचा संबंध मर्यादित राहिला.[५०]

या काळात अनुलोम आणि प्रतिलोम दोन्ही प्रकारचे विवाह होत.[५१] पत्नीचे स्थान कुटुंबात महत्त्वाचे; पण दुय्यम मानले जाई. धार्मिक व सामाजिक कार्यप्रसंगी पतीसोबत पत्नीचे स्थान आवश्यक मानले जाई. दान देतेवेळी तिला समान अधिकार असे. वाकाटक राजांनी दिलेल्या दानपत्रात मातापित्याच्या पुण्यवर्धनासाठी दान दिल्याचा उल्लेख येतो. याचाच अर्थ पितृकुलालाच महत्त्व दिले गेले होते.

समाजात बहुपत्नितत्वाचे प्रमाण अल्प असावे. कारण वाकाटक राजांना द्विभार्या असल्याचे उल्लेख सापडत नाहीत. परंतु, आंध्रप्रदेशातील अमरावती येथे एक वाकाटक गृहपतीच्या नावाचा उल्लेख असलेला शिलालेख मिळाला. [५२] तो वाकाटकांच्या मूळ पुरूषाचा असण्याची शक्यता वर्तविण्यात येते. मात्र याबाबत विद्वानांत मतभेद आहेत. यातील लेखात वाकाटक नावाच्या गृहस्थाने दानधर्म केल्याची नोंद आहे. त्याने त्यात आपल्या नावाबरोबर आपल्या दोन पत्नींच्या नावाचा उल्लेख केला आहे. त्यातील एक नाव यमुना असून दुसरे नाव मात्र अज्ञात आहे.[५३] या शिलालेखातील वाकाटक

व विदर्भावर राज्य करणारे वाकाटक घराणे यांचा अन्योन्य संबंध प्रस्थापित करणारी साधने मात्र अजूनही उपलब्ध झाली नाहीत. परंतु, असे जरी असले तरी वाकाटक काळात स्त्रिया आपल्या पतीबरोबर दानधर्म करीत असत असे दिसते. गुप्त घराण्यात मात्र द्विभार्या किंवा बहुपत्नीत्वाची पद्धत असलेली दिसते. प्रभावती गुप्ताचा पिता चंद्रगुप्त द्वितीयला कुबेरनागा व धृवदेवी या दोन पत्नी होत्या.

वाकाटक राणी प्रभावती गुप्ताने दिलेल्या ऋद्धपूर ताम्रपटातही राजघराण्यातील स्त्रियांची नावे पुरूषांच्या नावाबरोबर कोरली आहेत. चंद्रगुप्त प्रथमची पत्नी कुमारदेवी, चंद्रगुप्त द्वितीयची पत्नी कुबेरनागा तसेच प्रभावती गुप्ताचेही नाव या लेखात कोरलेले आहे.[५४] विशेष म्हणजे स्त्रियांची नावे पतीच्या नावांच्या अगोदर कोरली आहेत. प्रभावती गुप्ताने दिलेल्या रामटेक ताम्रपटात प्रभावती गुप्ता व चंद्रगुप्ताविषयी वर्णन आहे. तसेच प्रवरसेन द्वितीयच्या पाटणा संग्रहालय ताम्रपटातही [५५] तो प्रभावती गुप्ताचा मुलगा असल्याचे गौरवपूर्ण वर्णन केले आहे. यावरून राज स्त्रियांचा कुटुंबातील आदर व मान प्रदर्शित होतो.

प्रवरसेनाच्या बहुतेक सर्व म्हणजे जांब, तिरोडी, इंदोर, सिवनी, पट्टन इत्यादी ताम्रपटात त्याच्या आईच्या नावाचा आवर्जून उल्लेख केलेला आहे. पाटणा संग्रहालय ताम्रपट तर त्याने आपल्या मातेच्या पुण्यवृद्धीकरिता आणि ऐहिक व पारलौकिक कल्याणाकरिता दिला होता. कुटुंबातील श्रेष्ठ स्त्रियांचा दर्जा या काळात मान्य होता असे दिसते.

अजिंठा येथील शैलगृह क्र. १७ मध्ये हरिषेणाच्या ऋषभदेशाच्या मांडलिकाच्या (नाव नष्ट)शिलालेखात, हा लेख कोरणारा कारागीर, कृष्णदासाची पत्नी अतिचंद्रा हिचाही उल्लेख आला आहे.[५६] शिलालेख किंवा कोरीव लेख कोरताना त्यातील सामान्य स्त्रियांच्या नावांचा नामोल्लेख, सामान्य कुटुंबातील स्त्रियांचासुद्धा पुरुषांच्या बरोबरीचे व सन्मानाचे स्थान दर्शवितो. कालिदासाच्या 'कुमारसंभव' काव्यात [५७] पार्वतीच्या तपश्चर्येने संतृष्ट झालेला शंकर तिची प्रेमाने व आस्थेने चौकशी करतो असे वर्णन आहे.[५८] यावरून स्त्रियांना पतीच्याघरी प्रेम व सौख्य प्राप्त होते असे दिसते. या काळात शक्ती, गंगा, दुर्गा, लज्जागौरी [५९] इत्यादी नावांनी स्त्रीला गौरविले जाई व त्यांचा आदर केला जाई. संयुक्त कुटुंब पद्धतीचे हे सर्व संस्कार कुटुंबातील सर्व स्त्री-पुरुषांवर रूजत असत व कुटुंबसंस्था अधिकाअधिक बळकट व प्रगत होत होती असे म्हणता येईल.

राजस्त्रियांचे स्थान : प्रभावती गुप्ताने; पती निधनानंतर (रुद्रसेन द्वितीय) राज्य कारभाराची सूत्रे स्वीकारून वाकाटकांची सत्ता सांभाळण्याचे महत्त्वाचे कार्य

केले. तिने पुणे ताम्रपटाचे दान आपला पुत्र दिवाकरसेन याच्या १३ व्या शासन वर्षी दिले होते. या तांम्रपटावरून वाकाटक घराण्याची मौलिक माहिती मिळते. या ताम्रपटात ती स्वत:चा उल्लेख रुद्रसेन द्वितीयची अग्रमहिषी म्हणून करते. तसेच तिने आपल्या माहेरची म्हणजे गुप्त घराण्याची वंशावळ दिली आहे.[६०] तिचे व्यक्तिमत्त्व हे राजमान्य व समाजमान्य होते. भारतीय परंपरेनुसार लग्नानंतर स्त्री आपल्या पतीचे आडनाव धारण करते, परंतु प्रभावती गुप्ताने आपले माहेरचे आडनाव कायम स्वरूपी ठेवले. [६१] पितृसत्ताक पद्धतीमुळे पती निधनानंतर स्त्रिया कुटुंबप्रमुख म्हणून अधिकार ग्रहण करू शकत नसाव्यात. मृत पतीची विधवा व अज्ञान मुलांची प्रतिनिधी किंवा पालक म्हणूनच तिला सन्मान व अधिकार असावा.

प्रभावती गुप्ताचे वाकाटक राजघराण्यात वर्चस्व होते. वाकाटकांचे गुप्तांशी वैवाहिक संबंध होईपावेतो सर्व वाकाटक राजे हे शैवपंथीय होते.[६२] त्यांनी 'महाभैरवभक्त', 'परम्महेश्वर' अशी विशेषणे आपल्या नावाला लावली होती. परंतु प्रभावती गुप्ताशी विवाह झाल्यानंतर तिचा प्रभाव धार्मिक क्षेत्रातही पडला. तिचा पती द्वितीय रुद्रसेन हा विष्णुभक्त झाला. विष्णूच्या प्रसादाने आपणास राज्यलक्ष्मीचा लाभ झाला अशी त्याची श्रद्धा होती. याचा उल्लेख त्याने आपल्या मांढळ ताम्रपटात केला आहे.[६३] स्त्रियांच्या पुरूषावरील कौटुंबिक प्रभावाचे हे उदाहरण मानता येईल.

पृथिवीषेण प्रथम हा शंकराचा परमभक्त होता.[६४] रुद्रसेन द्वितीय भगवान चक्रपाणीचा (विष्णुचा) भक्त होता. प्रभावती गुप्ता ही नि:सीम भगवतभक्त होती.[६५] प्रवरसेन द्वितीय परम्महेश्वर भगवान शंकराचा भक्त होता.[६६] गुप्तराजे विष्णुपासक होते. प्रभावती गुप्ताने आपले पुणे व ऋद्धपूर[६७] ताम्रपट रामगिरीच्या श्रीराम पादुकाजवळ दिले आहेत. यावरून ती रामभक्त होती, इतकेच नव्हे तर तिने आपल्या पतीसही धार्मिक श्रद्धेत बदल करण्यास प्रभावित केले, असे दिसते. तिचा पुत्र प्रवरसेन द्वितीय याने आपल्या मातेच्या इच्छेवरून रामचरित्रावर दीर्घ 'सेतुबंध' हे काव्य लिहिले.[६८] तसेच धाम नदीच्या तिरावर (पवनार) भगवान रामचंद्राचे मंदिरही बांधले आणि ते सुंदर शिल्पपट्टांनी सजविले होते. एकंदरीत राजघराण्यातील स्त्रियांबाबत त्यांच्या कुटुंबात आदर, श्रद्धा व दरारा असल्याचे चित्र दिसते.

या घराण्यातील दुसरी प्रभावी स्त्री म्हणजे वाकाटक नरेश नरेंद्रसेन याची राणी अज्झितभट्टारिका होय.[६९] नरेंद्रसेनाच्या मृत्यूनंतर त्याचा मुलगा पृथिवीसेन गादीवर आला. त्याने आपल्या मातेच्या आज्ञेचा आदर करून मांढळ ताम्रपटाचे दान [७०] दिले आहे.

अजिंठा येथील शैलगृह क्रमांक १६ तील शिलालेख हरिषेणाचा मांडलिक

वराहदेव याने कोरला आहे.[७१] वराहदेवाने हे लेणे आपल्या मातापित्यांना पुण्यलाभ व्हावा म्हणून बौद्ध संघास दान दिले असा उल्लेख आहे.[७२]

याचा अर्थ केवळ कुलक्रमामुळे नव्हे तर चांगल्या जोडीदाराच्या निधनामुळे स्त्रिया सती जात होत्या. हाल स्वर्गाला गेला तरी गोदावरी काही प्रतिष्ठान (पैठण) नगर सोडत नाही,[७३] असा उल्लेख येतो. सतीप्रथा म्हणजे स्त्रियांचा कुटुंबातील व समाजातील दुय्यम दर्जा व असुरक्षित पणाचे निदर्शक आहे.

वाकाटकाच्या काळातील सतीप्रथेचा उल्लेख तत्कालीन ताम्रपटात किंवा अन्य वाङ्मय प्रकारात सापडत नाही. वाकाटकांचे समकालीन गुप्त काळात मात्र एकुलता एक उल्लेख सापडतो. इसवी सन ५१० च्या सुमारास लिहिलेल्या गुप्त राजाच्या शिलालेखामध्ये [७४] गुप्त राजाचा मांडलिक असलेला गोपराज याची पत्नी त्याच्या मृत्यूनंतर सती गेल्याची नोंद आहे. हा उल्लेख अपवादात्मक असावा. सामान्य लोकांमध्ये सतीप्रथा प्रचलित असल्याचा उल्लेख सापडत नाही. राजघराण्यात सतीप्रथा जवळजवळ बंद झालेली दिसते. समाजातूनही सती प्रथा जवळजवळ नामशेष झालेली असावी. विधवा स्त्रियांनी भिक्षुणीसारखे उर्वरित जीवन जगावे, असे नियम ही प्रथा नष्ट झाल्याचेच द्योतक म्हणता येईल.

एकंदरीत वाकाटक काळात संयुक्त कुटुंबपद्धती स्थिर झाली होती. तिचा दर्जा सुधारला होता. वाकाटक काळ राजकीय स्थैर्याचा व समृद्धीचा काळ होता. कुटुंबात व समाजात स्त्रियांना आदराचे स्थान प्राप्त झाले होते. त्यामुळे सतीप्रथा अनुपयुक्त ठरून त्याज्य ठरली असावी. वाकाटक काळात स्त्रीधनाचा विनियोग करण्याचा अधिकारसुद्धा स्त्रियांना मिळालेला होता. स्त्रियांच्या दानधर्माचे अनेक उल्लेख आहेत.[७५] वाकाटक काळातील कुटुंबपद्धती सामाजिक एकात्मतेचे प्रतिक मानता येईल.

वैदिककालीन स्त्रियांना कुटुंबात सन्मान व स्वातंत्र्य असले, तरी हळूहळू स्त्रिया प्रजननासाठी[७६] अथवा पुत्र प्राप्तीसाठीच[७७] असतात असे मानले जाऊ लागले. पुरुषांच्या उद्दिष्ट प्राप्तीचे साधन म्हणून स्त्रियांचा वापर होऊ लागला व त्यांचा दर्जा घसरला. विवाह वयाच्या बाबतीत, धर्मशास्त्रांनी घेतलेल्या भूमिकेचा वैदिक वाङ्मयात सुस्पष्ट निर्देश आढळत नाही.

वाकाटक काळापर्यंत अनुलोम व प्रतिलोम दोन्ही प्रकराचे विवाह होत. कदंब राजा काकुस्थवर्मन हा ब्राह्मण असूनही त्याने आपली मुलगी वैश्य राजा चंद्रगुप्त द्वितीयला दिली होती.[७८] समुद्रगुप्ताच्या काळापासून नागांशी गुप्तांचे मैत्रीपूर्ण राजकीय संबंध होते. पुढे चंद्रगुप्त द्वितीयचा विवाह नागवंशीय राजकन्या कुबेरनागा हिचेशी झाला.[७९] त्याकाळात नाग राजास 'दाहक' असे संबोधिले जाई. 'दाहक'चा संस्कृत

अर्थ 'दास' असा होतो.[८०] हा विवाह राजकीय निकड म्हणूनही झालेला असावा. तसेच इश्वाकु घराण्यातील ब्राह्मण राजाने उज्जयनीच्या शक क्षत्रपाच्या मुलीशी विवाह केला होता.[८१] उच्चवर्णीय पुरुष खालच्या वर्णातील स्त्रीशी विवाह करण्याचेही प्रकार होत.[८२] याचा उल्लेख मनुस्मृतीत अध्याय ३ श्लोक १३ मध्ये आला आहे. 'बृहत्कथामंजरी' मध्ये कुरंगिका व प्रसेनजित् यांच्या विवाहाची कथा आहे. चांडालकन्या व राजा [८३] यांच्यातील विवाह हासुद्धा प्रतिलोम विवाहाचा नमुना आहे.

वाकाटक काळात अनुलोम विवाह समाज मान्य होते तसेच प्रतिलोम विवाहसुद्धा प्रचलित होते, असे स्पष्ट दिसते. प्रवरसेन प्रथमचा सर्वात मोठा मुलगा गौतमीपुत्र याचा विवाह भारशिव भवनाग राजाच्या नागकन्येशी झाला होता. त्याचा उल्लेख प्रवरसेन द्वितीयच्या जांब व वडगाव ताम्रपटात येतो. वाकाटक घराण्यातील दुसरा राजा रुद्रसेन द्वितीय याने वैश्यवर्णीय गुप्त घराण्यातील राजा चंद्रगुप्त द्वितीयची मुलगी प्रभावती गुप्ताशी विवाह केला होता. याचा उल्लेख प्रभावती गुप्ताच्या पुणे [८४] तसेच प्रवरसेन द्वितीयच्या पवनी ताम्रपटात येतो. हा विवाह राजकीय दृष्टीने महत्त्वाचा होता. तत्कालीन समाजमान्यतेप्रमाणे आंतरजातीय प्रतिलोम विवाह रूढ असून ते निषिद्ध नसल्याने या विवाहात कोणतीही अडचण आली नाही. इतकेच नव्हे तर पुढे प्रभावती गुप्ता रुद्रसेन द्वितीयची अग्रमहिषी (पट्टराणी) झाली.[८५] तिने आपल्या पुणे ताम्रपटात मोठ्या अभिमानाने याचा उल्लेख केला आहे. वराहदेवाच्या घटोत्कच लेण्यातील कोरीव लेखात सोम नावाच्या ब्राह्मणाने क्षत्रिय स्त्रीशी विवाह केल्याचा उल्लेख येतो. या ब्राह्मणास क्षत्रिय पत्नीपासून रवि नावाचा राजचिन्हांनी युक्त असा पुत्र झाला. त्याने आपला अंमल सर्व प्रदेशावर बसविला. तर ब्राह्मण स्त्रीपासून झालेल्या पुत्राने दक्षिणेस वल्लुर नावाचे प्रसिद्ध वसतीस्थान वसविले. यावरून त्याकाळात वर्णभेद तीव्र स्वरूपाचे नव्हते असे दिसते. गोविंदवर्म्याचा मुलगा प्रथम माधववर्मा याने वाकाटक राजकन्येशी विवाह केल्याचा उल्लेख विष्णुकुंडींच्या ताम्रपटात आला आहे. ही राजकन्या विदर्भ सम्राट वाकाटकवंशीय हरिषेणाची कन्या असावी असा तर्क आहे.[८६] गुप्त घराण्यातील चंद्रगुप्त प्रथमची पत्नी कुमारदेवी ही लिच्छवी राजकन्या होती. याचा उल्लेख प्रभावती गुप्ताने दिलेल्या ऋद्धपूर ताम्रपटात येतो.[८७] वैश्य व नागवंशात वैवाहिक संबंध होते. वाकाटक राजा नरेंद्रसेन याचा विवाह काकुस्थवर्मन या कदंब राजाच्या मुलीशी झाला होता.[८८] तर दुसऱ्या मुलीचा विवाह कदंब राजाने गुप्त वंशीय राजकुमाराशी केला होता. एक मुलगी ब्राह्मण राजास तर दुसरी वैश्य राजकुमारास दिली होती. कालिदासाने लिहिलेल्या 'मालविकाग्निमित्र' नाटकात अग्निमित्राची राणी धारिणी हिचा भाऊ विरसेन हा कनिष्ठ वर्णातील होता असे म्हटले आहे.[८९] याचाच अर्थ धारीणीही राणी राजापेक्षा

खालच्या वर्णातील होती. अनंतवर्म्याची माता वसुंधरा ही कोसलाधिपतीची कन्या होती, असे 'दशकुमारचरिता' त म्हटले आहे. कोसलाधिपती म्हणजे कदाचित हरिषेण असावा ती हरिषेणाची कन्या असावी.[१०] पृथिवीषेण द्वितीयच्या बालाघाट ताम्रपटातही कोसल राजाचा मांडलिक म्हणून उल्लेख आला आहे. आंध्र राजा विष्णुकुंडी वंशाचा पहिला माधववर्मा याने वाकाटक राजकन्येशी विवाह केल्याची नोंद विष्णुकुंडीच्या ताम्रपटात केली आहे.[११] या राजांनी विदर्भावरच नव्हे तर संपूर्ण महाराष्ट्रावर राजवट केली. ते वाकाटक-गुप्तांचे समकालीन होते. यावरून याकाळात वांशिक श्रेष्ठतेला फारसे महत्त्व असलेले दिसत नाही. राजकीय सोय ही प्राधान्याने पाहिली जात होती.

या काळात गंधर्व विवाहसुद्धा प्रचलित होते वात्सायनाच्या कामसूत्रातही गांधर्व विवाहाचा उल्लेख आला आहे.[१२] भवभूतीने लिहिलेल्या 'मालतीमाधव' नाटकातील नायिका कामाक्षी तसेच कालिदासाने लिहिलेल्या 'शाकुंतल' या नाटकात शकुंतलेने दुश्यंताशी किंवा उर्वशीने पुरुरव्याशी गंधर्व विवाह केल्याचे वर्णन आहे. यावरून पती निवडण्याचे स्वातंत्र्य मुलीला होते. गंवर्ध विवाह दोघांचेही इच्छेने होत असत असे दिसते.

परंतु, कालिदासाने वर्णन केलेला 'स्वयंवर' प्रकार प्राचीन काळातील कथेवर आधारित आहे. स्वयंवरात स्त्रीला पती निवडण्याचा अधिकार असतो. वाकाटककाळी मात्र स्वयंवर प्रकार अस्तित्वात असल्याचे कोणतेच उल्लेख अगर पुरावे नाहीत. हा प्रकार कालबाह्य झाला असावा.

समुद्रगुप्ताच्या प्रयाग प्रशस्ती लेखावरून स्पष्ट दिसते की चंद्रगुप्ताची एक राणी कुबेरनागा ही नागवंशीय राजकन्या होती [१३] तर त्याची दुसरी पत्नी धृवदेवी ही होती.[१४] सोम या ब्राह्मणास एकापेक्षा जास्त स्त्रिया असल्याचा उल्लेख घटोत्कच लेण्यातील शिलालेखात येतो.

प्राचीन काळापासून बहुपत्नीत्व ही प्रथा राजघराण्यापूरतीच मर्यादित असावी. सामान्यत: सामान्य लोक एक विवाह करीत असत. परंतु वंशवृद्धीसाठी काही लोक दुसरा विवाहदेखील करीत. त्यात पारलौकिक कल्याणाची भावना प्रधान असे. वंध्य किंवा आजारी स्त्री आपल्या पतीला दुसरा विवाह करण्यास भाग पाडत असे, असा उल्लेख वात्सायनाच्या 'कामसूत्रात' येतो. [१५]

शिक्षण

वाकाटक कालखंड हा जवळजवळ तीनशे वर्षांचा कालखंड होय. हा कालखंड सांस्कृतिक विकासाचे दृष्टीने अतिशय उन्नत कालखंड होय. वाकाटक कालखंडातील शिक्षण पद्धतीबाबत लिखित साहित्यात फारसे उल्लेख उपलब्ध नसले तरी तत्कालीन

वाङ्मय उत्खननातील प्राप्त साहित्य व वस्तू यावरून शिक्षण पद्धतीबाबत अनुमान करणे शक्य आहे.

प्राचीन वैदिक काळात विद्यार्थी आपले शिक्षण गुरुकुलात जाऊन घेत असत. गुरुकुलात राहूनच त्याला आपले शिक्षण पूर्ण करावे लागत असे. विद्या व चारित्र्य या आयुष्यातील महत्तम बाबीत निपुणता प्राप्त करून विद्यार्थी स्वगृही येई.

बौद्ध मठात प्राथमिक शिक्षण घेत असताना विद्यार्थी गुरुची सेवा करीत असत, असे चिनी प्रवासी इत्सिंग याने म्हटले आहे.[९६] या काळात प्राथमिक शाळेस 'लिपिशाला' असे म्हणत. तर प्राथमिक शिक्षकांना 'दारकाचार्य' म्हणून संबोधित.[९७] अजिंठ्यातील शैलगृह क्र.२ मध्ये जातक कथेतील बुद्ध शाळेत शिकत असताना दाखविला आहे. त्याच्या हातात पाटी आहे.

वाकाटक सम्राट प्रवरसेन द्वितीय याने 'सेतुबंध' हे पौराणिक काव्य लिहिले. वाकाटकांच्या समकालीन असलेल्या गुप्त राजांच्या काळात वात्सायनाने 'कामसूत्र' हा ग्रंथ लिहिला.

राजघराण्यातील व्यक्तीप्रमाणे सामान्य लोकही शिक्षणात रस घेत असत. वेदांच्या अभ्यासात निपुण असलेल्या ब्राह्मणांनाच वाकाटक काळात दान दिलेले दिसते.[९८] वाकाटकांच्या दानपत्राचे लेखनकर्तेही सामान्य लोकच आहेत असे दिसते. दरबारी विद्वानांना राजाश्रय असे. याबाबत कविभूषण कालिदासाचे उदाहरण देता येईल. त्या काळात विद्येला फार महत्त्व होते. विद्येस तृतीय नेत्र मानल्या जात होते. 'ललितविस्तार' या जैन ग्रंथात पुरुषांना शिकविण्यात येणाऱ्या त्र्याण्णव (९३) कलांची यादी देण्यात आली आहे.[९९]

साहित्य निर्मिती : वाकाटकांचे समकालीन व नाते-संबंधित असलेल्या चंद्रगुप्त द्वितीयच्या दरबारी नवरत्न (विद्वान) होते. या नवरत्नामध्ये कालिदासासारख्या जगप्रसिद्ध साहित्यिक नाटककाराचा समावेश होता.[१००] 'शतपथ ब्राह्मण' या ग्रंथावर 'श्रुत्यर्थविवृत्ति' हा टीकाग्रंथ हरिस्वामी यांनी लिहिला. हा टीकाग्रंथ लिहिण्याकरिता चंद्रगुप्त द्वितीयने त्यास सोनेरी आसन बनवून दिले होते.[१०१] साहित्यिकांना राजाश्रय होता. विद्वानांचा आदर व सन्मान केल्या जाई. स्वतः चंद्रगुप्तदेखील काव्यनिर्मिती करीत असे.[१०२] विशाखादत्ताचे 'देवीचंद्र गुप्तम्' व 'मुद्राराक्षस' हे ग्रंथ गुप्तकालीन मानल्या जातात. त्या काळात गणित, ज्योतिष आणि विज्ञान या शास्त्रातही लक्षणीय प्रगती झाली होती. इसवी सन ४७६ मध्ये जन्मलेला आर्यभट्ट हा ज्योतिष आणि विज्ञान या विषयांचा गाढा विद्वान होता. त्याने ग्रहणाविषयीची माहिती वैज्ञानिक दृष्टीने दिली. सूर्य स्थिर असून त्याच्याभोवती पृथ्वी फिरते व त्यामुळे रात्र व दिवस

होतात हे त्यानेच प्रथम जगाला सांगितले. पृथ्वीच्या गुरुत्वाकर्षणाचा शोधही याच काळात लागला. तसेच एकावर शून्य ठेवून दहाचा आकडा बनविण्याचा शोधही इसवी सन चौथ्या शतकात लागला.[१०३] हा सर्व वैज्ञानिक विकास गुप्त काळातील आहे. वाकाटक गुप्तांचे समकालीन व संबंधित असल्याने या शोधांचा प्रभाव वाकाटक शासनावर पडणे स्वाभाविक आहे. वाकाटक काळातील साहित्य व संस्कृतीचा क्रमिक विकास होणे क्रमप्राप्त होते.

कालिदासाने 'कुमारसंभव' आणि 'रघुवंश' ही काव्ये, 'मालविकाग्निमित्र', 'विक्रमोर्वशीय' आणि 'शाकुंतल' ही नाटके गुप्तांच्या दरबारी असताना लिहिले, तर 'मेघदूत' हे काव्य वाकाटकांच्या राजधानीजवळ रामटेक या ठिकाणी लिहिले.[१०४]

वैदर्भिय शैली : संस्कृत काव्यलेखन पद्धतीत विशेष 'वैदर्भीय शैली' (रीती) वाकाटक काळात विकसित झाली होती.[१०५] या शैलीचा प्रभाव कालिदासावरही पडला होता. कालिदासाच्या साहित्यात धर्माचरण व नैतिकतेला प्राधान्य आहे.[१०६] प्रवरसेन द्वितीयच्या 'सेतुबंध' काव्यातून [१०७] तत्कालीन समाज जीवनाचे यथार्थ दर्शन घडते.

दिवाकरसेनाने संस्कृत सुभाषिते रचली. ती 'सदुक्तिकणामृत' नावाच्या सुभाषित संग्रहात आढळतात.[१०८] तत्कालीन आनंदवर्धन, भोज, अभिनवगुप्त, हेमचंद्र या कवींनीही गाथासप्तशतीतील काही गाथा रचल्या[१०९] सर्वसेनाने 'हरिविजय' हा ग्रंथ लिहिला.[११०]

राजघराण्यातील बहुतेक पुरुष हे शिक्षित व साहित्यात रुची असणारे होते. त्यांनी उत्कृष्ट वाङ्मयीन कलाकृती निर्माण केल्या असे दिसून येते. 'गाथासप्तशती' हा ग्रंथ महाराष्ट्रीय भाषेत म्हणजेच प्राकृत भाषेत आहे. या ग्रंथात प्रवरसेन, सर्वसेन, देवराज, वाक्पतीराज या कवींनी आपल्या वैदर्भिय शैलीत उत्कृष्ट काव्याची रचना केलेली आहे. अर्थात, वाकाटक काळात शिक्षणाच्या सर्वकष सोयी उपलब्ध होत्या ही बाब स्पष्टपणे विविध प्रकारच्या ग्रंथनिर्मितीवरून लक्षात येते.

शैक्षणिक सुविधा : वाकाटक काळात गुरुकुलात वैदिक शिक्षणाच्या सोई उपलब्ध होत्या. तसेच, तज्ज्ञ शिक्षकांद्वारा शिक्षण घेण्याच्याही सोई होत्या असे दिसते. तद्वतच बौद्ध धर्म व संस्कृतच्या शिक्षणासाठी तक्षशिला, नालंदा, कांची, वल्लभी, विक्रमशिला, इत्यादी विद्यापीठांचीही निर्मिती झालेली होती. तक्षशिला व नालंदा विद्यापीठाची ख्याती जगभर होती. कांची विद्यापीठाचा गौरवपूर्ण उल्लेख समुद्रगुप्ताच्या अलाहाबादच्या शिलालेखात व हयु-एन-त्संग याचे प्रवास वर्णनातही आला आहे.[१११] कांची हे दक्षिणेतील संस्कार केंद्र म्हणून कांकुत्सवर्म्यांच्या तालगुंड स्तंभलेखात पल्लवद्रपुरी म्हणून उल्लेख आलेला आहे. याशिवाय हिंदुस्थानभर चैत्य,

विहार व स्तुपांची निर्मिती होऊन बुद्ध जीवनाचे प्रसंग विहार व लेण्यात चित्रित करण्यात आले आहेत. महाराष्ट्रातील कार्ले, भाजे, कुडा, बेडसा, जुन्नर, कान्हेरी, अजिंठा, वेरूळ, नागार्जुनकोंडा येथील विहार व लेणी सार्वत्रिक विद्याकेंद्रे होती. विविध विषयांचे अध्ययन व अध्यापन कार्य येथे संपन्न होई.

वल्लभी विद्यापीठ हे गुप्त व वाकाटकांचे काळातील शिक्षणाचे आगरच होते. तेथे ७२ विषय शिकविल्या जात.[११२]

दक्षिणेत वल्लभी विद्यापीठ हे महत्त्वाचे विद्यास्थान होते. या विद्यापीठाच्या विकासासाठी गुप्त व वाकाटक राजांनी मोठ्या प्रमाणात द्रव्य पुरवठा केला असला पाहिजे. वाकाटक–गुप्त काळात श्वेतांबर जैन अध्ययनाचे ते प्रमुख केंद्र होते. [११३] या विद्यापीठात दूरदूरचे सर्व जातिधर्माचे व गरीब –श्रीमंत विद्यार्थी प्रवेशित असत. प्रवेशासाठी प्राथमिक ज्ञानाची चाचणी द्यावी लागत असे.[११४] बौद्ध हिनयान पंथाचीही विस्तृत अध्ययनाची येथे सोय होती. वल्लभी विद्यापीठातील विद्यार्थ्यास अध्ययनोत्तर ताबडतोब राजदरबारी सन्मानाची नोकरी मिळत असे. नालंदा विद्यापीठातील विद्यार्थ्यांसही समाजात मानमान्यता मिळत असे.[११५] क्षत्रपांचा पराभव केल्यानंतर चंद्रगुप्ताने उज्जयनी ही आपली राजधानी केली. त्यावेळी तर तिची अत्यंत भरभराट होत असली पाहिजे. उज्जयनीत परीक्षा दिल्यावरच कालिदास, मेठ, अमर, भारवी इत्यादी कवी प्रसिद्ध पावले असे राजशेखरच्या काव्यमिमांसेत म्हटले आहे.[११६]

व्यवसाय शिक्षण : या काळात कला, व्यापार, उद्योगधंदे इत्यादी विषयांचे शिक्षण 'अंतेवासी' (Apprenticeship method) पद्धतीने दिले जात असे.

या काळात विणकाम, खाणकाम, धातुकाम, वैद्दक, चित्रकला, शिल्पकला, स्तंभलेख इत्यादी विषयांचे शिक्षण अंतेवासी पद्धतीने दिले जाई. या विषयात त्या काळात बरीच प्रगती झाल्याचे अजिंठा, कान्हेरी, बाघ इत्यादी गुहा किंवा वाकाटकांनी ताब्यांच्या धातुवर लिहिलेले कोरीव लेख यावरून स्पष्ट होते.

वाकाटक–गुप्त काळातील चित्रकला व मूर्तिकलेतील सौंदर्य, सौष्ठव व रंगसंगती ही मती गुंग करणारी आहे. अजिंठ्याची चित्रकला अंतेवासी पद्धतीने शिक्षित [११७] कलाकारांच्या कुंचल्यातून झिरपली असावी, असे अनुमान आहे. कारण हे एका चित्रकाराचे काम नव्हे तर चित्रकार व त्याचे अंतेवासी विद्यार्थीगण यांचे सांघिक श्रम खर्ची पडले असावेत. मूर्तिकलेतील जिवंतपणा निर्माण करणारे कारागिरही अंतेवासी असावेत. अमरकोशातही 'शिल्पकर्म कलादिकम' असे म्हटले आहे. [११८] यावरून वरील विधानास पुष्टी मिळते. तसेच अंतेवासी पद्धतीतून झालेली असामान्य प्रगती लक्षात येते.

वाकाटककालीन स्त्री शिक्षणाचे उल्लेख : वाकाटक कालखंडात स्त्री शिक्षणास फारसे महत्त्व उरले नसले तरी राजघराण्यातील स्त्रिया शिक्षित होत्या असे दिसते. भवनाग राजाची कन्या; रुद्रसेन प्रथमची माता पद्मावती ही विविध कलेत पारंगत मानली जाई.[११९] सातवाहन राजघराण्यातील राणी नागनिका व वाकाटक घराण्यातील साम्राज्ञी प्रभावती गुप्ता या स्त्रिया शिक्षित असाव्यात.[१२०] सातवाहन राणी नागनिका हिने पतीनिधनानंतर राज्यकारभारात लक्ष घातले. त्याचप्रमाणे वाकाटक घराण्यातील प्रभावती गुप्ता हिनेदेखील आपला पती रुद्रसेन द्वितीयच्या निधनानंतर अल्पवयीन मुलांच्या वतीने राजप्रतिनिधी म्हणून राज्यकारभार केला.[१२१] वाकाटक घराण्यातील दुसरी राणी अज्झितभट्टारिकेचा राज्यकारभाराशी संबंध नसला तरी तिच्या आज्ञेचा उल्लेख द्वितीय पृथिवीषेणाच्या बालाघाट ताम्रपटात येतो. मिहीरभोजाच्या शिलालेखात स्त्रिया युद्धकलेत पारंगत असल्याचे म्हटले आहे.[१२२] चालुक्य घराण्यातील सहाव्या विक्रमादित्याने तर आपल्या राण्यांना निरनिराळ्या प्रांतावर राज्यप्रतिनिधी नेमल्याचा उल्लेख येतो.[१२३]

ज्या अर्थी राजघराण्यातील स्त्रियांना अशा तऱ्हेने आपत्काळी किंवा इतर वेळी सुद्धा राज्यकारभाराचे सुकाणू हाती धरावे लागे, त्याअर्थी त्यांना त्या काळात राज्यकारभाराचे व प्रशासनाचे योग्य शिक्षण दिले जात असावे हे स्पष्ट होते.

कालिदासाने लिहिलेल्या मालविकाग्निमित्र नाटकातील पंडितकौशिकी (परिव्राजिका) ही एक विद्वान स्त्री असल्याचे दाखविले आहे.[१२४] आर्या कौशिकी म्हणून तिला सन्मान मिळत असे. ती जेव्हा मालविकेची परीक्षा घेण्यास जाते तेव्हा ती; शिक्षकाची व्याख्या, 'जो स्वतः अत्यंत निपुण असून दुसऱ्यास शिकविण्यातही तरबेज असतो तोच श्रेष्ठ शिक्षक' अशी करते. यावरून ती शिक्षित स्त्री होती असे स्पष्ट होते. काही स्त्रिया नृत्य गायनातही तरबेज असत. कारण 'मालविकाग्निमित्र' नाटकातील 'मालविका' ही नृत्याची परीक्षा देतेवेळी 'साभिनय पद' म्हणते.[१२५] कालिदासानेच लिहिलेल्या नाटकांत स्त्रिया भुर्जपत्रावर प्रेमिकांना पत्रे लिहीत असल्याचे दर्शविले आहे. 'विक्रमोर्वशीय' नाटकात उर्वशी पुरुरव्यास शिघ्र दोन श्लोक भुर्जपत्रावर लिहून चकीत करते.[१२६] म्हणजेच स्त्रियांना संस्कृत श्लोक रचण्याची व लिहिण्याची कला अवगत होती असे म्हणता येईल. कालिदासानेच लिहिलेल्या 'शाकुंतल' नाटकात नायिका शकुंतला दुष्यंतास पत्र लिहिते. तिची सखी अनुसया 'मी वाचलेल्या ग्रंथातील प्रेमविरहीणी प्रेमिकेसारखी तुझी अवस्था झाली' असे शकुंतलेस म्हणते, किंवा दुसरी सखी प्रियवंदा शकुंतलेस भुर्जपत्रावर प्रेमपत्र लिहिण्यास सांगते. या बाबी स्त्रिया शिक्षित असल्याचे व ग्रंथवाचन करीत असल्याचे दर्शविते.[१२७] तसेच त्याकाळात

नखाने अक्षरे कोरून लिहिण्याची कला स्त्रियांना अवगत होती हे दिसून येते.[१२८] प्रियवंदा व अनुसया या शंकुतलेच्या दोन्ही मैत्रिणी विविध कलात निष्णात होत्या असे म्हणण्यास या ठिकाणी बराच वाव आहे.

गुप्तकालीन वाङ्मयीन पुराव्यावरून असे लक्षात येते की, उच्च घराण्यातील मुली आश्रमात राहून प्राचीन इतिहास व पुराणे यांचे अध्ययन करीत. तसेच इतर विषयांचे शिक्षणसुद्धा त्यांना दिले जात असे. यामध्ये काव्यरचनेचासुद्धा समावेश असे. त्या काळात मुलांसोबत मुलीही शिक्षण घेत असल्याचा उल्लेख कालिदासानंतर झालेल्या भवभूतीने आपल्या 'उत्तररामचरितात' केला आहे.[१२९] यावरून त्या काळात एकत्र शिक्षणपद्धती अस्तित्वात असल्याचे स्पष्ट होते.

गुप्त-वाकाटक काळात रचल्या गेलेल्या 'अमरकोशात' स्त्रीशिक्षिकेचा उल्लेख आला आहे. म्हणजेच स्त्रिया शिक्षण घेत असताना काही स्त्रिया ज्ञानदानाचेदेखील कार्य करीत असल्याचे निदर्शनास येते.

चौसष्ट कला : वात्सायनाच्या 'कामसूत्रात'ही स्त्रियांच्या शिक्षणाचा उल्लेख आला आहे.[१३०]

स्त्री शिक्षणाचा विचार करताना साधारणत: वयाच्या सोळाव्या वर्षांपर्यंत ती शिक्षण घेत असे असे दिसते. त्यांना बौद्धिक व आध्यात्मिक जीवन जगण्याचा अधिकार समाजाने दिला होता. एवढेच नव्हे तर मुलींना मुलांच्या बरोबरीने शिक्षण घेण्याची मुभा समाजाने दिली होती.

कला शिक्षण : या काळात गायन, वादन कलासुद्धा विकसित होत्या. वीणा हे वाद्य अतिशय मधुर म्हणून प्रचलित होते. उदयन राजाने प्रद्योत राजाची कन्या 'वासवदत्ता' हिला वीणावादनात तरबेज केले व त्याद्वारे तिचे प्रेमही संपादन केले.[१३१] यावरून स्त्रियांना संगीत व इतर ललित कलांचे शिक्षण घेण्याचा अधिकार होता असे म्हणता येईल.

शिल्प म्हणजे कला. अमरकोशातसुद्धा 'शिल्पकर्म कलादिकम्' असे म्हटले आहे.[१३२] तसेच वाकाटकांच्या समकालीन गुप्तांच्या काळात कोरलेल्या बाघ येथील क्र. २ च्या शैलगृहात स्त्रीनृत्याचा आविष्कार त्यातील नृत्यप्रसंगात आहे.[१३३]

या काळात स्त्रियांना लष्करी शिक्षणसुद्धा दिले जात असावे. कारण, वाकाटकांच्या उत्तरकालीन चालुक्य नृपती सहाव्या विक्रमादित्याची अलौकिक सौदर्यसंपन्न राणी चंद्रलेखा त्याच्या साम्राज्यातील काही प्रदेशावर सत्ता गाजवत होती.[१३४] चंद्रगुप्त द्वितीयची राणी ध्रुवदेवी वैशाली येथे अधिकार पदावर असावी. कारण, वैशालीच्या उत्खननात तिच्या नावाच्या मुद्रा मिळाल्या आहेत.

सण व उत्सव

सण व सार्वजनिक समारंभ सामाजिक व धार्मिक एकात्मतेचे प्रतीक होय, कौटुंबिक आनंदाचे व नवचैतन्याचे प्रेरणास्त्रोत होय. प्राचीन काळापासून समाज एकसंघ राहावा म्हणून सण व सार्वजनिक आणि धार्मिक उत्सवाच्या रूढीपरंपरांचे प्रावधान, त्यावेळच्या द्रष्ट्या समाजधुरिणांनी केले आहे. सामाजिक गरजेतून रूढी व परंपरा प्रसवत असतात. माणूस हा कुटुंबवत्सल, समाजप्रिय व धर्मकल्पनांवर विश्वास ठेवणारा श्रद्धाळू प्राणी होय. ऐहिक आनंद व पारलौकिक मुक्तीची आस यातून श्रद्धा बळावतात. त्यामुळे मानवी जीवनात सण-समारंभाना अतिशय महत्त्व प्राप्त झाले. समान श्रद्धा बाळगणारा समाज हा सण व उत्सवांच्या धाग्याने एकात्मतेच्या एका सूत्रात बांधला गेला. रोजच्या प्रापंचिक जीवनावेगळी अनुभूती व सौख्य या सण, या उत्सवाच्या माध्यमाद्वारे मनुष्य व समाजास मिळते. तसेच आध्यात्मिक समाधानही मिळते. सर्वात महत्त्वाचे म्हणजे संस्कृतिचे जतन व वृद्धी होते. समाज व व्यक्तीत नवचैतन्य व नवशक्तिचा उद्‌भव होतो. म्हणून सण-समारंभ समाज जीवनाचे एक अविभाज्य अंग म्हणून प्रतिष्ठित आहेत.

इंद्रध्वज - महोत्सव : वाकाटक काळात 'इंद्रध्वज' महोत्सव हा लोकप्रिय सण होता. इंद्राची एक भव्य लाकडी मूर्ती सजवून रथावर ठेवून त्याची वेगवगळ्या ठिकाणाहून भव्य मिरवणूक निघत असे. इंद्रमूर्तीच्या मागे हत्ती असत व त्यावर राजध्वज असे. या उत्सवप्रसंगी नृत्य, गायन, वादन , नाटक इत्यादी मनोरंजनपर व सांस्कृतिक कार्यक्रम होत.[१३५] हा सार्वजनिक स्वरूपाचा सण होता.

शारदोत्सव - मदनोत्सव : वर्षा ऋतुनंतर शरदाचे आगमन होते. समाजात नवचैतन्य बहरते, नवउन्मेश फुलतो. कालिदासाने लिहिलेल्या 'मेघदूत' [१३६] या काव्यात शरद ऋतुचा उल्लेख आलेला आहे.[१३७]

शरद ऋतु हा उत्सवाचा काळ होता, असे 'नलचम्पुकार' त्रिविक्रम म्हणतो. [१३८] शेतकरी हा सण मोठ्या उत्साहाने साजरा करीत. वर्षा ऋतुत पेरणी झालेले भरघोस पिक शेतांत डोलत असल्याने शेतकरी संतुष्ट असतात. भरपूर धनधान्य समृद्धीच्या अपेक्षेने ते शरदोत्सव हा सण मोठ्या उत्साहाने साजरा करीत. [१३९] वाकाटकांचे बहुतेक दान एकादशीच्या उपवासानंतर द्वादशीस अगर त्रयोदशीस दिलेले आहे. अर्थात, पारण्याच्या दिवसाला विशेष महत्त्व असलेले दिसते. तसेच सूर्य पूजेमुळे सप्तमिसही महत्त्व होते. संस्कृतीला दिलेले दान पुण्यकारक मानले जाई.

या काळात देवाला उद्देशून दिलेल्या दानात प्रामुख्याने रुद्रसेन प्रथमच्या देवटेक शिलालेखातील शिवालयाचा उल्लेख येतो. सूर्यग्रहण किंवा चंद्रग्रहणाच्या वेळी दान

दिल्याचा उल्लेख वाकाटक काळांत मिळत नाही. वाकाटकोत्तर काळात मात्र चंद्र-सूर्य ग्रहणे व संक्रातीला मुख्यत: दान दिल्याचे उल्लेख आढळतात, परंतु एकादशीच्या पारण्याच्या निमित्ताने दान दिल्याची उदाहरणे क्वचितच आढळतात. यावरून काळाच्या ओघात धर्मश्रद्धेचे विषय कसे बदलतात हे दिसून येते.

द्यूतक्रिडा : मनोरंजनासाठी पुरुष विविध प्रकारच्या मर्दानी खेळांचा अवलंब करीत असावेत. त्यांत द्वंद्वयुद्ध, रथशर्यती, मल्लयुद्ध, शरसंधान, शिकार, धावणे, पोहणे इत्यादींचा समावेश असावा असे तत्कालीन शिल्पे व भित्तीचित्रे यावरून कळते. द्यूत क्रिडा हा यातील विशेष लोकप्रिय प्रकार असावा. आपस्तंभात (स्मृती) राजसभागृहात द्यूत खेळण्याच्या सर्व सुविधा उपलब्ध असाव्यात असे म्हटले आहे. 'मृच्छकटीक' नाटकात द्यूताचे वर्णन आहे. तसेच द्यूतात सर्वस्व हरल्याचेही दाखविले आहे.[१४०]

समाज म्हणजे नागरिक सरस्वतीच्या देवालयात पाक्षिक (पंधरवाड्याचा) किंवा मासिक किंवा एक दिवसीय उत्सव नेहमीच आयोजित करीत होते. यावरून मनोरंजनाच्या आवश्यकतेची कल्पना येते.

सातवाहन राणी गौतमी बलश्रीच्या नाशिकच्या क्र. तीनच्या शैलगृहातील शिलालेखात 'समाज उत्सवाचा' उल्लेख केला आहे. आपली लोकप्रियता वाढविण्यासाठी राजे उत्सव साजरे करीत व त्यात सहभागी होत असत. समाजउत्सव हे मनोरंजनाचे द्यूताइतकेच लोकप्रिय साधन होते. 'समाज' म्हणजे समाजातील सर्व घटक सांघिकरित्या एकत्र येऊन आपापल्या कलांचे व नैपुण्याचे प्रदर्शन या उत्सवात करीत असत.

झुंजी : अजिंठ्यातील शैलगृह क्र. १७ मध्ये कोंबड्यांची झुंज, पहेलवानांच्या कुस्त्या, बैलांच्या टक्करी रेखाटल्या आहेत.[१४१] सर्वसामान्य जन यातून आनंद प्राप्त करीत.

जलसा : जलसा हा एक मनोरंजनाचा प्रकार होता. 'मृच्छकटिकात'[१४२] जलसा संपल्यानंतर चारुदत्त मध्यरात्री घरी येतो, असा उल्लेख आहे.[१४३]

यात्रा : या काळात यात्रा या अध्यात्मिक आनंद प्राप्तीचे आणि मनोरंजनाचे महत्त्वाचे साधन होते. अजिंठा येथील शैलगृह क्रमांक सोळामध्ये वाकाटत नृपती हरिषेणाचा अमात्य वराहदेव याने शिलालेख कोरला आहे.[१४४] हा लेख कोरण्यामागे वराहदेवाने स्तंभ, चित्रावली व शिल्पकृती इत्यादींनी विभूषित केलेले वेश्य (विहार) बौद्ध संघाला दान दिले हे नमूद करण्याचा होता. दान देण्यातही आनंद प्राप्ती होती. प्रेक्षणीय व धार्मिक स्थळांची निमिर्ती करून ती स्थळे धर्मसंघांना अर्पण करणे किंवा समाजासाठी श्रद्धास्थाने उपलब्ध करून देणे हे तत्कालीन राजे आपले कर्तव्य समजत होते. अशा धर्मस्थळांना भेटी देऊन लोक आध्यात्मिक आनंद मिळवित. प्रापंचिक

जीवनापासून काही काळ लोकांना विसर पडून, अशा स्थळांच्या भेटीपासून नवचैतन्य प्राप्त होत असे. धर्मस्थळी यात्रा भरवून यात्रेतील विभिन्न मनोरंजनाच्या साधनाद्वारे आनंद प्राप्ती होत असे.

प्रवरसेन द्वितीय हा त्रिपुरी येथे यात्रेस [१४५] गेल्याचा उल्लेख इंदोर ताम्रपटात आहे.[१४६] अर्थात, राजेसुद्धा सामान्यजनाप्रमाणे यात्रेत जाऊन आनंदाचा उपभोग घेत असत असे दिसते. यात्रेत खेळ साहित्याची दुकाने, भांडी, गाडगे, मडके, दागिने, पोषाख इत्यादींचा विक्रय होत असे. देवदर्शन आणि धार्मिक वातावरणात वावरल्यामुळे समाज सुशील व नितिमान होण्यास मदत होई.

शिकार : त्याचप्रमाणे क्षत्रिय लोक मनोरंजनासाठी शिकारीचा शौक बाळगत. [१४७] अजिंठ्यातील शैलगृह क्रमांक एकमध्ये शिबी राजाची जातक कथा आहे.

राजे, वरिष्ठ अधिकारी किंवा श्रीमंत लोक शिकारीच्या निमित्ताने वनविहार करून आपला एखादा दिवस मौज मजेत घालवत. राजे, श्रमपरिहारार्थ दूर वनात जाऊन शिकारीचा आनंद घेत असल्याचा उल्लेख कालिदासाने आपल्या 'शाकुंतल' नाटकात कलेला आहे. या नाटकात मृगया करण्यासाठी आलेला राजा दुष्यंत व शकुंतला तपोवनात भेटतात असे दर्शविले आहे.[१४८] निर्भेळ आनंद मिळविणे यासाठी शिकारीचा छंद जोपासला जाई.

कलाप्रदर्शन : या काळात कलावंत हे नाट्य, नृत्य, संगीत या कला प्रकारांची सातत्याने जोपासना करीत व कला प्रदर्शन करून नागरिकांचे मनोरंजन करीत.[१४९] कालिदासाने लिहिलेल्या 'मालविकाग्निमित्र' या नाटकात 'मालविका' ही नृत्यात पारंगत असल्याचे दाखविले आहे.[१५०] तसेच कालिदासाने लिहिलेल्या 'शाकुंतल' या नाटकाच्या सूत्रधाराने या नाटकाच्या प्रदर्शनामुळे विद्वानांना संतोष होईपर्यंत आपले समाधान होणार नाही, असे उद्गार काढले आहेत[१५१] अर्थात, नाट्यप्रकार प्रचलित होता. याचप्रमाणे शंखध्वनी करूनही नाटकाला सुरुवात होत असे.[१५२]

चित्रशाळा : या काळात 'चित्रशाळा' हे एक मनोरंजनाचे साधन होते. चित्रकला ही त्या काळी अत्यंत लोकप्रिय कला होती याची साक्ष अजिंठा, बाघ येथील चित्रकलाकृतीवरून पटते. येथील चित्रात पशु, पक्षी, कल्पित प्राणी, यक्ष, गंधर्व इत्यादी अनेक विषय रेखाटलेले आहेत. तसेच लोकपाल बुद्ध व बोधिसत्व यांचाही समावेश चित्रात केलेला आहे. अजिंठा येथील शैलगृह क्रमांक १६, १७, १९ यातील स्थापत्य व चित्रकला या दोन्ही दृष्टीने सर्वोत्कृष्ट आहेत. जर ही चित्रे आपण एका क्रमाने पाहिली तर ती बुद्धचरित्रातील घटनांना अनुसरून काढल्याचे

लक्षात येते. याला 'पाठशैली' असे म्हणतात.[१५३] संपूर्ण भाव व समाजमन व्यक्त करणारी दृष्टी हे त्या काळातील कलेचे वैशिष्ट्य आहे.[१५४]

नाटक : या काळातही नाट्यगृहांची निर्मिती ही प्राचीन काळाची देण होय. भरतमुनी हा नाटकाचा कर्ता मानला जातो. नाटक हे करमणुकीचे व प्रबोधनाचे माध्यम होते. मृदंग वादनानंतर नाटकाची सुरुवात होत असे.[१५५] याचा उल्लेख कालिदासाने आपल्या 'मालविकाग्निमित्र' नाटकात केला आहे. नाटकात विनोदाची निर्मिती करण्यासाठी भरतमुनीने 'विदूषक' नावाच्या पात्राची योजना केली. [१५६] रुद्रसेन द्वितीयचे विवाह प्रसंगी कालिदासाच्या मालविकाग्निमित्र नाटकाचा प्रथम प्रयोग झाला होता असे उल्लेख आहेत.

शिल्पगृहे : प्राचीन काळात बहुतेक ललित व स्थापत्य कलांचे ज्ञान व आवड लोकांना होती असे दिसते. या काळात दगडांनी बांधलेल्या इमारतीत म्हणजेच 'शिलागृहात' संगीत, नृत्य, नाट्य व प्रणयाचे प्रकार पूर्वीपासून चालत असल्याचे अनेक उल्लेख प्राचीन साहित्यातून येतात. कालिदासाने लिहिलेल्या 'मेघदूतात' [१५७] सत्ताविसाव्या श्लोकात विदिशेच्या निचगिरी पर्वतावरील 'शिलागृहाचा' उल्लेख आला आहे. शिलागृहात प्रेमिकांच्या प्रेमक्रीडांना मान्यता होती. अजिंठ्यातील शैलगृह क्रमांक ७ मध्ये नर्तकीचे सुंदर शिल्प आहे. या राजनर्तकीच्या सोबत तिच्या दोन्ही बाजूस तीन तीन नृत्यांगना साथ देताना दाखविल्या आहेत.

दरिगृहे : कालिदासाकृत 'कुमारसंभव' या नाटकातील पहिल्या अंकातील दहाव्या व चौथ्या श्लोकात दरिगृहाचा उल्लेख आला आहे. दरिगृह व शिलागृह ही नावे भिन्न असली तरी दोन्ही करमणूक गृहे होती असे स्पष्ट आहे. दरिगृह हे फक्त नाट्यगृह म्हणून उपयोगात येत असावे ही शक्यतासुद्धा नाकारता येत नाही. ज्याअर्थी या काळात नाट्यप्रयोग होत असत त्याअर्थी रंगमंचही अस्तित्वात होता. या काळात नर्तिका किंवा गणिका नियुक्त केल्याची काही उदाहरणे आहेत.[१५८] अत्यंत हुशार आणि ६४ कलांत निपुण असलेल्या वेश्येला 'गणिका' म्हणत असत.[१५९] अजिंठा येथील क्रमांक एक शैलगृह नर्तिका लेणे म्हणून प्रसिद्ध आहे. या लेण्यातील चित्रात स्त्रिया नृत्य करताना दाखविल्या आहेत. गुप्त-वाकाटक काळात चित्रित केलेल्या 'बाघ' येथील लेण्यातही क्रमांक ३ च्या शैलगृहात विविध तऱ्हेची आकर्षक वस्त्रे परिधान करून नृत्य करणाऱ्या सुंदर युवतींचा एक मेळावा रेखाटला आहे.

या काळात एखादा दिवस ख्यालीखुषालीत घालविण्यासाठी म्हणून नागरिक उत्तम वस्त्रे परिधान करीत असत. एवढेच नव्हे तर अलंकारही घालत असत.[१६०] घोड्यावर अथवा बैलगाडीने घराबाहेर शिलागृह किंवा दरिगृह येथे जात व तेथे

विविध कलांचा आस्वाद घेऊन तसेच स्वतःचे मनोरंजन करून घेत.[१६१] या आनंदी दिवसाचे प्रतीक म्हणून एखादे स्मृती चिन्हही बरोबर नेत असत.

कलामंडळे : प्राचीन काळापासून काव्यचर्चा, समस्यापूर्ती, कलाचर्चा इत्यादीद्वारे कवी व लेखक आपल्या प्रतिभेचा परीचय देत. त्यामुळे आनंद निर्मितीही होत असे. कविमंडळ [१६२] स्थापून काव्यनिर्मिती, काव्यचर्चा करण्याची पद्धत वाकाटक काळातही रूढ होती.

स्त्री–मनोरंजन प्रकार : मनोरंजनासाठी स्त्रिया सारीपाट, उत्पालिका (फुगडी) लपंडाव (आंधळी कोशिंबीर) असे खेळ खेळत.[१६३] हे सर्व खेळ (पारंपरिक) प्रामुख्याने सामूहिक सणावारांच्या निमित्ताने खेळले जात.

वाकाटक कालखंड समृद्धी व शांततेचा असल्यामुळे समाजातील निरनिराळ्या स्तरातील लोकांनी आपल्या सोईनुसार व आपल्या आवडीनुसार आनंदनिर्मितीसाठी अनेकविध साधनांचा अविष्कार केला होता आणि त्याचा आस्वाद घेतल्याचे दिसून येते.

संदर्भ :

१) मोरवंचीकर, रा. श्री. : सातवाहनकालीन महाराष्ट्र, पृ. १३४

२) मिराशी, वा. वि. : सातवाहन आणि पाश्चिमी क्षत्रप यांचा इतिहास आणि कोरीव लेख, पृ. १२९

३) मोरवंचीकर, रा. श्री. : सातवाहनकालीन महाराष्ट्र, पृ. ६

४) नागोरी, एस. एल. : प्राचीन भारतीय संस्कृती, पृ. १३, १४

५) Ramesh, K. V. : On The Vakatakas and Their Inscriptions (Ed. Shastri, A. M. : The Age of The Vakatakas), p. 28

६) मिराशी, वा. वि. : वाकाटक नृपती आणि त्यांचा काल, पृ. ८१

७) देव, शां. भा. : महाराष्ट्र व गोवे शिलालेख ताम्रपटांची वर्णनात्मक संदर्भसूची पृ. १५६,१४४

८) काळे, या. मा. : वऱ्हाडचा इतिहास, पृ. ६४

९) Shastri, A. M. : The Age of The Vakatakas, p. 28

१०) गुप्त, चंद्रशेखर : लोकराज्य त्रैमासिक – १६ ऑगस्ट १९९२, पृ. ४४

११) देव, शां. भा. : महाराष्ट्र व गोवे शिलालेख ताम्रपटांची वर्णनात्मक संदर्भसूची, पृ. २८४

१२) गोखले, शोभना : पुराभिलेखविद्या, पृ. १७४

१३) काळे, य. मा. : वऱ्हाडचा इतिहास, पृ. ६६
१४) मिराशी, वा. वि. : वाकाटक नृपती आणि त्यांचा काल, पृ. २४५
१५) पूर्वोक्त, पृ. २५३
१६) Shastri, A. M. : New Vakataka Inscriptions
(Ed. Shastri, A. M. : The Age of The Vakatakas), p. 238 - 240
१७) Ibidp. 240
१८) कोलते, वि. भि. : वाकाटकांचा हिस्से बोराळा येथील शिलालेख
(विदर्भ संशोधन मंडळ वार्षिकांक १९६४ संपा. पंडित भ. श्री.), पृ. १९
१९) देशपांडे,ब्रह्मानंद : 'संशोधक' सप्टेंबर, १९९७ (त्रैमासिक), पृ. ७
२०) जोशी, लक्ष्मणशास्त्री : मराठी विश्वकोश खंड ५, पृ. ११७
२१) मिराशी, वा. वि. : वाकाटक नृपती आणि त्यांचा काल, पृ. २४
२२) देव, शां.भा. : महाराष्ट्र व गोवे शिलालेख ताम्रपटाची वर्णनात्मक संदर्भसूची, पृ. २४,२५
२३) अळतेकर, अ. स. : प्राचीन भारतीय शिक्षणपद्धती, पृ. ८
२४) मिराशी, वा. वि. : वाकाटक नृपती आणि त्यांचा काल, पृ. २३, २४
२५) Shastri, A. M. : New Vakataka Inscriptions
(Ed. Shastri, A. M. : The Age of The Vakatakas), P. 234, 235
२६) मिराशी, वा. वि. : वाकाटक नृपती आणि त्यांचा काल, पृ. २४५
२७) मिराशी, वा. वि. : सातवाहन आणि पश्चिमी क्षत्रप यांचा इतिहास आणि कोरीव लेख, पृ.१३१
२८) पणिक्कर, के. एम. : भारतीय इतिहास सर्वेक्षण, पृ. १७
२९) मोतीचंद्र (मराठी अनुवाद - पारधी मा. कृ.) : सार्थवाह, पृ. २
३०) मिराशी, वा. वि. : संशोधन मुक्तावली. सर-२, पृ. २०
३१) गर्गे, स. मा. : भारतीय समाजविज्ञान कोश. खंड-५, पृ. २५
३२) देशपांडे, अ. ना. : प्राचीन मराठी वाङ्मयाचा इतिहास, पृ. १६१
३३) ओमीन, सय्यद : प्राचीन भारतीय संस्कृती, पृ. १८८
३४) नागोरी, एस. एल. : प्राचीन भारतीय संस्कृती, पृ. ५८,५९
३५) मिराशी, वा. वि. : वाकाटक नृपती आणि त्याचा काल, पृ. ८५
३६) मिराशी, वा. वि : संशोधन मुक्तावली. सर-२, पृ. ३४,३५
३७) मिराशी, वा. वि. : कालिदास, पृ. १९५
३८) राजवाडे, वि. का. : भारतीय विवाह संस्था, पृ. १७

३९) नागोरी, एस. एल. : प्राचीन भारतीय संस्कृती, पृ. १४
४०) मिराशी, वा. वि. : कालिदास, पृ. १५३
४१) गर्गे, स. मा. : भारतीय समाज विज्ञान कोश. खंड – ५, पृ. २१
४२) कर्वे, इरावती : मराठी लोकांची संस्कृती, पृ. ४०
४३) पूर्वोक्त, पृ. ३२४
४४) पूर्वोक्त, पृ. १३
४५) भुसारी, आर. एम. : आद्य महाराष्ट्र आणि सातवाहन काल, पृ. १०६
४६) उपाध्याय, रामजी : प्राचीन भारत की सामाजिक संस्कृती, पृ. ६१
४७) मिराशी, वा. वि. : वाकाटक राजवंश का इतिहास तथा अभिलेख, पृ. १६१
४८) दांडेकर, आर. एन : हिंदूधर्म; इतिहास आणि आशय, पृ. १४४
४९) अळतेकर, अ. स. : प्राचीन भारतीय शिक्षण पद्धती, पृ. १२
५०) काळदाते, सुधा : भारतीय समाजरचना, पृ. १३५
५१) नागोरी, एस. एल. : प्राचीन भारतीय संस्कृती, पृ. ५८
५२) मिराशी, वा. वि. : वाकाटक नृपती आणि त्यांचा काल, पृ. २१,२२
५३) पूर्वोक्त
५४) देव, शां. भा. : महाराष्ट्र व गोवे शिलालेख ताम्रपटाची वर्णनात्मक सूची, पृ. ५७
५५) Shastri, A. M. : The New Vakataka Inscriptions, p. 256 (Ed. Shastri, A. M. : The Age of The Vakatakas)
५६) देव, शां. भा. : महाराष्ट्र व गोवे शिलालेख, तांम्रपटाची वर्णनात्मक संदर्भसूची, पृ. २६
५७) Mujumdar, R. C. : The Classical Age, p . 307
५८) मिराशी, वा. वि. : कालिदास, पृ. ११२
५९) बोरकर, र. रा. : दैनिक 'लोकमत', १९ डिसेंबर १९९९
६०) गोखले, शोभना : पुराभिलेखविद्या, पृ. १७४,१७५
६१) शास्त्री, अजयमित्र : डॉ. कोलते गौरवग्रंथ, पृ. १९९
६२) Mujumdar, R. C. : The Classical Age, p . 180
६३) गुप्त, चंद्रशेखर : लोकराज्य (पाक्षिक) ऑगस्ट १९९४, पृ. ४४
६४) कोलते, वि. भी. : महाराष्ट्रातील काही ताम्रपट व शिलालेख, पृ. ५०
६५) मुजुमदार, प्रशांतकुमार : भारत के प्राचीन अभिलेख, पृ. ४७

६६) मिराशी, वा. वि. आणि रोडे, वि. प्र. : वाकाटक नृपति द्वितीय प्रवरसेन याचा पांढुर्णा ताम्रपट (विदर्भ संशोधन मंडळ १९५८), पृ. ८८
६७) मिराशी, वा. वि. : मेघदूतातील रामगिरी अर्थात रामटेक, पृ. १०६
६८) केतकर, व्य. मा. : महाराष्ट्र ज्ञानकोश. खंड - २, पृ. ५४५
६९) काळे, या. मा. : वऱ्हाडचा इतिहास, पृ. ६८,६९
७०) Shastri, A. M. : New Vakataka Inscription, p. 239
(Ed. Shastri, A. M. : The Age of The Vakatakas)
७१) चित्राव, सिद्धेश्वरशास्त्री : प्राचीन भारतीय स्थलकोश, पृ. ४३
७२) देव, शां. भा. : महाराष्ट्र व गोवे शिलालेख ताम्रपटाची वर्णनात्मक संदर्भ सूची, पृ. २४
७३) मिराशी, वा. वि. : संशोधन मुक्तावली. सर - १, पृ. ११०
७४) पेंडसे, शंकर : हिंदूधर्मातील सामाजिक इतिहासाचे सामान्य निरीक्षण, पृ. १० ते १३
७५) मोरवंचीकर, रा. श्री. : सातवाहनकालीन महाराष्ट्र, पृ. १४४,१४५
७६) साळुंखे, आ. ह. : हिंदू संस्कृती आणि स्त्री, पृ. ३७
मनुस्मृती ९, २६, ९६
७७) पूर्वोक्त, पृ. ३७
कौटिलीय अर्थशास्त्र - ३.२.४२
७८) नागोरी, एस. एल. : प्राचीन भारतीय संस्कृती, पृ. ५८
७९) फाटक, न. र. : भारतीय इतिहास आणि संस्कृती पुस्तक वर्ष १० वे जाने. ७४
८०) कोसारे, एस. एस. : प्राचीन भारतीय संस्कृती, पृ. ५८
८१) कुलकर्णी, अ. अ. : प्राचीन भारतातचा सांस्कृतीक इतिहास, पृ. ५०
८२) राजवाडे, वि. का. : भारतीय विवाह संस्थेचा इतिहास, पृ. २५
८३) केतकर, व्य. श्री. : सातवाहनपर्व, पृ. १०१,१०२
८४) Mujumdar, R. C. : The Classical Age, p. 180
८५) मिराशी, वा. वि. : संशोधन मुक्तावली. सर - २, पृ. १८२
८६) मिराशी, वा. वि. : संशोधन मुक्तावली. सर - ९, पृ.११०
८७) पाकण्णीकर, के. एम. : भारतीय इतिहास का सर्वक्षण, पृ. ४६
मिराशी, वा. वि. : वाकाटक नृपती आणि त्यांचा काल, पृ.२३९
८८) गोखले, बी. जी. : प्राचीन भारत इतिहास और संस्कृती, पृ. ६०

८९) मिराशी, वा. वि. : कालिदास, पृ. १५३
९०) मिराशी, वा. वि. : संशोधन मुक्तावली. सर - २, पृ. ९९
९१) मिराशी, वा. वि. : संशोधन मुक्तवली. सर - २, पृ. १०४
९२) Mujumdar, R. C. : The Classical Age, p. 566
९३) मिराशी, वा. वि. : संशोधन मुक्तावली. सर - ९, पृ. ८१
९४) मिराशी, वा. वि. : संशोधन मुक्तावली. सर - २, पृ. १८०
९५) Mujumdar, R. C. : The Classical Age, p. 566
९६) पूर्वोक्त, पृ. ८७
९७) पूर्वोक्त, पृ. ११६
९८) मिराशी, वा. वि. : वाकाटक नृपती आणि त्यांचा काल, पृ. २८७
९९) तवकर, ना. गो. : प्राचीन भारतीय ज्ञानसाधना, पृ. २७
१००) मिराशी, वा. वि. : संशोधन मुक्तावली सर - ६, पृ. १३१
१०१) मिराशी, वा. वि. : संशोधन मुक्तावली सर - १०, पृ. १२४
१०२) मिराशी, वा. वि. : कालिदास, पृ. ५९
१०३) दिनकर, रामधारि सिंह : संस्कृती के चार अध्याय, पृ. १७९
१०४) मिराशी, वा. वि. : वाकाटक नृपती आणि त्यांचा काल, पृ. ११४
१०५) मिराशी, वा. वि. : संशोधन मुक्तावली सर - १, पृ. २६
१०६) श्रीअरविंद : भारतीय संस्कृतीचा पाया, पृ. ३०६
१०७) Mukharji, W. R. : History of India, p. 181
१०८) मिराशी, वा. वि. : संशोधन मुक्तावली सर - २, पृ. १८६
१०९) मिराशी, वा. वि. : संशोधन मुक्तावली सर - ६, पृ. ३८
११०) देशपांडे, अं. ना. : प्राचीन मराठी वाङ्मयाचा इतिहास, पृ. १५९
१११) Mirashi, V. V. : Epigraphiya Indica. Vol.XXVII, p. 32
११२) तवकर, ना. गो. : प्राचीन भारतीय विद्यापीठे, पृ. १४३,१४४
११३) Mujumdar & Altekar : New History of Indian People, p. 39
अळतेकर, अ. स. : प्राचीन भारतीय शिक्षणपद्धती, पृ. ४३, ४४
११४) नागोरी, एस. एल. : प्राचीन भारतीय संस्कृती, पृ. ४७
११५) अळतेकर, अ. स.. : प्राचीन भारतीय शिक्षणपद्धती, पृ. ८७
११६) मिराशी, वा.वि. : संशोधन मुक्तावली. सर - १, पृ. २४
११७) त्रिविद्रम संस्कृती सिरीज : वसुविद्या, पृ.१ ते १२ पुढे
११८) तवकर, ना. गो. : प्राचीन भारतीय ज्ञानसाधना, पृ. ८३

११९) Gupt, Chandrashekhar : Paunar Under The Vakatakas, p. 133 (Ed. Shastri, A. M. : The Age of The Vakatakas)
१२०) मिराशी, वा. वि. : संशोधन मुक्तावली. सर - २, पृ. १६९ ते १८३
१२१) मिराशी, वा. वि. : संशोधन मुक्तावली. सर - १, पृ. ६३
१२२) Epigraphiya Indiac. Vol. XXVIII, p. 13
१२३) VenketeShwara S. V. : Indian Culture Through Ages - Vol. I, p. 294
१२४) मिराशी, वा. वि : कालिदास, पृ. १५४. केतकर, व्य. श्री. : सातवाहनपर्व, पृ. ३८३
१२५) मिराशी, वा. वि. : कालिदास, पृ. १५५
१२६) पूर्वोक्त, पृ. १७०
१२७) मिराशी, वा. वि. : कालिदास, पृ. २८७
१२८) पूर्वोक्त, पृ. १८८
१२९) मिराशी, वा. वि. : कालिदास, पृ. २८५
१३०) तवकर, ना. गो. : प्राचीन भारतीय ज्ञानसाधना, पृ. ८६
१३१) तवकर, ना. गो. : प्राचीन भारतीय ज्ञानसाधना, पृ. ८१
१३२) तवकर, ना. गो. : प्राचीन भारतीय ज्ञानसाधना, पृ. ८३
१३३) Marg, A. : Magazine of The Arts - Volume : 25 June 1972 Number 3, p. 11
१३४) मिराशी, वा. वि. : संशोधन मुक्तावली. सर-८, पृ. ७८
१३५) जोगळेकर, स. ह. : गाथासप्तशती गाथा - ४५८
१३६) चौधरी, कि. का. : वर्धा गॅझेटिअर - १९९२, पृ. ३९
१३७) मिराशी, वा. वि. : कालिदास, पृ. १२२
१३८) दाभाडे, बाळकृष्ण : सौंदर्याच्या शोधात, पृ. ११६
१३९) मोरवंचीकर, रा. श्री. : सातवाहनकालीन महाराष्ट्र, पृ. १४१
१४०) मोरवंचीकर, रा. श्री. : सातवाहनकालीन इतिहास, पृ. १४०
१४१) Doshi, Sary : Maharashtra, p. 226
१४२) मिराशी, वा. वि. : संशोधन मुक्तावली. सर-२, पृ. ९
१४३) मिराशी, वा. वि. : नवभारत पुणे, डिसेंबर १९५५
१४४) देशपांडे, या. खु. : वत्सगुल्म महात्म्य, पृ. २२
१४५) Shastri, A. M. : New Valataka Inscription, p. 236 (Ed. Shastri, A. M. : The Age of The Vakatakas)

१४६) मिराशी, वा. वि. : वाकाटक नृपती आणि त्यांचा काल, पृ. २४३
१४७) पूर्वोक्त, पृ. १००
१४८) मिराशी, वा. वि. : कालिदास, पृ. १८६
१४९) दाभाडे, बाळकृष्ण : सौंदर्याच्या शोधात, पृ. ४२, ४३
१५०) मिराशी, वा. वि. : संशोधन मुक्तावली. सर-२, पृ. ३५ ते ३९
१५१) मिराशी, वा. वि. : कालिदास, पृ. १८३
१५२) मोतीचंद्र (अनुवाद मराठी - मा. कृ. पारधी) : सार्थवाह, पृ. २२९
१५३) कुलकर्णी, वि. य. : भारतीय कला उद्गम आणि विकास, पृ. ८३
१५४) मिराशी, वा. वि. : कालिदास, पृ. १८६
१५५) मिराशी, वा. वि. : कालिदास, पृ. १५४
१५६) अमिन, सय्यद : प्राचीन भारतीय संस्कृती, पृ. १६२
१५७) चौधरी, कि. का. : वर्धा गॅझेटिअर- १९९२, पृ. ३९
१५८) अहमद मोहम्मद खॉजा मार्गदर्शिका : अजिंठा येथील लेणी आणि चित्र, पृ. ३७
१५९) भट, यशवंत अ. : धर्मशास्त्राचा इतिहास पुर्वार्ध, पृ. २५०
१६०) मिराशी, वा. वि. : वाकाटक नृपती आणि त्यांचा काल, पृ. १००
१६१) मिराशी, वा. वि. : संशोधन मुक्तावली, सर-२, पृ. १८,१९
१६२) मिराशी, वा. वि : संशोधन मुक्तावली. सर-१, पृ. १३१, १३२
१६३) लोहगांवकर, व्य. अ. : मुलींचे खेळ (संपा. देशपांडे, प्र. न. : अखिल महाराष्ट्र इतिहास परिषद शोधनिबंध १९९८), पृ. ४७ ते ५२

प्रकरण – ५

समाज जीवन

आहारपद्धती

वाकाटक कालखंड हा अतिशय समृद्ध कालखंड होय. समाजाच्या समृद्ध जीवनाचे अन्न, वस्त्र व निवारा हे प्रमुख घटक होत.

शाकाहार–मांसाहार : वाकाटक काळात लोकांच्या आहारामध्ये शाकाहारासोबत मांसाहाराचा देखील समावेश राहात होता. 'गाथासप्तशती' मध्ये तादुंळ व डाळ ही धान्ये आहारात वापरत असल्याचा उल्लेख आलेला आहे.[१] नेवासे येथील उत्खननात सातवाहनकालीन गहू आणि हरभरा मिळाला आहे, आणि अन्य धान्याचे अवशेष स्वरूपात पुरावे मिळाले आहेत. तर पवनार येथील वाकाटक कालीन उत्खननात तांदुळाचा भुसा सापडला आहे.[२]

कालिदासाने लिहिलेल्या 'शाकुंतल' या नाटकात मांसाहाराचा उल्लेख येतो. या नाटकातील राजा दुष्यंत व विदुषक मृगया करण्यास जातात तेव्हा ते वनात झाडांची पाने पडून कडवट झालेले पाणी पित तसेच सळईवर भाजलेले मांस खात, असे वर्णन आहे.[३] राजा दुष्यंत पौराणिक असला तरी 'शाकुंतल' नाटक वाकाटक कालीन आहे. कौंडिण्यपूर तसेच पवनार येथे गाय–बैलांची हाडे मोठ्या प्रमाणात मिळाली आहेत. यावरून पशूंचे मांस खाण्यासाठीही उपयोगात आणले जात असावे, असे अनुमान निघते. पुढे मात्र या पशुंना संरक्षण देऊन धार्मिक कार्यात वापरले जाई.[४] उदाहरणार्थ हत्ती, नंदी, वराह वगैरे म्हणता येईल.

रुद्रसेन द्वितीयच्या मांढळ ताम्रपटात वत्सगुल्म येथील विविध गोत्रीय ब्राह्मणांना पद्मपूरच्या पूर्व मार्गातील चार गावे दान दिल्याचे नमूद आहे. या ताम्रपटात इतर वस्तू सोबतच दूध, मीठ या खाण्याच्या पदार्थांचा उल्लेख केलेला आहे.[५] दङ्गुणग्राम गावचे दान हे आचार्य चनालस्वामीस दिल्याचा उल्लेख प्रभावती गुप्ताच्या पुणे ताम्रपटात आलेला आहे. या गावातून मीठ व यज्ञासाठी लागणारे बोकड पुरविण्याची सक्ती

नाही. तसेच फुले व दूधही या गावातून राजअधिकाऱ्यांना मिळणार नाही [६] असे ताम्रपटात स्पष्टपणे म्हटले आहे. त्याचप्रमाणे पृथिवीषेण द्वितीयच्या १७ व्या शासनवर्षी दिलेल्या माहुरझरी ताम्रपटान्वये विष्णुदत्त व भवदत्त यांना सुरम्बि राज्यातील जमालखेटक हे गाव दान दिलेले होते. या ताम्रपटात, फुले व दूध यावरील कर रद्द केल्याचा तसेच मीठ खणण्यास सक्त बंदी केल्याचा उल्लेख येतो.[७] अर्थात, आहारात दूध व मिठाचा वापर होत होता असे दिसते. तांदूळ व डाळ मुख्य अन्न पदार्थ असावेत.

फलहार : विदर्भात बहुल प्रमाणात मिळणाऱ्या वृक्षात काही वृक्षांना विशेष महत्त्व होते. काही झाडांची फळे खाण्यासाठी उपयोगात येत असत. ती पुढीलप्रमाणे–

(१) बिल्व (बेल), (२) बदरी (बोर), (३) मधूक (मोह), (४) पिण्डीपक (द्राक्ष) (५) आम्र (आंबा) (६) ताल (ताड) इत्यादी. मधूक फुलांपासून मदिरा बनविली जात असे व त्याची फळेही खाण्यासाठी उपयोगात येत असत. मधुकफरी [८] चा उल्लेख वाकाटकाचे दानपत्रांत आहे. पाटणा संग्रहालय ताम्रपटात मधुकफरी गावाचा उल्लेख येतो. तसेच जलकुटकुम्म व कदम्बसरकस्य [९] अशा गावांचे उल्लेख द्वितीय प्रवरसेनच्या वडगाव ताम्रपटात आले आहेत.

पेय : वाकाटक काळात लोक मद्य प्राशन करीत असल्याचे अनेक संदर्भावरून लक्षात येते. कालिदासाने लिहिलेल्या 'मेघदूत' या काव्यात मेघाला अलका नगरीचे वर्णन सांगताना यक्ष स्व–स्त्रियांसोबत मद्यपान करीत असल्याचा उल्लेख आहे.[१०] द्वितीय प्रवरसेनाने दिलेल्या माहुरझरी ताम्रपटात जमालखेटक या दान दिलेल्या गावातून दारू गाळण्यासाठी कर द्यावे लागणार नाही [११] असा उल्लेख आहे. वाकाटकाच्या दानपत्रात झाडापासून मिळत असलेल्या मादक पेयांचे (अखनिमेध्यः, कलिठवकेणि) असे उल्लेख मिळतात.

तांबूल : वाकाटक काळात पान व तांबुल खाण्याचाही प्रघात असावा. प्रभावती गुप्ताच्या पुणे ताम्रपटात 'अखनिमेध्य:' असा उल्लेख येतो. तर नुसारकाथ (खैराच्या) वृक्षापासून काथ बनविला जात असावा असा कयास करता येतो. प्राचीन काळी वाकाटकांचे शासन असलेल्या रामटेक या ठिकाणची कपूरी पाने आजही प्रसिद्ध आहेत.

जलनियोजन : वाकाटकाच्या काळात 'शेती व्यवसाय' होता व त्यासाठी राजे तलाव बांधून शेती व्यवसायास पाणी पुरवठ्याची सोय उपलब्ध करून देत असत. कारण, वत्सगुल्म शाखेचा राजा देवसेन याच्या आर्यस्वामीलदेव नावाच्या सेवकाने तलाव बांधल्याचा उल्लेख येतो.[१२] तसेच वाकाटकाचा मांडलिक असलेला व्याघ्रदेव यानेही विहीर, तळे बनविल्याचा उल्लेख नचना शिलालेखात येतो.[१३]

भांडी व गृहोपयोगी वस्तू : मानवाच्या जीवनात आहाराला निरातिशय महत्त्व आहे.

मृदूभांडी : टाळघाट, पवनी, कौंडिण्यपूर येथील उत्खननात मृदुभांडी व खापरे मिळाली आहेत.[१४] तसेच मांढळ येथील उत्खननातही मृदु भांडी मिळाली.[१५] प्रवरसेन द्वितीयच्या दुसऱ्या शासन वर्षी दिलेला माढंळ ताम्रपटही मृदुभांड्यात सुरक्षित ठेवलेला होता.

सातवाहनांच्या शेवटच्या काळात व वाकाटकांच्या आरंभीच्या काळात भांडी आव्यात उलटी ठेवून भाजण्यात येत असत. यात तबकड्या, वाट्या, दगड्या, पाण्याचे भांडे, झाकणे इत्यादी भांड्याचा समावेश असे. तसेच भांड्याला धरण्यासाठी मूठसुद्धा असे. कौंडिण्यपूर येथील बहुतेक भांडी फिरत्या चाकावर तयार केलेली आहेत. म्हणून ती मजबूत व टिकावू असत.[१६]

अन्न शिजविण्यासाठी उपयोगात येणाऱ्या हांडीच्या बुडाशी गेरुचा पातळ थर दिला जाई. यामुळे कदाचित उष्णता सर्वत्र सारख्या प्रमाणात पसरत असावी.[१७] तसेच काही प्रमाणात अभ्रक मिसळून भांडी तयार केली जात. त्यामुळे भांड्यांना चकाकी येई.[१८] भांड्यांना सुशोभित करण्यासाठी आंगठ्याने दाबून किंवा कापडाने व मक्याच्या कणसाच्या साह्याने नक्षिकाम केले जाई. त्यावर छटाही असत.

जार (Jar) : जार म्हणजे रूंद तोंडाची बरणी होय. त्याला बैठा पाया असून ते पायावरच्या बाजूने फुगलेले असे. त्यावर आखुड व दबलेली मान असे. या भांड्याचे तोंड बसके असून त्याला वाकलेली मूठ असे. जार हे तांब्यासारख्या धातुचे तयार केलेले असत. काही वेळेस याकरिता चांदीचा उपयोग पण केला जाई. अशा प्रकारची भांडी इसवी सन पाचव्या शतकात प्रचलित होती.[१९]

चिनी प्रवासी फाहीयान याने आपल्या प्रवासवर्णनात वादळ वाऱ्यामुळे त्याचे प्रवासी जहाज भरकटले, तेव्हा समुद्रातील पाणी पिण्यास अयोग्य म्हणून प्रवाशांनी शिलकीतील गोडे पाणी आपसात वाटल्याचा उल्लेख आहे. म्हणजे, गोडे पाणी साठविण्यासाठी वॉटरबॅगसारखे भांडे उपयोगात येत असावे.[२०]

पिकदाणी : पिकदाणी राजाच्या आसनाचे बाजूला थुंकण्यासाठी ठेवलेली असे. याचे चित्र अजिंठ्यातील शैलगृह क्रमांक सतरामध्ये (१७) मध्ये दिसून येते. वेगवेगळे काठ असलेली पृष्ठभागावर उभे उंचवटे असलेली काचेची पिकदाणीसुद्धा चित्रात आढळते.[२१]

गुप्त-वाकाटक काळात पान विडा खाणे सामान्य झाले होते. थुंकण्यासाठी पिकदाणीचा उपयोग करण्यात येई. पिकदाणी झोपण्याच्या खोलीतसुद्धा ठेवण्यात येई.[२२]

मोठे तबक : हे भांडे आज वापरात असलेल्या ट्रेसारखे होते. तबक गोलाकारही असत. अशा प्रकारची तबके गुप्त–वाकाटक काळात दिसून येतात.[२३]

समई (Lamp) : समईचा वरील भाग कपासारख्या आकारचा असून त्यामध्ये तेल भरण्यात येई आणि या कपाच्या खालील बाजूस लांब व बारीक दांडा (Rod) असे. दांड्याचा खालील भाग (Stand) बैठा व पसरट असे. डॉ. अग्रवाल यांनी याला यास्तीदिप (Yasstidipa) म्हणून संबोधिले आहे.[२४] याला भारतीय कुटुंबात समई (Samai) म्हटल्या जाते.

मनसर उत्खनन : मनसर येथे सन १९९८–९९ या सत्रात भारत सरकारच्या पुरातत्व विभागाने उत्खनन केले. उत्खननात एक मातीचे मडके, धुपदानीसारखे मातीचे भांडे, ॲस्ट्रेसारखे एक भांडे, छोटे नक्षीकाम केलेले एक मडके, वेगवेगळी खापरे, अगरबत्ती खोचावयाचे छिद्रे असलेले दगड, मोठ्या आकाराची गोलाकार चिलीम[२५] व इतर काही वस्तू मिळाल्यात. यावरून अशा वस्तू तयार होत असत व त्यांचा वापर होता असे स्पष्ट होते.

खेळणी : वाकाटकांच्या पूर्वकाळात लिहिल्या गेलेल्या 'मृच्छकटिकात' वसंतसेनेने आपले अलंकार मातीच्या गाडीच्या खेळण्यात घालून ते चारुदत्ताचा पुत्र रोहसेन याला दिल्याचा उल्लेख येतो.[२६] वाकाटक काळात मुलांच्या खेळण्यात मातीची, लाकडाची, शंख शिंपल्यांची खेळणी नक्कीच असावीत. परंतु, उत्खननात प्राप्त वस्तूंमध्ये खेळण्यांचा अभाव आहे.

वाद्य : अजिंठा येथे मृदंग, शंख, झांजा, मुरली, एकतारी, दोनतारी यांची चित्रे आहेत. मृदंग गळ्यात पट्ट्याने अडकवून वाजवित असत.

वेशभूषा

वेशभूषा ही व्यकी किंवा व्यक्तिसमूहाच्या स्वाभाविक आवडी निवडी, हवामान, वातावरण व तत्कालीन सामाजिक चालीरीती व रीतीरिवाज यांची निदर्शक आहे. सामाजिक व आर्थिक परिस्थिती यानुरूप वेशभूषेत विविधता निर्माण होणे क्रमप्राप्त असते.

कापड : प्राचीन काळीसुद्धा भारत कापडाकरिता प्रसिद्ध होता. कापड निर्मितीची कला भारतात फार पूर्वीपासून विकसित झाली होती. भारतातच नव्हे तर भारताबाहेरील देशातसुद्धा भारतीय बनावटीचे कापड प्रसिद्ध होते.[२७]

इसवी सनाच्या सुरुवातीला रोमशी भारताचा व्यापार होत होता. त्यात कापूसही समाविष्ट होता. भारतीय कापूस पाश्चिमात्य देशात निर्यात होत असे.[२८] तसेच भारतीय बनावटीचे कापडही निर्यात होत असे.

अजिंठा येथील चित्रातील पोशाखावरून असे दिसते की, राजघराण्यातील उच्चभ्रू लोक रेशमी व पांढरे मलमलीचे मुलायम कपडे वापरायचे आणि सामान्य लोक कापसापासून बनविलेले जाडेभरडे कपडे वापरायचे. परंतु, इतर देशांच्या कापसापेक्षा तुलनेने भारतीय कापूस हा पांढरा व चकाकणारा होता असे विदेशी प्रवाशांनी नमूद करून ठेवले आहे.[२९]

अधोवस्त्रे (अधोरुक) – धोतर, अधोवस्त्र : अजिंठ्यातील चित्रावरून त्याकाळातील लोकांच्या वेशभूषेची कल्पना येते. तत्कालीन राजे, राजकुमार, मंत्री तसेच उच्चवर्णीय लोक कमरेला बांधलेले धोतर नेसत असत.[३०]

अशाच प्रकारचे धोतर (अधोवस्त्र) शिपाईसुद्धा परिधान करीत. युद्धावर निघालेले शिपाई आपल्या धोतराचा समोरील भाग गुंडाळून कमरेला खोचत.[३१] अजिंठ्यातील गजजातक म्हणून प्रसिद्ध असलेल्या शैलगृहातील पुरुषांनी मांडचोळणा (हापपँट) घातला आहे.[३२] त्यावर उभे आडवे पट्टे आहेत.[३३]

अजिंठ्यातील क्रमांक १० या शैलगृहातील चित्रात बोधीसत्व धोतर (अधोवस्त्र) नेसलेला असून त्याच्या निऱ्या पुढे न घेता त्या पाठीमागे लोबताना रेखाटलेल्या आहेत.[३४] वाकाटक कालीन लेण्यात पुढे निऱ्या असलेली चित्रे दिसत नाहीत. याविषयी कल्हणने आपल्या 'राजतरंगिणी' या ग्रंथात विनोदाने म्हटले आहे की,

गुडघ्यापर्यंत असलेल्या वस्त्राला 'अर्धोरुक' असे म्हणत. तसेच गुडघ्यापर्यंत किंवा गुडघ्याखाली घोट्यापर्यंत नेसलेल्या वस्त्राला 'अंतरीयक'सुद्धा म्हटले जाई. पवनी येथील उत्खननात जे शिल्पपट्ट मिळाले आहेत. त्यात गुडघ्यापर्यंत तसेच पायाच्या घोट्यापर्यंत लांब असे अधोवस्त्र नेसलेले दाखविलेले आहे.[३५] त्याचप्रमाणे पवनार येथील उत्खननात मिळालेल्या शिल्पपटात राम, सीता, लक्ष्मण, भरत यांची वस्त्रे आडव्या पट्ट्यांची, रुंद व घोट्यापर्यंत आलेली दाखविलेली आहेत.[३६] काही शिल्पपटात डावा पाय वस्त्राने पूर्ण झाकून असलेला व उजवा पाय पायाच्या घोट्यापर्यंत उघडा असलेला दिसतो. अजिंठ्यातील बहुतेक चित्रांत वरील दोन्ही प्रकार दिसून येतात.

संघाटी : संघाटी हे वस्त्र विशेषतः बौद्ध भिक्षू वापरत असत. गौतम बुद्धाने असे वस्त्र पूर्णतः अंगावरून ओढून घेतल्याचे अजिंठ्यातील शैलगृह १६ मध्ये दिसते. हे वस्त्र अतिशय तलम कापडाचे बनविलेले असे. जेवढे वस्त्र पातळ तेवढ्या त्याला जास्त वळ्या पडतात. गौतम बुद्धाच्या या वस्त्राला अनेक वळ्या पडलेल्या दाखविल्या आहे.

नागपूर जिल्ह्यातील मांढळ येथे झालेल्या उत्खननात सापडलेल्या नैगमेष

मूर्तीच्या कमरेभोवती अतिशय तलम दुपदरी वस्त्र आहे.[३७] तेही संघाटी प्रकारचे तलम वस्त्र असावे.

चिवर : दत्तपूर येथे उभ्या अवस्थेत बुद्धाची मूर्ती मिळाली आहे. मूर्तीचे दोन्ही हात पुढे वाकविलेले आहेत. त्या मूर्तीच्या खांद्यापासून समोरून दोन्ही हातावर मनगटापर्यंत व हातावरून खाली पायापर्यंत ओघळलेले लांब वस्त्र आहे. त्याने संपूर्ण शरीर झाकले गेलेले आहे. त्याला 'चिवर' म्हटले जाई.[३८] हे वस्त्र पातळ व मुलायम असे.

शेला : या काळात पुरुष शेला वापरत असत. बहुदा शेल्याचा वापर हौशी लोक करीत असावेत. याचा उल्लेख वाकाटकांच्या पूर्वकाळात लिहिल्या गेलेल्या 'मृच्छकटिक' या नाटकात आहे. यात नायक चारुदत्त हा त्याचा शेला वसंतसेनेकडे विसरतो असे वर्णिले आहे.[३९] साधारणत: शेला उपरण्यासारखा डाव्या खांद्यावरून उजव्या बगलेत जानव्यासारखा आणून शेवटी कमरेजवळ गांठ मारली जाई.

अंगरखा : बुद्धाच्या मोहकथेतील भित्तीचित्रांत जाळीदार अंगरखेही दाखविले आहेत. यावरून त्या काळात तलम जाळीदार वस्त्रे वापरत असल्याचे दिसते. तसेच या काळात शिवणकला विकसित झाल्याचे अजिंठ्यातील बहुतेक चित्रावरून दिसून येते.

अजिंठ्यातील १७ क्रमांकाच्या शैलगृहात घोड्यावर स्वार झालेल्या राजकुमाराचे चित्र रेखाटले आहे. या राजकुमाराने पूर्ण बाह्यांचा कंचूक (अंगरखा) घातलेला आहे.

यज्ञोपवीत : या काळातील पुरुष जानवे वापरत. त्यास 'यज्ञोपवीत' असेही म्हणत. प्राचीन काळी उपरणे किंवा उत्तरीय हे यज्ञाच्या वेळी जानवे म्हणून वापरत. त्यालाही यज्ञोपवीत असे म्हणत. उत्तरीय धार्मिक प्रसंगी वापरले म्हणजे त्यास यज्ञोपवीत म्हणावे, असे तैतरीय संहितेत म्हटले आहे.[४०]

अन्य वस्त्रे – रंगीत वस्त्रे : अजिंठ्यातील शैलगृह क्रमांक १६ तील चित्रावरून असे दिसते की, लोक एकाच रंगाचे (Plain coloured) कपडे जास्त वापरीत. परंतु, पाचव्या शतकाच्या सुरुवातीला म्हणजे वाकाटक-गुप्त काळात रंगीबेरंगी पट्ट्यांचे कपडे वापरण्याचा प्रघात पडला होता असे दिसते. निरनिराळ्या रंगाचे हे पट्टे आडवे किंवा उभे असायचे व ते इंद्रधनुष्यासारखे दिसायचे.[४१] 'इंद्रव्युधाबंरा' असेही त्यास म्हटले जाई. अशा प्रकारचे कपडे सामान्य जन तसेच राजवाड्यातील लोकसुद्धा वापरत. अजिंठ्यातील शैलगृह क्रं.१७ तील किरिराज याने खांद्यावर घेतलेल्या उपरण्यावर रेषा आहेत.

गुप्त-वाकाटक काळात कपड्यांच्या किनारीवर राजहंसाच्या चित्र ओळी

सौंदर्यासाठी रेखाटलेल्या असत. विशेषत: अंगरख्याच्या गळे पट्ट्यावर अशा तऱ्हेच्या हंसाच्या चित्र ओळी चित्रित केलेल्या असत, असे कालिदासाने 'कुमारसंभव' या काव्यात नमूद केलेले आहे. या अशा प्रकाराला 'हंसचिन्ह दुकुल' किंवा 'कलहंस दुकुल' असे म्हटले जाई.[४२] अजिंठ्यातील शैलगृह क्रमांक १७ मध्ये एका भित्ती चित्रात राजा बिंबिसार त्याने एक लाल रंगाचे आणि निळ्या रंगाचे धोतर परिधान केले आहे. तसेच कमरेला शेल्याचा कमरबंद बांधलेला आहे.[४३]

मंत्र्याची वस्त्रे : मंत्री किंवा श्रीमंत लोक नेहमी सैल, लांब बाह्यांचा कोट वापरत असत. हा कोट साधाणत: गुडघ्यापर्यंत लांब असे. कमरेवर कमरपट्टा बांधण्यात येई. याचा गळा गोलाकार असून त्यावर नक्षीकाम केलेले असे. १७ व्या लेणीतील हंसजातकातील प्रधानाचा पोशाख या प्रकारचा आहे.[४४] उत्तरीय वस्त्राचे एक टोक डाव्या खांद्यावरून समोरच्या बाजूने कमरेपर्यंत सोडलेले असे. तर दुसरे टोक दुपट्ट्यासारखे पाठीवरून तिरपे उजव्या हाताखालून घेऊन पुन्हा डाव्या खांद्यावरून पाठीमागे सोडलेले असे. दुसरे एक वस्त्र अद्यावत शालीसारखे समोरून छातीवरून तिरपे सोडण्यात येई.

द्वारपाल (Doorkeepar) **:** द्वारपाल नेहमी शरीराला घट्ट बसणारे अर्ध बाह्यांचे कुर्पासक (Kurpaseka) वापरत असत. यांची खालील किनार नक्षीदार असे. द्वारपाल 'अंतरीय' प्रकारचे गुडघ्यापर्यंत आखूड धोतर नेसत असे. कमरबंदाने ते पक्के बांधण्यात येई. या कमरबंदाची गाठ मारून खालची दोन्ही टोके लोंबते सोडण्यात येत असत.[४५]

मुलांचे पोशाख : अजिंठ्यातील भित्तीचित्रात राजा राणीची सेवा करणारी आणि खेळणारीही मुले दाखविलेली आहेत. शैलगृह क्रमांक १७ तील माता पुत्र (मातृपोषक जातक) नावाच्या प्रसिद्ध भित्तीचित्रातील मुलगा रेशमाचे धोतर नेसलेला असून त्यावर अर्धबाह्यांचा सदरा घातलेला आहे.[४६]

स्त्रियांचे पोशाख : राजस्त्रियांची व श्रीमंत स्त्रियांची वेशभूषा : अजिंठ्यातील चित्रातील राण्या पायाच्या घोट्यापर्यंत साडी किंवा रेषांचा घागरा तर काही स्त्रिया 'अर्धोसका' ही संज्ञा असलेले गुडघ्यापर्यंत गोलाकार असे गुंडाळलेले वस्त्र वापरीत असलेल्या दर्शविल्या आहेत.[४७] अजिंठा शैलगृह क्रमांक १७ मध्ये मातृपोषक जातक नावाच्या भित्तीचित्रात यशोधरेने आपल्या पायाच्या घोट्यापर्यंत वस्त्र नेसलेले दाखविले आहे. अशा प्रकारात कसोटा मारून कमरेभोवती मेखला बांधल्या जात. पवनार येथील गंगेच्या मूर्तीच्या अंगावर वर्तमान साडीसारखे वस्त्र कमरेच्या खाली गुंडाळलेले आहे. अशी लांब साडी मांड्यावर व पायाच्या पोटऱ्यावर घट्ट बसत असे. त्यामुळे शरीर सौष्ठव दिसून येई. तरी साडीला लांब सोगा ठेवण्यास अधिक प्राधान्य दिले जाई.

कुशान–गुप्तकालीन स्त्रिया घागरा वापरीत. हे वस्त्र शिवलेले असे. दुसरा शिवलेल्या वस्त्राचा प्रकार म्हणजे अर्धजांगीका (मांड्यापर्यंत असणारे) हा होय.[४८] वाकाटकच्या काळात हा प्रकार क्वचित वापरण्यात येत असावा. परंतु त्या काळात अंगावर आखूड ओढणी घेण्याचा प्रकार (Short-drawears) प्रचारात होता. त्याला 'सतूला' म्हटल्या जाई.[४९]

स्त्रियांच्या पोशाखात आणखी एका ऊर्ध्ववस्त्राचा समावेश असे. स्त्रिया शरीराचा कमरेवरचा छातीचा भाग झाकण्यासाठी चोळी किंवा पोलक्यासारखे वस्त्र (कंचूकी) वापरीत. त्याला 'कुर्पासिका' म्हणत. किंवा उरोजांवर एक रुंद पट्टी पाठीवर गाठ येईल अशी बांधत. त्यास 'पायोधरपट' असे म्हणत.[५०] कालिदासाने आपल्या शांकुतल या नाटकातही पयोधरपटाचा उल्लेख केला आहे.[५१]

वक्षांवर बांधल्या जाण्याऱ्या पट्टीलाच कालिदासाने 'स्तनमसुका' म्हटले आहे.[५२] यालाच 'पायोधरपट' म्हटले जाई. पट्टीची गाठ पाठीवर बांधली जाई. पवनार येथे सापडलेल्या गंगेच्या मूर्तीवरूनही या परिधानाची कल्पना येते.

अजिंठ्यातील चित्रात काही स्त्रिया अर्धबाह्यांचे जाकीट अंगात घातलेल्या दिसतात. तसेच त्या दोन्ही खांद्यांवरून मागे टाकलेले उत्तरीय घेत. या स्त्रिया कदाचित कुषाण शक स्त्रिया असाव्यात.[५३]

याकाळातील स्त्रिया रेशमी कपडे वापरीत, असे दिसते. गुजराथमधील लाट येथील लोक मंदसोर येथे येऊन रेशमी वस्त्र तयार करीत.[५४] मंदसोर येथून बनलेली रेशमी वस्त्रे स्त्रियांना खूप प्रिय होती. भारतीय मलमलीची रोम साम्राज्यात मोठी किंमत होती. अशा तलम वस्त्रांवर निरनिराळ्या प्रकारची फुले व पक्षी कशिद्याने काढलेली असत.[५५]

दासींची वेशभूषा : अजिंठ्यातील शैलगृह क्रमांक १७ मधील भित्तीचित्रात एक स्त्री चामरग्राहिणी राजाच्या बाजूला उभी राहून त्याला पंख्याने हवा घालीत आहे. तिच्या गळ्यात रुमाल आहे. तिने रेषांचे जांगीया सादृष्य आखूड वस्त्र; कमरे भोवती गुडाळलेले असून छातीवर ओढणीप्रमाणे दुपट्टा घेतला आहे. त्याचे एक टोक जमिनीपर्यंत खाली टेकत आहे. तसेच अजिंठ्यातील काशिराज या राजाच्या मागे उभी असलेल्या चामरग्राहिणीने फुलासारखा तुरा लावून सुशोभित केलेली टोपी घातलेली आहे.[५६] त्याच चित्रात डाव्या बाजूला मंत्र्याच्या मागे एका चामरग्राहिणीने छाती झाकण्यासाठी एक पातळ चादर पांघरलेली आहे.[५७]

तलम वस्त्रे : अजिंठ्यातील शैलगृह क्रमांक १७ मध्ये एक स्त्री पारदर्शक कपड्याने बनविलेला घागरा घालून उपवनात फिरत आहे, असे दाखविलेले आहे.

त्या वस्त्रास 'वैकक्ष' म्हणत असत. राजघराण्यातील स्त्रिया कधीकधी अगदी पातळ पारदर्शक कपडे वापरीत.[५८] ती वस्त्रे मलमलीचे कापड किंवा रेशमी (Silk) कापडाची असत. फार क्वचित कपड्यावर प्राणी व पक्षी चितारलेले असत. राजमातेचे उत्तरीय मोत्यांनी सुशोभित केल्या जाई.[५९] वाकाटककालीन कपड्यांचे गुप्तकालीन कपड्यांशी साम्य असल्याचे दिसते.

अजिंठ्यातील चित्रात स्त्री-पुरुषांची वस्त्रे ही अतिशय तलम व पारदर्शक दाखविली आहेत.[६०] वरील विविध प्रकारच्या कपड्यांचा उल्लेख कालिदासाचे 'शाकुंतल' नाटक, सर्वसेनकृत 'हरिविजय' ग्रंथ, प्रवरसेन द्वितीय चे 'सेतुबंध' काव्य, कल्हणाची 'राजतरंगिणी', बाणाचे 'हर्षचरित्' इत्यादी संस्कृत साहित्यातील रचनाकारांनी केला आहे.

शिर्षावरण (उष्णीव) फेटा : या काळात वेगवेगळ्या कपड्याबरोबर वेगवेगळ्या प्रकारच्या फेट्यांचाही (पगडी) वापर होत होता असे दिसते. पवनी येथील उत्खननात जे शिल्प मिळाले त्यावरून, तसेच अजिंठ्यातील भिंत्तीचित्रातील चित्रांवरून फेट्यांची माहिती मिळते. पवनी येथील शिल्पातील व्यक्तीच्या डोक्यावर दोन प्रकारचे फेटे दिसतात. डाव्या बाजूने बांधलेला फेटा व पिळदार फेटा असे दोन प्रकार दिसतात.

याशिवाय सर्वसामान्यपणे साधा फेटा बांधण्याचाही प्रघात असलेला दिसतो. पवनी उत्खननातील शिल्पमूर्तींच्या डोक्यावर साधे फेटे असलेले दिसतात. या फेट्याचा झुबका उजव्या बाजूला आहे. तसेच त्याच्यावर क्रमशः मोठे दोन फेर घेतले जात. फेट्याच्या सर्वात वर अर्धवर्तुळाकार गोल आहे. मध्यभागी आडवा पट्टा बांधलेला आहे. त्याखाली अतिशय सुंदर पट्ट्या आहेत.[६१]

तीन तुरे असलेला गोल फेटा : अजिंठ्यातील चित्रावरून हा प्रकार अस्तित्वात असलेला दिसतो. या प्रकारात फेट्याला तीन तुरे असत. त्यापैकी मधला तुरा उंच असतो. त्याला कोणाकृती पट्टी बांधलेली आहे. तसेच घट्ट वस्त्राने ते बांधले जाई. दुसरा तुरा साधा आहे. तर तिसरा तुरा साधाच असून एका मिश्र पट्टीने तो बांधला आहे.[६२] काही फेटे केशरचना केल्याप्रमाणे बांधले जात. ते फेटे मान व केसांच्या जुड्याला लपेटून बांधले जात. राजकुमार, उच्चवर्णीय लोक व शिपाई अशा प्रकारे फेटा बांधत असत.[६३]

अशा प्रकारचे उष्णीव हे पवनी येथील वेदिक स्तंभावर कोरलेल्या उपासक व उपासिकांनी घातले आहेत. पवनार येथील शिल्पपट्टावर भरतानेही उष्णीव धारण केलेली वेशभूषा दिसून येते. इसवी सनाच्या पाचव्या शतकापर्यंत डोक्यावर उष्णीव

बांधत. या काळात राजे डोक्यावर मुकुट घालत, तसेच देवदेवतांच्या डोक्यावरही मुकुट घालत होते.[६४] या काळातील देवी देवतांचे कलात्मक मुकुट दाखविलेले आहेत.

टोपी : डोके झाकण्यासाठी म्हणून टोपीचाही वापर केल्या जात असे. या काळात राजस्त्रिया मुकुट घालत असत, तर दासदासी टोपींसारखे शिरावरण वापरीत असत. अजिंठ्यातील शैलगृह क्रमांक १ मधील चामरग्राहिणीने (राजाला चौरीने हवा घालणारी) टोपी घातलेली आहे. शैलगृह क्रमांक १२ तील दासीने गोल आकाराची टोपी घातलेली आहे.

अजिंठा भित्तीचित्रात दिवाणावर एक इराणी राजा बसला असून त्याने टोपी घातलेली आहे. त्याच्या टोपीला झालर (फ्रिल) लावलेली आहे. राण्याही टोपी किंवा मुकुट घालत असत.[६५] अजिंठ्यातील शैलगृह क्र. १ मधील चामरग्रहिणीने टोपी घातलेली आहे.[६६] शैलगृह क्रं १७ तील दासीने गोल टोपी घातलेली आहे.

एकंदरीत वाकाटक काळात पोशाखांचे विविध प्रकार अस्तित्वात असल्याचे दिसून येते. डोक्यावर धारण करण्यात येणारे, अंगात घालावयाचे, अधोवस्त्रांचे व शेल्यांचे स्त्री व पुरुषांच्या आवडीनिवडीप्रमाणे व आर्थिक संपन्नतेप्रमाणे प्रचलन त्या काळात असलेले दिसते.

केशरचना

जपान सोडल्यास भारताइतक्या केशरचनेचे विविध प्रकार इतरत्र कोठेही अस्तित्वात असलेले दिसत नाहीत. अजिंठा येथील मूर्तीशिल्पाच्या व भित्तीचित्रांच्या केशरचनेवरून या गोष्टीचा प्रत्यय येतो. तसेच उत्खननात आढळलेल्या मूर्तीवरूनसुद्धा केशरचनेचे विविध प्रकार असल्याचे दिसते.

राजांची केशरचना : प्राचीन भारतातील बहुतेक राजे निरनिराळ्या प्रकारच्या शिरोभूषणांचा वापर करीत असल्याचे दिसते.

त्या काळातील राजे पूर्ण वाढलेले व राखलेले लांब केस डोक्यावर ठेवीत. शिरोभूषणाखालूनही त्यांच्या केसांचा लांब झुपका मानेवर रुळत असलेला दिसतो. सर्वसाधारणपणे केस लांब ठेवून कपाळाचे दोन्ही बाजूला गोल गुंडाळ्या करून त्यांना लोंबते सोडलेले असे. केसांच्या बटा मानेवर व खांद्यावर लोंबत ठेवल्या जात. हे लांब केस शिरोभूषणाखाली मानेवर व कानांच्या मागे दिसतील असे दबलेले असत.

पाठीमागे मानेवर रुळलेले भरदार केस; सिंहाच्या आयाळीसारखे दिसत. याला 'सिंह केसर' (Simha Kesara) केश रचना असे म्हटले जाई.[६७] केशरचनेमुळे व्यक्तीच्या व्यक्तीमत्त्वात निश्चितच भर पडत असे. गुप्त-वाकाटककालीन पुरुष भारदस्त

व्यक्तीमत्त्वासाठी सामान्यपणे वरील प्रकारची केशरचना करीत, तसेच डोक्यावर मुकुट किंवा टोपही वापरीत असल्याचे दिसते.

राण्यांची केशरचना : (Coiffure Queens) साधारणपणे राजघराण्यातील स्त्रिया केस नीट विंचरून, केसांचा भांग पाडून पाठीवर केस मोकळे ठेवीत (Loose hairs) असत. मोकळे केस खांद्यावर व मानेच्या मागील बाजूवर रुळत असत. पवनार येथे सापडलेल्या गंगेच्या मूर्तीमध्ये केसांच्या मध्यात भांग दर्शविला आहे.[६८] वाकाटक काळात केसांना पट्टा (Scarf) बांधण्याची एक नाविण्यपूर्ण पद्धत प्रचलित होती.[६९] डोक्यावर रत्नजडीत एकेरी पट्टीचा मुकूटही घालण्याचा प्रघात होता.

सामान्य स्त्री केशरचना : सामान्य स्त्रियांच्या केशरचना निरनिराळ्या आकर्षक (Amasing) प्रकारच्या होत्या. स्त्रिया भांग पाडून केस नीट विंचरून चापून चोपून किंवा कपाळाचे बाजूस बटा सोडून केस बांधीत. समाजातील सुखवस्तू (higher strata) स्त्रिया केसांची निगा राखून केशरचना करीत असत. यापैकी काही बटा मस्तकावर व कानाचे बाजूला मोकळ्या सोडल्या जाण्याची त्या विशेष काळजी घेत. समाजातील सुखवस्तू स्त्रिया आपल्यासमोरील केसांना माथ्यावर रत्नजडीत पट्टा लावीत.

केसांचा गोलाकार बुचडा : (Hair tied in a bun) गुप्त-वाटाकट काळात सामान्यपणे केस बांधण्याची पद्धत प्रचलित होती. केसांचा मध्ये भांग पाडून केस मागे ओढून घेऊन त्यांचा मस्तकावर किंवा खाली मानेजवळ गोलाकार (जुडा) बुचडा बांधला जाई (bun). काही वेळा त्या जुड्यावर जाळी लावण्यात येई.[७०]

काही स्त्रिया संपूर्ण केस डोक्यावर एकत्र घेऊन आत बांगडी किंवा कपड्याची चुंबळ ठेवून त्यावर उंच घुमट बांधीत. याला 'घुमटाकार' केशरचना म्हटली जाई. केसांचा घुमट पिळदार केसाळीने बांधलेला असे.[७१] संपूर्ण केशरचना मोत्याची गोल कडी बुचड्यात लावून श्रीमंती थाटाच्या बनवल्या जात असत. तसेच केसांचा घुमट फुलांनीसुद्धा सजविलेला असे.[७२] वेगवेगळ्या केशरचना कालिदासाच्या साहित्यातील नायिकांची आठवण करून देतात.[७३]

पुरुषांची केशरचना : (Coiffure-Men) गुप्त व वाकाटक काळात सामान्य पुरुषही आपल्या केशरचनेकडे विशेष लक्ष देत, असे दिसते.

राज्यातील मंत्रीगण सामान्यत: डोक्यावर टक्कल ठेवीत. सामान्य पुरुष लांब केस ठेवीत. मानेच्या मागील भागापर्यंत केस विंचरलेले असत. काही वेळा केसांच्या मानेवर गुंडाळ्या (कुरळ केल्यासारखे) पाडल्या जात व त्यांना फुलांनी सजविले जाई.[७४] पुष्कळ पुरुष केस विंचरून त्यांचा डोक्यावर जुडा ठेवत.[७५] पवनार येथील उत्खननात मिळालेल्या शिवाची उभी प्रतिमा, पवनार येथील राम, लक्ष्मण, सीता व

भरत शिल्पातील पुरुष,दत्तपूर येथील बुद्ध प्रतिमा, मनसर येथील शिव प्रतिमा [७६] या सर्वांच्या डोक्यावर केसांचा बुचडा बांधलेला आहे. बुचड्यावर फुलेही लावत असत.

मुलांची केशरचना : मुलेही वेगवेगळ्या प्रकारच्या केशरचना करीत. मुले लांब केस ठेवून मध्ये भांग पाडत. त्यामुळे अनायासेच केस मागे वळविल्या जात.[७७] अजिंठा लेणीतील सिद्धार्थाच्या सहाध्यायी मुलांच्या डोक्यावर शेंडीची गाठ आहे. काही मुलांच्या कानावर झुलपे आहेत.[७८]

मस्तकावरील टिळा (तिलक) : प्राचीन काळी थोड्या स्त्रिया सौंदर्य प्रसाधन म्हणून मस्तकावर टिळा भुवयांच्यामध्ये लावायच्या. ती एक टिकलीसारखी छोटी धातूची गोल चकती असायची.[७९] मात्र नंतरच्या काळांत चकतीची जागा लाल रंगाच्या चिन्हाने (कुंकू) घेतली असावी. परंतु, नंतरच्या वाकाटक-गुप्त काळात टिळा (कुंकू) लावण्याचा प्रकार सर्वसामान्य झालेला दिसत नाही. उत्तरेकडील प्रदेशात तिलक लावण्याची पद्धत मात्र थोड्या बहुत प्रमाणात दिसते. याचा उल्लेख कालिदासाने रघुवंश काव्यात सुदर्शन नामक बाळराजाचे वर्णन करतांना केलेला आहे.[८०]

दागिने व अलंकार

आपले व्यक्तिमत्व खुलविण्याकरिता व सामाजिक स्तर दर्शविण्याकरिता मनुष्य समाज अनादी काळापासून दागिन्यांची आवड जोपासत आलेला आहे. स्त्रियांना जात्याच दागिन्यांची हौस असते. स्त्रियांच्या दागिन्यांत प्रामुख्याने गुलाबाचे फूल, बिंदी, बिजवरा, मूद, बुगड्या, बाळ्या, नथ, मोरणी, मंगळसूत्र, विविध प्रकारचे हार, तोडे, वाक्या, जोडवी, मासोळ्या इत्यादी अलंकारांचा समावेश होतो. यांपैकी बहुतेक दागिने वाकाटक काळात वापरले जात.

शिरोभूषण : मुकुट : प्राचीन काळापासून राजघराण्यातील पुरुष व श्रेष्ठी डोक्यावर मुकुट किंवा किरीट घालत असत. वाकाटक काळातही पुरुष डोक्यावर शिरोभूषण म्हणून मुकुट धारण करीत असल्याचे दिसते. उत्खननात मिळालेल्या मूर्तींच्या शिरावर तसेच, अजिंठ्यातील शैलगृहातील चित्रांत पुरुष व स्त्रिया विविध प्रकारचे मुकुट वापरत असलेले दिसतात. पवनार येथील उत्खननात मिळालेल्या एका शिल्पपट्टात युद्धाचा प्रसंग दाखविलेला आहे. त्यातील सारथ्याच्या डोक्यावर मुकुट आहे. तर रामटेकच्या त्रिविक्रम मूर्तीतील बलिराजाने सापाच्या फण्याप्रमाणे पाच नाग वलयांनी वेढलेला मुकुट घातलेला आहे. चंद्रपूर जिल्ह्यातील वरोरा तालुक्यात भटाळा या गावी काही गुहा सापडल्या. गुहा क्र. दोनमध्ये नरसिंहाची उंच अधिष्ठानावर बसलेली मूर्ती आहे. त्या मूर्तीच्या डोक्यावर मुकुट आहे.[८१] गुप्त राजांनी पाडलेल्या राजाराणी छाप नाण्यावर राजाच्या डोक्यावरील उष्णीवाला मोत्यांची माळ आहे.[८२]

अजिंठ्यातील शैलगृह क्रमांक १९ मध्ये स्त्रियांच्या केसांच्या भांगात वापरण्यात येणारे दागिने सर्वसामान्यपणे दिसतात. मोत्यांची किंवा रत्नांची माळ यांचा त्यामध्ये मुख्यत्वेकरून समावेश आहे. त्यातील माळेच्या शेवटच्या भागाला खाली लोंबणारे रत्नजडीत सुवर्ण पदक लावलेले दिसते. हा बिंदीसारखा अलंकार होय. त्याला 'मुक्तायुक्त ललाटिका' म्हणत असत.[८३]

डोक्यावरील किंवा मस्तकावरील दागिने वाकाटक काळात सामान्यपणे प्रचलित असलेले दिसून येतात. त्याला 'सिमन्त-चुडामणी' किंवा भांगाशी याचा संबंध जोडला जात असे म्हणून बाणाने त्यास 'सिमन्त चुम्बी तिलकमणि' असे म्हटले आहे. मस्तकावरील या पदकाचे दोन पदर मस्तकाचे दोन बाजूने व तीसरा भांगातून जोडला जात असे. भाल प्रदेशावर लोंबत असल्याने त्याला 'चटूला तिलकही' म्हणत.[८४] असा अलंकार मुलेही धारण करीत. यशोधरा व राहूल या दोघांनीही हा अलंकार घातला आहे. काही स्त्रिया मोत्यांची जाळी केसात घालीत असत. त्याचे वर्णन कालिदासाने 'मुक्ताजालग्रथीतमलकं' अशा शब्दांनी केले आहे.[८५]

गुप्त राजांनी पाडलेल्या (चंद्रगुप्त द्वितीय) राजा राणी छाप नाण्यात राजाच्या कानात बाळी आहे.[८६] भद्रावतीच्या पश्चिमेस सुमारे ११ कि.मी. देऊळवाडा या ठिकाणी विष्णु-लक्ष्मीच्या मूर्ती सापडल्या आहेत. लक्ष्मीच्या कानात मोठे जाड पट्टीचे रिंग घातलेले दर्शविले आहे.[८७] त्यांना 'ताटकचक्र' म्हटले जाते.

कानातील बाळीला रत्न किंवा मोती लावलेले असत. त्याला 'कुंडल' किंवा 'रत्नकुंडल' म्हटले जात असे. पवनार येथे सापडलेली मूर्ती कुंडलांनी युक्त आहे.[८८] रामटेक येथील त्रिविक्रम मूर्तीच्या कानातही एक छोटे कुंडल दिसते. मनसर येथील उत्खननात सापडलेली महालक्ष्मीची मूर्ती नखशिखांत नटलेली आहे. तिची कर्णकुंडले अतिशय सुंदर आहेत.[८९] चंद्रपूर जिल्ह्यातील वरोरा तालुक्यातील भटाळा येथील गुहा क्र. २ मध्ये असलेल्या विष्णुच्या कानात कुंडले आहेत. कौंडिण्यपूर येथील उत्खननात सातवाहनानंतरच्या काळातील स्फटिकापासून तयार केलेले कर्णकुंडले सापडली आहेत.[९०]

झुमका : लटकन : सर्वसेनाने लिहिलेल्या 'हरिवंश' या काव्यात कामरूप (सध्याचे आसाम) येथील राजा नरकासुर याने देवमाता अदितीची कुंडले पळविल्याचा उल्लेख आलेला आहे.[९१] या काळात गोल कडीला झुमके लावलेला अलंकार तत्कालीन स्त्रिया कानात घालीत होत्या, निमुळते लोंबते झुमके लावलेल्या कड्या त्यावेळचे मंत्री वापरत.[९२] त्याला कर्णवलय म्हणता येईल. अजिंठा येथील शैलगृह क्रमांक १ मधील 'बुद्धीसातवपद्मपाणी' चित्रात तसेच शैलगृह क्रमांक १० तील 'बोधीसत्व

पूजा' या चित्रातील दोन स्त्रियांनी बाळी घातलेली दिसते.[९३] मनसर येथे सापडलेल्या शिवाच्या मूर्तीच्या कानाच्या वरच्या पाळीवर कर्णवलय आहे.[९४]

पुष्पभूषणे : वाकाटक-गुप्तकाळात सामान्यलोक आपल्या कानात फुले किंवा फुलांच्या कळ्या गुंफून सौंदर्य खुलवित असत त्याला 'अवंतस' म्हणत. विशिष्ट वेळ व प्रसंगानुरूप केलेल्या फुलांच्या दागिन्यांना 'अवंतस' म्हणत. कालिदासाच्या 'शाकुंतल' नाटकात याचा उल्लेख येतो. सर्वसेनाने लिहिलेल्या 'हरिवंश' या काव्यात पारिजात वृक्षाची महती सांगितली आहे. या वृक्षाच्या फुलांचा हार करून त्याचा स्त्रिया दागिन्यांसारखा उपयोग करीत [९५] फुलांची आभूषणे बनविली जात. 'शाकुंतल' या नाटकात कालिदासाने आभूषणांचा उल्लेख केला आहे.[९६] कर्णभूषणे हे मुख्यतः फुलांचे असत किंवा फुले लवकर सुकून जात असल्याने सोन्याची किंवा मौल्यवान धातूची फुले वापरीत किंवा ती फुलांच्या आकाराची बनविली जात. कालिदासाने 'मेघदूत' काव्यात यक्षाच्या पत्नीला वनवेलींची तसेच, मंदार वृक्षाच्या फुलांची आवड असल्याचे वर्णन केले आहे.[९७]

चकती : वाकाटक काळात कानात घालण्यास गोल खोलगट चकत्या वापरल्या जात. त्या चकत्या कानात घातल्या जात. किरणांच्या परावर्तनाने त्या हिऱ्यासारख्या चकाकत असत. या चकत्या साध्या किंवा सुशोभित केलेल्या असत व चांदी, कासे, तांबे, पितळ इत्यादी धातूंच्या असत.[९८] अशा प्रकारच्या चकत्या कानात स्फटिकासारख्या भासत.[९९]

ताटङ्क : हे एक आकाराने मोठे, चपटे व जाड गोल असे कर्णवलय होते. पवनी येथील स्तूपावरील अर्धचित्रात तसेच कौंडिण्यपूर व पवनार येथील उत्खननातही ताटङ्क हे कर्णभूषण मिळाले आहे. पवनार येथे एक सुलेमानी दगडाचे ताटङ्क तुटलेल्या स्वरूपात मिळाले आहे.[१००] एकंदरीत कर्णभूषणांचे विविध प्रकार वाकाटक काळात प्रचलित होते असे दिसते.

नथ : अजिंठा लेण्यांत कोठेही स्त्रियांच्या नाकात नथ, चमक किंवा बेसर हा प्रकार दिसत नाही.

गळ्यातील दागिने : हार : वक्षांवर रुळणारा गळ्यातील हार हा सार्वधिक वापरात असलेला दागिना होय. प्राचीन काळापासून वाकाटक काळापर्यंत गळ्यातील दागिन्यांचे अनेक विकसित व आकर्षक प्रकार प्रचलित झाले होते. गळ्यातील हार स्त्री-पुरुष व मुले सर्वच वापरत असत.

हारामध्ये रुद्राक्षमालेचाही समावेश केला गेला. मनसर येथील प्राप्त शैव मूर्तीच्या गळ्यात अशी रुद्राक्षमाला दिसते.[१०१]

या काळात मोत्यांच्या किंवा मण्यांचा एक पदरी हार राजवाड्यातील स्त्री कर्मचारी किंवा स्त्री गाणिका वापरत असत. याबरोबरच साधे हारसुद्धा प्रचलित होते. मात्र त्यात विविधता आलेली दिसते. साधे हार पक्क्या मातीच्या, दगडांच्या, काचेच्या, स्फटिकांच्या किंवा अन्य चकाकणाऱ्या वस्तूंच्या मण्यांचे किंवा टिकल्यांचे बनविले जात होते.[१०२]

त्याकाळातील स्फटिकाचे मणी गोलाकार होते. छिद्र पाडण्यासाठी अणकुचीदार अवजारांचा उपयोग केला गेला असावा.[१०३]

कण्ठहार : पवनी येथील प्रस्तर प्रतिमाच्या गळ्यात कण्ठी आहे.[१०४] हा दागिना नावाप्रमाणेच कंठस्थानावर असतो. सोने, चांदी किंवा अन्य मौल्यवान धातूंच्या मण्यांची मानेच्या परिघाइतकी माळ म्हणजे 'कण्ठी' होय. गुप्त राजांनी पाडलेल्या पहिल्या चंद्रगुप्ताच्या राजाराणी छाप नाण्यातील राणीच्या गळ्यात कण्ठी आहे.[१०५] अजिंठ्यातील शैलगृह क्रमांक २ मध्ये दर्शविलेल्या राणीने गळ्याभोवती असलेला व कण्ठावर रुळणारा कण्ठहार घातला आहे. राजघराण्यातील स्त्रिया, उच्च वर्गातील आणि राजवाड्यातील प्रमुख कर्मचारी स्त्रिया रत्नजडित कण्ठी वापरीत.[१०६] रत्नमण्यांनी सुशोभित केलेली कण्ठी राजे लोकसुद्धा वापरीत. कण्ठीचा उपयोग विशेषतः गुप्त-वाकाटक काळात प्रचलित होता असे दिसते.

एकावली : गळ्यातील दागिन्यांमध्ये मोत्यांच्या हारांचा समावेश या काळात होता असे दिसते. एकेरी दोऱ्यात ओवलेल्या मोत्यांच्या हाराचा उपयोग वाकाटक-गुप्त काळात सामान्यपणे करण्यात येई. मोत्यांच्या एक पदरी माळेला 'एकावली' म्हणत. अशा प्रकारची एक पदरी मौक्तिक माळ छातीवर वक्षस्थळापर्यंत लांब असे. या प्रकारात मोडणारी मोत्यांची माळ पवनी येथील स्तंभावरील मूर्तीच्या गळ्यात असलेली दिसते.[१०७] अजिंठ्यातील १६ क्रमांकाच्या शैलगृहातील स्त्री-पुरुषांनी तसेच मुलानेही अशी मौक्तिक माळ घातलेली आहे. त्याप्रमाणे अजिंठा लेण्यातील शैलगृह क्रमांक १७ मध्ये बुद्धाच्या मूर्तीच्या गळ्यात अशी माळ आहे. भद्रावतीच्या पश्चिमेस असणाऱ्या देऊळवाडा या ठिकाणी विष्णु-लक्ष्मीची मूर्ती मिळाली आहे. या मूर्तीच्या गळ्यात एकावली मौक्तिक माळ आहे. धनोरा येथे सापडलेल्या शिवाच्या मूर्तीच्या गळ्यातही एकावली आणि गळसरी आहे. गळसरी म्हणजे गळ्याच्या परीघाइतकी लांबीची आखूड माळ होय. मेहेकर येथे मिळालेल्या शर्ङ्गधराच्या नैगमेषाच्या गळ्यात एकावली व गळसरी आहे.[१०८] अमरावती जिल्ह्यात भातकुली (भोजकट) येथे वाकाटकालीन स्त्री शिल्प मिळाले आहे. या शिल्पाच्या गळ्यात एकावली व हार आहे.[१०९] वाकाटक काळात एकावलीला दागिन्यांचे फार महत्त्व असावे.

मुक्तावली : या काळात स्त्रिया आवडीनुसार मण्यांच्या माळासुद्धा वापरीत, असे दिसते. यातील मणी कधी गोलाकार तर कधी त्रिकोणी, चौकोनी, अष्टकोनी, लांबोळे इत्यादी वेगवेगळ्या आकारांचे असत.[११०] या प्रकारच्या माळांची लांबीसुद्धा वक्षस्थळापर्यंत असे. कदाचित यालाच 'मुक्तावली' म्हणत असावेत. अजिंठ्यातील शैलगृह क्रमांक १७ मध्येसुद्धा बुद्धाच्या मूर्तीच्या गळ्यात अशा माळा आहेत. बुद्धाच्या सोबत दर्शविलेल्या स्त्रियांच्या गळ्यातही चार पदरी माळा आहेत. याच शैलगृहातील दुसऱ्या एका चित्रात मोत्याचे नक्षीकाम केलेली व चौकोनी मण्यांची माळ घातलेली स्त्री दर्शविली आहे. मनसर येथील शिवाच्या मूर्तीच्या गळ्यात मण्यांचा हार दिसतो.[१११]

मनसरच्या शिवाच्या मूर्तीच्या गळ्यात असा हार दिसतो.[११२] चंद्रपूर जिल्ह्यातील भटाळा येथिल नरसिंहाच्या मूर्तीच्या गळ्यातही असा हार आहे.[११३] पवनार येथील राम, लक्ष्मण, सीता या शिल्पातील रामाच्या गळ्यात साधा हार आहे.[११४]

शेषहार : हा हार वरून मानेवर पातळ असून खाली जाडसर होत जातो आणि वक्षावर जाड चपटा झालेला असतो. त्याला 'शेषहार' म्हणतात. सापाची गोल गुंडाळी केल्यास तोंडाचा भाग व शेपटीचा भाग पातळ दिसतो तर मध्य भाग फुगीर दिसतो. त्यामुळे अशा हारास 'शेषहार' म्हणत असावेत. पवनार येथील बहुतेक शिल्पमूर्तीच्या गळ्यात तसेच रामटेक येथील त्रिविक्रम मूर्तीच्या गळ्यात असा हार दिसतो.[११५]

यष्टिहार : यष्टीहार हा एकावली हाराचाच प्रकार आहे. यात एक सरी किंवा एक पदरी मोत्यांच्या हारांच्या मध्यभागी एक मोठा मणी ओवलेला असे. या मधल्या मण्यास 'यष्टी' म्हणून संबोधिले जाई. पवनार येथील गंगेच्या मूर्तीच्या अंगावर एक अशीच मोत्यांची यष्टीकृत माला आहे. या माळेचा मधला भाग मोठ्या मण्याने युक्त आहे.[११६]

सन १९९८-९९ च्या सत्रात झालेल्या मनसर येथील उत्खननात गोलाकार, लांबोळ्या आकारासारखे मणी मिळालेले आहेत. तसेच काचेचे पारदर्शक चपटे मणी आणि तीन अंडाकृती आकाराची काचेची पदकेही मिळाली आहेत.[११७]

वज्रकण्ठी : हा हार शेषहाराप्रमाणे खाली जाड असून छातीवर रुळणारा असतो. अशी वज्रकण्ठी पवनार येथे मिळालेल्या गंगेच्या मूर्तीच्या गळ्यात घातलेली असून, मांढळ येथील उत्खननात मिळालेल्या शिवाच्या मूर्तीच्या गळ्यात आहे.[११८]

स्तनलम्बिहार : असा हार अन्य हारांपेक्षा लांबीने मोठा असून दोन्ही स्तनावरून खाली बेंबीपर्यंत रुळणारा हार होय. त्याला 'स्तनलंबहार' किंवा 'स्तनलाम्बिहार' ही म्हणतात. पवनार येथे मिळालेल्या गंगेच्या मूर्तीच्या गळ्यात स्तनलंबहार आढळतो.[११९]

सौभाग्य हार : या सौभाग्य अलंकाराला 'रत्नवैशक' म्हणून कालिदासाने

उल्लेखलेले आहे ज्या स्त्रियांचा विवाह झाला आहे, अशा स्त्रिया सौभाग्य अलंकार म्हणून जो दागिना गळ्यात घालीत तो 'रत्नवैशक' असावा. हा हार सौभ्याग्य दर्शक अलंकार असल्याचा उल्लेख कालिदासाने 'विक्रमोर्वंशीय' नाटकात केला आहे.[१२०] यावरून हा दागिना विवाहित स्त्रियाच वापरत होत्या असे दिसते.

रत्नहार व उदरबंध : पवनार येथील गंगेच्या मूर्तीच्या गळ्यात यष्टिहार व वज्रकण्ठी व्यतिरिक्त दोन हार आणखी आहेत. त्यापैकी एक हार वज्रकण्ठीच्या खाली छातीवर रुळणारा असून दुसरा स्तनांच्या खालच्या भागापर्यंत जाऊन त्याचा वक्राकार भाग उदरावर विसावलेला दिसतो. या हाराला 'रत्नहार' ही संज्ञा असावी. या हाराला 'उदरबंध' म्हणत असावेत. मनसर येथील महालक्ष्मीच्या मूर्तीच्या गळ्यात उदरबंध आहे.[१२१]

व्याघ्रनखयुक्त पदक : या काळात गळ्यात सोन्याची साखळी घालत व साखळीच्या मधल्या भागात मौल्यवान वाघनखासारख्या आकाराचे पदक असे. त्यात रत्न किंवा मौल्यवान खडे जडवलेले असत. हा हार राजे किंवा राजस्त्रिया वापरत.[१२२] पवनार येथे मिळालेल्या गंगेच्या मूर्तीच्या गळ्यात रत्नजडित व्याघ्रनखयुक्त पदक आहे.[१२३]

लिखित पदक : ज्या पदकावर काही अक्षरे कोरलेली आहेत, असे साखळीत घातलेले पदक गळ्यात घालीत असत, त्याला लिखित पदक असे म्हणत. माहुरझरी येथील उत्खननात असे एक पदक मिळालेले आहे. त्याच्यावर 'सिद्धम' असे अक्षर लिहिलेले आहे.[१२४] हे पदक शुभ संकेत दर्शक असावे.

पुतळ्याचा हार : पुतळ्या म्हणजे रुपयाच्या नाण्याप्रमाणे गोल आकाराच्या सोन्याच्या छोट्या चकत्या असून त्या सोन्याच्या ताराला कडीने चिकटविलेल्या असत. याला पुतळ्यांचा हार म्हणत. अजिंठ्यातील शैलगृह क्रमांक १६ मध्ये एका ठिकाणी चार पुरुष व एका स्त्रीचे चित्र आहे. त्या चित्रातील स्त्रीने पुतळ्यांची माळ गळ्यात घातलेली चित्रित केलेली आहे. या माळेला 'निष्ककंण्ठी' असे म्हणत.

वैकक्षक : वैकक्षक हा जानव्यासारखा अलंकाराचा प्रकार आहे. एका मोठ्या लांब दोऱ्यात मौल्यावान मणी किंवा मोती ओवून ती माळ जानव्यासारखी परीधान करण्याचा प्रकार त्या काळात प्रचलित असावा असे दिसते. हा अलंकार पवनी किंवा मनसर येथील शिवमूर्तींच्या गळ्यात दिसतो. पवनार येथील गंगेच्या मूर्तीच्या गळ्यात वैकक्षक आहे. एका मोठ्या दोऱ्यात मणी किंवा मोती ओवून डाव्या खाद्यांवरून उजव्या काखेतून खाली कमरेपर्यंत ओघळलेली माळ तिने घातलेली आहे.[१२५] अजिंठ्यातील शैलगृह क्र. १ मध्ये चित्रित केलेल्या गौतम बुद्धाच्या गळ्यात तसेच

शैलगृह सतरामध्ये काळी राणी म्हणून संबोधल्या जाणाऱ्या राणीच्या गळ्यात वैकक्षक आहे. याच शैलगृहातील यक्ष व त्याच्या सोबत चित्रित केलेल्या बालकाच्या गळ्यात वैकक्षक आहे. पवनार येथील उभ्या शिवप्रतिमेच्या गळ्यात वैकक्षक आहे.[१२६] अशा प्रकारे विविध प्रकारच्या धातूमण्यांच्या, मोत्यांच्या किंवा रत्नांच्या माळा किंवा हार गळ्यात घालण्याचा प्रघात वाकाटक काळात रूढ असलेला दिसतो. यालाच वैकक्षकम् किंवा वैकक्षिकम् म्हणूनही संबोधले जाई.[१२७]

करभूषणे व बाहुभूषणे : हाताच्या बोटावर, मनगटावर व दंडावर विविध प्रकारची करभूषणे व बाहुभूषणे त्या काळात घातली जात होती असे पुरावे उपलब्ध आहेत. या आभूषणांना विभिन्न नावांनी ओळखल्या जात होते.

वलय : गोल कडीसारखा असणारा व हाताच्या कोपरावर म्हणजे बाहुच्या शेवटी घातला जाणारा दागिना म्हणजे 'वलय' होय. पवनार येथील शिवाच्या डाव्या हातावर असेच सर्पवलय आहे. वलय म्हणजे जाड पाटलीसारखे कंकण होय.[१२८] पवनी येथील शिल्पातील राजाच्या चामरधारिणीने वलय घातलेले आहेत. ते रत्नजडित आहेत.[१२९]

केयुर : मौल्यवान खड्यांनी जडवलेली व मोत्यांनी जडवलेली बाहुभूषणे या काळात वापरण्यात येत होती. या बाहुभूषणाला तत्कालिन साहित्यात 'केयूर' म्हणून संबोधिले आहे.[१३०] हे केयुर रत्नजडित मौल्यवान असून प्रतिष्ठेचे लक्षण समजण्यात येई. हा अलंकार कोपराच्या वर बाहुवर घातला जात असे. प्रतिष्ठेचे लक्षण म्हणून वाकाटक राजा प्रवरसेन द्वितीयच्या 'सेतुबन्ध' या काव्यात 'केयूर' (Keyura) या दागिन्यांचा उल्लेख आलेला आहे. असे कलात्मक बाहुभूषण स्त्री-पुरुष दोघेही वापरत, असे दिसते. पुरुषांच्या बाहूवर रत्नयुक्त अंगद (केयुर) असत. त्यांना मोत्याचे लोंबते पदर लावलेले असत.[१३१]

सर्पवलय : ही दंडावर घालण्याची कडी होय. या कडीचा आकार दर्शनी बाजूला नागफण्याप्रमाणे असून दंडावर एक किंवा दोन सर्पवेढे असत त्याला 'केयूर' म्हणत. रामटेक येथील त्रिविक्रम बलिराजाच्या भूजेवर एक सर्पवलयासारखा दागिना आहे.[१८२] अजिंठ्यातील शैलगृह क्रमांक १३ मधील महाजन जातकातही राजाच्या बाहुवर सर्पवलय आहे. पवनार येथील उभ्या अवस्थेत असलेल्या शिवाच्या भूजावर सर्पवलय आहे.[१३३]

हस्तभूषण : मनगटावर घालण्यात येणारे गोल कडे सार्वत्रिक रित्या वापरत असलेले दिसते. अजिंठा शैलगृहातील बहुतेक स्त्री-पुरुष हस्तभूषणे वापरताना दाखविलेले आहेत. त्यांचे निरनिराळे प्रकार आहेत. साधे हस्तभूषण म्हणजे मनगटावर

चढविलेले धातूचे गोल कडे होय. या कड्यावर कलाकुसरही केलेली असे. सुबत्तेनुसार मौल्यावान खडे लावलेले असत किंवा त्याला मोत्याने सुशोभित केलेले असे. कालिदासाने मेघदुतात पत्नी विरहाने कृश झालेल्या यक्षाचे मनगटावरून कनक वलय गळून पडल्याचा उल्लेख केला आहे.

कंकण : (Bangal) बांगडी हा भारतामध्ये सामान्यपणे सर्वत्र मनगटावर चढविण्याचा दागिना आहे. वाकाटक काळात बांगडी सादृष्य दागिना पुरुष व स्त्रिया दोघेही वापरत. बांगडीलाच कंकण [१३४] म्हणून संबोधल्या जाते. वलय हे कंकणापेक्षा जाड असते. काचेच्या बांगड्या पवनी, पवनार, कौंडिण्यपूर, वाशीम, मनसर या ठिकाणी उत्खननात मिळालेल्या आहेत. या बांगड्यांवर हिरव्या तसेच लाल रंगाच्या छटा असलेल्या दिसून येतात. काही बांगड्या वर्तुळाकार तर काही आयाताकार आहेत. पवनार येथे मिळालेल्या बांगड्या निळ्या व हिरव्या रंगांच्या असून त्या आयातकार, अंडाकार अर्धवर्तुळाकार तसेच त्रिकोणाकार आहेत.[१३५] सातवाहन काळात तेर येथे कांचेचा कारखाना होता हे सर्वश्रृत आहे. सन १९९८-९९ या सत्रात मनसर येथील उत्खनन झाले येथेही बांगड्या आढळून आल्या आहेत. वाशीम येथील उत्खननातही काचेच्या बांगड्या सापडल्या आहेत. तसेच शंखाच्याही बांगड्या कौंडिण्यपूर[१३६] व पवनार[१३७] येथून मिळाल्या आहेत.

बांगडीसारखी तांब्याची काही कडी किंवा कंकण कौंडिण्यपूर, पवनी तसेच पवनार येथून मिळालेली आहेत. पवनार येथील कडी लहान मुलांच्या हाताची असावीत.[१३८] लहान मुलांनाही तांब्याचे कडे घालत असावेत, असे वाटते.

पवनी, पवनार येथील उत्खननात मातीच्या भाजलेल्या बांगड्या (मृण्मयी) मिळाल्या आहेत.[१३९] पवनार येथे मिळालेल्या एका मातीच्या बांगडीच्या तुकड्यावर आडव्या अस्पष्ट रेषा ओढलेल्या आहेत.[१४०]

शंख-शिंपल्यांचा वापर करूनही मोठ्या प्रमाणात बांगड्या बनविल्या जात. काही वेळा या बांगड्यांच्या नक्षीकामामध्ये मण्यांचा उपयोग केला जाई.[१४१] अजिंठ्यातील बहुतेक चित्रात बांगड्या घातलेली व्यक्तिचित्रे आहेत. अजिंठ्यातील शैलगृह क्रमांक १६ व १७ तील मरणासन्न अवस्थेतील सुंदरी व उडणारी अप्सरा या चित्रातील स्त्रियांच्या हातात मण्यांचे हस्तभूषण घातलेले आढळते.[१४२]

तीन रत्नांच्या जडावाने सुशोभित केलेल्या बांगड्या ऐश्वर्यसंपन्न स्त्रिया वापरत. वरीलप्रमाणे रत्नांनी मढवलेल्या बांगड्यांना 'मणिवलय' किंवा 'रत्नवलय' म्हटले जाई.[१४३] (Mani valayas or Ratna valayas) रत्नजडित बांगड्या वाकाटक-गुप्त काळात फार प्रसिद्ध होत्या.[१४४] वाकाटकांच्या पूर्वकाली लिहिलेल्या 'मृच्छकटिक' नाटकात सोन्याच्या बांगडीचाही उल्लेख आहे.[१४५]

अंगठी (मुद्रिका) : लग्नप्रसंगी वराने वधूस लग्नप्रसंगी अंगठी देण्याची पद्धत आजही टिकून आहे. पवनी येथील जगन्नाथ टेकडीवर झालेल्या उत्खननात एका शिल्प अवशेषाच्या उजव्या हातातील प्रत्येक बोटात अंगठी आहे.[१४६] या अंगठ्या तारेच्या तीन चार वेढ्यांनी बनविल्या आहेत. येथेच तांब्याच्या आठ अंगठ्याही उत्खननात मिळाल्या आहेत. या आठ अंगठ्यांपैकी काही तारांच्या वेढ्याचा तर काही एकावर एक तार चढवून चपट्या पत्र्यासारख्या केलेल्या आहेत. एक अंगठी मात्र जाड तारांची आहे.[१४७] पवनार येथे चार तांब्याच्या अंगठ्या मिळाल्या आहेत. या अंगठ्या तांब्याच्या जाड पत्र्याला गोल करून वेढ्याच्या अंगठीसारख्या बनविल्या आहेत.[१४८]

तांब्याच्या धातुव्यतिरिक्त शंख, रुद्राक्ष, सुलेमानी गारेचा दगड यांच्याही अंगठ्या उत्खननात वेगवगळ्या ठिकाणी मिळाल्या आहेत. पवनार येथे एक [१४९] व कौंडिण्यपूर येथून दोन शंखाच्या अंगठ्या मिळाल्या आहेत.[१५०]

तत्कालीन साहित्यातूनही अंगठीचे उल्लेख आलेले आहेत. कालिदासाने आपल्या 'शाकुंतल' या नाटकात शकुंतलेस प्रेमाचे प्रतीक म्हणून (गांधर्व विवाहाचे) राजा दुष्यंत मुद्रिका देतो व त्या मुद्रिकेमुळे दुष्यंत-शकुंतला यांची ताटातुट व पुनर्मिलन होत असे चित्र रेखाटले आहे.

कमरबंध : वाकाटक काळात मेखला किंवा उदरबंध हे अलंकार करमबंद या स्वरूपात वापरात होते. कालिदासाने 'मणिमेखला' म्हणून त्याचा उल्लेख केला आहे.[१५१] यालाच 'रशना' असेही म्हणतात. रशनाचे अनेक पदर असत. मेखला म्हणजे मूळ रत्नजडीत पट्ट्याला अनेक अर्धगोलाकार साखळ्यां लावून बनविलेला कमरबंद होय. याला बारीक सोन्याच्या किंकीणी लावत, तेव्हा त्यांना 'कांची' म्हणत. अजिंठ्यातील बहुतेक भित्तीचित्रातील स्त्रियांच्या कमरेवर मेखला आहे. तसेच पवनार येथील गंगेच्या मूर्तीच्या कमरेवरही मेखला आहे. तसेच उदरबंधही आहे.[१५२] उदरबंध म्हणजे आधोवस्त्र घट्ट ठेवण्यासाठी संपूर्ण कमरेच्यावर बांधलेला पट्टा होय. पवनार येथे मिळालेल्या शिल्पपट्टावरील तसेच रामटेक येथील नृसिंह किंवा त्रिविक्रम मूर्तीचे उदरबंध कमरेवर असून अलंकृत आहेत.[१५३] मनसर येथे मिळालेल्या शिव प्रतिमाही उदरबंधयुक्त आहे.

राज घराण्यातील पुरुष व स्त्रिया ऐश्वर्याचे प्रतीक म्हणून हा अलंकार परिधान करीत असत. उपरण्याची गाठ समोरून मध्यभागी पाडून त्याचे दोन्ही टोकेलोंबत ठेवली जात.[१५४] या टोकांच्या किनारीला मणी किंवा मोत्यांची जाळी लावलेली असे किंवा साधी कलात्मक किनारही असे.

पादवलये : नूपुर : पायात घोट्यावर साखळ्या किंवा तोरड्या सदृष्य घालत असलेल्या दागिन्यास सामान्यत: 'नूपुर' म्हणत असत. हा दागिना मात्र फक्त स्त्रियाच वापरत असत. शूद्रकाने लिहिलेल्या 'मृच्छकटिक' या नाटकातील नायिका वसंतसेना हिने नूपुर घातल्याचा उल्लेख येतो.[१५५] पवनार येथे सापडलल्या गंगेच्या मूर्तीच्या पायात पादवलय आहे. त्याला घुंगरूही असत.[१५६] मनसर येथील सन १९९८-९९ च्या सत्रातील उत्खननात गाईच्या वासराच्या गळ्यातील घुंगरू मिळाले आहेत. येथील उत्खननात मिळालेल्या मूर्तीच्या डाव्या पायात एक छोटे नागवलय (सर्पपादवलय) असलेले दिसते. दुसऱ्या उजव्या पायात मात्र चौकोना चौकोनांचे नक्षीदार पादवलय आहे.

मनसर येथील उत्खननात सापडलेली महालक्ष्मीची मूर्ती नखशिखांत दागिन्यांनी नटलेली आहे. या मूर्तीच्या पायात नूपुर आहेत.[१५७] अजिंठ्यातील बहुतेक चित्रातील स्त्रियांनी पायात नूपुर घातलेले आहेत. पायात गोलाकार कडे किंवा तोडे घालण्याचाही प्रकार दिसतो. उत्खननात हे दागिने मात्र मिळाले नाहीत. पायाच्या बोटात अंगुलीयके घालण्याचा प्रकारसुद्धा अस्तित्वात होता असे मूर्ती – चित्रावरून दिसते.

पूर्वीच्या अवजड दागिन्यांपेक्षा वाकाटक-गुप्त काळात तुलनात्मक दृष्ट्या हलक्या व सुंदर दागिन्यांचा उपयोग होत असे दिसते. दागिन्यांचे नवीन नवीन प्रकार या काळात पूर्णत्वास आले होते. कलात्मतेचा परिपोश झालेला दिसतो.

पादत्राणे : वाकाटक काळात जोडे, सपाता किंवा चपला या पायतणांचा उपयोग स्त्री-पुरुष करीत होते असे दिसते. पायताणांचा उपयोग मर्यादित प्रमाणात असावा.

जोडे : सैनिक जोडे वापरत ते आधुनिक पद्धतीचे वाटतात. अजिंठ्यातील शैलगृह क्रमांक १७ मधील दिवाणावर बसलेल्या एका ईरानी राजाचे पायताण कोमल लोकरीचे बनविलेले आहेत.[१५८] तर याच शैलगृहात एका मुलाने रेशमाचे जोडे (बुट) मोजेही घातलेले आहेत.

या काळात स्त्रिया जोडे वापरत नसत. स्त्रियांचे पायात जोडे दर्शविले नाहीत. तसेच जोडे समाजातील अतिशय कमी लोक वापरत असावेत.[१५९]

चपला : सपाता : या काळात एकमेकांना छेद देणारे पट्टे असलेल्या सपाता शिकारी लोक विशेषत: वापरत. त्या सपाता पट्ट्याने घोट्याजवळ बांधलेल्या असत, असे चित्रावरून दिसते.[१६०] पंरतु चपलांचे किंवा सपातांचे प्रचलन मर्यादित स्वरूपात असावे.

प्रसाधन व शरीरसौष्ठव : शरीर सुदृढ राहावे यासाठी प्राचीन काळापासून माणूस जागृत होता असे दिसते. वाकाटक काळात शरीरसौष्ठवाकडे विशेष लक्ष दिले जात होते, असे अजिंठ्यातील कलाकृतीवरून व उत्खननात मिळालेल्या शिल्पाकृतींवरून लक्षात येते.

कालिदासाने आपल्या 'मेघदूत' काव्यात अलकानगरीचे वर्णन करीत असताना लोध्र पुष्पांच्या परागांनी मुखावरील शोभा फिकट पांढरी केल्याचे वर्णन कलेले आहे. त्यांचा प्रत्येक अवयव रेखीव व पुष्ट वाटतो. यावरून हा काळ सर्व दृष्टीने सुख सुमृद्धीचा होता, असे स्पष्ट होते. स्वतःचे सौंदर्य खुलवण्यासाठी ते अनेक प्रकारच्या प्रसाधनांचा उपयोग करीत असावेत. पवनार येथे तांब्यांची तसेच हाडाची शलाका (सूरमा लावण्याची काडी) मिळाली आहे.[१६१] अजिंठा चित्रात प्रसाधनाच्या वस्तू तबकात घेऊन असलेला एक नौकर चित्रित केला आहे. प्रसाधनात आंघोळीलाही महत्त्व असावे. नगरधन येथे उत्खननात मोठा हौद सापडला आहे.[१६२] तसेच पवनार येथे साबण ठेवण्याच्या लहान लहान पेट्याही सापडल्या आहेत.[१६३] त्या वाकाटककालीन आहेत.

निवासस्थाने

व्यक्तीच्या तीन प्रारंभिक गरजा आहेत. अन्न, वस्त्र व निवारा. निवाऱ्याची आवश्यकता पूर्ती म्हणून घरांची निर्मिती झाली.

सामान्य घरे : सातवाहन काळात गरीब लोक झोपडीत राहात. या झोपड्या (Hut) चौकोनी आकाराच्या असून त्यांना झाडांच्या पानांनी शाकारलेले (Thatthed roof) असे. घरांच्या छतासाठी बांबूंचा उपयोग केला जात असे. वाकाटक काळातही घरांची रचना सामान्य होती. ही घरे हल्लीच्या प्रमाणे गवताच्या छपरांची असत.[१६४]

वरीष्ठ वर्गीयांची घरे : समाजातील मध्यम व वरिष्ठ वर्गीयांची घरे त्यांच्या कौटुंबिक गरजांनुसार व अर्थिक स्थितीनुसार मोठी किंवा विस्तीर्ण व एकमजली असत. तुळ्यांवर अंगणाच्या विरुद्ध बाजूला उंच व अंगणाच्या बाजूला ठेंगणे खांब देऊन त्यावर बांबूचे किंवा लाकडी सळ्यांचे आढे व अंगणाकडे निमुळते छत असे. पावसाचे पाणी अंगणात पडण्याची व्यवस्था होती. ही व्यवस्था अजिंठ्यातील क्रमांक १६ च्या शैलगृहात सुतोसोम जातकात (Sutosom jataka) दाखविलेली आहे. अशी चौसोपी घरांची व्यवस्था वाकाटक काळातही अस्तित्वात असल्याचे दिसते. घराच्या मुख्य दारापुढे लाकडी खांबांचा आधार दिलेली छपरी (व्हरांडा)असे व त्या पुढे ऐसपैस अंगण असे. मागे परस असे अंगणाभोवती कुंपण घातलेले असे.[१६५] घरांच्या

खोल्यांना चौकटीमध्ये जाळी बसविलेल्या खिडक्या असत. त्यातून हवा व प्रकाश आत घेण्याची सोय होती.[१६६]

श्रीमंतांच्या घरात निरनिराळ्या खोल्या असत. घराच्या भिंती कुडाच्या असून त्यात कोनाडे असत. भिंत्तीना आतून बाहेरून गिलावा केलेला असे व सारवलेल्या असत. अंगणाच्या दरवाज्यावर तोरण व गवाक्ष असे. पाहुण्यांसाठी घराला ओसरी किंवा देवढी असे. ही घरे कौलांनी किंवा पेंढ्यानी शाकारलेली असत. घरे आतून चित्रांनी सुशोभित केलेली असत. अशा प्रकारचे घरांचे चित्रण गाथासप्तशतीत आढळते.[१६७]

राजवाडे – हवेल्या : अजिंठा लेण्यातील चित्रांवरून तत्कालीन राजवाडे व श्रीमंत लोकांच्या हवेल्यांची माहिती मिळते. या हवेल्या उंच लाकडी खांबावर उभारलेल्या असत असे दिसते. या खांबावर खाली मध्यभागी व शिर्षभागी कोरीव काम केलेले असे. किंवा रंगाच्या पट्ट्यांनी खांब सुशोभित केलेले असत. खांबाच्या खाली दगडी किंवा लाकडी उथळा असून त्यावरील शिर्षभाग गोल चकता किंवा उभट आकाराचा असे. दिवाणखान्यांची दर्शनी छावणी चैत्यवातायनाच्या आकृतींनी शोभीवंत केली जाई. दिवाणखाने बहूदा चौकोनी किंवा गोल आकाराचे असत.[१६८] दिवाणखाना रंगीत पडद्यांनी सुशोभित करण्यात येत असे.[१६९] काही घरावर त्रिकोनी छपराचे कबुत्तरखाने असत.[१७०] कालिदासाने मेघदूत काव्यात अशा भवनांचे वर्णन केले आहे.[१७१] राजवाड्याच्या एका भागातून दुसऱ्या भागात जाण्यासाठी असलेल्या दरवाज्यांवर लांबट अर्ध गोलाकृती छप्पर असे. त्याच्या दोन्ही बाजूंना चैत्यवातायनाच्या आकृतींनी सुशोभित केले असे.[१७२] कालिदासाने रघुवंशात अज राजाच्या स्वागतासाठी विदर्भ राजाने उभारलेली शामियाने व तंबूंचा (पटमंडल) उल्लेख केला आहे.[१७३]

दिवाणखान्यातील सामान साध्या प्रकारचे असे. बसण्यासाठी कातीव पायांचे चौरंगासारखे मंचक असत. त्यांना मागे टेकण्यास गोल टेकवा असे व पुढे पाय ठेवण्यास पादपीठ असे. मंचकावर गोल आकाराचे टेकण्यासाठी लोड असत.[१७४] भोजनासाठी बसण्यास चौरंग व ताट ठेवण्यास पुढे गोल आकाराचे लहान पाट असत.[१७५] एकंदरीत ही श्रीमंती राहणी होती.

गावांची रचना : घरे एकमेकांना लागून असत. दोन घरामध्ये अंतर नसे. बाजारातील घरे मात्र सारख्याच बांधणीची पण एकापेक्षा जास्त मजली असत. चौकोनी खांबावर छताऐवजी खांब व तुळयांची जोडणी करून मजल्यांची संख्या वाढविलेली असे. शेवटच्या मजल्यावर छत असे. घरांच्या भिंती बांबू किंवा लाकडी पट्ट्यांच्या असून त्या चुन्याने किंवा कमावलेल्या मातीने लिंपलेल्या असत.

शहरी भागातील घरांच्या भिंती विटांच्या असून चुन्याने लिंपलेल्या असत.

घरांची छपरे शेणाने सारवलेली असत. घरांच्या भिंती चुन्याने रंगविलेल्या असत. गावातील रस्ते अगदी सरळ असून रस्त्याचे बाजूला घरे असत. बुद्धिबळाच्या पटाच्या सारखे नकाशे तयार करून गावांची रचना केलेली असे.[१७६] गावाचा मध्यभाग म्हणजे बाजार असे.

गाथासप्तशतीतील चित्रण : गाथासप्तशतीमध्ये नगर व ग्रामांचे व तेथील लोकजीवनाचे काही उल्लेख आले आहेत. प्रामुख्याने या गाथा; ग्रामीण कवींनी रचलेल्या आहेत. त्यामुळे त्यात ग्रामीण जीवनाचे चित्र प्रकर्षाने आढळते. ग्रामवर्णनात रम्य वनश्री, गर्द राई, निर्झर, फुललेले कदंब वृक्ष, छोटी गवती घरे तळ्याजवळचे पानवठे (८७४), देवकुळे, वड, ग्रामांगण, वडाचा पार व तेथील कुटाळांचा अड्डा यांचा उल्लेख आहे. चांडाळांचा दारू पिण्याचा (२२७) व नदीकाठच्या स्मशानांचा (४०८, ५३६) उल्लेख आहे.

खेड्यातील रस्ते अरुंद (२४१), नागमोडी आणि चिखलाचे असत. (६२३) खेड्यांच्या मानाने शहरांची संख्या कमी होती. शहरातील रस्ते रुंद असून त्यांना चौक होते. (३६) या चौकात श्रीमंताची घरे असत. घरांना अंगण व मागे परस असे. घराभोवती कुंपणे (९६) असत. अंगणात फळझाडे फुलझाडे लावित असत. परसात स्नानगृहांची व्यवस्था असे.

ग्राम व नगरात पोलीस किंवा लष्करी बंदोबस्त असे. नगरात राजे व संपन्न व्यापारी वर्गीयांचे वास्तव्य असे. नगरात स्थापत्य व शिल्प कलेचे वैभव पहावयास मिळे. नगरात आठवडी बाजार भरत. त्यासाठी आजूबाजूच्या खेड्यातून लोक येत. नगरात बंदीशाळा व यज्ञशाळा (२२७) असत. परंतु, नगरांना चोरांची भिती असे. नगरजनांना ग्रामतरुणींबद्दल विशेष आकर्षण (७०२) असे. परंतु, ग्रामीण जीवनाबद्दल एकंदर तिरस्कार वाटत असे. एकंदरीत गाथासप्तशतीत तत्कालीन जीवनाचे बोलके चित्र पहावयास मिळते.

वाकाटक कालखंड सातवाहन कालखंडाचा उत्तराधिकारी कालखंड असल्यामुळे घरांची व गावांची रचना थोड्याफार फरकाने तशीच असावी, असे अनुमान करता येईल. सातवाहन काळात घरांची छपरे पानांनी शाकारणे किंवा शेणाने लिंपणे या ऐवजी घरांच्या छपरावर कवेलू घालण्याचा प्रघात वाकाटक काळात सुरू झाला होता.[१७७] कवेलूचे दोन प्रकार आढळतात. पहिल्या प्रकारात काटकोनाकृती आकार असलेले कवेलू मोडतात. या कवेलूंच्या वरच्या भागावर लांब खाच किंवा खोलगट भाग असून रुंदीच्या भागावर दोन छिद्र असत. कवेलूंच्या खालच्या भागावर पूर्ण लांबीचा गोलाकार उंचवटा असे. अर्थात, एका कवेलूच्या खाचेत त्यावरील दुसऱ्या

कवेलूचा गोलाकार भाग घट्ट बसवित असावेत. या कवेलूची लांबी सात ते दहा इंच असून त्यांची रुंदी सात इंच आहे. लाकडी तुळ्यांवर दोन खिळ्यांच्या सहाय्याने हे कवेलू घट्ट बसविण्यात येत असत. दुसरा कवेलूचा प्रकार म्हणजे त्यांचा मध्यभाग सपाट असून दोन्ही कडा गोलाकार असत. दोन कवेलूंचा गोलाकार भाग एकमेकात गुंफून शाकारणी केली जात असावी.[१७८] अशा प्रकारचे कवेलू आजही अनेक खेडोपाडी पहावयास मिळतात.

घरातील तळजमीन चिखल किंवा चुना व ताग यांच्या मिश्रणाने टणक व पक्की केलेली असे. स्वयंपाकघरात मातीची चूल असून जवळच पाणी साठवणुकीसाठी मोठेमोठे रांजण पुरून ठेवलेले असत. रांजणांचा तोंडाचा भाग जमिनीच्या समतलापेक्षा किंचित उंच ठेवून संपूर्ण रांजण जमिनीत पुरलेला असे.[१७९] एकंदरीत तत्कालीन घरे निवाऱ्याची आवश्यकता पूर्ण करणारी असावीत. वाकाटक कालीन घरांची रचना व सोईंचा विचार करताना वास्तुशास्त्राची प्रगत रचना लक्षात येते.

संदर्भ :

१) भुसारी, आर. एम. : आद्य महाराष्ट्र आणि सातवाहन काल, पृ. १८४

२) Gupta, Chandrashekhar : Paunar Under The Vakatakas, p. 125 (Ed. Shastri, A. M. : The Age of The Vakatakas)

३) मिराशी, वा. वि. : कालिदास, पृ. १६६

४) भुसारी, आर. एम. : आद्य महाराष्ट्र आणि सातवाहन काल, पृ. १८४

५) गुप्त, चंद्रशेखर : लोकराज्य १६ ऑगस्ट १९९३, पृ. ४४

६) गोखले, शोभना : पुराभिलेखविद्या, पृ. १७८

७) कोलते, वि. भि. : महाराष्ट्रातील काही ताम्रपट व शिलालेख, पृ. ५३
Goyal, Shankar : The Progress of the Vakataka Historiography, p. 303 (Ed. Shastri, A. M. : The Age of The Vakatakas)

८) मिराशी, वा. वि. : वाकाटक राजवंश का इतिहास तथा अभिलेख, पृ. ४३

९) मराशी, वा. वि. : वाकाटक राजवंश का इतिहास तथा अभिलेख, पृ. १९२

१०) मिराशी, वा. वि. : कालिदास, पृ. १२०

११) कोलते, वि. भि. : महाराष्ट्रातील काही ताम्रपट व शिलालेख, पृ. ५३

१२) Shastri, A. M. : The age of the Vakatakas, p. 246, 247

१३) मिराशी, वा. वि. : वाकाटक नृपती आणि त्यांच्या काल, पृ. ३२

१४) Dhawalikar, M. K. : Paunar Excavation P. I xxxy I, p. 17, 18

१५) गुप्त, चंद्रशेखर : लोकराज्य त्रैमासिक, पृ. ४३,४४
१६) Ibidp. 45
१७) Ibid, p. 50
१८) Ibid, p. 45-50
१९) Dhawalikar, M. K. : Ajanta : A Cultural Study, p. 80-81
२०) मोतीचंद्र (अनुवाद मराठी - मा. कृ.पारधी) : सार्थवाह, पृ. २२९
२१) Mulakraj, Anand : Ajanta, p. 18, 19
२२) Ibid
२३) Dhawalikar, M. K. : Ajanta : A Cultural Study, p. 84-85
२४) Ibid, p. 87
२५) संशोधनकर्तीची प्रत्यक्ष भेट व निरीक्षण मे, १९९९
२६) मिराशी, वा. वि. : संशोधन मुक्तावली. सर- ८, पृ. ३२
२७) मोतीचंद्र (अनुवाद मराठी - पारधी, मा. कृ.) : सार्थवाह, पृ. २१३
२८) Ibid
२९) मोतीचंद्र (अनुवाद मराठी - मा. कृ. पारधी) : सार्थवाह, पृ. ८२, २१२
३०) मिराशी, वा. वि. : वाकाटक नृपती आणि त्यांचा काल, पृ. ८९
३१) Mulakraj, Anand : Ajanta, p. 18, 19
३२) दाभाडे, बाळकृष्ण : भारतीय चित्रकला, पृ. २७३
३३) मिराशी, वा. वि. : वाकाटक नृपती आणि त्यांचा काल, पृ. ८९
३४) शास्त्री, ए. एम. : अजिंठा चित्रसूची क्र. १२
३५) कोलते, वि. भि. : प्राचीन विदर्भ व आजचे नागपूर, चित्र, कोरीव स्तंभ पवनी
३६) मिराशी, वा. वि. : वाकाटक नृपती आणि त्यांचा काल प्लेट क्र. १, २
३७) देगलूरकर, गो. ब. : विदर्भ प्रज्ञा १९८७
३८) Shastri, A. M. : The Age of The Vakatakas. illustrations No. 24
(Ed. Shastri, A. M. : The Age of The Vakatakas)
३९) मिराशी, वा. वि. : रूपभारती (अभिनव ग्रंथ) चित्र १३
Mulakraj, Anand : Ajanta, p. 54
४०) अळतेकर, अ. स. : प्राचीन शिक्षण पद्धती, पृ. १७
४१) Dhawalikar, M. K. : Ajanta : A Cultural Study, p. 42
४२) Ibid
४३) मोतीचंद्र (अनुवाद मराठी - पारधी, मा. कृ.) : सार्थवाह, पृ. १८७

४४) मिराशी, वा. वि. : वाकाटक नृपती आणि त्यांचा काल, पृ. ९१ (अजंठा भाग ४ प्लेट १७ (अ))
४५) Dhawalikar, M. K. : Ajanta : A Cultural Study, p. 30
४६) याजदानी : अजंठा भाग - १ प्लेट २४ बी., पृ. ४१
४७) मिराशी, वा. वि. : वाकाटक नृपती आणि त्यांचा काल, पृ. ९०
४८) Dhawalikar, M. K. : Ajanta : A Cultural Study, p. 32
४९) Ibid, p. 33
५०) मिराशी, वा. वि. : वाकाटक नृपती आणि त्यांचा काल, पृ. ९२, ९३
५१) पूर्वोक्त, पृ. ९२
५२) Dhawalikar, M. K. : Ajanta : A Cultural Study, p. 28
५३) मिराशी, वा. वि. : वाकाटक नृपती आणि त्यांचा काल, पृ. ९३ (अजंठा, भाग ३, प्लेट ६६)
५४) मोतीचंद्र (अनुवाद मराठी - मा. कृ. पारधी) : प्राचीन भारतीय वेशभूषा, पृ. २२०
५५) Dhawalikar, M. K. : Ajanta : A Cultural Study, p. 111
५६) याजदानी : अजंठा भाग - १, प्लेट २७
५७) याजदानी : अजंठा भाग - १, प्लेट ३४ बी., पृ. ४१
५८) मिराशी, वा. वि. : वाकाटक नृपती आणि त्यांचा काल, पृ. ९१, ९२
५९) Dhawalikar, M. K. : Ajanta : A Cultural Study, p. 28, 113, 113
महाजन जातक शैलगृह क्र. १
६०) जोशी, लक्ष्मणशास्त्री : मराठी विश्वकोश, खंड-५, पृ. ११८
६१) Dev, S. B. : Pawani Excavation, p. 19,20
६२) Mulkraj, Anand : Ajantap. 17
६३) Ibid, p. 17-19
६४) मिराशी, वा. वि. : वाकाटक नृपती आणि त्यांचा काल, पृ. १३८
६५) Mulkraj, Anand : Ajanta, p. 18,19
मिराशी, वा. वि. : वाकाटक नृपती आणि त्यांचा काल, पृ. ९६
६६) याजदानी : अजंठा भाग - १, प्लेट २७
६७) Dhawalikar, M. K. : Ajanta : A Cultural Study, p. 46
६८) Shastri, A. M. : The Age of The Vakatakas illustration 21
६९) मिराशी, वा. वि. : वाकाटक नृपती आणि त्यांचा काल, पृ. ९४

७०) तपस्वी, प्रकाश : दैनिक 'लोकसत्ता'तील लेख, २१ मे १९९९
७१) शास्त्री, अजयमित्र : अजंटा चित्र १४
७२) पूर्वोक्तचित्र १४
७३) Mulkraj, Anand : Ajanta, p. 18,19
७४) Mulkraj, Anand : Ajanta, p. 18,19
७५) Shastri, A. M. : The Age of The Vakatakas illustration 23
Mulkraj, Anand : Ajanta, p. 22
७६) Shastri, A. M. : The Age of The Vakatakas illustration 56,57,58,59
७७) Dhawalikar, M. K. : Ajanta : A Cultural Study, p. 52
७८) मिराशी, वा. वि. : वाकाटक नृपती आणि त्यांचा काल, पृ. ९५ (अजंठा, भाग ३, प्लेट ६३)
७९) Dhawalikar, M. K. : Ajanta : A Cultural Study, p. 32
८०) मिराशी, वा. वि. : वाकाटक नृपती आणि त्यांचा कालपृ. ९६
८१) बोरकर, र. रा. : 'चंद्रपूर आणि गडचिरोली जिल्ह्यातील वाकाटककालीन स्थापत्य' पृ. ७५-८१
अखिल महाराष्ट्र इतिहास परिषद, लेख संग्रह, कोल्हापूर १९९४
८२) ढवळीकर, एम. के : प्राचीन भारतीय नाणकशास्त्र, पृ. १८०
८३) मिराशी, वा. वि. : वाकाटक नृपती आणि त्यांचा काल, पृ. १३८
८४) मिराशी, वा. वि. : वाकाटक नृपती आणि त्यांचा काल, पृ. ९८
८५) पूर्वोक्त, पृ. ९९
८६) ढवळीकर, एम. के : प्राचीन भारतीय नाणकशास्त्र, पृ. १८०
८७) कुलकर्णी, वि. द. : विदर्भात नविन सापडलेली शिलाक्षरे, शिलालेख व कृत्रिम शैलाश्रये
विदर्भ संशोधन मंडळ वार्षिक अंक १९८९पृ.१७६,१७८
८८) Shastri, A. M. : The Age of The Vakatakas illustration 21
८९) देगलुरकर, गो. ब. : विदर्भ प्रज्ञा १९८७, पृ. ५२
९०) Dikshit, M. G : Kaundinyapura Excavation, p. 128, 129
९१) मिराशी, वा. वि : संशोधन मुक्तावली सर- ६, पृ. ३०
९२) शास्त्री, अजयमित्र : अजंटा, बोधिसत्व पुजा, गुफा क्र. १० चित्र क्र. १४
९३) Mulkraj, Anand : Ajanta (Cave No. 1, 10), p. 57, 58
९४) Shastri, A. M. : The Age of The Vakatakas illustration 56

९५) मिराशी, वा. वि : संशोधन मुक्तावली सर- ६, पृ. ३३
९६) मिराशी, वा. वि. : कालिदास, पृ. १९१
९७) मिराशी, वा. वि. : कालिदास, पृ. १२०
९८) Dhawalikar, M. K. : Ajanta : A Cultural Study, p. 65, 66
९९) Ibid, p. 181, 182
१००) Gupta, Chandreshekhar : Paunar Under The Vakatakas, p. 139 (Ed. Shastri, A. M. : The Age of The Vakatakas)
१०१) Shastri, A. M. : The Age of The Vakatakas illustration 56
१०२) Dhawalikar, M. K. : Ajanta : A Cultural Study, p. 69
१०३) Dikshit, M. G : Kaundinyapura Excavation, p. 93
१०४) Dev, S. B. & Joshi Jagpati. : Pawni Excavation, p. 111
१०५) ढवळीकर, एम. के : प्राचीन भारतीय नाणकशास्त्र, पृ. १८०
१०६) Mulkraj, Anand : Ajanta (Cave No. XVII), p. 57, 58
१०७) कोलते, वि. भि. : प्राचीन विदर्भ व आजचे नागपूर, (चित्र-कोरीव स्तंभ पवनी), पृ. १३८
१०८) देगलुरकर, गो. ब. : विदर्भ प्रज्ञा १९८७, पृ. ५६,५७
१०९) बोरकर, र. रा. : 'भातकुलीत वाकाटककालीन अवशेष', दैनिक 'लोकमत' १० डिसें. १९९९
११०) आपटे, शि. वा. : संस्कृत हिंदी कोष, पृ. ८०३, ८०४
१११) देगलुरकर, ब. गो. : विदर्भ प्रज्ञा १९८७, पृ. ४९,५०
११२) Shastri, A. M. : The Age of The Vakatakas illustration 56
११३) बोरकर, र. रा. : चंद्रपूर आणि गडचिरोली जिल्ह्यातील 'वाकाटककालीन स्थापत्य'
अखिल महाराष्ट्रीय इतिहास परिषद, लेख संग्रह (संपा. डॉ. जयसिंगराव पवार) १९९४
११४) मिराशी, वा. वि. : वाकाटक नृपती आणि त्यांचा काल. प्लेट २, पृ. १७६
११५) मिराशी, वा. वि. : मेघदूतातील रामगीरी अर्थात 'रामटेक', पृ. ८
११६) Shastri, A. M. : The Age of The Vakatakas illustration 21
आपटे, शि. वा. : संस्कृत हिंदी कोष, पृ. ८३२
११७) संशोधनकर्तीची प्रत्यक्ष भेट व निरीक्षण. मे, १९९९
११८) Shastri, A. M. : The Age of The Vakatakas illustration 58

११९) Ibid illustration 21

१२०) मिराशी, वा. वि. : कालिदास, पृ. १७२

१२१) देगलुरकर, ब. गो. : विदर्भ प्रज्ञा १९८७, पृ. ५२

१२२) मिराशी, वा. वि. : वाकाटक नृपती आणि त्यांचा काल, पृ. ९९

१२३) Shastri, A. M. : The Age of The Vakatakas illustration 21

१२४) General of The Numismatic Society of India. Vol. XXXIV, p. 240

१२५) Shastri, A. M. : The Age of The Vakatakas illustration 21

१२६) Ibid

१२७) आपटे, शि. वा. : संस्कृत हिंदी कोष, पृ. ९७८

१२८) मिराशी, वा. वी. : स्वरूपभारती अभिनंदनपर ग्रंथ, पृ. २७८

१२९) Dev, S. B. & Joshi, Jagpati. : Pawni Excavation. Fig. 9, p. 45

१३०) मिराशी, वा. वि. : वाकाटक नृपती आणि त्यांचा काल, पृ. ९९

१३१) पूर्वोक्त, पृ. ९७ (अजंठा, भाग ४, प्लेट ३९)

१३२) मिराशी, वा. वि : वाकाटक नृपती आणि त्यांचा कालप्लेट १

१३३) Shastri, A. M. : The Age of The Vakatakas illustration 23

१३४) मिराशी, वा. वि. : कालिदास, पृ. १३९

१३५) Dev, S. B. & Joshi Jagpati. : Pawni Excavation, p. 99-102

१३६) Dev, S. B. & Joshi Jagpati : Excavation eight Kudinayapur, p. 123

१३७) Dikshirt, M. K. : Pawani Excavation, p. 99, 102

१३८) Shastri, A. M. : The Age of The Vakatakas, p. 131

१३९) Dev, S. B. & Joshi, Jagpati : Excavation Eight Kudinayapur, p. 125

१४०) Gupta, Chandreshekhar : Paunar Under the Vakatakas, p. 137,138 (Ed. Shastri, A. M. : The Age of The Vakatakas)

१४१) Ibid

१४२) Mulkraj, Anand : Ajanta, p. 26, 27, 28, 45

१४३) Dhawalikar, M. K. : Ajanta : A Cultural Study, p. 75, 76

१४४) Ibid, p. 211

१४५) मिराशी, वा. वि. : संशोधन मुक्तावली. सर – २, पृ. ७

१४६) Dikshirt, M. K. : Pawani Excavation, p. 49
१४७) Dikshirt, M. K. : Pawani Excavation, p. 49
१४८) Dev, S. B. & Dhawalikar, M. K. : Paunar Excavation, p. 97
१४९) Ibid, p. 49
१५०) Dev, S. B. & Joshi Jagpati : Excavation Eight Kudinayapur, p. 123
१५१) मिराशी, वा. वि. : कालिदास, पृ. १५८
१५२) Shastri, A. M. : The Age of The Vakatakas illustration 21
१५३) बोरकर, र. रा. : रामटेक पृ. ४०
१५४) मिराशी, वा. वि. : वाकाटक नृपती आणि त्यांचा काल, पृ. ८९, ९०
Mulkraj Anand : Ajanta, p. 17
१५५) मिराशी, वा. वि. : संशोधन मुक्तावली सर - २, पृ. ६
१५६) Copers Incription Indicaram, Vol. VFig. 1
१५७) देगलुरकर, ब. गो. : विदर्भ प्रज्ञा १९८७, पृ. ५२
१५८) मोतीचंद्र (अनुवाद मराठी - मा. कृ. पारधी) : प्राचीन भारतीय वेशभूषा, पृ. १८४ याजदानी : अजंठा भाग १. प्लेट ३९, पृ. ५०
१५९) मोतीचंद्र (अनुवाद मराठी - मा. कृ. पारधी) : प्राचीन भारतीय वेशभूषा, पृ. १८४
१६०) मिराशी, वा. वि. : वाकाटक नृपती आणि त्यांचा काल, पृ. १००
१६१) Dikshirt, M. K. : Pawani Excavation, p. 97
१६२) वार्ताहर (नगरधन) 'लोकसत्ता', ३/८/१९९३
१६३) Gupta, Chandreshekar : Paunar Under The Vakatakas, p. 136
(Ed. Shastri, A. M. : The Age of The Vakatakas)
१६४) पूर्वोक्त, पृ. ८७ (अजंठा, भाग ४, प्लेट ४ 'क')
१६५) भुसारी, आर. एम. : आद्यमहाराष्ट्र आणि सातवाहन काल (गाथासप्तशती क्र. ९६), पृ. १०५
१६६) अजंठा येथील क्रमांत १९ च्या चैत्य लेण्याचा दर्शनी भाग
१६७) भुसारी, आर. एम. : आद्यमहाराष्ट्र आणि सातवाहन काल, पृ. १०५
१६८) मिराशी, वा. वि. : वाकाटक नृपती आणि त्यांचा काल, पृ. ८७
(अजंठा क्र. १६ लेणी : मायावती स्वप्न)
१६९) पूर्वोक्त (अजंठा, भाग ४, प्लेट १७ 'अ'), पृ. ८७
१७०) पूर्वोक्त (अजंठा, भाग ३, प्लेट ६३), पृ. ८७

१७१) पूर्वोक्त (मेघदूत श्लोक ४०), पृ. ८७

१७२) पूर्वोक्त (अजंठा, भाग ३, प्लेट ५०), पृ. ८७

१७३) पूर्वोक्त (रघुवंश सर्ग ५, श्लोक ६३, ८३), पृ. ८७

१७४) पूर्वोक्त (अजंठा, भाग ४, प्लेट ५), पृ. ८८

१७५) पूर्वोक्त (अजंठा, भाग ४, प्लेट ३२), पृ. ८८२)

१७६) Dhawalikar, M. K. : Ajanta : A Cultural Study, p. 46

१७७) Gupta, Chandreshekhar : Paunar Under The Vakatakas, p. 125-126 (Ed. Shastri, A. M. : The Age of The Vakatakas)

१७८) Dikshit, M. G Kaundinyapura Excavation, p. 110

१७९) देव, शां. भा. : महाराष्ट्रातील उत्खनने, पृ. ६६, ६८

प्रकरण – ६

ग्रामीण अर्थव्यवस्था

अर्थशास्त्र–व्यावहारिक शास्त्र

कौटिल्याने आर्थिक सिद्धांताचे परिवर्तन व्यावहारिक शास्त्रात केले. त्याला 'वार्ता' म्हणून संबोधिले जाते. 'वार्ता' या शब्दाचा मूळ अर्थ 'वृत्ति' किंवा 'जीविका' हा आहे.

वाकाटककालीन आर्थिक अध्ययनाची साधने : वाकाटक शासकांचा कालखंड इसवी सन २५० ते ५५० मानला जातो. दक्षिण भारतातील एक प्रभुत्वसंपन्न सत्ता म्हणून वाकाटक काळाला मान्यता आहे.

वाकाटक राज्याच्या आर्थिक सीमा : भौगोलिक सीमा राज्याच्या अर्थोत्पादनाचे महत्त्वाचे स्त्रोत होत. सातवाहनांचे उत्तराधिकारी म्हणून सत्तेवर आलेल्या वाकाटकांच्या राज्याच्या सीमा कर्नाटकातील बिदरपासून उत्तरेस मध्यप्रदेशातील बुंदेलखंडापर्यंत विस्तारल्या होत्या असे दिसते.

वाकाटक राजवंशाचा संस्थापक विंध्यशक्ती याने विदिशा ही राजधानी करून वाकाटक राज्याची मुहूर्तमेढ रोवली. त्याच काळात इतर प्रतिस्पर्धी राजवंशही उदयास आलेले दिसतात. म. म. वा. वि. मिराशींच्या मते, या काळात 'कुशाण' आणि 'शक' क्षत्रपांचे अधिकार या प्रदेशात (विदर्भात) होते.[१]

गोदावरी नदीच्या उत्तरेस विदर्भात व सातपुडा पठारावरील 'माल' नावाच्या प्रदेशापर्यंत वाकाटकांचा अंमल होता. कालिदासाच्या 'मेघदूत' काव्यातील यक्षाने रामगिरीवरून निघालेल्या मेघास प्रथम 'माल' नावाचे पठार लागेल, असे सांगितले आहे.[२] तसेच, कल्याणीच्या चालुक्यांच्या एका उत्किर्ण लेखांत द्वितीय आयुर्ण या राजाने माल देश जिंकल्यावर जबलपूरजवळच्या त्रिपुरीच्या हैहय राजाचा पराभव केला, असा उल्लेख आहे.[३] अर्थात, 'माल' हे विदर्भाच्या उत्तरेस सातपुड्याच्या पठारावर असावे असे दिसते. वाकाटकांच्या दोन शाखा इसवी सनाच्या चवथ्या

शतकात झाल्या. जेष्ठ शाखेची राजधानी नागपूरजवळ नंदीवधर्न (नगरधन) असून तिच्या अमलाखाली उत्तर विदर्भ व मध्य प्रांताचे नागपूर, वर्धा, भंडारा, छिंदवाडा, बैतुल, बालाघाट इत्यादी जिल्हे येत होते. धाकट्या शाखेची राजधानी वत्सगुल्म (वाशीम) असून तिच्या अमलाखाली वाशीम, अकोला, बुलढाणा, अजिंठा पर्वतराजींच्या दक्षिणेचा व गोदावरीच्या उत्तरेकडील मुलुक होता असे दिसते. द्वितीय प्रवरसेनाच्या ताम्रपटावरून वाकाटकांचे राज्य विदर्भावर होते, आणि विदर्भातील मुळचे भोज राजे त्यांचे मांडलिक होते असे दिसते. पैठण, अश्मक (खानदेश), सातपुड्याचे पठार व वऱ्हाड या प्रदेशावर वाकाटकांचे राज्य पसरले होते, असे दिसून येते. त्यांच्या राज्यात लोकांना शांतता व स्थैर्य लाभले. त्यामुळे कला, साहित्य व आर्थिक स्थिती सुधारली.[४]

अजिंठा येथिल शैलगृह क्र. १६ मध्ये वाकाटक नृपती हरिषेणाचा अमात्य वराहदेवाच्या शिलालेखात हरिषेणाच्या विजयाचे उल्लेख आहेत. त्यात (१) कुंतल - भिमा व वेदवती या नद्यामधील सातारा, सोलापूर, म्हैसूर व जुन्या मद्रास राज्यातील काही प्रदेश समाविष्ट होता. (२) अवंती - पश्चिम माळवा, (३) कलींग - महानदी व गोदावरीच्यामधील पूर्व किनाऱ्याचा प्रदेश, (४) कोशल - आधुनिक छत्तीसगढ व ओरिसा प्रांतालगतचा प्रदेश (५) त्रिकुट - नाशिकच्या पश्चिमेकडील डोंगरी भाग (६) लाट - माही व तापी नद्यांमधील मध्य व दक्षिण गुजरातचा प्रदेश (७) आंध्र - गोदावरीच्या दक्षिणेकडील तेलगुभाषिक प्रदेश इत्यादींचा उल्लेख आहे.

वाकाटक काळात नद्यांचे आर्थिक महत्त्व : वाकाटकांच्या राज्यात मुख्यत्वे विदर्भाचा समावेश होता. त्या पलीकडे उत्तरेकडे वाकाटक राज्य विंध्यपर्वतापर्यंत पसरले होते व दक्षिणेस गोदावरीपर्यंत विस्तारले होते. विंध्य व सातपुड्याच्या उत्तरेकडील डोंगराळ प्रदेश वगळता विदर्भ एक समतोल व मैदानी प्रदेश आहे. या प्रदेशात विपुल प्रमाणांत नद्यांचेही अस्तित्व आहे. वैनगंगा, पूर्णा, वर्धा इत्यादी नद्यांचा उल्लेख महाभारत व पुराणातही येतो. नद्यांना तट (काठ) होते त्यामुळे त्यांना 'तन्नायक' संज्ञा मिळाली. नद्यांचे नावावरून काही प्रशासकीय विभाग व नगरांनाही नावे मिळाली. उदाहरणार्थ, बेन्नाकट, हिरण्यपूरभोग, वेण्णाकार्परभोग, वरदाखेट इत्यादी.

दोन नद्यांच्यामधील त्रिभुज प्रदेशाला वाकाटकांचे कोरीव लेखात 'सङ्गमिकायाः' असा प्रदेश वाचक शब्द आला आहे. प्रवरसेन द्वितीयच्या दुदीया ताम्रपटात चंद्रपूर संगमिका [५] हा प्रयोग आहे. ते ईरई व झरपट नदीच्या संगमावरील चंद्रपूर असावे, तसेच पांढुर्णा ताम्रपटातील संगमिका हे कन्हान व बेल नद्यांच्या संगमावरील संगम असावे[६] असे मिराशींचे प्रतिपादन आहे. 'मयवत' नावाच्या ग्रंथात राजधानी किंवा

थेट अंत्य असलेले गाव म्हणजे नदीतटावर वसलेले किंवा नद्यापर्वतांनी वेढलेले नगर, असे म्हटलेले आहे.[७] तसेच, प्रवरसेन द्वितीयच्या बेलोरा ताम्रपटात 'दीर्घद्रह' [८] म्हणजे दीर्घ-द्रह - मोठा डोह, असा असावा. हे गाव वर्धा नदीवरील दिघी असावे. प्रवरसेन द्वितीयच्या चम्मक ताम्रपटात भाराशिव यांनी भागीरथी नदीच्या पवित्र लाटांनी आपले ललाट अभिव्यक्त केले.[९] असे अलंकारीक वर्णन आहे. द्वितीय पृथिवीषेणाच्या माहूरझरी ताम्रपटात पृथिवीपूरचा उल्लेख आहे.[१०] त्यात पृथिवीषेणाचे नावाशी संबंधित 'पृथिवीसमुद्र' असा उल्लेख येतो. हा उल्लेख माहूरझरीशी संबंधित आहे. असे रा. चि. ढेरे म्हणतात.[११] वरील सर्व उल्लेखावरून असे दिसते की, वाकाटक काळात नद्यांना जनजीवनात महत्त्वहपूर्ण स्थान होते. यामुळे नद्यांचा उल्लेख प्रकर्षाने झालेला आहे.

वाकाटकांचे कोरीव लेखात अनेक नद्यांचे उल्लेख येतात. तसेच त्यांचे काठावरील गावांचेही उल्लेख येतात. त्यातील 'बेण्णा' किंवा 'वेण्णा' नदीची ओळख वैनगंगेशी पटते. वैनगंगेच्या काठावर गडचिरोली जिल्ह्यातील, बैरागड प्राचीन काळापासून हिऱ्यासाठी प्रसिद्ध आहे. नगरधन येथे मिळालेल्या कलचुरी नरेश स्वामीराज (इ.स. ५७३) याचे ताम्रपटात दक्षिण सीमेच्या संदर्भात 'शुल' नदीचा उल्लेख येतो.[१२] ही नदी रामटेकला उगम पावून वायव्येकडून आग्नेय दिशेला वाहत जाऊन भंडारा जिल्ह्यात वैनगंगेला मिळते.[१३] द्वितीय प्रवरसेनाच्या जांब ताम्रपटात 'उमा' नदीचा उल्लेख आहे. ही वन्ना (वर्धा) होय असे मिराशी म्हणतात.[१४] परंतु, ही वन्ना किंवा वरदा किंवा वर्धा नदीची उपनदी आहे.[१५] प्रवरसेनाच्या चम्मक ताम्रपटात 'मधु' नदीचा उल्लेख आहे ती चंद्रभागा नदी होय. तिच्या काठावर चरमांक (चम्मक) हे गाव होते.[१६] द्वितीय प्रवरसेनाच्या वडगाव ताम्रपटात 'हिरण्या' नदीचा उल्लेख आहे. ही नदी ईरई असावी जी चंद्रपूरजवळ आहे.[१७] याच काळात 'कण्णा' नदीचाही उल्लेख येतो. कण्णा आणि वेण्णा यांच्यामध्ये बम्मनदी या नावाचा द्विप होता. तेथे ५०० तपस्वी राहत होते. त्यांच्या किनाऱ्यावर अहीरण्ण (अचलपूर) नगर होते. आता मात्र यांपैकी फक्त वेण्णा (वैनगंगा) ज्ञात आहे आणि अहिरण्ण ज्ञात नाही. अचलपूर अमरावती जिल्ह्यात आहे. कण्णा नदी छिंदवाडा जिल्ह्यातून मोहतूर पर्वतातून जाऊन नागपूर-भंडारा जिल्ह्याचे सीमेवर वैनगंगेला मिळते.[१८] मिराशी मात्र खारवेलच्या हाथीगुंफा शिलालेखातील 'कण्हवैण्णा' नदीची ओळख कन्हान नदी म्हणून दाखवितात.[१९] राष्ट्रकुट राजा कृष्ण तृतीय याच्या देवळी ताम्रपटात या नदीचा उल्लेख 'कन्हाना' म्हणून येतो.[२०] कालिदासाच्या 'मालविकाग्निमित्र' नाटकात अग्निमित्राने विदर्भाचे विभाजन यज्ञसेन व माधवसेन यांचेत 'वरदा' नदीचा उत्तर भाग व दक्षिण भाग असे केले आहे[२१] आता मात्र वर्धा नदीचा प्रवाह वायव्येकडून आग्नेय दिशेला आहे. त्यामुळे विदर्भाचे पूर्व पश्चिम भाग होतात.[२२] इतरही अनेक उपनद्यांचे संकेत मिळतात.

वाकाटककालीन आर्थिक जीवनाची मुख्य लक्षणे : वाकाटक शासनाचा कालखंड इसवी सन २५० ते ५५० हा गृहीत धरला जातो. या काळाचे मुख्य वैशिष्ट्य म्हणजे, उत्पादनाच्या क्षेत्रात स्थानिक स्वामित्वाचा उदय; भूस्वामी जमीनदारांचा उदय आणि मंदिर, बौद्ध मठ किंवा ब्राह्मणांना भूमीदान हे होय. वाकाटकांच्या ताम्रपटात ब्राह्मणांना भूमीदान केल्याचे उल्लेख आहेत. त्यांना विशिष्ठ प्रकारची कर माफी आहे व कर वसूल करणाऱ्या अधिकाऱ्यांपासून संरक्षण आहे. याचाच पर्यायी अर्थ असा आहे की, स्वतंत्र भूस्वामी शेतकऱ्यांवर कराचे स्वरूपात राजांचे नियंत्रण होते. कर वसूल करणाऱ्या कुलपुत्र, भट, छात्र या राजअधिकऱ्यांना शेतकऱ्यांकडून भोजन, निवारा इत्यादी सोई विनामूल्य घेण्याचा व वेठबिगारीने विनामूल्य कामे करवून घेण्याचा अधिकार होता.

परिणामस्वरूप, मध्यम वर्गीय जमीनमालकांचा एक वर्ग राज्यात तयार झाला. हे जमीनदार शेतकऱ्यांना जमीन लागवडीसाठी देत असत. त्यांना 'कुळ' म्हणत. त्याचप्रमाणे व्यक्तीगत मालकी हक्काचाही विस्तार झाला होता. प्रभावशाली व श्रीमंत जमीनमालकांचे हाती लहान लहान जमीनमालकांच्या जमिनीचे हस्तांतरण होऊन मोठ्या स्थानिक जमिनदारांचाही वर्ग निर्माण झाला होता आणि शेती कसणारे आश्रीत झाले होते. जमीनदारी अर्थव्यवस्थेची रुजवणूक झाली होती. या अर्थव्यवस्थेला राजांचेही संरक्षण होते. प्रभावती गुप्ताच्या पुणे ताम्रपटात ब्राह्मणांना दिलेल्या दानभूमीत हस्तक्षेप केल्यास एक सहस्त्र गाईंच्या हत्तेचे पाप लागेल, अशी शापवाणी आहे. [२३] अन्य ताम्रपटात संरक्षण आहे.

याचा परिणाम, आर्थिक दृष्ट्या गाव (ग्राम) आत्मनिर्भर होण्यात झाला. तसेच, संभवतः ओसाड किंवा जंगलमय किंवा नापीक जमीन दान देऊन ब्राह्मणांना प्रस्थापित केल्यामुळे पुष्कळशी नापीक जमीन किंवा जंगले साफ होऊन पिकाखाली आली. त्यामुळेही आर्थिक समृद्धीला हातभारच लागला. दान भूमिला 'अग्रहार' म्हणत व दान घेणाऱ्याला 'अग्रहारीक' म्हणत.

याकाळात 'श्रेणी' किंवा 'वृत्तिसंघ' अधिकाधिक शक्तीशाली होऊ लागले होते. ते स्वतःची नाणी पाडत किंवा अन्यशासकांची नाणी विनिमयासाठी उपयोगात आणीत. व्यापारिक मालाच्या गोदामांचे व स्वतःचे संरक्षणासाठी सैन्यसुद्धा ठेवत असत. व्यापार व विनिमय क्षेत्रात त्यांना स्वातंत्र्य प्राप्त झाले होते. कारागिरांचे व शिल्पकारांचेही वृत्तिसंघ निर्माण झाले होते. रामगिरीची विविध मंदिरे आणि अजिंठा लेण्यांची निर्मिती[२४] आनुवांशिक कुशल कलाकार व शिल्पकारांच्या वृत्तिसंघाच्या योगदानाशिवाय पूर्णत्वाला गेली असतील, अशी शक्यता दिसत नाही. तसेच, या

कामी व्यापारी व सामंतांचेही आर्थिक योगदान महत्त्वपूर्ण ठरले आहे, यातही शंका नाही.

वाकाटक काळात सामंत किंवा मांडलिक राजांचे अस्तित्व असलेले दिसते. वाकाटकांचे अधिनस्थ सामंत किंवा मांडलिक राजे होते. प्रत्येक मांडलिक राजाकडे स्वतःचे सैन्यबल व करपद्धती होती. त्यांचेही आर्थिक उत्पादनाचे मुख्य साधन ग्राम आणि ग्रामीण शेतकरी हेच होते. त्यांच्याकडून नियमित खंडणी सम्राटाला प्राप्त होत होती. व्याघ्रदेवाचा नचना व गंज शिलालेख किंवा वराहदेवाचा अजिंठा शिलालेख किंवा भरतबलचा बह्मनी ताम्रपट, हे सम्राटाचे प्रती आदर भावना व्यक्त करणारे अभिलेख आहेत. तसेच, द्वितीय पृथिवीषेणाच्या बालाघाट ताम्रपटात आणि अजिंठा ताम्रपटातील हरिषेणाच्या विजय वर्णनात मांडलिक सामंतांचा उल्लेख प्रकर्षाने येतो. याशिवाय वाकाटकांचे उच्चाधिकारी सचिव, राज्याधिकृत, सर्वाध्यक्ष, सेनापती, दंडनायक इत्यादी अधिकारीसुद्धा सामंत याच प्रकारात मोडतात. त्यांनाही व्यक्तीगत उत्पन्नाची सोय उपलब्ध असावी. त्याशिवाय वराहदेवासारख्या सचिवाने अजिंठा लेण्यातील क्रमांक १६ ची लेणी किंवा घटोत्कच लेण्यांच्या निर्मितीचा प्रकल्प हाती घेणे अशक्यप्राय होते.

वाकाटककालीन आर्थिक जीवनाच्या प्रमुख अंगाचे उल्लेख स्पष्टपणे वाकाटकांच्या दानपत्रात किंवा तत्कालीन साहित्यात नाहीत किंवा उत्खननातील साहित्याचे आधारेही स्पष्ट चित्र उभे राहत नाही. पूर्वकालीन कुशाण व सातवाहन आणि समकालीन गुप्तांच्या आर्थिक पैलूंचा आधार घेऊनच वाकाटकांच्या अर्थव्यवस्थेचा तार्किकतेच्या आधारावर वस्तुनिष्ठ अर्थबोध करून घेणे शक्य आहे.

ग्रामीण आर्थिक जीवन

राज्य प्रशासनातील ग्राम हा सर्वात लहान घटक होय. ग्रामीण अर्थव्यवस्था राज्याच्या उत्पन्नाचे मुख्य स्त्रोत होय. ग्राम म्हणजे पिकाखालील जमीन, परती जमीन, नापीक जमीन, वन्य जमीन, कुरणे, घरे, विहीरी, पुजास्थाने, गुरे-ढोरे इत्यादींनी युक्त अशी वस्ती होय, आणि भू-राजस्व प्राप्तीचे निश्चित साधन होय, असे कौटिल्य मानतो.

भूदान– वाकाटकांचे बहुतेक सर्वच ताम्रपट भूदानासंबंधीचे आहेत. त्यातील काही दानपत्रे 'अक्षयनीवि' म्हणजे शाश्वत उपभोगासाठी दिलेली दिसतात. प्रभावती गुप्ताच्या पुणे ताम्रपटात दण्डगुणग्राम हे गाव चनालस्वामी या ब्राह्मणांस, भूमी-अंतर्गत प्राप्त होणाऱ्या धनासह कायम स्वरूपी व कारणपरत्वे तेथून वसूल होणाऱ्या करासह भू-दान केले आहे. तसेच भविष्यात होणाऱ्या राजांनी या आज्ञेचे पालन

करावे व रक्षण करावे असे विधान आहे. यापुढे आज्ञाभंग करणाऱ्यास दंड किंवा तुरुंगवासाची शिक्षा होईल हा आदेश आहे.[२५] अर्थात हे अक्षयनीवि स्वरूपाचे दान होय. द्वितीय प्रवरसेनाच्या बेलोरा ताम्रपटातील भूमीदानसुद्धा वंशपरंपरागत उपभोगासाठी दिलेले शास्वत दान होते. त्यात कर घेण्यास किंवा हस्तक्षेप करण्यास प्रतिबंध होता. त्यासाठी व्यासांच्या श्लोकांचाही उल्लेख करण्यात आला होता.[२६] अर्थात, सूर्य चंद्र असेतोवर अक्षय उपभोगासाठी दिलेल्या वाकाटकांच्या दानपत्रात करमाफी, मीठ खोदण्याचे अधिकार, दारू गाळण्याचे अधिकार,जमिनीतील द्रव्याचे व खनिजाचे अधिकार इत्यादी दानभोक्त्याला असावेत. या दानभूमीत बाह्य हस्तक्षेपाला निर्बंध होता.

सातवाहन राजांनी बौद्ध भिक्षुकांना अक्षयनीविच्या स्वरूपात दिलेल्या दान भूमीतही करमाफी, मीठ खोदण्याचे अधिकार व राजकर्मचाऱ्यांचा हस्तक्षेप निषेध या बाबी आहेत. परंतु, या प्रकारच्या दानभूमीचे भू-स्वामी मात्र दान ग्रहण करणारे होत नसत. भू-मालकीचे हस्तांतरण होत नसे. तर दानभूमीत कर वसुलीचे, मीठ खोदण्याचे इत्यादी अधिकाराद्वारा प्राप्त धनाचा अक्षय उपभोग दानग्राहीला घेता येत असे. त्याला भूमीचे हस्तांतरण करता येत नसे. ती राज्यभूमी असे. ही प्रणाली शक, सातवाहन व गुप्त काळात प्रचलित होती.[२७] अशा प्रकारची अहस्तांतरणीय भूमी ही ओसाड, पडीक किंवा अउत्पादीत स्वरूपाची असे व तिचे करमूल्य अत्यल्प असे. त्यामुळे ती अक्षय भोगार्थ दिली जाई. वाकाटक सातवाहनांचे वारसदार आणि शक व गुप्तांचे समकालीन होते. अशीच प्रणाली वाकाटक राज्यात असावी, असे त्यांचे दानपत्रावरून सूचित होते.

वाकाटकांच्या काही दानपत्रात विशिष्ट क्षेत्रफळांची भूमीदान केल्याचे उल्लेख आहेत. द्वितीय प्रवरसेनाच्या चम्मक ताम्रपटात चर्मांड्क नामक ग्राम हजार ब्राह्मणांना दान दिले. त्या गावचा भूमिविस्तार राजमानाने ८००० निवर्तने होता.[२८] तसेच वडगाव ताम्रपटात वेलुसक गावी राजमानाने ४०० निवर्तने जमीन दान दिली, असा उल्लेख आहे.[२९] पट्टन ताम्रपटातही राजमानाने ४०० निवर्तने जमीन दान दिल्याचे नमूद आहे.[३०] प्रभावती गुप्ताच्या ऋद्धपूर दानपत्राप्रमाणे पाराशर गोत्राच्या ब्राह्मणांना कौशिक मार्गातील अश्वस्थनगरातील एक शेत, त्यातील घर व शेतकऱ्यांकरीता बांधलेल्या झोपड्या दान दिल्या.[३१] प्रवरसेनच्या पांढुर्णा ताम्रपटातही २५ निवर्तने जमीन दान दिल्याचा उल्लेख आहे.[३२] वरील दानपत्रात संपूर्ण ग्राम दान न देता काही विशिष्ट निवर्तने भूमी दान दिली आहे. अर्थात त्या गावातील अन्य भूमी ग्राम - भूमिस्वामीच्या अधिकारात व उपयोगाखाली होती असे दिसते. कौटिल्यानुसार गावातील जी भूमी उत्पादित

नव्हती ती झाडे तोडून, जंगल साफ करून भूउत्पादन योग्य बनविण्याच्या उद्देशाने कर माफ करून दान दिले जात होते.

भू-सीमा : वाकाटक काळी भूमीचे क्षेत्रफळ किती आहे याचे मोजमाप करण्याचे व त्यांच्या नोंदी ठेवण्याची योग्य व्यवस्था होती असे दिसते. तसेच गावातील राजहक्काची व ग्रामीण भू-स्वामींची जमीन किती क्षेत्रफळाची आहे याचाही हिशोब ठेवण्यात येत असावा. वाकाटकांनी दिलेल्या बहुतेक दानपत्रात गावाच्या सीमांचा काटेकोर उल्लेख आहे. तसेच क्षेत्रफळाचाही उल्लेख आहे. उदाहरणार्थ, प्रवरसेन द्वितीयच्या सिवनी ताम्रपटात दान दिलेले ब्रह्मपुरक गाव बेण्णाकार्पर भागातील असून ते वटपूरकाच्या उत्तरेस, किणिहीखेटकाच्या पश्चिमेस, पवरज्जवाटकाच्या उत्तरेस कोल्लपूरकाच्या पूर्वेस होते आणि शेजारचे गाव करन्जविरक होते. त्यातच 'स्वसिमापर (रि) च्छ (च्छे) देन' असा सीमांचा स्पष्ट निर्देश आहे.[३३] पांढुर्णा ताम्रपटातही सीमांचा निर्देश आहे. नलवंशी भगवदत्तवर्माच्या ऋद्धपूर ताम्रपटातही विषय तसेच सीमांचा स्पष्ट उल्लेख केलेला आहे. तसेच वडगावच्या द्वितीय प्रवरसेनाच्या ताम्रपटात वेलुसुक गावांच्या सीमांचा व सुप्रतिष्ठ आहाराचा स्पष्ट निर्देश करून वेलुसुक गावातील राजमानाने ४०० निवर्तन जमिनीचे दान केल्याचा उल्लेख आहे. चम्मक ताम्रपटातही गावाच्या ८००० निवर्तने भूमीची नोंद आहे. यावरून जमिनीची रितसर मोजणी करून व गावांच्या सीमा ठरवून त्याचा हिशेब ठेवला जात होता असे दिसते. अर्थात मोजणीनुसार व जमिनीच्या प्रतवारीनुसार कर आकारणी केली जात असावी.

भूमीची मोजणी पद्धती : द्वितीय प्रवरसेनाच्या इंदूर ताम्रपटात 'रजुक' या लेखनिकाचा उल्लेख आला आहे.[३४] हा उल्लेख महत्त्वाचा आहे. मौर्य काळात हा मोठा अधिकारी होता. अशोकाच्या शासनलेखात रजुकाचा निर्देश आढळतो. लोकांवर अनुग्रह करण्याइतका त्याला अधिकार होता. हा अधिकारी जमिनीचे मोजमाप करून त्यावरील सारा ठरविण्याचे काम करीत असावा.[३५] परंतु, वाकाटकांच्या कोरीव लेखात मात्र रजुकाच्या कामाबाबत स्पष्ट निर्देश मिळत नाहीत. तरीही जमीनीचे मोजमाप व सारा ठरविणारा राजाचा एखादा अधिकारी असावा. त्याशिवाय शिलालेखात आलेले गावांच्या जमिनीच्या सीमांचे व क्षेत्रफळांचे काटेकोर वर्णन करणे शक्य दिसत नाही. कदाचित वाकाटक काळी रजुकाच्या अधिकारात घट झाली असावी व कुलपुत्र सारा निर्धारणाचे काम करीत असावा ही शक्यतासुद्धा नाकारता येत नाही.

जमिनीचे मोजमाप करण्यासाठी निश्चित असे सर्वमान्य परिमाण ठरविले असावे. प्रवरसेन द्वितीयच्या चम्मक ताम्रपटात 'चर्म्माङ्कनामग्र(ग्रा)मः राजमानिकभु (भू)मि सहस्त्रैरष्टाभिः ८०००' असा उल्लेख आहे.[३६] वडगाव ताम्रपटात 'राजमानेनः भूम(मे)न्नि

(र्न्नि)वर्त्तनशतानी (नि) चत्वारि ४००' असा उल्लेख आहे.[३७] पट्टन ताम्रपटात 'अत्र ग्रामे राजक्यमानेन भूमेर्न्निवर्तनशतानि चत्वारि' असा उल्लेख आहे.[३८] दुदिया ताम्रपटात 'दर्ब्भमलके भूमे (च)≍ पञ्चविशां आणि कर्म्मकारग्रामे भूमे (:*) षष्टि (:*)' असा उल्लेख आहे.[३९] पट्टन आणि वडगांव ताम्रपटात 'निवर्तन' हा शब्द प्रयोग आहे. अर्थात, भूमीचे क्षेत्रफळ ठरविण्याचे परिणाम 'निवर्तन' असावे असे स्पष्टपणे दिसते. परंतु, चम्मक ताम्रपटात आणि दुदिया ताम्रपटात 'निवर्तन' हा शब्द प्रयोग आला नाही. तरीही त्या ठिकाणी 'निवर्तन' हाच शब्द परिणाम म्हणून अभिप्रेत आहे. तसेच वरील ताम्रपटात 'राजमान' हा शब्दोल्लेख सर्वत्र आला आहे. राजमानाने म्हणजेच राजाने प्रमाणित केलेल्या साधनाद्वारे अर्थात विशिष्ट लांबीची रज्जू - दोरी-बांबू-साखळी इत्यादींद्वारे मोजलेले क्षेत्रफळ असे असावे. मिराशींना मात्र 'मान' म्हणजे 'निवर्तन' हा अर्थ अभिप्रेत आहे.[४०]

क्लुप्त - भू-राजस्व : वाकाटक नरेश प्रवरसेन द्वितीयच्या जांब ताम्रपटात 'सोपनिधि (:*) सक्लिप्तोपक्लिप्त (:)'[४१] असा उल्लेख आहे. बेलोरा ताम्रपटात 'सोपनिधि (:*) सक्लप्तोक्लृप्तम् (:)',[४२] चम्मक ताम्रपटात 'सनिधिस्सोपनिधिः सक्लिप्तोपक्लिप्तः'[४३] आणि सिवनी ताम्रपटात 'सनिधिः सोपनिधिः सक्लिप्तोपाक्लिप्तः'[४४] असे उल्लेख आहेत. वरील सर्व ताम्रपटातील उल्लेखित 'क्लुप्त' व 'उपक्लुप्त' निधी म्हणजे, कर दानभोक्त्याकडून घेऊ नये या अर्थाने आले आहेत. 'क्लुप्त' म्हणजे निश्चित स्वरूपाचा कृषीकर होय. जमिनीची मोजणीमापणी करून केलेल्या करनिर्धारणानुसार प्राप्त होणारे राज्याचे उत्पन्न निश्चित स्वरूपाचे असते. 'क्लुप्त' करांचा उल्लेख मौर्यकालीन साहित्यातही आहे. कौटिल्याच्या 'अर्थशास्त्र' या ग्रंथात सात आयमुखात एक क्लुप्त, अर्थात सात प्रकारच्या आय प्रकारापैकी एक प्रकार 'क्लुप्त' होय, असा आला आहे. विद्वानांच्या मते, हा कर कायम स्वरूपी असलेला, जमीन धारकावर आकारलेला निश्चित महसूल कर होय.[४५] काही विचारवंत मात्र 'क्लुप्त' हा विक्रीकराचा पर्यायी शब्द असावा असे मानतात.[४६] मिराशी मात्र क्लुप्त हा जमीन महसूल होय असे म्हणतात.[४७]

वाकाटकांच्या दानपत्रात क्लुप्त किंवा कृषीकर उत्पन्नाच्या किती प्रमाणात घेण्यात येत होता, यासंबंधी कोणतेही स्पष्ट उल्लेख नाहीत. प्राचीन धर्मग्रंथात या कराची मात्रा १/६ आणि व्यापारावरील कराची मात्रा (अनुषांगिक कर) १/१० सांगितली आहे. वाकाटककालीन कालिदासाचे 'शांकुतल' नाटकातील उल्लेखावरून कृषी कर १/६ घेतला जात असावा, असा कयास करता येतो. या नाटकात अरण्यातील

तपस्वीसुद्धा राजअधिकाऱ्यांना देण्यासाठी उत्पन्नाच्या १/६ धान्याच्या राशी नदी किनारी करून ठेवत, असे वर्णन आहे.

वाकाटक काळी कृषी धारकाकडून कृषी करांची वसुली ग्रामकुट हा अधिकारी करीत असावा. त्याचे मदतीला 'दौहारिक' व 'गंडक' हे पोलीस अधिकारी व शिपाई असत. वसूल केलेला कृषी कर कुलपुत्र, भट व छात्र या राजअधिकाऱ्यांचे स्वाधीन केला जात असावा. दान भूमीचा करसुद्धा 'ग्रामकुट', 'दौहारिक' व 'गंडक' वसूल करून दानग्राही ब्राह्मणांचे स्वाधीन करीत असावेत. कारण, दानग्राही ब्राह्मणाकडे कर वसुलीची यंत्रणा असल्याचे किंवा अशी यंत्रणा स्थापित केल्याचे उल्लेख मिळत नाहीत. त्यामुळे कर वसुलीची अस्तित्वात असलेली यंत्रणाच उपयोगात येत असावी, हे स्वाभाविक दिसते. या कर वसुली प्रीत्यर्थ ग्रामकुट किंवा अन्य अधिकाऱ्यांना पारिश्रमिक मिळत होते किंवा नाही हे कळत नाही. कदाचित हे राजकर्म म्हणून पारिश्रमिक मिळत नसावे. या श्रमाची भरपाई म्हणून उपक्लुप्त किंवा अनुषंगिक करांचा संपूर्ण वाटा या अधिकाऱ्यांना स्वतःसाठी ठेवता येत होता असे दिसते.

उपक्लुत्प – अनुषंगिक कर : वरील ताम्रपटात उल्लेखित 'उपक्लुप्त' कर म्हणजे विविध प्रकारचे किरकोळ कर असावेत, असे मिराशी मानतात.[४८] हा कर अनिश्चित स्वरूपाचा होता. मिराशींनी 'क्लुप्त' आणि 'उपक्लुप्त' करांचा संबंध कोशल शासकांच्या ताम्रपटातील 'भाग' आणि 'भोग' यांचेशी दर्शविला आहे. रोख किंवा वस्तूच्या स्वरूपात प्राप्त होणारे कमी महत्त्वाचे हे कर होत, असे या करांविषयी म्हटले आहे.[४९] काही विशेष कारणांनी हा कर लावला जाई असे फ्लिट म्हणतो.[५०] भाग (कर) झालेल्या उत्पन्नावर अवलंबून नसून त्यापासून मिळालेल्या लाभावर अवलंबून होता.[५१] भोग तसेच भागचा उल्लेख मनुस्मृतीत येतो. त्यात वस्तूच्या किंमतीवर, खरेदी-विक्रीतून मिळाणाऱ्या उत्पन्नावर आकारलेला कर असे म्हटले आहे. कौटिल्यानेही आपल्या 'अर्थशास्त्र' ग्रंथात या कराचा उल्लेख केला आहे.[५२] वरीलपैकी 'भोग' जमिनीच्या उत्पन्नावर लावलेला प्रत्यक्ष कर असावा. कारण राजा हा पृथ्वीचा (भूमीचा) स्वामी मानला आहे. त्यामुळे भूमीचा उपभोग स्वामी म्हणून भूमीच्या उत्पादनातून राजभोग घेण्याचा राजाचा अधिकार शास्त्रग्रंथात सर्वमान्य आहे. अर्थात 'भोग' हा वाकाटकांच्या कोरीव लेखात दर्शविलेल्या 'क्लुप्त' कर सादृष्य असावा. तसेच, प्रजेच्या उत्पन्नात 'राजभाग' हा शास्त्रसंमत आहे. अर्थात, शेतीशी संबंधित अनुषांगीक कारणामुळे प्राप्त अतिरिक्त लाभावर 'भाग' हा कर असावा. हा कर वाकाटक दानपत्रातील 'उपक्लुप्त' कराचे समकक्ष असावा. तसेच हा कर अनिश्चित स्वरूपाचा असावा.

वाकाटकांच्या बहुतेक दानपत्रात[५३] 'पुष्पक्षिरसन्दोह' असा उल्लेख आला आहे.

या उल्लेखाचा संबंध मुख्य शेती व्यवसायासाठी निगडित अन्य अनुषांगिक सुविधांवरील कर किंवा अनुषांगिक व्यवसायांवरील कर असा असावा. फुलांच्या लागवडीखालील क्षेत्र, ओलीताखाली असलेली जमीन किंवा गुरांसाठी असलेले चराऊ रान इत्यादी सुविधांमुळे झालेल्या अतिरिक्त उत्पन्नावरील कर म्हणजे 'उपक्लुप्त' कर असावा.

प्राचीन परंपरेनुसार हा कर राजाने १/६ ते १/८ परिस्थितीनुरूप उत्पन्नाचे आधिक्य लक्षात घेऊन वसूल करावा, असे विधान आहे. कालांतराने स्मृतीकारांनी व व्यवस्थाकारांनी या करांचे प्रमाण १/२ पासून १/१२ पर्यंत वेगवेगळे सूचविले आहे. वाकाटक काळात मात्र 'उपक्लुप्त' कराचे प्रमाण काय होते, याचे निश्चित उल्लेख मिळत नाहीत. फक्त याबाबत प्रवरसेन द्वितीयच्या पाटणा संग्रहालय ताम्रपटात 'सपञ्चाशत्को ग्रामो दत्तः (त्तः।।) असे विधान आले आहे.[५४] अर्थात, कृषी व्यतिरीक्त अन्य मार्गाने मिळविलेल्या उत्पन्नावर शेकडा २ टक्के कर द्यावा लागत होता असे दिसते. प्राप्तीकरासारखा हा कर असावा. 'उपक्लुप्त' करसुद्धा ग्रामकुट, दौहारिक व गंडक यांचे मदतीने वसूल करीत असावा. आणि मनुस्मृतीतील (अध्याय ७, श्लोक ११८) उल्लेखावरून स्वतःचा पगार किंवा पारिश्रमिक म्हणून ठेवून घेत असावा. राजाने दान दिलेल्या गावातून किंवा क्षेत्रातूनसुद्धा उपक्लुप्त कर ग्रामाधिकारीच वसूल करीत असावेत व ठेवून घेत असावेत. दानग्राही ब्राह्मणाला हे कर दिले जात नसावेत. कारण, क्लुप्त कर वसूलीचा संभवत: हा मेहनताना असावा. दानग्राही ब्राह्मण कर वसूल करीत असावेत अशी यंत्रेणेअभावी शक्यता वाटत नाही.

'क्लुप्त व उपक्लुप्त कर' घेण्याचे राजाचे अधिकार जोपर्यंत चंद्र सूर्य आहेत तोपर्यंत अबाधित आहेत, असे वचन वाकाटक ताम्रपटात सर्वत्र आढळते.

राजाचे विशेषाधिकार : क्लुप्त व उपक्लुप्त करांच्या माध्यमातून मिळणाऱ्या उत्पन्ना व्यतिरिक्त वाकाटक राजांचे आयप्राप्तीसंबंधी काही विशेषाधिकार असलेले दिसतात.

वाकाटक राजांचे कर वसूल करणारे अधिकारी कुलपुत्र, भट व छात्र कर वसुली निमित्ताने गावांत जात व वास्तव्य करीत. त्यांच्या गावातील वास्तव्याची संपूर्ण व्यवस्था ग्रामाधिकाऱ्याला विनामूल्य करावी लागत असे. हे अधिकारी राजकार्य करण्यास राजाज्ञेने दौऱ्यावर आलेले असल्याने त्यांच्या आवश्यक गरजांची पूर्ती गावांनी विनामूल्य करणे हा राजाचा, अर्थात राजकर्मचाऱ्यांचा विशेषाधिकार सर्वमान्य होता असे दिसते. उदाहरणारर्थ दूध, इंधन, फुले, बैल, आसन, कातडी, विस्तव, मीठ इत्यादी वस्तूंचा उल्लेख वाकाटकांच्या दानपत्रात आहे. अर्थात भोजन, वास्तव्य व वाहतूक व्यवस्था गावांनी विनामूल्य करावी हे अभिप्रेत होते. वाकाटकांच्या सर्वच

दानपत्रात दानग्राही ब्राह्मणांना क्लुप्त व उपक्लुप्त कर माफ केले आहेत. त्यामुळे कर वसुली अधिकाऱ्यांना त्या गावांत किंवा क्षेत्रात दौरा करण्याचा आणि आहार, निवारा व वाहतूक सुविधा घेण्याचा प्रश्नच उपस्थित होत नव्हता. म्हणून कुलपुत्र, भट व छात्र या अधिकाऱ्यांना दान क्षेत्रात प्रवेश बंदी करण्यात आलेली दिसते. उदाहरणार्थ, प्रवरसेन द्वितीयच्या जांब ताम्रपटात सुप्रतिष्ठ आहारातील कोथुरक गाव कालुट्टक नामक ब्राह्मणास दान देताना दानग्राही ब्राह्मणास राजाच्या विशेष अधिकारातील कोणकोणत्या सुविधा मिळतील याचे वर्णन आहे ते खालीलप्रमाणे –

ग्राममर्य्यादान्वितरामस्तद्यथा अकरदायि अभटच्छत्र प्रावेश्य(:) अपा–

रम्परगोबलवर्द्द (:*) अपुष्पक्षीरसन्दोह (:*) अवा (चा) रासनचर्म्माङ्गार (:*) अल –

लवणक्लिन्नक्लेनीखनकः सर्व्ववेष्टिसपरिहारपरिहृतः सनिधिः

सोपनिधि (:*) सक्लिप्तोपक्लिप्त (:) आचन्द्रादित्यकालि (ली) यः पुत्रपौत्रानु (गा*)–[५५]

द्वितीय पृथिवीषेणच्या माहूरझरी ताम्रपटान्वये जमालखेटक गाव करमुक्त राहील, तसेच सैनिक किंवा शिपायाला गावात प्रवेश करता येणार नाही हे निर्देश आहेत. शिवाय गावकऱ्यांना रिवाजाप्रमाणे (राजाला) गाई आणि बैल द्यावे लागणार नाहीत. फुले आणि दूध यांच्या ठोक विक्रीवरील कर भरावे लागणार नाहीत. सरकारी गुप्त हेरांना जागा, ढाल, किंवा कातडी व कोळसा मिळणार नाही. जमिनीतून मीठ खणण्यासाठी किंवा दारू गाळण्यासाठी कर द्यावे लागणार नाहीत. सर्व प्रकारच्या वेठबिगारीपासून गाव मुक्त राहील.[५६] अशा राजाज्ञा कोरलेल्या आहेत. अशाच स्वरूपाच्या राजाज्ञा वाकाटकांच्या अन्य ताम्रपटातही आहेत.

मिठाच्या खाणींचे उत्पन्न हे राज्यसरकारच्या मालकीचे असे. दारू गाळण्याचे किंवा मद्य उत्पादनाचे एकाधिकार राजाचे होते. तसेच भूगर्भातील गुप्त धन किंवा खनिजे यावर राजाची मालकी असे. अर्थात, राजे या उद्योगाचे परवाने देत असावेत व त्यावर परवाना शुल्क घेत असावेत. परंतु, मिठाच्या खाणींचे खनन करणे, मद्य उत्पादन करणे, भूगर्भातील कोळसा किंवा अन्य धातूंचे उत्पादन कर दान भूमी क्षेत्रातून घेऊ नये, अशी वचने वाकाटकांच्या बहुतेक ताम्रपाटात आहेत. हे राजाचे विशेष अधिकार होते. अर्थातच या अधिकारांची मालकी व उत्पन्न दानग्राही ब्राह्मणांकडे हस्तांतरीत झालेली दिसते.

गावांतून वेठबिगार मिळविणे हा आणखी एक राजाचा विशेष अधिकार होता. ग्रामोन्नती किंवा ग्राम इलाख्यातील सार्वजनिक उपयोगाच्या सुविधा निर्माण करण्यासाठी

गावागावातून विनामूल्य श्रम देणे हे गावांचे कर्तव्य होय, ही प्राचीन धारणा वाकाटक काळातही प्रचलित होती असे दिसते. दानभूमी क्षेत्रातून वेठबिगार घेऊ नये असे वाकाटकांच्या दानपत्रात अधिकाऱ्यांना निर्देश आहेत. अर्थात, वेठबिगारीचा अधिकारसुद्धा दानग्राही ब्राह्मणांना हस्तांतरीत झाल्याचे दिसते. अर्थात दानभूमिक्षेत्रातील विकासासाठी किंवा सार्वजनिक सुविधा पूर्तीसाठी दानग्राही ब्राह्मण त्याला दान मिळालेल्या परिक्षेत्रातून वेठबिगार किंवा लोकांचे विनामूल्य श्रम घेऊ शकत होता, असे संकेत असावेत असे वाटते. दानग्राहीने दानभूमीचा विकास करावा हे अभिप्रेत असावे.

दानग्राही ब्राह्मणाला भूमिदान वंशपरंपरा उपभोक्ता म्हणून दिली असली तरी त्यावर दानग्राही ब्राह्मणाचे स्वामीत्व मात्र प्रस्थापित होत नसावे असे दिसते. कारण कर माफीचे व विशेषाधिकारांचे राजांनी दान दिले असले तरी काही निर्बंधही राखून ठेवले होते असे दिसते. जी भूमी दान दिली त्या भूमीवरील आंबा, मोहाची झाडे कुपवाटीका यावर कोणत्याही करांची आकारणी होत नसे. दानभूमीत गणिकांना वस्तीसाठी किंवा जुगाऱ्यांना जुगार खेळण्यासाठी प्रवेश बंदी होती. वरील बाबी दानग्राही ब्राह्मणांने पाळल्या नाही तर त्याची जमीन जप्त होत असे.[५७] अग्रहारीक किंवा दानग्राही ब्राह्मण निरंकुश किंवा स्वतंत्र नव्हते. त्यांचेवर निर्बंधांच्याद्वारे राजाचे पूर्ण नियंत्रण असे. या दृष्टीने प्रवरसेन द्वितीयचा चम्मक ताम्रपट लक्षणीय आहे.[५८] त्यात उपहार व मर्यादा दोन्ही आहेत. त्याची वैशिष्ट्ये खालीलप्रमाणे नमूद करता येतील.

१) अकरदायी : भूमी करापासून मुक्त.
२) अभट च्छात्र प्रावेश्य : सैनिक व पोलिस शिपाई यांना प्रवेश बंदी.
३) अपारम्परगोबलीवर्द : राजकर्मचाऱ्यांना परंपरेप्रमाणे गाय, बैल घेण्यास मनाई.
४) अपुष्पक्षीरसंन्दोह : फुले व दूध विक्रीवरील कर मुक्ती.
५) अचारासनचर्म्माङ्गार : राजकर्मचाऱ्यांना चारा, आसन, कातडी किंवा निवारा घेण्यास मनाई.
६) अलवणक्लिन्नक्क्रेणिखनक : राजकर्मचाऱ्यांना अग्रहार भूमीत मीठ खोदणे, मध घेणे, झाडे तोडणे, भूगर्भातील खाणी खोदणे यास मनाई.
७) सनिधिस्सोपनिधि : जमिनीत गाडलेले धन म्हणजे खनिजे घेण्यात कर्मचाऱ्यांना मनाई.
८) सक्लिप्तोपक्लिप्त : दान भूमीतून कृषीकर व अन्य कर घेण्यास मनाई.
९) सपञ्चाशत्क[५९] : पशुंच्या विक्रीवरील २ प्रतीशत कर घेण्यास मनाई.
१०) अपशुमैच्च : यज्ञासाठी पशुबळी मिळविण्यास मनाई.

वरील सर्व कराधिकार व विशेषाधिकार दानग्रहीला उपहार स्वरूपात सूर्य-चंद्र असेपर्यंत उपभोगास दिले आहे. परंतु, राज्य विघातक कृत्य करण्यास मनाई आहे. याच चम्मक ताम्रपटात[६०] स्पष्टपणे नमूद केले आहे की,

१) राज्ये : राजा व राजाचे राज्य या विरुद्ध द्रोह न करणे.

२) सप्तांगे : राज्याच्या सप्तांगा विरुद्ध, अर्थात सात प्रकारच्या आय साधना विरुद्ध द्रोह न करणे.

३) अद्रोहप्रवृत्तानां : राजद्रोह्यांना आश्रय न देणे.

४) अब्रह्मध्न : ब्राह्मण हत्या करणाऱ्यास आश्रय न देणे.

५) चौर : चोर किंवा गुन्हेगारास आश्रय न देणे.

६) पारदारिक : व्यभिचाऱ्यास आश्रय न देणे.

७) राजापत्श्यकारिप्रभृतीना : राजाविरुद्ध कट-कारस्थान किंवा युद्ध न करणे.

८) अन्यग्रामेष्णन : अन्य गावांची हानी न करणे.

अशा प्रकारचे अवैध कृत्य दानग्राही ब्राह्मणाने केल्यास त्याचा अग्रहार किंवा दानभूमी त्याचे कडून चोरीचे पाप न लागता काढून घेण्याचा राजाला अधिकार होता.[६१] अर्थात, दान देण्याचा राजाला जसा अधिकार होता तसाच काढून घेण्याचाही होता. दानपत्रांची संपूर्ण माहिती राजकर्मचाऱ्यांना देण्यात येत असे. आणि राजाज्ञांचा भंग न करण्याची ताकीदही देण्यात येत असे. राजाज्ञा भंगासाठी सहस्त्र गाईंच्या हत्येचे पातक, तसेच दंड व तुरुंगवासाचेही प्रावधान होते.

वाकाटक राजांनी जी दानपत्रे ब्राह्मणांना दिलेली आहेत. ती धर्म, पुण्य, आयु, बल, विजय, ऐश्वर्य इत्यादींच्या वृद्धीकरिता दिले असले आणि त्यामुळे राज्याची आर्थिक हानी झाल्याचे दिसत असले तरी त्याद्वारे अनुत्पादीत भूमी उत्पादनक्षम होणे, गावातील कृषक व व्यवसायी यांची अर्थवृद्धी होणे, सार्वजनिक सुविधांची सोय होणे इत्यादी अनुषांगिक लाभ झाले असावेत असे म्हणता येईल. दानग्राहींनी त्यांचे उत्पन्न वाढीसाठी ग्रामविकासांचे प्रयत्न करणे स्वाभाविकच होय. परिणामी गावांच्या समृद्धीत भर पडणे क्रमप्राप्त होय. द्रानग्राही वंशपरंपरा दान भूमीचे भोक्ते होते. निपुत्रिक अवस्थेत वंशच्छेद झाल्यास दानभूमी पुन्हा राजहक्काखाली येत असावी.

शेतजमीन प्रतवारी : वाकाटकांचे राज्य वर्धा, नर्मदा, तापी, गोदावरी व त्यांच्या उपनद्यांच्या प्रदेशात होते. पूर्णा, दुदना, पैनगंगा इत्यादी दुय्यम बारमाही नद्यांचाही लाभ वाकाटक राज्याला मिळाला होता. हा सर्व भूप्रदेश गर्द काळी आणि मिश्रित लाल मातीचा आहे.[६२] वाकाटक काळात बहुसंख्य लोकांचा व्यवसाय शेती हाच होता. सुपीक जमीन आणि नद्यांचे सानिध्य यामुळे शेती विकासाला व व्यवसायाला

मोठ्या प्रमाणात प्राधान्य मिळाले होते. चंद्रपूर, भंडारा जिल्ह्यातील जमीन तांदूळ उत्पादनाला उपयुक्त आहे. तर वर्धा, अमरावती, अकोला या भागातील जमीन गहू व कापूस उत्पादनाला उत्कृष्ट आहे.

वाकाटकांच्या अनेक ताम्रपटात नदीचा व नदी किनारी वसलेल्या गावांचा उल्लेख आहे. प्रवरसेन द्वितीयच्या जांब ताम्रपटात मण्डुकिग्राम उमा (वन्ना) नदीच्या पश्चिम सीमेवर वसल्याचा उल्लेख आहे.[६३] चम्मक ताम्रपटातील चर्मांक हे गाव मधू नदीच्या (चंद्रभागा) किनारी वसले होते.[६४] तिरोडी ताम्रपाटातील कोसलाखंड गाव वेण्णा (वेणा) नदीपरिसरात होते.[६५] वडगाव ताम्रटातील एकाजुनक हे हिरण्या (इरई) नदीकाठी होते.[६६] खऱ्या अर्थाने नदी ही वाकाटककाळी मानवी जीवनाचे मूळ स्त्रोत होती. धार्मिक दृष्ट्याही नदीचे महत्त्व होते. पाण्याच्या उपलबद्धतेमुळे शेती उत्पादनाला नदीकाठची गाळवठी जमीन अतिशय उपयुक्त होती.

पिके-कृषिउत्पादन-खाद्यान्न : सातवाहन-वाकाटक काळांत लिहिल्या गेलेल्या 'गाथासप्तशतीत' भात, गहू, ज्वारी, बाजरी, चणे, तेलबिया, कापूस, ऊस, भाज्या यांचा उल्लेख येतो.[६७] हा काळ आर्थिक दृष्ट्या खूप समृद्ध होता व कृषी-शेती हा प्रमुख व्यवसाय होता.[६८] द्वितीय प्रवरसेनच्या पवनी ताम्रपटात 'कृष्णाशलीकटक' असा विषयाचा उल्लेख आहे. यात भंडारा जिल्ह्यातील पश्चिम भाग, कन्हान व वैनगंगेचा परिसर समाविष्ट असावा. हा परिसर लैहितसाळी, पांडुकसाळी तांदूळ प्रकारासाठी प्रसिद्ध आहे. कृष्णासाळी हासुद्धा तांदूळ प्रकारच असावा.[६९] पवनार (प्रवरपूर) येथे झालेल्या उत्खननात तांदळाचा भुसा मिळाला आहे. तांदूळ वाकाटककाळी खाद्यान्न व शेतकी उत्पादनाचा प्रकार होता.

पवनार, कौंडिण्यपूर, भातकुली येथील उत्खननात जळालेल्या स्वरूपात मिळालेल्या धान्यावशेषावरून असे दिसून येते की, या भूभागात ज्वारी हे प्रमुख उत्पन्न होते. कौंडिण्यपूर येथे मिळालेल्या मृदभांड्यावर मकईच्या कणसाचे छाप आहेत. हे छाप वर्तमान कणसापेक्षा लहान आकाराचे असले तरी ते इसवी सनाच्या पाचव्या शतकातील आहेत असे विद्वान मानतात.

द्वितीय प्रवरसेनच्या पांढुर्णा ताम्रपटात तीळाचा उल्लेख आहे. तिळाचा उल्लेख वराहमिहिरच्या 'वशिकरण प्रयोग' या ग्रंथातही आला आहे.[७०] अजिंठा येथील शैलगृह क्रमांक १७ मध्ये त्रपूसू आणि भल्लक या व्यापाऱ्याची बुद्धासोबत भेट दाखविली आहे. व्यापाऱ्यांनी भेट म्हणून बुद्धाला मधाचे पोळे आणि गहू अर्पण केले असे दाखविले आहे. कालिदासाचे मेघदूतात यक्षाने आपल्या घराचा रस्ता मेघाला सांगताना आम्रकूट पर्वतावर परिपक्व फळांनी लदबदलेल्या रानआंब्यांची झाडे असल्याचा उल्लेख

केला आहे.[७१] वाकाटकांच्या ताम्रपटातही आंब्याच्या झाडावर कर लावू नये असे विधान आहे. तसेच, दानभूमीतून फळे-फुले राजअधिकाऱ्यांना घेण्यास मनाई केली आहे. त्यावरून शेतांत आंब्याची झाडे, मोहफुलांची झाडे, बोरीची झाडे व इतर फळा-फुलांची झाडे यांची लागवड होत असली पाहिजे असे दिसते.

नद्यांच्या सानिध्यामुळे नद्या- नाल्यातील जलचर मासे व अन्य जलचर प्राण्यांचा उपयोग खाद्यान्न म्हणून केला जात असे.[७२] वैदिक काळापासून कापूस, गहू, जव, तीळ उत्पादनाची परंपरा वाकाटक काळातही कायम असली पाहिजे. अजिंठा लेण्यातील भित्तीचित्रांवरून रेशमी व तलम वस्त्र तयार होत होती हे स्पष्ट आहे. त्यामुळे रेशमाचे उत्पादन व तलम कापसाच्या प्रकारांचे उत्पादन होत असले पाहिजे.

कृषी विकासाकडे वाकाटक राजांचे विशेष लक्ष असले पाहिजे. मौर्यकाळात नापीक जमीन, जंगली जमीन, झाडे तोडून, नांगरून कृषीयोग्य केल्या जात होती असे उल्लेख अर्थशास्त्रात आहेत. पडिक जमीन दान देऊन व दानग्राहीला करमुक्ती देऊन जमीन उत्पादनक्षम बनविली जात होती. तसेच उत्पादनात वाढ व्हावी म्हणून कृषी योग्य मोठमोठे भूखंड दान दिले जात होते, असे गुप्तकालीन दानपत्रावरून दिसते. वाकाटकांच्याही दानपत्रात दानग्राही ब्राह्मणांना करमाफी व अन्य सवलती दिलेल्या आहेत. अर्थात, पडिक जमीन किंवा जंगली जमीन उत्पादनक्षम बनविणे तसेच कृषी उत्पादनात वाढ करणे हे उद्देश वाकाटक राजांचे असावेत असे दिसते. कालिदासाने गहन जंगलातील तपस्वी व ऋषिसुद्धा उपजीविकेसाठी आश्रमाच्या आजूबाजूचा भूभाग साफ करून शेती करीत असत असे वर्णन केले आहे. 'गाथासप्तशती' मध्ये हळदीच्या शेताचा उल्लेख येतो.

कृषी साधने : कृषी उत्पादनासाठी नांगराचा उपयोग ऋग्वेदिक काळापासूनच सुरू आहे.

कालिदासाच्या 'मेघदूता'तील यक्ष मेघास अलकापुरीचा मार्ग सांगताना रामगिरीच्या उत्तरेस असलेल्या मालभूमीचे वर्णन नांगरून तयार केलेल्या जमिनीच्या सुगंधाने युक्त क्षेत्र असे करतो.

अर्थात, नांगर हे कृषी अवजार प्राचीन काळापासून कृषकाचे मुख्य आयुध आहे. वाकाटक राजा देवसेन याचे इंडिया ऑफिस ताम्रपटात नांगरकटक या गावाचा उल्लेख येतो.[७३] येथे पैनगंगा नदी नांगराचा आकार घेऊन वाहते. त्यावरून गावाला नांगरकटक नाव पडणे सहज शक्य आहे. कृषी व निसर्ग दर्शक अनेक गावांची नावे आहेत.

नांगराच्या फाळावर जमलेल्या मातीला काढण्यासाठी जे अवजार वापरले

जाते त्यास 'खुरपी' म्हणतात. कौंडण्यपूरच्या उत्खननात अश्या खुरप्या मिळाल्या आहेत.[७४] शेतातील गवत (तन) काढण्यासाठी खुरपी, विळा किंवा कोयता उपयोगात येतो. विळा, कोयत्याचाही या काळात उपयोग होत होता.

जमीन आणि अवजारे यांचेतील दुवा असलेला प्राणी बैल होय. बैलाशिवाय शेती उत्पादन शक्यच नव्हते. प्राचीन काळापासून शेती व पशुपालन कृषी जीवनाचे अभिन्न अंग होते. कृषी व पशुपालन यांच्या सहचर्यामुळे बैल हा प्राणी संपत्ती - कृषी उत्पादन - निर्मितीचे मुख्य स्त्रोत बनला.

त्यामुळे प्राचीन काळापासून वाकाटककाळापर्यंत बैल हा शेती उत्पादनाचा मूळ आधारस्तंभ होता. वाहतुकीसाठी होणाऱ्या उपयोगामुळे व्यापार व उद्योगधंद्याचा हा सखा होता. भारतीय जनजीवन प्राचीन काळापासून बैलाच्या श्रमाशी निगडित आहे. वाकाटकांच्या बहुतेक दानपत्रात बैलांचा उल्लेख येतो. रुद्रसेन द्वितीयच्या मांढळ ताम्रपटात दानभूमीतून राजकर्मचाऱ्यांना इतर वस्तूंबरोबर बैलही मिळणार नाहीत, (बलिवर्द्द) अशी राजाज्ञा उत्किर्ण आहे.[७५] अर्थात, अन्न आणि निवाऱ्यासोबतच राजकर्मचाऱ्यांना वाहतूकीसाठी गावातून बैल घेण्याचा विशेष अधिकार होता असे स्पष्ट दिसते.

वाकाटक काळातही पशुपालनाची योग्य व्यवस्था असावी. परंतु वाकाटकांच्या दानपत्रात फक्त गाय व बैल (गोबलीवर्द) यांचाच फक्त अनेक ठिकाणी उल्लेख आला आहे. गाय हे अवध्य धन व बैल अर्थनिर्मितीचे साधन होते. गाय अन्नदात्री म्हणून तर बैल शेतकी उत्पादनाचे, तसेच वाहतूक व व्यापार विकासाचे साधन म्हणून महत्त्वपूर्ण जनावरे होती. म्हणूनच ही साधने कृषकांकडून राजकर्मचाऱ्यांनी हिरावून घेऊ नये यासाठी कडक राजाज्ञा दानपत्रात कोरण्याचे प्रयोजन दिसते. अजिंठा लेणीतील भित्तीचित्रातील उनी वस्त्र प्रावरणावरून शेळ्या-मेंढ्या पालनाचीही व्यवस्था असावी. वाकाटक राजांचा विजयांचा अर्थात युद्धाचा उल्लेख कोरीव लेखात येतो. त्यावरून घोडे, हत्ती व उंट याच्या संगोपनाचीही व्यवस्था असावी यात संदेह उरत नाही. मधाचा (सहद) उल्लेख ताम्रपटात आहे. अर्थात, मध निर्मिती व्यापक प्रमाणावर होत असावी. अर्थात, मधमाशा पाळण्याचाही व्यवसाय त्याकाळी असावा असे अनुमान करता येईल. या सर्व प्राण्यांच्या संगोपनाची योग्य काळजी कृषक-स्वामी व राजकर्मचारी घेत असावेत.

जलसिंचन व्यवस्था : कृषी उत्पादनाची जलसिंचन व्यवस्था अभिन्न अंग होय. भारतखंडात पाऊस फक्त वर्षा ऋतूत पडतो.

सातवाहन-वाकाटककालीन गाथासप्तशतीत पाणी वर उचलणाऱ्या

'रहट्टघडिआ' यंत्राचा उल्लेख आहे. अनेक उत्किर्ण लेखात 'अरघट्' या पाणी काढणाऱ्या (Water Lift) यंत्राचाही उल्लेख आहे. हे यंत्र बनविणाऱ्या यांत्रिकाला 'ओद्यांत्रिक' ही संज्ञा होती.[७६] नागार्जुनकोंडा येथील उत्खननातही कालव्याचे अवशेष मिळाले आहेत. जलसिंचनासाठी कूप, विहिरी, जलाशये, तलाव व नदी - नाल्यांना बांध टाकून बनविलेले सरोवर यांचा उल्लेख आहे. राजा व राजांचे अधिकारी जलसिंचन व्यवस्थेप्रती अतिशय सतर्क असत.

वाकाटक काळात नदी ही पाण्याचे नैसर्गिक साधन होती. नदीकाठची सुपीक जमीन व पाण्याची उपलब्धता यामुळे लोकवस्ती वाकाटकांच्या ताम्रपटात नदीकिनारी वसलेल्या अनेक गावांचा व नद्यांचा उल्लेख येतो. उदाहरणारर्थ, उमा (वन्ना) नदीकाठी वसलेले कोथुरक, चिंचापल्ली, मंडुकीग्राम;[७७] मधुनदी (चंद्रभागा) किनारी असलेले चर्मांड्क गांव[७८] हिरण्यनदी (इरई) किनारी असलेले हिरण्यपूर[७९] इत्यादी गावांचा उल्लेख आहे. दुदिया ताम्रपटात चंद्रपूर संगमिका[८०] या जलाशय सादृष्य संगमाचाही उल्लेख आहे. नदीकिनारी कृषीयोग्य भूमी आणि पशुपालनासाठी गवताळ कुरणांची उपलब्धता असल्यामुळे लोकजीवनाचा विकास नदीसानिध्यातच झालेला दिसतो. त्यामुळे नदीसानिध्य वाकाटकांच्या ग्रामीण संपन्नतेचे महत्त्वपूर्ण अंग असावे असे म्हणता येईल.

वाकाटक नरेश पृथिवीषेण द्वितीयने सतराव्या शासन वर्षी दिलेल्या माहूरझरी ताम्रपटातील उल्लेखावरून त्याने प्रवरपूर येथून आपली राजधानी पृथ्वि-समुद्रा येथे आणली होती असे समजते. या गावी पाण्याचा समुद्रासारखा मोठ्या प्रमाणात तलावांच्या स्वरूपात साठा असावा. म्हणून पृथ्वी नावाला समुद्र ही पुस्ती लावली असावी.[८१] पृथिवीषेण द्वितीयच्या बालाघाट ताम्रपटात[८२] प्रवरपूर राजधानी त्याने पद्मपूर येथे हलविली असा संकेत आहे. अर्थात, पद्मपूर व पृथ्वि-समुद्रा ही दोन्ही स्थळे एकच होत. 'पृथ्वि-समुद्रा' हे नाव अलंकारिक आहे. अर्थात, पृथिवीषेण पूर्वीच्या राजांनी शेतकऱ्यांसाठी जलसिंचनाची सोय म्हणून या परिसरात तलावांची निर्मिती केली असली पाहिजे. नंदीवर्धन राजधानीपासून तीन मैलावरील रामटेक परिसरात व भरपूर तलावांची उपलब्धता आहे. अर्थात, वाकाटक राजे शेती व्यवसायाकडे जागृततेने लक्ष देत असत व आवश्यक सुविधांची निर्मिती करीत असत असे दिसते.

मांडलिक राजे व वरिष्ठ राजअधिकारीसुद्धा जलसिंचन व्यवस्थेविषयी जागृत असलेले दिसतात. उच्चकल्पवंशीय राजा व्याघ्रदेव या पृथिवीषेण द्वितीयच्या मांडलिक राजाने दिलेल्या नचना येथील शिलालेखात आपल्या माता-पित्यांच्या पुण्योपार्जनाकरिता देऊळ, विहीर किंवा तळे या सारखे लोकोपयोगी कार्य केल्याचा उल्लेख आहे.[८३] तसेच

व्याघ्रदेवाचा दुसरा एक शिलालेख गंज येथे सापडला व जवळच पाणी अडविण्यास बांधलेल्या बांधाचे जीर्ण अवशेष दिसतात. या शिलालेखातसुद्धा माता-पित्यांचे पुण्यप्राप्तीसाठी संभवत: वाया जाणाऱ्या पाण्याला बांध घालून पाणी अडविण्याचे पुण्य कर्म केले अशी नोंद आहे.[८४] अर्थात तलाव खोदणे, बांध घालून पाणी अडवून कृषी व कृषकांना पाण्याची सोय करून देणे पुण्यकर्म समजले जात होते. तसेच पाटबंधाऱ्याच्या सोई हे राजकर्मही समजले जाई.

वत्सगुल्म शाखेचा राजा देवसेन याचे हिस्सेबोराळा शिलालेखात त्याचा अमात्य आर्य स्वामीलदेव याने देवसेनाच्या आज्ञेने सुदर्शन सरोवराची निर्मिती केली[८५] असा उल्लेख आहे. हा सुदर्शन तलाव वत्सगुल्म परिसरातच आहे. जनतेच्या व प्राणिमात्रांच्या पिण्याच्या पाण्याची सोय, तसेच शेतीला पाटाने पाणी पुरवठा या दोन्ही हेतूने हा तलाव बांधला गेला, असे त्याचे भौगोलिक स्थितीवरून दिसते.

वत्सगुल्म शाखेच्या वाकाटक शासकांचा सचिव (अमात्य) वराहदेवाच्या अजिंठा लेणी क्रमांक १६ मधील शिलालेखातील अकराव्या श्लोकांत राजा देवसेनचे वर्णन आहे. तर क्रमांक बारा ते सोळाव्या लेखांत देवसेनाचा अमात्य (सचिव) हस्तीभोज (वराहदेवाचा पिता) याचे वर्णन आहे. हस्तीभोज अत्यंत गुणवान, विनयसंपन्न, लोकांचे हित व सुख प्राप्तीसाठी (लोकस्य हिताशयत्वात्सुखेन सम्यक्यरिपालनेन) [८६] सदैव झटणारा असल्यामुळे लोकांना माता-पिता व मित्राप्रमाणे प्रिय होता व लोक त्याचेकडे जाऊन न घाबरता आपले गाऱ्हाणे सांगत असत. लोकहित या संकल्पनेत जलसंधारण व्यवस्था अंतर्भूत आहे असे मानतात.[८७]

एकंदरीत वाकाटक राजे, त्यांचे उच्चाधिकारी, त्यांचे मांडलिकराजे लोकहिताकडे जाणीवपूर्वक लक्ष देत असत व प्रामुख्याने कृषी उत्पादनात वृद्धी व्हावी व प्राणिमात्रांना पाण्याच्या दुर्भिक्षाचा सामना करावा लागू नये म्हणून पाण्याच्या साठवणुकीच्या सोई उपलब्ध करून देण्यासाठी तत्पर असत असे चित्र दिसते.

ग्राम-व्यवसाय : प्राचीनतम काळापासून पशुपालन व कृषी दोन व्यवसायाशी जनजीवन एकरूप झाले होते. कालांतराने कृषी व्यवसायाला प्राधान्य प्राप्त झाले आणि शेती प्रधान अर्थ व्यवस्था व शेती व्यवस्था स्थिर झाली. त्याबरोबरच चातुर्वर्ण्य व्यवस्थेच्या नावाने श्रम विभागणी तत्त्व अंमलात आले.

वाकाटकांचे शासन काळात पूर्वापार चालत आलेली आर्थिक व्यवस्था स्थूलमानाने अस्तित्वात असलेली दिसते. ग्राम प्रशासन ग्रामकुट या अधिकाऱ्याचे स्वाधिन होते. कृषी हा प्रमुख उद्योग होता. कृषी संबंधित व पशुपालनासंबंधीत अन्य व्यवसाय अस्तित्वात होते. अकुशल कर्मकारही ग्रामवास्तव्याला होते. वाकाटक

राजांनी दिलेल्या दानपत्रात काही ग्राम व्यवसायांचा उल्लेख आहे. दानग्राही ब्राह्मणांना दान दिलेल्या भूमीतून ज्या वस्तू किंवा सुविधा राजकर्मचाऱ्यांनी घेऊ नये असे बंधन टाकण्यात आले आहे, त्या वस्तूंची निर्मिती गावातून होत होती, असा त्या दानपत्रातून ध्वनित अर्थ निघतो. उदाहरणार्थ, 'अपूष्पक्षिरसन्दोह'[८८] फुले घेण्याचा निषेध. अर्थात फुलांच्या झाडाची लागवड करण्याचा व्यवसाय, फुले माळण्याचा म्हणजे हार करणे, गजरे करणे इत्यादींचा व्यवसाय, फुलांचा अर्क काढणे, वनऔषधी बनविणे, अत्तर बनविणे इत्यादी पर्यायी व्यवसाय असावेत. अर्थात फुलांचे उत्पन्न महत्त्वाचे व करप्राप्त होते. फुलांबरोबरच फळांचेही उत्पन्न पर्यायाने आलेच फळझाडांची लागवड होत असावी. 'सासिद्धकम्' हा शब्द प्रयोग शेतीबरोबर इतर उत्पन्न घेतले जात होते असे दर्शवितो. जुन्नर व मनमोडी येथील सातवाहनांच्या शिलालेखातून जांभूळ व ताडाच्या झाडांच्या लागवडीची माहिती मिळते. करंज, साग, नारळ, आंबे इत्यादींचाही उल्लेख मिळतो. अर्थात, ताडाच्या झाडापासून दारु, नारळापासून तेल, सागापासून इमारती लाकूड यांची प्राप्ती होत होती व तदनुषंगाने व्यवसायही असावेत. वाकाटक काळातही हे अन्य झाडांच्या उत्पादनाशी संबंधित व्यवसाय असावेत.

दूध घेण्याचा निषेधही असाच लक्षणीय आहे. अर्थात गाई-म्हशी पाळण्याचा व्यवसाय असला पाहिजे. दूध व लोणी विकण्याचा गवळी व्यवसायही असला पाहिजे. लोण्याचा उपयोग औषधीतही होतो. वनौषधींच्या झाडांचीही निर्मिती होत असावी. भिषक किंवा चिकित्सक किंवा वैद्यकीय व्यवसाय असावा असा तर्क सहज करता येतो.

तसेच 'अचारासनचर्म्माङ्गार'[८९] या निषेधात्मक शब्दातून आसन म्हणजे निवारा आणि कातडी घेण्यास मनाई आहे. मेलेल्या जानावरांची कातडी काढणे, कमावणे व कातडी वस्तू बनविणे हे उद्योग गावात मांग, महार व चांभार जातीचे अस्तित्व दर्शविते व महत्त्वही दर्शविते. उद्योगांना दिलेले हे एक प्रकारचे संरक्षणच होय. या काळात चर्मोद्योग विकसित झाला होता. चामड्यापासून पायताण, जोडे, पंखे, बाटल्या, कृषी उद्योगासाठी लागणाऱ्या चामड्याच्या वस्तू, वादीचे दोर पाणी काढण्यास लागणाऱ्या मोटी इत्यादी विविध वस्तू निर्माण होत असत. 'अमरकोश' या ग्रंथातून याबाबत विस्तृत माहिती मिळते.[९०]

आसन म्हणजे निवारा हा अर्थबोध घेतल्यास राजकर्मचाऱ्यांना घरात आश्रय देऊ नये असा अर्थ होतो. घर बांधणीतही सुतार व्यवसाय प्रकर्षाने दिसतो. शेतीची अवजारे बनविण्यासाठीसुद्धा सुतार काम करणे हा महत्त्वपूर्ण व्यवसाय होता. घर बांधण्यास सागाची लागवड हा उपकृषिव्यवसाय आला, तसेच बांबूंची लागवड करणे पर्यायाने आलेच, मातीचे काम करणाऱ्या गवंड्याचे अस्तीत्व व व्यवसाय येणारच.

सोबतच 'अलवणक्लिन्नक्रेणिखनकः'[११] यानुसार मीठ खोदण्यास मनाई केली आहे. अर्थात मीठ तयार करण्याचा अधिकार राजाचा होता. परंतु या व्यवसायासाठी राजाकडून परवाना मिळत असावा. मीठ बनविणे, संग्रह करणे व विकणे हा व्यवसाय होता. मिठाचा शहरांनाही पुरवठा होत असावा. त्यामुळे व्यापार व वाहतूक व्यवस्था आलीच या उद्योगात अकुशल कामगारांचाही सहभाग असावा.

भूगर्भातील धन म्हणजे खनिज पदार्थही काढण्याचा व्यवसाय राजाची परवानगी घेऊन सुरू असला पाहिजे. विदर्भात कोळसा आणि मँगनिज तसेच लोह जमिनीत आहे. लोखंडाच्या उपयुक्ततेमुळे लोखंड खाणीतून काढण्याचा व्यवसाय व पर्यायाने लोखंडाच्या वस्तू व शस्त्रे बनविण्याचा व्यवसाय असावा असे दिसते. मधमाशा पाळण्याचा व मध गोळा करण्याचा व्यवसायही असला पाहिजे.

'गोबलीवर्द्द' या शब्दाचे दानपत्रातील नियमित उल्लेखावरून पशूपालनाच्या व्यवसायाचे विशेष महत्त्व असलेले दिसते. यज्ञासाठीसुद्धा पशुबली घेण्यास मनाई होती. ताम्रपटातील उल्लेखित व्यवसायात दारू काढणे हासुद्धा राजाचे परवानगीने केला जाणारा व्यवसाय होता. सुराकार (कलाल) हासुद्धा ग्रामवासी होता. ताडीची व मोह फुलांच्या झाडांची लागवड त्यासाठी अपरिहार्य होती.

वरील सर्व व्यवसाय राजाच्या कर वसुलीसाठी पात्र व्यवसाय होते. या शिवाय अनेक अन्य ग्राम व्यवसाय ग्राम जीवनाशी संलग्न होते. ताम्रपट लिहिणारे लेखनिस व ताम्रपत्रे कोरणारे सुवर्णकार हेसुद्धा व्यवसायी होते. गुप्तकाळात लिहिल्या गेलेल्या 'जंबुद्विपप्रशस्ती' या ग्रंथात व्यावसायिक श्रेणींचे उल्लेख आहेत. त्यांत अलंकार घडविणारे सोनार आणि तांब्याची भांडी बनविणारे तांबटकार प्रमुख ग्राम व्यवसायी होते. कापडाची व लोकरीची वस्त्रे विणणारे वस्त्रकार (कोष्टी), वस्त्रांना रंग देणारे रंगारी, कापूस पिंजणारे पिंजारी, मासे धरणारे व विकणारे कोळी, टोपल्या तयार करणारे कर्मकार, तेल बियांपासून तेल काढणारे तेली, कापड शिवणारे शिंपी, मातीची भांडी बनविणारे कुंभार, लोखंडाची कामे करणारे लोहार, गायक, नर्तक, वादक, पुरोहित, स्वयंपाकी, गवळी, चांभार, माळी, न्हावी, कास्तकार इत्यादी अनेक व्यवसायीकांचा उल्लेख आहे. कुशलकर्मी व अकुशल कर्मकार व मजूर गावातील घटक होते. या सर्वांच्या सांघिक श्रमाने गावांचा विकास उत्तरोत्तर होत होता.

ग्रामीण जमीनदार वर्ग : भारतीय अर्थव्यवस्था ही प्राचीन काळापासून कृषिप्रधान अर्थव्यवस्था आहे. जमीनदारी व्यवस्था ही कृषिप्रधान अर्थव्यवस्थेचा नैसर्गिक परिणाम होय.

वाकाटक काळात दिल्या गेलेल्या दानपत्रावरून स्पष्ट दिसते की, सर्व भूमिदाने

ही ब्राह्मणवर्गीयांना वंशपरंपरागत उपभोगासाठी दिली गेलेली आहेत. अर्थात त्यांना जमीनदार बनविण्यात आले आहे. एवढेच तर काही दानभूमी त्यातील कृषकासह दान दिली गेली आहे. प्रभावती गुप्ताच्या ताम्रपटात पाराशर गोत्रीय ब्राह्मणांना दिलेली दान भूमी 'कर्षकनिवेशनामि'[१२] अर्थात या दानभूमीतील कृषकासह देण्यात आली होती. म्हणजे कृषक दानग्राही ब्राह्मण जमीनदारांच्या स्वामित्वाखाली सोपविण्यात आले होते.

दानग्राही ब्राह्मण जमीनदार राजाला देय कर स्वतः घेत असत. दानग्राहींना राज्य शासनास कोणताही कर द्यावा लागत नसे. परंतु काही राज्य विरोधी कर्म केल्यास त्यांची भूमी जप्तही होऊ शकत असे. प्रवरसेन द्वितीयच्या चम्मक ताम्रपटात[१३] खालील सवलती व निर्बंधाचा उल्लेख आहे. (१) राजकरापासून मुक्तता, (२) सैनिक किंवा शिपायांचा हस्तक्षेप नाही, (३) वेठबिगार घेण्याची सवलत, (४) भू-राजस्व व अन्य उपकरापासून मुक्तता, (५) भूगर्भातील धन, खनिजे घेण्याची सवलत, (६) मीठ किंवा मद्य व्यवसाय करापासून मुक्तता, (७) दान वंशपरंपरागत चंद्र-सूर्य असेपर्यंत कायम राहील. परंतु खालील निर्बंध राहतील. (१) राजद्रोह करू नये, (२) ब्राह्मण हत्या करू नये, (३) चोर, व्यभिचारी किंवा राजबंदी यांना आश्रय देवू नये, (४) राजाविरुद्ध कट किंवा लढाई करू नये, (५) अन्य गावांना हानी पोहचवू नये. अन्यथा दानभूमी परत घेण्यात येईल व त्याबद्दल राजाला चौर्य कर्माचे पाप लागणार नाही. अर्थात दान भूमी जप्त करता येत होती. हे निर्बंध दानग्राहीच्या सदाचारी वर्तनासाठी टाकण्यात आले असावेत. तसेच ग्रामवासी कृषक व अन्य जनांचे हितार्थ केलेली सोय असावी. त्याचबरोबर दानग्राही ब्राह्मणाला अधिकार संपन्न जमीनदार बनविण्याचीही प्रक्रिया असलेली दिसते. अन्य दानपत्रान्वये वाकाटकांनी ब्राह्मण जमीनदार वर्ग निर्मिती सढळपणे केली असल्याचेच दिसून येते.

पाचव्या शतकाच्या शेवटी शेवटी 'सामंत' हा शब्द प्रयोग मांडलिक किंवा अधिनस्थ शासकांच्या संदर्भात वापरण्यात आल्याचे दिसते. मांडलिक राजे किंवा सामंत आपापल्या भूप्रदेशात स्वतंत्ररित्या शासन करीत आणि भूमिदानही करीत असत. उदाहरणार्थ, उच्चकल्पवंशीय राजा व्याघ्रदेव हा मांडलिक जमीनदार होता. नचना ताम्रपटानुसार[१४] त्याने महाराज पृथिवीषेणाच्या इच्छेने काही पुण्य कृत्य केल्याचा उल्लेख आहे. तसेच, पांडववंशीय राजा भरतबलच्या बह्मनी ताम्रपटानुसार[१५] वर्धमानक गाव लोहित नामक ब्राह्मणास दान दिले होते. भरतबलसुद्धा मांडलिक जमीनदार होता असे दिसते.

हे मांडलिक - सामंत - जमीनदार आपल्या सम्राटांना करभार (खंडणी) देत

असत व प्रभूआज्ञेप्रमाणे त्यांना लढाईत सहकार्य द्यावे लागत होते. परंतु हे सामंत राजे सम्राट शक्तीशाली असल्यास आज्ञेत राहत. सम्राट कमकुवत झाल्यास स्वत: स्वतंत्र होण्याची खटपट करीत. नल वंशीय राजांनी हा प्रयत्न केला होता. बालाघाट ताम्रपटावरून[१६] नरेंद्रसेनाच्या आज्ञा कोशल, मेकला व मालव या देशांचे राजे (सामंत) शिरसावंद्य मानीत असत, असा उल्लेख आहे. अर्थात, हे वाकाटकांचे मांडलिक होते असे दिसते. वराहदेवाच्या अजिंठा येथील लेखात[१७] वत्सगुल्मचा राजा हरिषेणाने कुंतल, अवंती, कलिंग, कोशल, त्रिकुट, लाट व आंध्र येथील नृपतींवर विजय मिळविला अशी नोंद आहे. अर्थात, या राजांना मांडलिक (सामंत) म्हणने युक्त ठरेल तसेच राजांना जहागीरदार म्हणता येईल. या सामंत जहागिरदारांवर राजाज्ञा पाळण्याचे बंधन असे.

जहागीरदारी पद्धतीमुळे, दानग्राही दानभूमीला आत्मनिर्भर करण्याचे कसोशिने प्रयत्न करीत. परिणामांती, कृषक व कुशलकर्मी यांचे जहागिरदारावरील अवलंबित्वामुळे गाव आत्मनिर्भर होण्यास मदत मिळाली. उपयोगाच्या वस्तू गावातच उत्पादित होऊ लागल्यात. अकुशल कामगारांकडून वेठबिगारीचे कामे विनावेतन किंवा अल्प वेतनावर करून घेतल्यामुळे गावांच्या स्वयंपूर्ण अर्थव्यवस्थेला बळकटी आली. अतिरिक्त कृषी उत्पादन किंवा शिल्पीवस्तू जहागीरदार अल्प किंमतीत विकत घेऊन साठवणूक करीत. एकंदरित वाकाटक काळात जमीनदार व्यवस्था उत्पादन वाढीला कारणीभूत ठरली असावी. पण सोबतच राजे जमीनदारावर अधिकाधिक निर्भर होऊ लागल्यामुळे राजशक्ती क्षीण होणे क्रमप्राप्तच होते.

संदर्भ :

१) मिराशी, वा. वि. : कुषाणोके प्रभुत्व में विदर्भ : इतिहास अनुशिलन, पृ. २६-३२

२) मिराशी, वा. वि. : संशोधन मुक्तावली, सर १, पृ. ७३

३) पूर्वोक्त, पृ. ५४

४) Shastri, A. M. : The Age of The Vakatakas, p. 3

५) दुदिया ताम्रपट, ओळ १६ (मिराशी, वा. वि. : वाकाटक नृपती आणि त्यांचा काल, पृ. २५३)

६) पूर्वोक्त, पृ. ३९२

७) Tripathi, Mayaprasad : Development of Geographic Knowledge in Ancient India, p. 201

८) बेलोरा ताम्रपट, ओळ १३ (मिराशी, वा. वि. : वाकाटक नृपती आणि त्यांचा काल, पृ. २०६, २११)
९) बाजपेयी, कृष्णदत्त : ऐतिहासिक अभिलेख, पृ. ५५
१०) मिराशी, वा. वि. : वाकाटक राजवंश का इतिहास तथा अभिलेख, पृ. २०५
११) ढेरे, रा. चि. : शक्तीपिठांचा शोध, पृ. ४४
१२) Coppers Inscriptions Indecorums, Vol. 3, p. 165
१३) महाराष्ट्रातील जिल्हे, नागपूर, पृ. ८१
१४) मिराशी, वा. वि. : वाकाटक नृपती आणि त्यांचा काल, पृ. १९५
१५) महाराष्ट्रातील जिल्हे, वर्धा, पृ. ८१
१६) मिराशी, वा. वि. : वाकाटक नृपती आणि त्यांचा काल, पृ. २१७
१७) पूर्वोक्त, पृ. २६९
१८) महाराष्ट्रातील जिल्हे, नागपूर, पृ. ७१
१९) Mirashi, V. V. : Studied In Endology. Vol. III, p. 46
२०) Epigraphia Indica, Vol. 5, p. 196
२१) मिराशी, वा. वि.: मेघदूत, पृ. १६१
२२) मिराशी, वा. वि. : संशोधन मुक्तावली, सर १, पृ. २, ४०
२३) पुणे ताम्रपट, ओळ २०, २१ (मिराशी, वा. वि. : वाकाटक नृपती आणि त्यांचा काल, पृ. १९३)
२४) वराहदेवाचे अजिंठा लेणे १६ व १७ मधील शिलालेख (पूर्वोक्त)
२५) पुणे ताम्रपट, ओ. १५ ते २१ (पूर्वोक्त, पृ. १९३, १९३)
२६) बेलोरा ताम्रपट, ओ. २२, २६ (मिराशी, वा. वि. : वाकाटक नृपती आणि त्यांचा काल, पृ. २१३)
२७) चौधरी, राधाकृष्ण : प्राचीन भारत का आर्थिक इतिहास, पृ. ५१
२८) चम्मक ताम्रपट, ओ. १८, १९ (मिराशी, वा. वि. : वाकाटक नृपती आणि त्यांचा काल, पृ. २१९)
२९) वडगाव ताम्रपट, ओ. २० (पूर्वोक्त, पृ. २७१)
३०) पट्टन ताम्रपट, ओ. २२ (पूर्वोक्त, पृ. २८२)
३१) ऋद्धपूर ताम्रपट, ओ. १२, १३ (मिराशी, वा. वि. : वाकाटक नृपती आणि त्यांचा काल, पृ. २४०)
देव, शां. भा. : महाराष्ट्र व गोवे शिलालेख व ताम्रपटांची वर्णनात्मक संदर्भ सूची, पृ. ५१

३२) मिराशी, वा. वि. : वाकाटक नृपती आणि त्यांचा काल, पृ. ३९०
३३) सिवनी ताम्रपट, ओ. २०, २३ (पूर्वोक्त, पृ. २३०)
३४) इंदूर ताम्रपट, ओ. ३४ (मिराशी, वा. वि. : वाकाटक नृपती आणि त्यांचा काल, पृ. २५०)
३५) Bose, Sushilkumar : Epigraphia Indica, Vol. 14, p. 42
३६) चम्मक ताम्रपट, ओ. १८, १९ (मिराशी, वा. वि. : वाकाटक नृपती आणि त्यांचा काल, पृ. २१९)
३७) वडगाव ताम्रपट, ओ. २० (पूर्वोक्त, पृ. २७१)
३८) पट्टन ताम्रपट, ओ. २१, २२ (पूर्वोक्त, पृ. २८२)
३९) दुदिया ताम्रपट, ओ. १६, १७ (पुर्वोक्त, पृ. २५५)
४०) मिराशी, वा. वि. : वाकाटक राजवंश का इतिहास तथा अभिलेख, पृ. १५६,-१५८
४१) जांब ताम्रपट, ओ. २८ (मिराशी, वा. वि. : वाकाटक नृपती आणि त्यांचा काल, पृ. २०१)
४२) बेलोरा ताम्रपट, ओ. २२ (पूर्वोक्त, पृ. २१३)
४३) चम्मक ताम्रपट, ओ. २९ (पूर्वोक्त, पृ. २२०)
४४) सिवनी ताम्रपटत, ओ. ३० (पूर्वोक्त, पृ. २२१)
४५) Sarkar, D. C. : Indian Epigraphical Society, p. 159
४६) भावे, ह. अ. : कौटिलीय अर्थशास्त्र (मराठी अनुवाद), पृ. ११, १२
४७) मिराशी, वा. वि. : वाकाटक नृपती आणि त्यांचा काल, पृ. १७८
४८) मिराशी, वा. वि. : वाकाटक नृपती आणि त्यांचा काल, पृ. ७८
४९) Mirashi, V. V. : Coppers Inscriptions Indecorums, Vol. V, p. 242
५०) Flit, Walter : Coppers Inscriptions Indecorums, Vol. 3, p. 242
५१) Boss, Avindranath : Social & Economy of North India, p. 118-120
५२) Ghoshal, U. N. : Constitution To The History of The Hindu Revenue System, p. 35
५३) बेलारा, चम्मक, सिवनी ताम्रपट, ओ. अनुक्रमे २०, २७, २५ (मिराशी, वा. वि. : वाकाटक नृपती आणि त्यांचा काल)
५४) पाटणा संग्रहालय ताम्रपट, ओ. १० (पूर्वोक्त, पृ. २९०)
५५) जांब ताम्रपट, ओ. २५, २८ (मिराशी, वा. वि. : वाकाटक नृपती आणि त्यांचा काल, पृ. २०१)

५६) कोलते, वि. भी. : महाराष्ट्रातील काही ताम्रपट, पृ. ५३४
५७) मिराशी, वा. वि. : वाकाटक राजवंश का इतिहास तथा अभिलेख, पृ. १५५-१६०
५८) चम्मक ताम्रपट, ओ. २६ ते २९ (मिराशी, वा. वि. : वाकाटक नृपती आणि त्यांचा काल, पृ. २२०)
५९) सिवनी ताम्रपट, ओ. २० (पूर्वोक्त, पृ. २३०)
६०) चम्मक ताम्रपट, ओ. ४० ते ४२ (पूर्वोक्त, पृ. २२२)
६१) मिराशी, वा. वि. : वाकाटक राजवंश का इतिहास तथा अभिलेख, पृ. १५५-१६०
६२) Shastri, A. M. : The Age of Vakatakas, p. 102
६३) जांब ताम्रपट, (मिराशी, वा. वि. : वाकाटक नृपती आणि त्यांचा काल)
६४) चम्मक ताम्रपट (पूर्वोक्त)
६५) तिरोडी ताम्रपट (पूर्वोक्त)
६६) वडगाव ताम्रपट (पूर्वोक्त)
६७) मिराशी, वा. वि. : सातवाहन आणि पश्चिमी क्षत्रपयांचा इतिहास व कोरीव लेख, पृ. ३६
६८) नागोरी, एस. एल. : प्राचीन भारतीय संस्कृती, पृ. ९४, ९५
६९) Omprakash : Food and Drinks in Ancient India
Shastri, A. M. : The Age of Vakatakas, p. 209
७०) रानडे, सुभाष : आयुर्वेदाचा इतिहास, पृ. १४६
७१) मिराशी, वा. वि. : संशोधन मुक्तावली, सर १, पृ. १३७
७२) पाठक, अरुणचंद्र : संशोधक त्रैमासिक, मार्च-जून, १९९१, पृ. १८
७३) मिराशी, वा. वि. : वाकाटक नृपती आणि त्यांचा काल, पृ. ३३९
७४) Dikshit, M. G. Kaundinyapura Excavation.
७५) गुप्त, चंद्रशेखर : 'लोकराज्य' त्रैमासिक, १६ ऑगस्ट १९९३
तिरोडी ताम्रपट, ओ. २१ (मिराशी, वा. वि. : वाकाटक नृपती आणि त्यांचा काल, पृ. २६४)
७६) चौधरी, राधाकृष्ण : प्राचीन भारत का आर्थिक इतिहास, पृ. ६३
७७) मिराशी, वा. वि. : वाकाटक राजवंश का इतिहास तथा अभिलेख, पृ. १४४
७८) पूर्वोक्त, पृ. १५८
७९) पूर्वोक्त, पृ. १९३

८०) दुदिया ताम्रपट, ओ. १६(मिराशी, वा. वि. : वाकाटक नृपती आणि त्यांचा काल, पृ. २५५)
८१) Shastri, A. M. : The Age of Vakatakas, p. 246
८२) मिराशी, वा. वि. : वाकाटक नृपती आणि त्यांचा काल, पृ. ५२
८३) पूर्वोक्त, पृ. ३२२
८४) पूर्वोक्त, पृ. ३२४
८५) कोलते, वि. भि. : वाकाटकांचा हिस्सेबोराळा येथील शिलालेख
पंडित, भ. श्री. : विदर्भ संशोधन मंडळ, वार्षिक अंक, १९६४, पृ. १३६, १४५
८६) वराहदेवाचा अजिंठा शिलालेख, श्लोक १५, ओ. १२
(मिराशी, वा. वि. : वाकाटक नृपती आणि त्यांचा काल, पृ. ३५३)
८७) Royal Ancientic Society Journal, Mumbai, 1862, p. 56
८८) चम्मक ताम्रपट, ओ. २७(मिराशी, वा. वि. : वाकाटक नृपती आणि त्यांचा काल, पृ. २२०)
८९) चम्मक ताम्रपट, ओ. २७, २८ (मिराशी, वा. वि. : वाकाटक नृपती आणि त्यांचा काल, पृ. २२०)
९०) गुप्त, चंद्रशेखर : 'लोकराज्य' त्रैमासिक, १६ ऑगस्ट १९९३पृ. ४७, ४८९१)चम्मक ताम्रपट, ओ. २८ (मिराशी, वा. वि. : वाकाटक नृपती आणि त्यांचा काल, पृ. २२०)
९२) ऋद्धपूर ताम्रपट, ओ. १५ (पूर्वोक्त, पृ. २४०)
९३) चम्मक ताम्रपट, ओ. २१, २९ (पूर्वोक्त, पृ. २२०)
९४) नचना ताम्रपट, ओ. ३ (मिराशी, वा. वि. : वाकाटक नृपती आणि त्यांचा काल, पृ. ३२२)
९५) बह्मनी ताम्रपट (पूर्वोक्त, पृ. ३०९ ते ३११)
९६) बालाघाट ताम्रपट, ओ. २७ ते २९ (पूर्वोक्त, पृ. ३०५,३०६)
९७) वराहदेवाचा अजिंठा शिलालेख (मिराशी, वा. वि. : वाकाटक नृपती आणि त्यांचा काल, पृ. ३४८)

प्रकरण – ७

नागरी अर्थव्यवस्था

वाकाटक पूर्व नागरी अर्थव्यवस्था : मौर्याच्या उदयाबरोबर राजकीय एकीकरण व आर्थिक केंद्रिकरणाची प्रक्रिया सुरू झाली. मौर्यपूर्व काळातच मुद्रामूलक अर्थव्यवस्था व नागरीकरण रूढ झाले होते. कौटिल्याने अनेक विविध वजन व आकाराच्या नाण्यांचा (मुद्रा) उल्लेख केला आहे. उदाहरणार्थ, कार्षापण, काकिणी, सुवर्ण, पण इत्यादी. व्यवहारात व व्यापारात उधारी, व्याज व पतपेढ्या द्वारा लेनदेन सुरू झाली होती. स्थलमार्गीय व नदी आणि समुद्र मार्गीय व्यापार उन्नत होता.

भूमी व कर्मकार व्यवसायांचे स्वामित्व मान्य झाले होते. संपत्तीचे स्वामित्वही मान्य झाले होते. कृषी उद्योग व व्यापारावर राज्याचे नियंत्रण व विविध कर लावण्यात आले होते. व्यवसायी कर्मकार (शिल्पी) लोकांवरही राज्याचे नियंत्रण व कर होते. 'मिलिन्दपन्ह' ग्रंथात पंचाहत्तर प्रकारच्या कर्मकार व्यवसायांचा उल्लेख आहे. सूती व उनी वस्त्रोद्योग विकसित होते. सूती कापडाला दुधावरील वाफ (Vapour from Milk) किंवा सापाची कात या उपमा साहित्यात आहेत. तलम कापडाचा सामुद्रिक मार्गाने पश्चिमी देशाबरोबर व्यापार चालत होता. व्यापारात स्वर्ण–मान (Gold Standard) स्थापित झाले होते.

कला व शिल्पी व्यवसायी लोकांचे वृत्ति–संघ (Guilds) स्थापन झाले होते. कुषाण काळात रोमबरोबरचा व्यापार वृद्धिंगत झाला होता. कुषाणांनी 'दिनार' या प्रकारात मोडणारी सुवर्ण मुद्रा सुरू केली होती. ही मुद्रा गुप्त काळातही चलनात 'निष्क' नामक मुद्रा म्हणून प्रचलित होती. दक्षिण व समुद्रतटीय प्रदेशातही मुद्रा मुलक अर्थव्यवस्था अस्तित्वात आलेली होती. शहरात (नगर) दैनंदिन व्यवहारात मुद्रा उपयोगात होत्या. त्यामुळे कला व कुशलकर्मी व्यवसायांचा विकास झाला व व्यापारातही निश्चितपणा आला. परिणामांती, नागरीकरण प्रक्रिया उत्कर्षाच्या चरम सीमेपर्यंत पोहोचली होती.

सातवाहनांच्या काळातही मुद्रामुलक अर्थव्यवस्था होती. याकाळात नगरांच्या आर्थिक समृद्धतेत खूप वाढ झाली. रोमबरोबरचा व्यापार उन्नत झाला होता. परंतु तिसऱ्या शतकानंतर रोमने भारतीय व्यापारावर बंधने आणलीत, त्यावेळी शहर समृद्धीला थोडा धक्का बसला. याच दरम्यान कुषाण राज्य व दक्षिणेतील सातवाहन राज्यांचा अंत झाला. परिणामतः शहरी केंद्र मरणासन्न झालेत. शहरातील व्यापार व व्यवसाय ठप्प झालेत. या पार्श्वभूमीवर दक्षिणेत वाकाटकांचा उदय झाला.

वाकाटककालीन उद्योग : वाकाटककालीन अपर्याप्त कोरीव लेख व वाङ्मयीन साधनांच्या एकत्रित अभ्यासाने आणि मौर्य, कुशाण, सातवाहन व गुप्तकालीन उद्योगांच्या पार्श्वभूमीवर, वाकाटककालीन उद्योग व व्यवसायांचा आलेख काढणे शक्य आहे.

भारतीय कला व शिल्प (कुशलकर्मी व्यवसाय) प्राचीन काळापासून उन्नत होती आणि भारतीय उत्पादन जगभर विकल्या जात होते. प्रत्येक घर लघु-उद्योगाचे केंद्र होते. नागरीकरणामुळे उद्योग व व्यवसायांचे केंद्रीकरण शहरात झाले. नागरीकरणामुळे अनेक कला व शिल्पी व्यवसायात उन्नती व विकास झाला. व्यवसायातील कौशल्य गुरु – शिष्य परंपरा व वंशपरंपरागत व्यावसायिकांचे वृत्तिसंघ यामुळे वृद्धिंगत झाले. बाजार पेठांची संख्या वाढली. व्यापारातील स्पर्धा वाढली समुद्रापार व्यापार वाढला औद्योगिक समृद्धी वाढली. नफ्यावर कर लागलेत. औद्योगिक जीवनातील दुश:प्रवृत्तीवर नियंत्रण आवश्यक झाले. कौटिल्याने कठोर राज्य नियंत्रण लागू केले होते. सातवाहन व गुप्त काळातही नागरी व्यवसायात व व्यापारात उन्नती झाली होती.

वाकाटकांची अर्थव्यवस्था मुख्यत: कृषिप्रधान असल्यामुळे ग्राम विकासाला व ग्रामीण उत्पादनाला त्यांनी प्राधान्य दिले होते, असे त्यांचे कोरीव लेखातील निर्बंधावरून दिसते. परंतु, व्यापार जगतात अनेक नगरांचेदेखील अस्तित्व असलेले दिसते. उदाहरणार्थ, नंदीवर्धन, प्रवरपूर, रामटेक, हिरण्यपूर इत्यादी. ही शहरे उद्योग व व्यापाराची केंद्रे होती. गावातील अतिरिक्त उत्पादन शहरात आणून त्यावर प्रक्रिया करून त्यांचा व्यापार होत असावा. अशी प्रक्रिया केंद्रे किंवा उद्योग शहरांत भरभराटीला आलेले असावेत.

वाकाटकांच्या उत्पन्नाच्या साधनात जमिनीतील धन खोदणे व मद्य काढणे (अखनिमेध्य:)[१] हे दोन राजाचे विशेषाधिकार होते असे दिसते. जमिनीतील धनाचा संदर्भ भूगर्भातील मौलिक खनिजांशी आहे. भारतीयांना प्राचीन काळापासून सोने, चांदी, तांबा, लोह, शिसे, पारा, टिन इत्यादी धातूंचा परिचय आहे. वत्सगुल्म शाखेचा राजा देवसेन यांचे हिस्सेबोराळा शिलालेखातही गुप्तधन व खनिजांचा उल्लेख आहे. खनिजालाच गुप्त धन ही संज्ञा आहे. यातील लोहनगर व हिरण्यपूर येथे लोखंड

व सोने होते. तसेच चंद्रपूर येथे कोळसा व लोखंड आणि नागपूर व भंडारा परिसरात मँगनीज बॉक्साईडच्या खाणी आजही आहेत.[२] वाकाटकांच्या अन्य दानपत्रातही 'किन्नक्रोर्णखनक:' असे उल्लेख आहेत. पवनार येथे झालेल्या उत्खननात तांब्याच्या वस्तू मोठ्या प्रमाणात मिळालेल्या आहेत. उदाहरणार्थ, तांब्याच्या बांगड्या, लहानमोठे कडे, तांब्याचे व ब्रांझचे मणी इत्यादी तसेच लोखंडाच्याही वस्तू मिळाल्या आहेत. उदाहरणार्थ, नखे काढण्याचे ब्लेड, रिंग, बांगड्या, कोयते, भाले, सुरीची पाती, आंगठ्या, कुऱ्हाड इत्यादी. सोबतच विष्णू कुंडीन तांब्याची नाणीसुद्धा एका वस्त्रात गुंडाळलेली मिळाली आहेत.[३] इतरत्र झालेल्या उत्खननातही लोखंड व तांब्याच्या वस्तू प्रचुर प्रमाणात मिळाल्या आहेत.

यावरून खनिजे काढण्याचा उद्योग वाकाटक काळी होता. प्रक्रिया करण्याचाही उद्योग होता. प्राप्त धातूपासून विविध वस्तू बनविण्याचाही उद्योग होता. तांब्याच्या व ब्रांझच्या घरगुती उपयोगाच्या वस्तू, अलंकार इत्यादी बनविले जात असावेत. लोखंडापासून शेतीची अवजारे, सैन्याची विविध शस्त्रे बनविण्याचा मोठा उद्योग असावा. वाकाटक राजांच्या पराक्रमाची व विजयाची वर्णने कोरीव लेखात आहेत. एकंदरीत वाकाटककालीन तंत्रज्ञान व धातू उद्योग प्रगत होते असे म्हणता येईल. यापासून राज्याला करांच्या स्वरूपात मोठी आय प्राप्त होत असावी. तसेच कुशल व अकुशल मजूर यांचा या उद्योगांत सहभाग असावा. प्रसंगी, वेठबिगारी मजूर घेण्याचाही अधिकार राजाला होता.

मद्य काढणे किंवा काढण्यास परवानगी देणे हाही राजाचा विशेष अधिकार होता. सोमरसपान आणि सूरापान हा प्राचीन काळापासून धार्मिक व सामाजिक आचार होता. परंतु, अतिरेक टाळण्यासाठी त्यावर राजाने एकाधिकाराचे बंधन टाकले असावे. मद्य प्राशनाचा उल्लेख उत्तरकालीन स्मृतिग्रंथातही आला आहे.[४] तसेच कालिदासानेही सुरापानाचा उल्लेख केला आहे.[५] ताडी, मोहफुले किंवा फुले यापासून मद्य काढण्याचा उद्योग असावा. यापासून राज्याला करांचे मोठे उत्पन्न मिळत असावे.

प्रभावती गुप्ताच्या पुणे ताम्रपटात सैनिकांना व शिपायांना मीठ खणता येणार नाही.[६] 'अलवण' असे निर्बंध आहे. तसेच रुद्रसेनाच्या मांढळ ताम्रपटातही दान भूमीतून मीठ व इतर वस्तू घेता येणार नाही, असे उल्लेख आहेत.[७] इतरही ताम्रपटात असेच उल्लेख आहेत. मीठ हा लोकांचा दैनंदिन उपयोगाचा आवश्यक घटक होता. तसेच अनेक प्रकारच्या तांत्रिक स्वरूपाच्या प्रक्रियांसाठीसुद्धा मिठाचा उपयोग होत होता. त्यामुळे मीठ खणणे, त्यावर प्रक्रिया करणे हा उद्योग होता. यापासून राज्याला आर्थिक उत्पन्न मिळत असे.

वाकाटकांच्या जवळजवळ सर्वच ताम्रपटात 'अपुष्यक्षीर सन्दोह' असा उल्लेख

आहे. अर्थात, पुष्प आणि दूध घेणे राजकर्मचाऱ्यांना वर्ज केले आहे. अर्थात या वस्तू काही लोकांच्या उत्पन्नाचे महत्त्वाचे साधन असल्या पाहिजेत. पुष्प किंवा फुलांचा उपयोग सुगंधी द्रव्ये तयार करण्यासाठी होत असावा. गुप्तकाळात लिहिलेल्या 'कामसूत्रात' शयनगृहांत सुगंधी लेप, माला, प्रसाधने, अत्तरे, वीणा यांचा संग्रह असावा असे म्हटले आहे.[८] 'मृच्छकटिक' या नाटकात चारुदत्ताचा प्रियमित्र गन्धिक म्हणजे सुगंधी द्रव्याचा निर्माता, जूर्णवृद्ध दाखविला आहे.[९] तसेच विविध प्रकारच्या फुलांचा उपयोग आयुर्वेदिक औषधी निर्मितीसाठीही होत असावा. अनेक धार्मिक समारंभात व देवपूजेसाठीसुद्धा फुलांचा मुक्त वापर होत असावा. अर्थात फुलांची निर्मिती हा उद्योग होता. तसेच व्यापारही होता. माळा करणे व्यवसायही होता.

दूध हासुद्धा महत्त्वपूर्ण अन्नघटक होता. दुधापासून तयार होणारे लोणी व तूप हे व्यापाराचे साधन होते दूध, लोणी आणि तूप हे विभिन्न प्रकारच्या मिठाई व पक्वान्न तयार करण्यासाठी उपयुक्त होते. तूप हे आयुर्वेदिक औषधासाठीसुद्धा आवश्यक घटक होते. यज्ञयाग किंवा धार्मिक समारंभात दूध व तुपाचे महत्त्व अनन्यसाधारण होते. दूध निर्मिती म्हणजे पशुपालन हा महत्त्वपूर्ण उद्योग व उत्पन्नाचे साधन होते.

वाकाटक ताम्रपटात 'गोबलीवर्द्द' असा सार्वत्रिक उल्लेख आहे. राजकर्मचाऱ्यांना गाई किंवा बैल घेता येणार नाहीत ही राजाज्ञा आहे. गाईचे धार्मिक दृष्टीने व आर्थिक दृष्टीने महत्त्व अनन्यसाधारण आहे. दूध देणारी म्हणून अन्नदात्री आणि आर्थिक उत्पादनाचे साधन असलेला बैल प्रसवणारी गोमाता म्हणून गोपाल व्यवसाय होता. बैल हा शेतीच्या उत्पादनासाठी व उत्पादित मालाच्या वाहतुकीसाठी, सैन्याच्या वाहतूक उपयोगासाठी व्यापारी मालाच्या वाहतुकीसाठी, तसेच प्रवासी साधन म्हणून हरकामी उपयुक्त जनावर होते. तसेच, या जनावरापासून कातडी कमाविण्याचाही उद्योग होता. 'अमरकोषातील' उल्लेखावरून कळते की, याकाळात चर्मोद्योग विकसित होता.[१०] चामड्यापासून पायताण, जोडे, पंखे आणि शेतकी व्यवसायासाठी आवश्यक वार्त्या, वाद्या, व पाणी काढणाऱ्या मोटी इत्यादी तयार होत असत. या उद्योगात कुशल कर्मकार असत. वाकाटकांच्या ताम्रपटात 'अचरासनचर्म्मांङ्गार' असे सार्वत्रिक उल्लेख आहेत.

वाकाटक काळात वस्त्रोद्योग मोठ्या प्रमाणात चालत असावेत. भारतीयांना कापसाचा उपयोग सैंधव संस्कृतीच्या कालखंडापासून माहीत होता. प्राचीन वैदिककालीन वाङ्मयात वस्त्रांचे व कापडांचे तसेच रेशमी कापडांचे उल्लेख आले आहेत. प्राचीन वाङ्मयातील तंतू, ओतु, तसर, मयुख, तर्कु इत्यादी शब्द कापड विणण्याशी संबंधित आहेत. तकली किंवा चरखा यांचे द्वारा सूतकताई व नंतर कापड विणण्याच्या तंत्रात

विकास झाला. कापडावर सोन्याचे जरीकामही केले जात असे. अतिशय तलम कापड तयार करण्याचे कसब 'तंतूवाय' किंवा विणकर यांनी आत्मसात केले होते. प्रवरसेन द्वितीयच्या सिवनी ताम्रपटात[११] उल्लेखित 'कोल्लूपूरक' हे गांव विदर्भातील खोलापूर असावे असे डॉ. फ्लीटने सूचविले आहे. येथे रेशमाचे उत्पादन होत असे.[१२] या काळात रेशमी वस्त्र निर्मितीचा उद्योग असावा असे दिसते. पवनार येथे उत्खननात विणलेले वस्त्र व विविध आकारांची धातूकाम केलेली भांडी मिळाली आहेत.[१३] कालिदासाच्या 'मेघदूत' या काव्यातही वेश्यांनी पांघरलेल्या रंगीत वस्त्रांचा व सुगंधी द्रव्याचा उल्लेख आहे.[१४] 'मृच्छकटीक' नाटकात चारुदत्ताच्या शेल्याचा उल्लेख आहे. अजिंठा लेणीतील भित्तीचित्रातील वस्त्रांची विविधता डोळे दिपवणारी आहे. दत्तपूर येथील बुद्ध मूर्तीच्या अंगावर चिवर आहे. यावरून वस्त्रोद्योग अत्यंत प्रगत अवस्थेत होता व विविध प्रकारची वस्त्रे तयार होत असत व त्यांना रंगही दिला जात होता. वस्त्राबरोबरच रंगकाम करणे हाही उद्योग होता. भारतीय वस्त्रे परदेशातही निर्यात होत असत.

शस्त्रास्त्र निर्मिती करणे महत्त्वाचा उद्योग होता. वाकाटक राजांच्या पराक्रामची गाथा त्यांच्या कोरीव लेखात आहे. सैन्य उत्तम प्रकारच्या शस्त्रांनी सज्ज असल्याशिवाय विजय शक्य नव्हते. नरेंद्रसेनाचा पुत्र पृथिवीषेण द्वितीयने आक्रमक नलांना विदर्भातून पिटाळून लावले होते व त्यांची पुष्करी राजधानी उद्ध्वस्त केली होती.[१५] अजिंठा शिलालेखात राजा हरिषेणाच्या विजयांचे विस्तृत वर्णन आहे.[१६] त्यावरून विविध प्रकारच्या शस्त्र निर्मितीचा विशेष उद्योग राजनियंत्रणाखाली असावा असे दिसते. त्यामुळेच पृथिवीषेणाचे सैन्य व खजिना सतत वाढत होता, असे उल्लेख द्वितीय प्रवरसेनाच्या जांब ताम्रपटात उत्किर्ण आहेत.[१७] सर्वसेनाने लिहिलेल्या 'हरिवंश' काव्यात गदेचाही उल्लेख आहे.[१८] द्वितीय पृथिवीषेणाच्या बालाघाट ताम्रपटात नरेंद्रसेनाने वंशलक्ष्मी हस्तगत केली हा उल्लेख आहे.[१९] अर्थात, मोठ्या प्रमाणात शस्त्रास्त्रे निर्मितीचा उद्योग होता.

वाकाटक काळात पर्वतीय प्रदेशात विपुल प्रमाणात लाकूड उपलब्ध होते. त्याचा उपयोग घरे तयार करण्यासाठी होत होता. सुतार उद्योग प्रतिष्ठित समजला जात होता. महाल व मठांची निर्मिती याची साक्ष होय. 'ललितविस्तार' या ग्रंथात लाकडी पाटीचा व लाकडी फळ्याचा उल्लेख आहे. त्यावर खडूने लिहीत असत.[२०] मनसर येथे नुकतेच महालाचे अवशेष मिळाले आहेत. वास्तुकार उद्योग, सुतार उद्योग, दगडीकाम करणारे पाथरवट व रंगकाम कारणारे चित्रकार यांच्या सांघिक सहकार्यातून महालांची व मठांची निर्मिती होत होती. कागद उद्योगही विकसित होता. कागद बनविण्याची

कला अवगत होती. तांदुळाचा खळ लावून कागद दीर्घकालीन उपयोगाचा बनविला जाई. लेखणी अर्थात कोरणी, कुंचला, बोरु यांचा लिहिण्यासाठी उपयोग केला जाई. 'ललितविस्तार' या ग्रंथात 'कर्णक' म्हणजे लेख कोरणारा असा शब्द आला आहे. अजिंठा भित्तीचित्रात कुंचल्याचा वापर झालेला आहे. वाकाटकांचे ताम्रपट कर्णिकाने कोरले आहेत. लेखनासाठी शाई बनविण्याचा उद्योग होता. पक्की शाई बनविण्यासाठी पिंपळाच्या डिंकाची बारीक भुकटी पाण्यात मिसळून उकळीत, व त्यात टाकणखार टाकून शाई बनविली जात असे. भुर्जपत्रावर लिहिण्यासाठी बदामाच्या साली वाळवून त्याची भुकटी करून गोमुत्रात उकळून शाई तयार करीत असत. मोहरी तेलाच्या दिव्याच्या काजळीपासून काळी शाई, तर अलित्यापासून लाल शाई आणि हरताळापासून पिवळी शाई तयार करीत. अशाच प्रकारे बनविलेले नैसर्गिक रंग अजंठा भित्तीचित्रात वापरण्यात आले आहेत.

विटा तयार करण्याचा व्यवसायही मोठ्या प्रमाणात होता. मांढळ, वाशीम, पवनार, मनसर इत्यादी ठिकाणी झालेल्या उत्खननात भाजलेल्या विटा मिळालेल्या आहेत.[२१] विटा साधारण तीन इंच जाडीच्या दहा इंच रुंदीच्या व सोळा इंच लांबीच्या आहेत. वत्सगुल्म उत्खननातही भाजलेल्या विटा मिळालेल्या आहेत. अर्थात, विट भट्टीचा उद्योग मोठ्या प्रमाणात होता असे दिसते. तसेच, पवनार येथील उत्खननात दोन गोल विहिरी मिळाल्या आहेत.[२२] घरे बांधण्याप्रमाणेच विहिरी बांधण्याचा व्यवसायही होता. नगराला पाणी पुरवठा नियमित व्हावा म्हणून तळी किंवा जलकुंभ बांधले जात असत. वास्तुकार व्यवसाय होता. मातीची भांडी किंवा वस्तू तयार करण्याचा कुंभाराचा व्यवसाय होता. मातीची गृहोपयोगी भांडी, मातीची खेळणी इत्यादी उत्पादित होत असत. 'मृच्छकटीक' नाटकात वसंतसेनेने आपले अलंकार मातीच्या भांड्यात घालून चारुदत्तपुत्रास दिल्याचा उल्लेख आहे.[२३] पवनार येथील उत्खननात मातीची भांडी मिळाली आहेत.[२४] मनसर येथील उत्खननात विविध प्रकारची खापरे मिळाली आहेत. त्यात पॉलिशयुक्त खापरे, सुरई, पाणी शिंपडण्याचे भांडे, झारी, तोटीची झारी, पेला इत्यादी भांड्याचा समावेश आहे. त्यात लाल रंगाची खापरेसुद्धा मिळली आहेत. त्यात प्रामुख्याने मडके, गाडगे इत्यादी भांड्याचा समावेश होता.[२५] खापराशिवाय लाल वालुकापाषाणातील मूर्तींचा खंडीत भाग मिळाला आहे. हे साहित्य इसवी सनाच्या तिसऱ्या चवथ्या शतकातील असावे. पक्क्या भाजलेल्या मातीचे रोमन पदक अकोल्याजवळील खोलापूर येथे मिळाले आहे. मातीची भांडी चाकावर तयार करीत असत व भाजून पक्की करण्यात येत असत. कौंडिण्यपूर येथील उत्खननात वाकाटककालीन रेताळ मातीपासून बनविलेले उंच निमुळते सुरई प्रकारात मोडणारे

भांडे मिळाले आहे. त्याचा रंग तपकिरी (चॉकलेटी) आहे. ही भांडी फिरत्या चाकावर तयार केली असून, भाजलेली व मजबूत आहेत. तसेच थाळ्या, कटोरे, पाणीपात्र, झाकण्या इत्यादी साहित्यही मिळाले आहे.[२६] स्वयंपाकाच्या भांड्यांना बुडाशी गेरुचा पातळ थर दिला आहे. सन १९९२-९३ मध्ये वाशीम येथे झालेल्या उत्खननात भाजलेली फुटकी भांडी व विटा मिळाल्या आहेत.[२७] यावरून कुंभार उद्योगातील प्रगती दिसून येते. पवनार उत्खननात सपाट पाया असलेला वर्तुळाकार झाकण असलेला दिवा मिळाला आहे. त्यास धरण्यास मूठ आहे. तसेच काही झाकण्या व दगडी चार पेट्याही मिळाल्या आहेत.[२८]

अलंकार निर्मिती हा प्रगल्भ उद्योग होता. अलंकारासाठी लागणारे सुवर्ण, चांदी, तांबे, खनिजा मार्फत प्राप्त होत असावे. अलंकारासाठी मौल्यवान खड्यांचा व रत्नांचाही वापर होत असावा. गडचिरोली जिल्ह्यातील आरमोरी तालुक्यातील वैरागड (वज्राकर) येथे हिरे आणि मणी बनविण्याचा उद्योग बऱ्याच काळापर्यंत चालू होता. 'अर्थशास्त्र' या ग्रंथात विदर्भातील हिऱ्यांचा उल्लेख येतो. वराहमिहीर[२९] तसेच बुद्धभट्ट यांचे ग्रंथातही वेण्णातट म्हणजेच वैनगंगा नदीच्या दोन्ही किनाऱ्यांचा हिऱ्यांचा प्रदेश असल्याचे म्हटले आहे. प्राचीन साहित्यात मुक्ता, वैदूर्य, शदगळ, शिली, प्रवाळ, स्पटीक याची घडण करणाऱ्या मणीकारांचा उल्लेख आहे.[३०] अर्थात, मणी उद्योग महत्त्वपूर्ण उद्योग होता असे दिसते.

विदर्भात कौंडिण्यपूर[३१] पवनार[३२] पवनी[३३] तसेच माहूरझरी[३४] येथे वेगवेगळ्या प्रकारचे मणी उत्खननातून मिळाले आहेत. तसेच दगडाचे बनविलेले मणीसुद्धा मिळाले आहेत. विशेष बाब म्हणजे, मणी वेगवेगळ्या धातूंची आहेत. वेगवेगळ्या व्यासांचे आहेत. तसेच गोलाकार, चपटे, लांबोळे, नालाकार, त्रिकोणाकार इत्यादी आकाराचे आहेत. मणी हे सोने, तांबे, शंख व बहुमूल्य दगड आणि पक्क्या मातीपासूनसुद्धा बनविले आहेत. दगडापासून बनविलेल्या मण्यात कार्नेलियन, स्फटीक, सुलेमानी (ऐगेट), सर्यकांत (जास्पर), गार, संगमवर, पद्मराम, रक्तमणी, नीलमणी, नीलकांतमणी, प्रवाळ इत्यादी मौल्यवान दगडांचा समावेश आहे. इंद्रनील व प्रवाळ मणी सर्वप्रथम कौंडीण्यपूर व पवनारला मिळाले आहेत. शंखापासून तयार केलेल्या बांगड्यांचे तुकडे व अंगठ्या व अन्य वस्तू व मणी कौंडिण्यपूर येथे मिळाले आहेत. शंखापासून चार प्रकारचे मणी तयार करीत असत.[३५] पवनार येथील उत्खननात तांब्याच्या धातूंच्या बांगड्या, तांब्याची भांडी व लोखंडी अवजारेही सापडली आहेत.[३६] तांब्याच्या मूर्तीही बनविल्या जात, तसेच ताम्रपत्र म्हणून तांब्याचा उपयोग होत होता. अर्थात,

सोने, चांदी, तांबे, पितळ, लोखंड व मौल्यवान खडे यांचे उद्योग विकसित झाले होते असे दिसते.

पुरातत्व खात्यातर्फे सन १९८१ मध्ये नागरा येथील भैरव टेकडीवर झालेल्या उत्खननात नागमणी मिळाले आहेत.[३७] या काळात मोत्यांच्या दागिन्यांचा मोठ्या प्रमाणात वापर होत होता. अजिंठा लेण्यातील भित्तीचित्रे व मूर्ती दागिन्यांनी मढलेल्या आहेत. त्यातील राजा-राणी, श्रीमंत, गरीब, दास-दासी या सर्वांच्या अंगावर दागिने दिसतात. चित्रात व्यापारीसुद्धा दिसतात. त्यांनीही माणिक, मोती, पाचूंनी मढवलेल्या गळसरी घातलेल्या आहेत. विदर्भातील उत्खननात प्राप्त मूर्तींच्याही अंगावर विविध दागिने आहेत. या सर्वावरून दागिन्यांच्या उद्योगाची व्याप्ती तत्कालीन आर्थिक परिस्थिती लक्षात येण्यास मौलिक मदत होते.

तत्कालीन वाङ्मयातही धातूंच्या वापराचा उल्लेख आहे. कालिदासाच्या 'मेघदूता'तील यक्ष आपल्या घराचे वर्णनात बकुल वृक्षाजवळील रत्नखचित सुवर्णयष्टीवरील स्फटिकांच्या फलकाचा, तसेच प्रियेच्या रत्नजडित कंकणांचा आणि पाचूच्या पायऱ्या असलेले घर व सुवर्णकमलांनी युक्त विहीर इत्यादी उल्लेख करतो.[३८] वरील उल्लेख कालिदासाचा उत्तुंग कल्पनाविलास मानला तरी त्यात सामाजिक व आर्थिक स्थितीचे अंशात्मक सत्यदर्शन आहे असे मानावेच लागेल.

वाकाटककालीन व्यवसायी व श्रमीक

वाकाटक काळात आर्थिक सुबत्ता असलेली दिसते. याकाळात विविध प्रकारचे व्यवसाय करून विविध शिल्पी उदरनिर्वाह करीत असावेत. व्यवसाय प्राचीन काळापासून अर्थप्राप्तीचे साधन होते. व्यवसायांपासून होणारे अर्थार्जन म्हणजे केलेल्या श्रमाचा मोबदला होय.

श्रमीक वर्ग : मौर्य काळापर्यंत कुशल व्यावसायिकांचा चांगला जम बसला होता. अकुशल कामगारांना प्रतिष्ठा नव्हती. शुक्रनीतीत वेतन व कर्म (मजुरी व श्रम) निर्धारणाबाबत नियमावली दिली आहे. योग्यतेप्रमाणे श्रमाचा मोबदला देण्याचे सूचित केले आहे. वैदिक काळात श्रमाचा मोबदला वस्तू विनिमयाचे माध्यमाने दिला जाई. बौद्ध काळापर्यंत मुद्रा प्रचलन सुरू झाले होते. कौटिल्याने कामगार व मजुरांचे परिश्रमीकांचे नियम निर्धारित केलेत. व्यावसाय मूल्याधिष्ठित झालेत व ही प्रणाली पुढेही सुरू होती. वाकाटक काळातही अकुशल कामगारांचे श्रम उद्योग व व्यवसायात समाविष्ट असावेत.

'वेठबिगार' व 'दासप्रथा' या दोन संस्था भारतीय औद्यागिक प्रणालीचे महत्त्वाचे अंग होत्या. त्यामुळे विशाल वास्तू, सडका, तलाव, कालवे इत्यादींची निर्मिती शक्य

झाली. व्यवसायी, उद्योगपती, मजूर या सर्वांना राजाचे काम; विना वेतन ठरावीक काळासाठी करणे बंधनकारक होते. कालांतराने वेठबिगार हा राजाचा अधिकार समजला गेला. कौटिल्याने वेठबिगारीचे नियम केले होते. ही प्रथा गुप्तकाळात व वाकाटक काळातही प्रचलित होती. हा राजाचा विशेषाधिकार राजा कोणालाही दान करू शकत होता हे वाकाटकांच्या कोरीव लेखावरून स्पष्ट होते.

दुसरा प्रकार 'दासप्रथा' होय. युद्धबंदी, दासीपुत्र, दानात मिळालेले, आनुवंशिक, अपराधाची शिक्षा म्हणून झालेले दास किंवा दासी इत्यादींचा उल्लेख प्राचीन काळापासून मिळतो. ते हक्काचे व पूर्णकालीन श्रमिक असत. निम्नदर्जाची कामे त्याच्याकडून करून घेतली जात. हळूहळू दास प्रथा बौद्धकाळ व मौर्यकाळापर्यंत स्थिर झाली होती. दासांची विक्री होत असे किंवा आदान प्रदान होत असे. परंतु, वाकाटक काळात दासप्रथेचा उल्लेख त्यांच्या कोरीव लेखांत मिळत नाही. अजिंठा चित्रांत मात्र दास-दासी चित्रित आहेत. त्यात विदेशी दासींची चित्रेही आहेत. त्यामुळे राजे व श्रेष्ठी यांचेपुरती ही प्रथा मर्यादित झाली असावी.

व्यावसायिक शिक्षण : कुशल व्यवसायी मात्र स्वतंत्रपणे व्यवसाय करण्यास स्वतंत्र होते. त्यांचे व्यवसाय समाजाच्या गरजांपूर्तीसाठी आवश्यक होते. हळूहळू कुशल व्यवसायी व व्यवसाय प्रतिष्ठित झालेत. व्यवसायांचा विकास व्हावा म्हणून शास्त्रशुद्ध रीतीने व्यवसाय करण्याचे, व्यवसायात नावीण्य व कौशल्य विकसित करण्याचे शिक्षण मिळण्याचीही सोय करण्यात आली. मौर्य काळाच्या पूर्वीपासून राजकारण, धर्मकारण व अर्थकारण शिकविणारे तक्षशिला व गुप्तकालीन नालंदा व वल्लभी विद्यापीठांची महती वादातीत आहे.

गुप्त-वाकाटक काळात नालंदा विद्यापीठ हे मध्य भारतात आणि वल्लभी विद्यापीठ हे पश्चिम भारतातील प्रमुख शिक्षण केंद्र होते. वल्लभी हे प्रसिद्ध व्यापार केंद्रही होते. 'कथासरित्सागर' या ग्रंथात व्यापारी ठाणे म्हणून वल्लभीचा उल्लेख आहे. 'दशकुमारचरिता'मध्येही वल्लभीचा उल्लेख आहे. वल्लभी हे जैन धर्म शिक्षणाचे प्रमुख केंद्र असले तरी तेथे बौद्ध व वैदिक धर्म शिक्षणाचेही केंद्र होते. येथे शिल्पी शिक्षणाचीही सोय होती. ह्यु-एन-त्संग व इत्सिंग यांनी वल्लभीला भेट दिली होती. इ.स. ४५० ते ७७५ हा या विद्यापीठाचा उत्कर्ष काळ होता.

वल्लभी मैत्रक वंशीय राजांची राजधानी होती. गुप्त-वाकाटकांनी शकक्षत्रपांचा नि:पात केल्यावर सौराष्ट्रात गुप्तांची सत्ता होती. मैत्रक राजे गुप्ताचे मांडलिक होते. गुप्त वाकाटक काळातील वल्लभी विद्यापीठ शिक्षणाचे महत्त्वपूर्ण केंद्र होते. या विद्यापीठात ७२ विषयांचे शिक्षण देण्याची सोय होती.[३९] या विषयांची सूची खालीलप्रमाणे आहे.

(१) लिखितम्, (लेखनकला), (२) गणितम्, (३) गीतम् (गायन), (४) नृत्यम् (नृत्य), (५) पठित्तम् (वाचन), (६) वाद्यम् (वादन), (७) व्याकरणम्, (८) छन्दस् (वृत्तांचे ज्ञान) (९) ज्योतिषम्, (नक्षत्रांचे ज्ञान), (१०) शिक्षा, (११) निरुक्तम् (व्युत्पत्तिशास्त्र) (१२) कात्यायनम् (संस्कारशास्त्र) (धार्मिक विधी करण्याचे ज्ञान) (१३) निघण्टु (शब्दशास्त्र), (१४) पत्रच्छदम् (पाने कापणे वगैरे), (१५) नखच्छेदम् (सौंदर्य वर्धक नखे कापण्याची कला) (१६) रत्नपरीक्षा, (१७) आयुधाभ्यास (शस्त्रांचे ज्ञान) (१८) गजारोहणम्, (१९) तुरगारोहणम्, (२०) तयो: शिक्षा (धनुर्विद्या) (२१) मंत्रपाद (मंत्रांचे ज्ञान) (२२) यंत्रवाद, (२३) रसवाद (किमयाज्ञान) (२४) खन्यवाद (खाणीचे शास्त्र), (२५) रसायनम्, (२६) विज्ञानम् (शास्त्र), (२७) तर्कवाद (तर्कशास्त्र), (२८) सिद्धांत, (२९) विषवाद (विष उतरविण्याचे ज्ञान), (३०) गारुडम् (सर्पाचे विष उतरविण्याचे ज्ञान), (३१) शाकुन्तम् (पक्षाच्या आवाजावरून, उडण्यावरून शकुन सांगणे), (३२) वैद्यकम्, (३३) आचार्यविद्या (शिक्षणकलेचे ज्ञान), (३४) आगम, (३५) प्रासाद-लक्षणम् (घरे वगैरे बांधण्याचे शास्त्र), (३६) सामुद्रिकम (हस्तरेषाज्ञान), (३७) स्मृति (कायदे कानून), (३८) पुराणम्, (३९) इतिहास, (४०) वेद, (४१) विधि, (४२) विद्यानुवाद, (४३) दर्शन-संस्कार (तत्त्वज्ञान) (४४) खेचरीकला (योग), (४५) अमरी-कला (अघोरी विद्या), (४६) इंद्रजालम् (जादू), (४७) पातालसिद्धि (गूढज्ञान), (४८) धूर्तशम्बलम् (फसवेगिरीची कला), (४९) गंधवाद (अत्तर, सुगंधी द्रव्ये करण्याची कला), (५०) वृक्षचिकित्सा (वृक्षाचे रोग बरे करणे), (५१) कृत्रिम मणिकर्म (नकली हिरे-जडजवाहीर तयार करणे) (५२) सर्वकरणी (मामुली इतर कला), (५३) वश्वकर्म (वशीकरणविद्या), (५४) पणकर्म (व्यापारविद्या), (५५) चित्रकर्म (चित्रकला), (५६) काष्ठघटनम् (सुतारकाम), (५७) पाषाणकर्म (पाथरवटाची कला), (५८) लेपकर्म (उटणी वगैरे लेप करण्याची कला), (५९) चर्मकर्म (चामड्याची कामे), (६०) यंत्रक रसवंती (यंत्रे तयार करणे), (६१) काव्यम्, (६२) अलंकार, (६३) हसितम् (हास्यरस उत्पन्न करणारे - नाटके प्रहसने वगैरे), (६४) संस्कृतम्, (६५) प्राकृतम्, (६६) पैशाचिकम्, (६७) अपभ्रंशम्, (६८) कपट, (६९) देशभाषा, (७०) धातूकर्म, (निरनिराळ्या धातुचे काम), (७१) प्रयोगोपाठ (एका ठरावीक पद्धतीने पाठ केलेले म्हणून दाखविणे), (७२) केवलीविधी (केवलिन साधूंचे नियम)

वरील विषयांकडे दृष्टिक्षेप टाकला तरी लक्षात येईल की येथे धर्म शिक्षणासोबतच व्याकरण, न्यायशास्त्र, तर्कशास्त्र, राजनीती, अर्थशास्त्र, गणित इत्यादी शास्त्रांचे अध्ययन

होत होते. सोबतच नृत्य, गायन, वादन, धनुर्विद्या, चिकित्साशास्त्र इत्यादी कलांचे शिक्षण मिळत होते. तसेच शिल्पकाम, चित्रकला, उद्योग आणि व्यापार यांचेही श्रेष्ठ दर्जाचे शिक्षण प्राप्त होत होते.[४०] या विद्यापीठाला गुप्तांचा राजाश्रय होता. तसेच वाकाटक व इतर राजांनीही देणग्या दिल्या होत्या.[४१] अर्थात व्यावसायिक शिक्षणाची वाकाटक काळात सोय उपलब्ध होती असे दिसते. गुप्तांच्या राजश्रयामुळे नालंदा विद्यापीठ प्रगतीच्या शिखरावर पोहोचले होते. येथेही अठरा कलांचे शिक्षण देण्याची सोय होती.

वाकाटककालीन व्यवसाय : वाकाटककालीन विविध व्यवसायांचा निर्देश त्यांचे कोरीव लेख व उत्खननात मिळालेल्या वस्तू आणि तत्कालीन साहित्यात आहे. तसेच अजिंठा येथील भित्तीचित्रे व मूर्ती यावरूनही अनेक व्यवसायांची कल्पना येते.

पवनार उत्खननात टेराकोटा आणि हस्तीदंती मौल्यवान खडे[४२] मिळाले आहेत. काचेच्या बांगड्या, कर्णफूल व एक सुंदर त्रिरत्नाचे ॲम्पूलेट मिळाले आहे. दगडी प्लेटस् व शिक्के मिळाले आहेत. यातील कर्णफूल स्फटिकासारखे सुंदर व पारदर्शक आहे. तसेच काही सुबक काचेच्या वस्तूही मिळाल्या आहेत. त्यावरून काच उद्योगाच्या भरभराटीची कल्पना येते. पवनार त्याकाळी मोठे व्यावसायिक केंद्र होते.[४३] वाकाटक काळात शंख उद्योगाचीही भरभराट झाली होती.[४४] हस्तीदंती वस्तू बनविण्याचाही व्यवसाय उन्नत होता.[४५]

मोत्यांच्या माळांचे अलंकारात विशेष स्थान होते. विविध प्रकारच्या व आकाराच्या मोत्यांच्या माळा तत्कालीन मूर्तींच्या गळ्यात आहेत. अजिंठा चित्रातही आहेत. मोत्यांचेही आकार भिन्न आहेत. विशेषत: मोत्यांची कंठी व एकावलीमाळ सार्वत्रिक होती. मोती सिंहल, सौराष्ट्र, ताम्रवर्णी, पाराशव, पांड्य हैहय राज्यातून प्राप्त होत होते. मोत्यांच्या माळातील संख्येनुसार त्यांना विजयच्छंद, देवच्छंद इत्यादी नावे होती. मोत्यांचे जाणकार व कलाकार यांचे व्यावसायांची नोंद घेता येते.

सौंदर्य प्रसाधनात सुगंधी द्रव्याचा उल्लेख साहित्यात मिळतो तसेच मेंदिचाही व्यवसाय त्याकाळी होता. 'वात्सायनाने' कामसूत्रात केस काळे करण्यासाठी मेंदीचा उल्लेख केला आहे.[४६]

अजिंठा लेण्यातील तसेच वाशीम व पवनार येथील स्त्री–पुरुषांच्या भिन्न प्रकारच्या विशेषत: कुरळ्या केसांच्या विविध केशरचना दृष्टीस पडतात. त्यावरून केशरचना करणारे व्यावसायिक असले पाहिजेत. वाकाटककालीन बुद्ध मूर्तींच्या डोक्यावर मुंडन न दाखविता कुरळे केस दर्शविण्याची पद्धत रूढ झाली.[४७] केशरचना व्यवसायाच्या प्रगल्भतेचे द्योतक मानावे लागेल.

नृत्य व गायनाद्वारे अर्थप्राप्ती करणाऱ्या आम्रपाली या गणिकेचा उल्लेख गुप्त काळात येतो.[४८] 'मेघदूतात'ही कालिदासाने निचौगिरी पर्वतावर वेश्यांनी उपयोगात आणलेल्या सुगंधी द्रव्यांचा उल्लेख केला आहे.[४९] गाथासप्तशतीत वेश्यांचे उल्लेख असलेल्या श्रृंगारीक गाथा आहेत. अर्थात, गणिका आणि वेश्यांचे व्यवसाय त्याकाळी होते असे दिसते. अजिंठा येथील शैलगृह क्रमांक ७ मध्ये नर्तकीचे सुंदर चित्र आहे. तिच्या दोन्ही बाजूला तिला साथ देणाऱ्या नृत्यांगना आहेत. अर्थात, नृत्य व्यवसाय प्रतिष्ठीत होता. संगीत किंवा वाद्य वादन करणारेही व्यावसायिक समाजात असावेत. गुप्त काळात लिहिलेल्या कामसूत्रात वीणावाद्याचा उल्लेख आहे. कालिदासाच्या 'मालविकाग्निमित्र' नाटकात मृदंग वाद्याचा उल्लेख आहे.[५०] मेघदूतातही गायनाचा व वीणा वादनाचा उल्लेख आहे. कालिदासाने नट व विदूषकांचे उल्लेख केले आहेत.

वैद्य किंवा चिकित्स तज्ञांचा व्यवसायही असावा. 'हर्षचरीतात' बाणभट्टने आयुर्वेदाबाबत बरेच उल्लेख केले आहेत. त्यात मंत्रवैद्य, विषवैद्य, किमयातज्ञ म्हणजे रसायन किंवा पाऱ्यापासून सुवर्ण किंवा अन्य धातू बनविण्याचे शास्त्र जाणणारा, असे विशेषज्ञांचे उल्लेख आहेत. कालिदासाने ज्वरांचा व जालिम औषधांचा उल्लेख केला आहे.

'मुद्राराक्षस' नाटकात धंदेवाईक 'लेखनिक' म्हणून चंदनदासाचे चित्र रेखाटले आहे.[५१] लेखनिकाचे उल्लेख वाकाटक काळातही आहेत. त्याकाळी लेखन भूर्जपत्रावर केले जात होते व ते खराब झाल्यावर पुन्हा लिहून काढीत असत. हे पुनर्लिखाणाचे काम लेखनिक करीत व उपजीविका मिळवीत. 'गाथासप्तशती' मूळ स्वरूपात न राहता त्यानंतर पुनर्लिखाण करतांना त्यात प्रवरसेन, सर्वसेन, वाक्पतिराज यांच्या गाथा समाविष्ट झाल्या आहेत.[५२] तसेच त्याकाळात ताम्रपत्र किंवा शिलालेख कोरणे, ही कला व व्यवसाय होता. वत्सगुल्म शाखेचा राजा देवसेन याचा हिस्सेबोराळा शिलालेख स्वामिलदास याने कोरवून घेतला होता.[५३] तसचे प्रभावती गुप्ताच्या पुणे ताम्रपटाचा कोरक्या चक्रदास होता.[५४] ताम्रपत्र लेखनिक लिहीत असत तर कर्णिक त्यावर मजकूर कोरीत असत.

अनेक वाकाटक नृपतींनी अश्वमेध किंवा इतर यज्ञ-याग केल्याचे उल्लेख कोरीव लेखात आहेत. अर्थात, यज्ञात पौरोहित्य करणाऱ्या व दक्षिणा घेणाऱ्या व्यवसायी पुरोहितांचा वर्ग समाजात असला पाहिजे.

याकाळात ज्योतिष किंवा मुहूर्त किंवा शुभ घटिका पाहणे हा प्रकार असलेला वाकाटकांच्या दानपत्रावरून दिसतो. दानपत्रे विशिष्ट तिथीला दिल्याचे दिसते. अर्थात लोकांचा ज्योतिषांवर विश्वास असलेला दिसतो. त्यामुळे ज्योतिष व्यवसायसुद्धा भरभराटीला आलेला असावा.

त्याकाळात चित्रकला अतिशय उन्नत व्यवसाय असावा. अजिंठा, बाघ व इतर लेण्यातील चित्रकला प्रगल्भतेची व कलात्मकतेची साक्ष देतात. अजिंठा येथील चित्रकला अत्यंत स्वाभाविक आहे असे वासुदेव उपाध्याय यांचे मत आहे. बाघ लेण्यातील चित्रे सुंदर व जिवंत आहेत.[५५] वेदात आणि अमरकोशाच्या माहेश्वरीटीकेत चित्रकलेचा उल्लेख आहे. कालिदासाच्या 'शाकुंतल', 'रघुवंश' या नाटकात तसेच वाकाटकांच्या पूर्वकालीन काळात लिहिलेल्या 'मृच्छकट्टीक' व 'उत्तररामचरितात' ही चित्रकला हा त्यातील पात्रांचा गुणविशेष दाखविला आहे. वात्सायनाच्या 'कामसूत्रात' प्रत्येक नागरिकाने चित्रकलेची साधना करावी व चित्र साहित्य जवळ बाळगावे, अशी शिफारस केली आहे. स्वाभाविकच अजिंठ्यातील चित्रकला दर्जेदार असून या कलेचा प्रभाव भारत व भारताबाहेरही पडला होता. चित्रकारांना समाजात मोठा दर्जा व सन्मान असे.[५६] चित्रकला व्यवसाय श्रेष्ठ दर्जाचा व्यवसाय असावा हे सुस्पष्ट आहे. अजिंठा येथील मूर्ती अतिशय कमनीय आहेत. मूर्तीकार समाजाचे सूक्ष्म निरीक्षण करणारे होते. मूर्तीकला प्रगल्भ व्यवसाय होता.

वाकाटकांची अर्थव्यवस्था कृषिप्रधान असल्यामुळे शेतीशी संबंधित गरजा पुरविणारे अनेक व्यवसाय असावेत. उदाहरणार्थ, नांगर व शेतीची अवजारे करणारा लोहार व्यवसाय, लाकडी शेतकी अवजारे बनविणारे सुतारी व्यवसाय, कातडी, दोर व वाखाचे दोर वळणारे व्यवसायी, टोपल्या बनविणारे व्यवसायी इत्यादी. लोक जीवनाच्या गरजा भागविणारे कुंभार, तांबटकार, चर्मकार, दूध पुरविणारे गवळी, बागकाम करणारे बागवान इत्यादी. घरे बांधणारे गवंडी, विटा बनविणारे, दगड फोडणारे पाथरवट इत्यादी. कापड विणणारे विणकर, रंग देणारे रंगारी, सोन्या-चांदीचे अलंकार बनविणारे सोनार, त्यावर रत्ने जडविणारे रत्नकार, अन्न बनविणारे आचारी-स्वयंपाकी, मद्य बनविणारे सुराकार, फुले माळणारे, सुगंधी द्रव्ये बनविणारे, पायताण बनविणारे चर्मकार, शस्त्रे बनविणारे शस्त्रकार, मनोरंजन करणारे नर्तक-गायक-वादक-नट इत्यादी. वेश्या व्यवसाय, जोतिष व्यवसाय, पौराहित्य व्यवसाय, वैद्यकीय व्यवसाय, व्यापार करणारे व्यापारी, सावकार, चित्रकार, मूर्तीकार इत्यादी अनेक विविध व्यवसायांचे अस्तित्व त्या काळात असलेले दिसते.

वरील सर्व विवेचनावरून वाकाटक काळात विविध व्यवसाय कलात्मक व परिपूर्ण असलेले दिसतात. अर्थात हे व्यवसाय वंशपरंपरागत झाल्यामुळेच व्यावसायिक पारंगत अवस्थेला पोहोचले होते. त्यांना शास्त्रीय पद्धतीने ज्ञान ग्रहण करण्याची ही सोय होती.

शिल्पीसंघ : व्यवसाय पारंगततेचे परिणाम अंततः 'शिल्पीसंघ' निर्मितीत

होणे क्रमप्राप्त होते. मौर्य काळातही 'शिल्पीसंघांचा' (Guilds) उल्लेख आहे. सातवाहन काळात एकूण १८ शिल्पीसंघांचा उल्लेख मिळतो. त्यांना 'श्रेणी' असे संबोधित होते. त्यांचेतील सर्व व्यवहार श्रेणी प्रमुखाच्या मार्गदर्शनाखाली केले जात. गुप्त काळात लिहिल्या गेलेल्या 'जंबुद्विपप्रशस्ती' या ग्रंथात खालील अठरा कुशल कारागिरांच्या श्रेणी दिलेल्या आहेत. त्यात कुंभार, रेशमी कापड विणणारे विणकर, सोनार, स्वयंपाकी, गायक, न्हावी, माळा गुंफणारे माळी, कच्छकार, तांबट, चांभार, तेली, पंचे विणणारे विणकर, कापडांना रंग देणारे रंगारी, कास्तकार, शिंपी, गवळी, शिकारी, कोळी इत्यादींचा उल्लेख आहे. अर्थात, वंशपरंपरागत व्यवसायांमुळे व्यावसायिक कौशल्य निर्माण झाले. तसेच व्यवसायावरून व्यावसायिक जातींचीही निर्मीती झाली. त्यामुळे वंश परंपरागत व्यवसाय पद्धत जातीसंस्था स्थिर होण्यास कारणीभूत ठरली.

सातवाहन-गुप्त-वाकाटक काळात अनेक लेण्या कोरल्या गेल्यात. अजिंठा लेण्या त्यापैकीच होय. लेणी निर्मिती दीर्घकालीन कमीतकमी पाच ते दहा वर्षे चालणारा व्यवसाय होता. त्यासाठी उच्चतांत्रिक गवंडी, पाथरवट, शिल्पकार, चित्रकार व मोठा मजूरवर्ग रोजंदारी किंवा ठेकेदारी पद्धतीने लावण्यात आला असावा. अर्थात हे कार्य शिल्पीसंघ किंवा श्रेणींच्या व्यावसायिक कौशल्याची साक्ष होय असे मानावे लागेल.

वाकाटककालीन व्यापार

वाकाटक काळात उद्योग व व्यवसायांच्या उन्नतीबरोबरच राज्यांतर्गत व बाह्य व्यापार विकसित झाला. संभवत: सामुद्रिक व्यापारही काही प्रमाणात असावा असे दिसते. सोबतच विनिमय प्रणालीचा विकासही झाला. वस्तू विनिमयातूनच मुद्रा विनिमय विकसित झाला. वाहतुकीची साधने विकसित झाली, रस्ते विकसित झालेत.

सार्थवाह : मालाची खरेदी व वितरण ही व्यापाराची मुख्य अंगे होत. खरेदी केलेला माल एका केंद्रावरून दुसऱ्या केंद्रावर नेण्यात येई. असे ५०० ते १००० बैलगाड्यांच्या तांड्यांचे उल्लेख जातक साहित्यात आहेत.[५७] तसेच ५०० बैलगाड्यांच्या तांड्याचा नियंत्रण प्रमुख 'सार्थवाह' याचाही निर्देश मिळतो.[५८] सार्थवाह याला मार्गांची, थांबण्याची ठिकाणे, पाण्याचे साठे, निबिड अरण्ये, दरोडेखोरांची ठिकाणे, बाजारभाव, बाजारपेठांची वैशिष्ट्ये, मागणी पुरवठ्यांची तंत्रे इत्यादींची पूर्ण माहिती असे. नियत ठिकाणी जथ्था सुरक्षित पोहचविणे हे त्याचे कार्य असे. व्यापाऱ्यांचा हा मार्गदर्शक होय. तसेच, विक्रीव्यवस्थेत वेगवेगळ्या बाजारपेठांत मध्यस्त (एजंट) असत. त्यांना कमिशन मिळे.

व्यापारीमार्ग : व्यापार विकासाबरोबर अनेक स्थलमार्गही विकसित झाले

होते. त्याचा उल्लेख 'अर्थशास्त्र' व 'सुत्तनिपाद' या बौद्ध ग्रंथात मिळतो. त्यापैकी एक महत्त्वपूर्ण स्थलमार्ग, गंगेचे मैदान ते गोदावरी नदीचे खोरे ते पश्चिम समुद्र तटापर्यंत दक्षिणेतून गेला होता. हा महामार्ग राजगृह, चंपा, प्रतिष्ठान (पैठण) ते सोपारा या पश्चिमी समुद्र तटापर्यंत गेला होता. याच मार्गावर सातमाळा डोंगरात कोरलेल्या अजिंठा लेणी आहेत. पुढे घटोत्कच, नाशिक, जुन्नर, भाजे, कार्ले, कान्हेरी, बाघ इत्यादी लेण्यांची मलिका आहे. ही लेणी सातवाहन गुप्त-वाकाटक काळात कोरलेली आहेत. प्रतिष्ठान (पैठण) ते भरुकच्छ (भडोच) या व्यापारी बंदराला जोडणारा गोदावरी पथ दक्षिणेकडून पश्चिमेकडे जात होता. प्रतिष्ठान-श्रावस्ती हा दक्षिणेकडून अवंतीमार्गे उत्तरेकडे जाणारा मार्ग होता. शिवाय, उपमार्गही होते. हे मार्ग विदर्भातूनच जात होते.

महाराष्ट्रातील लेणी अतिशय सुव्यवस्थित असलेली दिसतात. लेण्याचे धार्मिक महत्त्वाबरोबरच व्यापारिक महत्त्वही होते. लेण्यांचा उपयोग वादळ-वारे, पाऊस या प्रसंगी विसाव्यासारखा करीत असावेत.[५९] भगवान विष्णू आषाढ शुक्ल एकादशी किंवा शयनी एकादशीपासून कार्तिक शुद्ध एकादशी किंवा प्रबोधिनी एकादशीपर्यंत क्षीरसागरात शेषशैय्येवर निद्रिस्त असतात असे धर्मग्रंथात आहे.[६०] ही कल्पना व्यापाराशी निगडित आहे. पावसाळ्यात चार महिने व्यापारात मंदी असते. याकाळात व्यापारी तांड्यांचे वास्तव्य सुरक्षिततेच्या दृष्टीने लेण्या व विहारातच असे. अजिंठ्यातील कित्येक चित्रात समुद्र, लाटा, सुसरी दाखविल्या आहेत. अर्थात, लेण्यात माल साठवून नंतर तो समुद्रमार्गे निर्यात होत असावा.[६१] अजिंठा भित्तीचित्रात तीन शिडांची नौका चित्रित केली आहे.[६२] ही चित्रे लेण्यांचा व्यापाराशी व समुद्राशी संबंध दर्शवितात. अर्थात, लेण्यांची निर्मिती धार्मिक व आर्थिक गरज व सोय म्हणून झाली असावी व त्यामुळे लेणीनिर्मितीसाठी व्यापाऱ्यांनी व त्यांचे संघाने मुक्त हस्ताने दान दिले असावे.

अंतर्गत व्यापारासाठी नदीमार्गही प्रचलित होते. दक्षिणेतील कृष्णा, कावेरी, तुंगभद्रा, महानदी, गोदावरी, नर्मदा इत्यादी नद्यांचा उपयोग व्यापार व वाहतुकीसाठी केला जात होता. नद्यांवर अनेक नावघाट होते. जड वस्तूंची व मोठ्या वस्तूंची ने-आण नदीमार्गे होत असे. पाणिनीने अनेक प्रकारच्या नावांचा उल्लेख केला आहे. कौटिल्याने नदीमार्गीय व्यापाराला श्रेष्ठ म्हटले आहे.

भारताबाहेर परदेशी व्यापाराचे तीन प्रमुख मार्ग होते. समुद्र मार्ग, सिंध (भरुकच्छ), ते इराणच्या आखातातून मेसोपोटेमिया किंवा इजिप्तला जाणारा होता. संयुक्त जल-स्थल मार्ग, गांधार ते बॅक्ट्रीया इराण कास्पियन समुद्र व काळा समुद्र पार करून रोमपर्यंत जाणारा होता. स्थलमार्ग, सिंध ते इराण ते इजिप्त जाणारा होता.

इसवी सनच्या प्रथम शतकात पश्चिम किनाऱ्यावरून अरबी समुद्रातून पश्चिमी देशांबरोबर व्यापाराचा मार्ग शोधला गेला होता. या सर्व प्रकारच्या वाहतुकीच्या मार्गाचे भारतीय व्यापार उन्नत होण्यास महत्त्वाचे योगदान आहे.

परदेशी व्यापाराचे विकासासाठी सुरक्षित व सोईच्या बंदरांचाही विकास झाला. त्यातील महत्त्वपूर्ण व सर्वत्र उल्लेखिलेली बंदरे खालीलप्रमाणे नमूद करता येतील.

भरुकच्छ (भडोच) : परदेशी व्यापाराचे प्रमुख बंदर व व्यापारी केंद्र होते. येथून अलेक्झांड्रीयामार्गे पश्चिमेशी व्यापार होत असे. रोमन याला 'बेरीगाजा' या नावाने संबोधित.

रोरुक किंवा मीननगर : सौराष्ट्राची (सौवीर) राजधानी व क्षत्रपांच्या सत्तेखाली होते. येथे रोमन, इजिप्तशियन इराणी व अफगान व्यापाऱ्यांची सदैव वर्दळ असे.

सूरपारक किंवा सोपारा : हे उत्तर कोकण (अपरांत) ची राजधानी असून पश्चिमेकडील व्यापाराचे केंद्र होते. सातवाहन व वाकाटक काळात या बंदरांचे महत्त्व विशेष होते.

कावेरीपट्टन : मोठी व्यापारी पेठ होती. श्रीलंके बरोबरच्या व्यापाराचे ते केंद्र होते.

हंतपूर : कलींगची (ओरिसा) राजधानी व पूर्वीय देशांबरोबरच्या व्यापाराचे केंद्र होते. याशिवाय अनेक लहान मोठी महत्त्वाची व्यापारी बंदरे होती.

व्यापार एकाधिकार : गुप्त काळात भारतीय उद्योगधंदे अतिशय विकसित झाले होते. इतकेच नव्हे तर रोमवासी असे समजत की, कपडे रंगविणे, चर्मउद्योग, साबण बनविणे, काच बनविणे, सिमेंट बनविणे या उद्योगधंद्यात भारतातील कारागीर इतर सर्व देशातील कारागिरांपेक्षा उत्कृष्ट आहेत. भारतात सोने, लोखंड, मोती, तांबे आणि पारा यावर रासायनिक क्रिया करून त्याद्वारे सर्व धातूंचा आर्थिक विकासासाठी उपयोग करून घेणे यासर्व गोष्टींचे ज्ञान भारतात विकसित झाले होते. त्याचप्रमाणे गौरवाची बाब म्हणजे रासायनिक तंत्रात भारत सर्वात पुढे होता.[६३]

सातवाहन काळ हा महाराष्ट्राच्या इतिहासात अत्यंत सुबत्तेचा व भरभराटीचा काळ म्हणून गणला जातो. या काळात महाराष्ट्राची आर्थिक जडण-घडण झाली. नद्या, सागर व खाड्या यातून मालाची ने-आण करण्यासाठी नौकानयनही सुरू झाले. शेती व्यवसाय, उद्योगधंदे व व्यापार यामध्ये प्रगती झाली. गौतमीपुत्र सातकर्णी याने यवन, शक व पल्लव या परकीय शत्रूंचा बिमोड केला व देशी व्यापाराला उत्तेजन दिले.[६४]

वाकाटक कालखंड आर्थिक सुबत्तेचा काळ होता. हे बालाघाट येथील द्वितीय

पृथिवीषेणाचे ताम्रपटावरून आणि अजिंठा लेण्यातील शिलालेखावरून सुस्पष्ट होते. वाकाटकांना ३०० वर्षांचे स्थैर्य लाभले होते. त्याकाळातील अनेकविध उद्योग व व्यवसाय उत्पादनाचे आणि व्यापार अर्थ निर्मितीचा स्त्रोत होता. वाकाटकांच्या बहुतेक सर्वच दानपत्रात दानभूमीतून, गाई किंवा बैल घेणे (गोबलीवर्द्द); फुले किंवा दूध घेणे (अपुष्पक्षिरसंदोहः); कातडी घेणे (अचरासनचर्म्मांङ्गर); भूगर्भातील मीठ किंवा खनिजे खोदणे (अलवणक्लिम्मक्क्रेणिखनकः) मद्य बनविणे इत्यादी बाबी दानभूमीतून राजकर्मचाऱ्याला घेण्यास मनाई करण्यात आली आहे. अर्थात, वरील बाबी इतरत्र घेणे राजाचा विशेषाधिकार होता.

निर्यात व्यापार : वाकाटककालीन उद्योग व व्यवसायांच्या उल्लेखाबरोबरच व्यापारी वर्गांच्या स्वतंत्र व व्यापारी हालचालींचाही उल्लेख वाकाटककालीन साहित्यात व इतरत्र मिळतो. वाकाटक काळात परदेशी व्यापारही व्यापक प्रमाणात सुरू होता. अर्थशास्त्रात विदर्भातील हिऱ्यांचा उल्लेख आहे. विदर्भात चंद्रपूर जवळील वैरागड येथे हिऱ्यांचा उद्योग होता. हिरे बाह्य देशात सौराष्ट्रमार्गे निर्यात होत असावेत. माहूरझरी (जिल्हा नागपूर) येथे मणी तयार करण्याचा मोठा उद्योग होता. हे मणी विदेशात पाठविले जात असावेत. पेरीप्लसमधील लिखाणानुसार भरुकच्छमधून पश्चिमी देशात मणी निर्यात होत असत असे दिसते. माहूरझरी येथे उत्खननात मिळालेल्या मण्यासारखे मणी अरब, रोम, खोतान देशात निर्यात होत असत, असे तेथील प्राप्त पुराव्यावरून दिसते.[६५] यावरून रोमन संबंध दिसतात.

प्राचीन काळापासून भारतीय कापड उद्योग उन्नत होता व बाह्य देशातून भारतीय कापडाला मागणी होती. हरप्पन काळापासून कापड निर्यात होत असे. लासन (Lasson) च्या उल्लेखावरून इजिप्तमधील लोक भारतीय निळ्या रंगात कपडे रंगवीत होते. आणि मर्मीना(मृतदेह) भारतीय मलमलित आच्छादून ठेवीत असत. बॉबीलोन व ग्रीस मधील सिडान नावाचे कापड भारतातून आयात केलेल्या कापसापासून तयार होत असे. अर्थात भारतीय कापूस पाश्चिमात्य देशात निर्यात होत असे.[६६]

सातवाहन काळात विणकरांना राजाश्रय मिळाला होता. पैठणच्या रेशमी वस्त्रांनी आणि तेरच्या तलम वस्त्रांनी पाश्चिमात्य बाजारपेठा काबीज केल्या होत्या.[६७] पैठणचा माल कन्याकुमारी पासून सुवर्णद्विप, यवद्विप, सिंहलद्विप या आग्नेय आशियायी देशात जात होता असे उल्लेख उदयसुंदरीच्या साहित्यातून मिळतात.[६८] भारतीय निर्यात मालात तिळाचे तेल, साखर, कातडी वस्तू, रेशमी वस्त्रे, मलमल, पिंपरी, वेलदोडे, दालचिनी, लवंग, हिरे, माणिके, मोती इत्यादी विविध वस्तूंचा समावेश असे.[६९] रोमन सम्राटांचे मातीचे पुतळे, भोकरदन, पैठण, तेर येथील उत्खननात सापडले आहेत.[७०] पैठण येथे

रोमन स्त्रीचा दगडी ठसा व इंडो-ग्रीक नाणी मिळाली आहेत. अर्थात, वाकाटक काळातही निर्यात व्यापार उर्जितावस्थेत असावा असे दिसते.

अजिंठ्यातील शैलगृह क्रमांक २ मध्ये सोपारा येथील सागरी व्यापारी व बुद्ध शिष्य 'पूर्ण' याची कथा चित्रित आहे.[७१] सोपारा पश्चिम तटावरील प्रसिद्ध व्यापारी पेठ व बंदर असून तेथून सह्यांद्री ओलांडून नाणे घाटातून गोदावरी खोऱ्यातून गंगेच्या मैदानात जाणारा रस्ता, व्यापारी रस्ता होता. 'पूर्ण' याची कथा दिव्यावदान या बौद्ध ग्रंथातही आली आहे. त्यानुसार पूर्ण याने बौद्ध धर्माची दीक्षा घेतली व सामुद्रीक व्यापाऱ्यांना सतत मदत दिली. त्याला 'समुद्रावरील संत' ही उपाधी मिळाली. एकदा त्याचा भाऊ त्याच्या सल्याविरुद्ध चंदनाचे शोधात बोर्निओ बेटापलीकडे तिमोरबरोबर चंदन तोडण्यास जहाजाने सर्व तयारीनिशी बारा हंडे पाणी घेऊन गेला. चंदन तोडीमुळे रागावलेल्या यक्षाने वादळ निर्माण केले. या वादळातून पूर्णचे स्मरण केल्यामुळे पूर्णचा भाऊ वाचून सुखरूप परत आला. यातील बारा हंड्यांचा निर्देश लांब समुद्र प्रवासाचा निर्देशक आहे. तसेच व्यापारानिमित्य धाडसी सामुद्रिक सफरीचा निदर्शक आहे. ही कथा समुद्र व्यापाराचे रूपक म्हणावे लागेल.

तत्कालीन संस्कृत साहित्यात पूर्वेकडील बेट समुहाला 'द्विपांत्तर' असे नांव आहे. वामन पुराणात या नवद्विपांना भारतीयांनी व्यापाराद्वारे पावन केले[७२], असा उल्लेख आहे. कालिदासाने या द्विपांचा 'द्विपांतरातील वनपुष्पै' असा उल्लेख केला आहे. अर्थात, भारताचे पूर्वेकडील द्विपसमूहाशी व्यापारी संबंध होते असे दिसते. सातवाहन काळात शिडाच्या नौका होत्या.[७३] वाकाटक काळही याला अपवाद नसावा.

अजिंठा येथील भित्तीचित्रावरून भारताचा रोमबरोबर व्यापार होता असे दिसते. येथील चित्रात शिडाची लहान-मोठी जहाजे दर्शविलेली आहेत व परदेशी व्यापारीही दाखविले आहेत. अकोल्याजवळ खोलापूर येथे भाजलेल्या मातीचे रोमन पदक मिळाले. तसेच त्रिपुरी येथील उत्खननात रोमन पदक व मृदुपात्र मिळाले आहे.[७४] ही चित्रे व वस्तू वाकाटकांचा रोमबरोबर व्यापारी संबंध दर्शवितात. अजिंठा येथील शैलगृह क्रमांक १६, १७, १९ वाकाटक काळात कोरली आहेत. त्यात समाजातील सर्व थरातील लोक व त्यांची वेशभूषा, अलंकार इत्यादी दर्शविले आहेत. त्यावरून वाकाटककालीन संपन्नता तसेच उद्योग, व्यापार व विनिमयाचे दर्शन घडते.

आयात व्यापार : वाकाटककालीन आयात करण्यात येत असलेल्या वस्तूंचाही उल्लेख मिळतो. या काळात मौल्यवान रत्न, मणी, मुक्ता, प्रवाळ, शंख इत्यादी वस्तू आयात होत असाव्यात. पवनार येथे मिळालेल्या प्रवाळ वस्तू तसेच कौंडिण्यपूर येथे मिळालेले अक्षमणी, इंदूनिलमणी विदेशातून आणलेली आहेत.[७५] सुगंधी द्रव्ये, प्रसाधनात

वापरण्यात येणारे द्रव्य, चंदन, सुपारी इत्यादी वस्तू आयात केल्या जात. पवनार येथील स्तुपावर असलेल्या वेदिका शिल्पावर अलंकृत असलेले वस्त्र इराणी पद्धतीचे आहे. पवनार, कौंडिण्यपूर, पवनी, बेलगाव (चंडाळजवळ) येथील मृदु भांडी रोममधील मधूकुंभासारखी आहेत.[७६] भारतातील कोलकै बंदरात मलायावरून आलेली मिरी उतरवून घेतली जात. गुप्तकालीन अमरकोशातही कोल्लक व धर्मपतन या गावांचा उल्लेख मिरी या उत्पादनासंबंधी आला आहे.[७७]

गुप्त काळात भारतात परदेशातून चांदी, तांबे, शिसे, रेशिम, घोडे इत्यादी आयात करीत असत. तसेच कापड, हिरे, मोती, औषधे, नारळे, हस्तीदंती सामान निर्यात होत असे.[७८] अफगाणिस्थान, तिबेट, चीन, इराण व अरब देशाबरोबर स्थलमार्गानेही व्यापार होत होता.[७९] भारतात परदेशी दासींचीही आयात होत होती असे दिसते. इसवी सनाच्या पहिल्या शतकापासून तत्कालीन साहित्यात दासींचा उल्लेख आहे.[८०] जैन साहित्यातही हा उल्लेख आहे. राजकुमार गौतमाच्या सेवेत अनेक देशी-विदेशी दासी असल्याचे उल्लेख बौद्ध साहित्यात आहेत. बर्बर, बौसी, युनानी इत्यादी विदेशी दासी बाळगण्याची प्रथा होती असे दिसते. कालिदासाने यवन अंगरक्षिकांचा उल्लेख केला आहे.[८१] अर्थात, गुलाम व दासी बाह्य देशातून आणून त्यांची विक्री केली जात असावी.

अंतर्गत व्यापार : वाकाटक काळात आंतरदेशीय व्यापारही मोठ्या प्रमाणात होता असे दिसते. गुप्त काळात पाटलीपुत्र व उज्जयनी ही नगरे व्यापारासाठी प्रसिद्ध होती. येथील बाजारपेठा तऱ्हेतऱ्हेच्या मालाने भरलेल्या होत्या. उज्जयनीच्या बाजारात देशी व परदेशी मालांचे ढीग लागलेले असत असे 'पादतदितकम्' मध्ये म्हटले आहे.[८२] गुप्तयुगात भरुकच्छ, सोपारा, कल्यान व ताम्रलिप्ती ही मोठी बंदरे असल्याचा उल्लेख बौद्ध साहित्यात आहे. सिंहल हे सागरी व्यापाराचे केंद्र होते.[८३] भरुकच्छ (भडोच) बंदरापासून अंतरभागात दोन मार्ग जात. एक नर्मदाकिनाऱ्याने महेश्वर-उज्जैन मार्गे उत्तर हिंदुस्थानकडे तर दुसरा नंदूरबार-अजिंठामार्गे दक्षिण भारतात जात होता. अर्थात हा मार्ग विदर्भातील व्यापाऱ्यांना व्यापारासाठी अनुकूल मार्ग होता.

विदर्भातील अभिलेखात वाणिज्य, वैश्य इत्यादी वेगवेगळ्या व्यावसायिकांचा उल्लेख येतो. तसेच वेण्णाकटक, सुप्रतीष्ठ, अचलपूर, पवनी, पवनार, गोरखपूरघाट इत्यादी व्यापारी केंद्रांचाही उल्लेख येतो. उत्खननातून शंखांचे मणी, बांगड्या, अंगठ्या इत्यादी वस्तू मिळाल्या आहेत. शंख दागिन्यांचा व वस्तूंचा व्यापार सातारा, कोल्हापूर, सोलापूर या कृष्णा नदीच्या खोऱ्यातून होत असावा. कारण, या प्रदेशावर कुंतलांचे राज्य होते आणि कुंतल राजकन्येशी वाकाटक राजाचा विवाह झाला होता.[८४] त्यामुळे

या प्रदेशाचा व्यापारासाठी उपयोग होत असावा. कालिदासाच्या 'मालविकाग्नीमित्र' नाटकात परिव्राजिका व्यापाऱ्यांच्या तांड्याचा उल्लेख करते व त्या तांड्यांस चोरांनी लुटले असे सांगते.[८५] अर्थात या काळात मोठमोठ्या व्यापारी तांड्यांचे अस्तित्व असावे असे दिसते. 'शाकुंतल' नाटकात जलमार्गाने व्यापार करणारा धनमित्र हा जहाज फुटल्याने मेल्याचा उल्लेख आहे.[८६] अर्थात, नदीमार्गे किंवा समुद्रमार्गे जहाजातून व्यापार होत होता असे दिसते. तसेच 'रघुवंश' या काव्यात रघूने कावेरी नदी पार करून पांड्य राजाचा पराभव केला व ताम्रपर्णी नदीवरील मोत्यांचा कारभार घेतला असे वर्णन आहे. अर्थात, मोत्यांचाही व्यापार अस्तित्वात असावा. 'मेघदूत' काव्यात विरही स्त्रीचे वर्णन आहे. त्याकाळी व्यापारानिमित्त लोक परप्रांती जात व पावसाळ्यापूर्वी परत येत. मेघदर्शन झाल्याबरोबर प्रियजनांच्या आठवणीने व्याकूळ झालेल्या विरहग्रस्त प्रियेचे हे शब्द चित्र होय. त्यावरून व्यापाराचे स्वरूप लक्षात येते.

वाकाटक नरेश प्रवरसेन द्वितीयच्या इंदूर ताम्रपटात चंद्र नामक वाण्याचे एका गावचा अर्धा भाग विकत घेऊन दान दिल्याचा व त्याबद्दल राजास ताम्रपट देण्याची विनंती केल्याचा उल्लेख आहे. त्याप्रमाणे राजाने उर्वरित अर्धा भाग विकत घेऊन पूर्ण गावाचे दान दिले. यावरून स्पष्ट होते की व्यापारी (वाणी) सधन असून राजापर्यंत त्याची वर्णी व वजन होते. अर्थात व्यापाराची व्याप्ती यावरून लक्षात येते.

वाकाटक नरेश पृथिवीषेण प्रथम याचा काळ वैभवसंपन्न होता व सैनिक बळ व अर्थबळ अफाट होते. म्हणूनच या वैभवसंपन्न राजाचा पुत्र रुद्रसेन द्वितीय याला गुप्त सम्राट चंद्रगुप्त याने पूर्ण विचारांती आपली मुलगी प्रभावती विवाहात देऊन राजकीय मैत्री व सख्य संपादन केले.[८७] अर्थात, वाकाटक राजकीय व अर्थिकदृष्ट्या बलाढ्य होते हे स्पष्ट होते.

एकंदरीत वाकाटक काळात देशी व परदेशी व्यापार वाढून संपत्तीचा ओघ विदर्भाकडे वळला. या काळातील उद्योग धंदेही प्रगत होते. त्यामुळे राज्याला आर्थिक स्थैर्य लाभले. लोकांच्या ऐश्वर्यात व राहणीमानात विकास झाला. म्हणून ललित कला व वाङ्मय निर्मिती झाली. व्यापाराच्या निमित्ताने केलेल्या प्रवासामुळे आर्थिक लाभाबरोबर धर्म व कलेचा प्रसार साधला; पण त्याहून महत्त्वाची सांस्कृतिक देवाणघेवाण होय.[८८]

वृत्तीसंघ : 'वृत्तीसंघ' आर्थिक विकास प्रक्रियेतील उन्नत अवस्था होय. वृत्तीसंघ स्वतंत्र असून त्यांची प्रशासकीय नियमावली होती. संघातील सदस्य किंवा शिल्पी यांचे हिताचे रक्षण करणे वृत्ती संघाचे काम होते. तसेच अनावश्यक स्पर्धा रोखणे याकडे विशेष लक्ष असे. प्राचीन साहित्यात अनेक वृत्तीसंघाचे उल्लेख आहेत.

उदाहरणार्थ, वास्तुकार, कर्मार, सुवर्णकार, न्हावी, रंगारी इत्यादी. वृत्तीसंघाचे तीन प्रमुख लक्षण होते. एक वृत्तीसंघाचा वयोवृद्ध प्रमुख असे, दोन, व्यवसाय आनुवंशिक असे व तीन, व्यवसाय उद्योग स्थानबद्ध असे. वृत्तीसंघ स्वतःचे नियम बनवीत असे, त्यांची अंमलबजावणी करीत असे व सदस्यांच्या भांडण किंवा विवादात न्यायदानही करीत असे.

तत्कालीन साहित्यात खालील वृत्तीसंघांचा उल्लेख मिळतो.

(१) संघभृत संघ (कामगार)(२) कारु संघ (शिल्पी)(३) तंतुवाय संघ (विणकर) (४) रजक संघ (धोबी)(५) सुवर्णकार संघ (सोनार)(६) झारक संघ (मेहतर) (७) भिषज संघ (वैद्य)(८) याजक संघ (पुरोहित)(९) वैदेहक संघ (व्यापारी) (१०) क्षत्रिय संघ (योद्धा)(११) प्रकिर्ण संघ (सहकारी समित्या)(१२) द्विज गण (ब्राह्मण) (१३) तैलिक संघ (तेली)(१४) महावत संघ (माहूत)(१५) पंचकारुकी संघ - ज्यांत कुलास (कुंभार) कर्मार (लोहार) बार्धकि (सुतार) नापित (न्हावी) व रजक (धोबी) असे पाच व्यवसायी समाविष्ट आहेत.

गुप्त काळात वृत्तीसंघ शक्ती संपन्न व प्रतिष्ठित झाले होते. राज्याच्या आर्थिक जीवनात त्यांना महत्त्वपूर्ण स्थान प्राप्त झाले होते. शिल्पकार व व्यापाऱ्यांचे संघ होते. संघाच्या नियमांचे पालन करणे सदस्यांना बंधनकारक होते. संघाची कार्यकारिणी प्रजातांत्रिक प्रद्धतीने गठित केली जाई. त्यात सभापती व पाच सदस्य असत. संघातील संदस्याने नियम भंग केल्यास त्यास दंडित केले जाई. राजा किंवा राजअधिकारी संघाच्या कार्यात हस्तक्षेप करीत नसत. संघाच्या धनाचा एखाद्या सदस्याने अपहार केल्यास त्याला देशातून घालवून दिल्या जाई.[८९] गुप्त काळातील पुरातत्वीय उत्खननावरून स्पष्ट होते की गुप्त काळात 'श्रेणी', पुग (वणिकसंघ) आणि निगम (शहरातील कायदेतंज्ञाचा संघ) यांचे महत्त्वपूर्ण स्थान होते. 'वसाढ' व 'भीट' येथे प्राप्त मुद्रांवर श्रेष्ठी, सार्थवाह, कुलिक, निगम हे शब्द अंकित आहेत. त्यावरून त्यांचे अस्तित्व कळते. एकंदरीत गुप्त काळ व्यापार व उद्योग व्यवसायात समृद्ध होता असे स्पष्ट होते.

वाकाटकांचा कालखंड गुप्तांचा समकालीन कालखंड होय. वाकाटकांचा काळसुद्धा उद्योग, व्यवसाय व व्यापाराचे दृष्टीने समृद्ध कालखंड होता. वाकाटक राज्य प्रदेशात झालेल्या उत्खननात प्राप्त अवशेषावरून अनेक उद्योग व्यवसायांचा अदमास घेता येतो. तसेच त्यांचे दानपत्रावरून राजाच्या व्यवसायातील एकाधिकाराचाही अंदाज घेता येतो. वाकाटक काळापर्यंत भारतभर उत्तर व दक्षिणेतही - वृत्तिसंघ सुस्थिर झाले होते. उद्योग व व्यापारातील त्यांचे योगदान महत्त्वपूर्ण आहे. वाकाटककालीन लेण्यांच्या निर्मितीत शिल्पी व वाणिज्य संघाचे योगदान लक्षणीय

असले पाहिजे, हे स्पष्ट आहे. वाकाटक काळातील लोकोपयोगी कामातही वृत्तीसंघाचा सहभाग असला पाहिजे. राजा व विविध वृत्तीसंघ यांचे सहचर्य असले पाहिजे. त्यामुळे आर्थिक समृद्धता होती. आणि लोकजीवन सुखी व समृद्ध होते असे दिसते.

वाकाटकांच्या कोरीव लेखात किंवा तत्कालीन साहित्यात वृत्तीसंघाचे सुस्पष्ट उल्लेख आढळून येत नाहीत. उत्खननातील प्राप्त अवशेषावरूनही स्पष्ट संकेत मिळत नाहीत. परंतु उत्खनन कार्यातील कूर्मगर्ता लक्षात घेता, वाकाटककालीन उत्खननाला खूप वाव आहे व भविष्यात आर्थिक स्थिती दर्शक अवशेष प्राप्त होतील अशी आशा करता येते. असे असले तरी वाकाटकांच्या दानपत्रांचा सूक्ष्म अभ्यास केल्यास असे दिसते की, पुण्य प्राप्तीस्तव भूदाने ब्राह्मणांना दिलेली आहेत, तसेच ब्राह्मण संघानांही दिलेली आहेत. द्वितीय प्रवरसेनच्या चम्मक ताम्रपटात चर्माङ्क नामक राजमानाने ८००० निवर्तन भूमीचा गाव १००० ब्राह्मणांना दिल्याचा उल्लेख आहे. तसेच राजविघातीकृत्य केल्यास किंवा राजद्रोही, चोर किंवा व्याभिचारी व्यक्तीस आश्रय दिल्यास दानभूमी परत घेण्यात येईल हे निर्बंधही टाकले आहेत.[९०] हा दानग्राही १००० ब्राह्मणांचा संघ (द्विज-गण) असावा असे म्हणता येईल. द्वितीय प्रवरसेनाच्या पाटणा संग्रहालय ताम्रपटानुसार श्रीपर्णका नामक गाव भारद्वाज गोत्री, कौंडिण्यगोत्री व तैतरियशाखी ब्राह्मणांना दान दिले.[९१] अर्थात, या वेगवेगळ्या शाखा व गोत्रांच्या ब्राह्मण संघाचा हा निर्देशक मानावा लागेल. वत्सगुल्म शोखेचा राजा द्वितीय विंध्यशक्तीचा वाशीम ताम्रपटातही आकाशपद्द हे गाव अथर्ववेदी ब्राह्मणांना दिले असा उल्लेख आहे.[९२] अर्थात, अथर्ववेदी ब्राह्मणांचा एकसंघ असणे संभवनीय दिसते. त्याचप्रमाणे इंदूर ताम्रपटातील[९३] चंद्र नामक वाण्याचा उल्लेख व पट्टण ताम्रपटातील[९४] नारायण राजाचा उल्लेख लक्षणीय आहे. यांच्या विनंतीवरून राजाने दान देण्याइतके हे सधन व प्रभावी आहेत. चंद्र वाणी किंवा नारायण राजा वृत्तिसंघाचे प्रमुख असण्याची शक्यता असू शकते.

एकंदरीत वाकाटक काळात उद्योग-व्यवसाय-व्यापार उन्नत असावेत आणि वृत्तिसंघाचे अस्तित्व असावे असा कयास करता येतो.

ठेव व्यवस्था (Banking) पतपेढ्या-सावकारी

वृत्तीसंघ पतपेढ्यांचेही कार्य करीत असत. कौटिल्याने वृत्तीसंघाच्या उपनिधी (ठेव सुरक्षित ठेवण्याची व्यवस्था) कार्याचाही उल्लेख केला आहे. वृत्तीसंघ महत्त्वपूर्ण व्यापार केंद्रावर ठेव स्वीकारारण्याचे व व्याजाने अन्य व्यापाऱ्याला रक्कम देण्याचे बँक सादृष्य काम करीत असे.

गुप्त काळात वरील व्यवस्था राजमान्यही होती असे दिसते. मंदिर निर्मितीसाठी,

विहार निर्मितीसाठी रोगचिकित्सेसाठी, अन्नछत्रासाठी, लोकोपयोगी कामासाठी- वृत्तीसंघाकडे स्थायी निधी (अक्षयनिवि) ठेवल्याचे उल्लेख गुप्त काळातील अभिलेखावरून मिळतात.[१५] स्थायी निधी स्वीकारताना विधिवत करारपत्र लिहिले जात असे व त्यात अटींचा समावेश असे वृत्तिसंघ अनेक लोकोपयोगी कार्यातही सहभाग घेत असे. उदाहरणार्थ, सभाभवन निर्मिती, पाणपोई, मंदिर, जलाशय, निर्धनांना मदत इत्यादी.

वाकाटक काळातही पतपेढ्यांची व्यवस्था असावी. कान्हेरी येथील शिलालेखात सुगत याचा भक्त गौमिन अविघ्नकार याने कृष्णपर्वतावर (कान्हेरी) विहीर खणून भिक्षूंना वस्त्रादी सोई पुरविण्यासाठी १०० दम्मची कायम देणगी 'अक्षयनिवित' ठेवल्याचा उल्लेख आहे. अशा प्रकारे गावांच्या अक्षयनिविद्वारे मिळालेल्या देणग्या निगम सभेत मान्य करून नोंदणी कार्यालयात नोंदवून घेत असत.[१६] नहपान क्षत्रपानंतर त्याचा जावई उषवदान (ऋषभदत्त) राजा झाला असा उल्लेख नाशिक व कार्ले येथील कोरीव लेखात आहे. त्याची पत्नी दक्षमित्रा व नहपान यांनी वैदिक धर्म स्वीकारला तेव्हा त्यांनी दानराशी अक्षयविनी मध्ये ठेवल्याचा उल्लेख नाशिक येथील लेण्यातील लेखात येतो. अर्थात, अक्षयनिवी म्हणजे पतपेढ्या आर्थिक उलाढालीत अग्रेसर होत्या वृत्तिसंघाच्या पतपेढ्यांचे हे व्यवहार अत्यंत सचोटीने व विश्वासाने चालत असत.

वृत्तीसंघ स्वायत्त होते. तसेच विधिसंमतही होते. राजकीय दृष्टीनेही शक्तीशाली होते. धर्मकार्य व सार्वजनिक कार्यातही ते सहभागी होते. अजिंठा लेण्यांचे कार्य अनेक धर्मप्रवण वृत्तीसंघाच्या धर्मदाय ठेवीतूनच साकार झाले असावे.

मुद्रा व्यवस्था (नाणी)

आर्थिक स्थितीची दृढता अतिरीक्त उत्पादन क्षमतेवर अवलंबून असते. अतिरिक्त उत्पादन व त्याचा विनिमय परस्परावलंबी आहेत. विनिमयाच्या अवश्यकतेतूनच मुद्रा (नाणी) व्यवस्था प्रचलित झाली. अतिरिक्त उत्पादनाच्या विनिमयासाठी आरंभी वस्तू-विनिमयाची पद्धती यशस्वीरीत्या अवलंबिली गेली. नंतर विनिमय साधन (Barter) म्हणून गाईंचा उपयोग झाला व त्यानंतर हळूहळू मुद्रा विनिमय सुरू झाला.

मौर्योत्तर काळात मिनांदर व अपोलोडोटसच्या अधिनस्थ यवनांनी व्यापार वृद्धी केली होती. त्याच्या 'द्रम्म' व 'चतुर्द्रम्म' या मुद्रा भरुकच्छ येथे मिळाल्या आहेत. शक, पल्लव व कुशाणानीही आपल्या मुद्रा प्रचलित केल्या होत्या. कुशाणांनी सुवर्ण मुद्राही प्रचलित केल्या होत्या रोमन व भारतीय कुशाण शासक यांनी आपापल्या टांकसाळीत अलेक्झांड्रीया (इजिप्त) येथील कुशल कारागिराकडून नाणी पाडून घेतली. त्यामुळे कुशाण व रोमन नाण्यांत साम्य आढळते. सातवाहनांनी कुशाणांच्या तांब्याच्या नाण्यांच्या धर्तीवर शिसे व पोटीन (अशुद्ध चांदी) धातूची नाणी बनविली होती.

गुप्त काळात सोन्याच्या मुद्रांचे प्रचलन मोठ्या प्रमाणात होते. चांदी व तांब्याच्या मुद्राही पाडण्यात आल्या होत्या. त्यांच्या नाण्यांचे आकार व वजन साधारणत: उत्तरकालीन क्षत्रपांच्या मुद्रांप्रमाणेच होते. दैनंदिन व्यवहारासाठी 'रुपक' हे चांदीचे नाणे होते. 'कवडी' हेसुद्धा सर्वात लहान विनिमय माध्यम होते. अर्थात, या काळापर्यंत विनिमय माध्यम म्हणून वेगवेगळ्या धातूंच्या मुद्रा आर्थिक व्यवहारात प्रचलित झालेल्या होत्या. आंतरदेशीय व्यापारात वेगवेगळ्या प्रादेशिक मुद्रांचे परस्पर विनिमय मूल्यही व्यापारी वर्गाने किंवा वृत्तिसंघानी निर्धारित केले असले पाहिजे.

वाकाटकांच्या वर्चस्वाखालील भूप्रदेशांत वेगवेगळ्या ठिकाणी झालेल्या उत्खननांत अनेक देशी-विदेशी राजांच्या व शासकांच्या मुद्रा प्राप्त झाल्या आहेत. तसेच वाकाटक राजांच्याही मुद्रा प्राप्त झाल्या आहेत. त्यावरून आर्थिक स्थिती व व्यापारिक व्यवहारांचा अंदाज येतो. वाकाटक पूर्व सातवाहन काळातील सातवाहनांची तसेच परकीयांची नाणी मिळाली आहेत. रोमन सम्राट ट्रायबोरसचे चांदीचे नाणे पैठण येथे मिळाले.[९७] ग्रीकांची सोन्याची, चांदीची व तांब्याची नाणीसुद्धा मिळाली आहेत.[९८] चांदीच्या नाण्यांचे दोन प्रकार आढळतात. एकावर हत्ती व बैल अंकित आहेत, तर दुसऱ्यावर राजाचा अर्धपुतळा आहे. ही अपोलोडोटस या ग्रीक राजाची नाणी होत.[९९] भारतात चांदी बाहेरून आणावी लागे.[१००] सोने मात्र रोममधून भारतात येत होते. या काळात सोन्याची नाणीसुद्धा प्रचलित होती. विदर्भात बऱ्याच ठिकाणी शक क्षत्रपांची नाणी मिळाली आहेत.[१०१] पवनार व पवनी उत्खननात क्षत्रपांची नाणी मिळाली आहे.[१०२] वाकाटक काळात या परकीय नाण्यांचा उपयोग केला जाई.[१०३] यावरून तत्कालीन आर्थिक उलाढाल लक्षात येते.

चंद्रपूर (चांदा) जवळ ताडली तसेच मध्य प्रदेशात बिलासपूर आणि चकरवेढा येथे रोमन शिक्के मिळाले आहेत. या स्थळांच्या जवळच वाकाटकांचे देवटेक, वडगाव व भांदक येथे ताम्रपट व शिलालेख मिळाले आहेत. यावरून रोमबरोबरच्या व्यापाराचा संदर्भ लक्षात येतो. शक क्षत्रपांची चांदीची नाणी माळव्यात मिळाली आहेत.[१०४] सिवनी येथे शकक्षत्रपांचे १३ शिक्के मिळाले आहे.[१०५] सन. १९९२ मध्ये पुरातत्व विभागाने नंदीवर्धन व प्रवरपूर येथे केलेल्या उत्खननात क्षत्रपांची तांब्याची नाणी मिळाली आहेत.[१०६] या नाण्यांची व्यापारिक व राजकीय संबंधामुळे देवाण घेवाण झाली असावी. कारण क्षत्रपांचे स्वामित्व पश्चिम महाराष्ट्रावर होते. त्यामुळे त्यांचे प्रचलन असावे. अजिंठा येथील भित्तीचित्रातही परकिय पुरुष व स्त्रिया चित्रित आहेत.

वाकाटकांचे समकालीन गुप्त राजे यांचीही नाणी वाकाटक प्रदेशात मिळाली आहेत. गुप्तांची सोने, चांदी, तांब्याची नाणी माळव्यात प्रचुरतेने मिळतात. परंतु,

गुप्तसम्राट कुमार गुप्तांची पश्चिम भारतीय शैलीची ११ चांदीची नाणी अचलपूर येथे मिळाली आहेत. अकोला येथे नगर राज्यातील एक तांब्याचे नाणे मिळाले आहे.[१०७] तसेच कुमार गुप्ताची तांब्याची नाणी सोलापूर येथेही मिळाली आहे.[१०८] वाकाटक व गुप्त यांचा नातेसंबंध लक्षात घेता गुप्ताची नाणी वापरात असावी असे दिसते.

इतर समकालीन, पूर्वकालीन किंवा उत्तरकालीन राजांचीही नाणी विदर्भात मिळतात. दक्षिण कोसलच्या शरभपूरीय राजांची शरभपूरीय नाणी मिळाली आहेत. शरभपूरीय राजे प्रसन्नमात्र व महेंद्रादित्य यांची सोन्याची नाणी भंडारा, अचलपूर व चंद्रपूरला मिळाली आहेत. ते पेटिकाशीर्षक लिपीत असून त्यावर गरुडाचे चिन्ह आहे. विष्णू कुंडीन नाणी पवनार, नागपूर इत्यादी ठिकाणी मिळाली आहेत.[१०९] विष्णू कुंडीन राजांची तांब्याची नाणीसुद्धा मिळाली आहेत. चांदीच्या नाण्यांचा वरचा पत्रा चांदीचा व आंतर भाग लोखंडाचा असे.[११०] गोंदिया जवळ नगरखान या गावातसुद्धा विष्णूकुंडीन नाणे मिळाले आहे. विष्णू कुंडीन राजांनी वाकाटकानंतर विदर्भावर जवळपास चाळीस वर्षे राज्य केले होते.[१११] विदर्भात चंद्रपूर आणि तऱ्हाळा येथे सत्यवाहन नाणी सापडली. पवनी येथेही दोन सत्यवाहन नाणी मिळाली आहेत. त्यामुळे वाकाटकांच्या व्यापारी केंद्रात वाढ होऊन व्यापारी आनंदित झाल्याचा उल्लेख येतो.[११२] विदर्भात काही काळ आपले शासन स्थापन करणाऱ्या नलवंशी राजांची नाणी बस्तर भागात एडेंगा येथे मिळाली आहेत.[११३]

वरीलप्रमाणे नाण्यांची उपलब्धी लक्षात घेता रोमन व ग्रीक नाणी व्यापारी देवाण-घेवाणीतून आली असावीत. तसेच शकक्षत्रप, गुप्त, विष्णुकुंडीन, शरभपूरीय या समकालीन राजांची नाणी मात्र वाकाटक काळात व्यवहारात प्रचलित असावीत असे दिसते. सोबतच वाकाटकांची स्वतःची नाणीसुद्धा दैनंदिन व्यवहारात वापरात असावीत, असे वाशीम येथील उत्खननात मिळालेल्या नाण्यांवरून तसेच मनसर येथील नुकत्याच झालेल्या (१९९८-९९) उत्खननांत प्राप्त नाण्यांवरून दिसून येते.

वाकाटक नरेश प्रथम रुद्रसेन याने तांब्याचे नाणे पाडल्याचे कौशंबी येथील खोदकामात मिळालेल्या तांब्याच्या नाण्यावरून समजते.[११४] वाकाटकांच्या नगरधन या राजधानीजवळ असलेल्या मनसर येथे महाराष्ट्र पुरातत्व विभागाने सन १९९८-९९ मध्ये उत्खनन केले. तेथे रुद्रसेन द्वितीयची नाणी सापडली आहेत.[११५] तसेच पृथिवीषेण आणि नरेंद्रसेन यांनीही स्वतःची नाणी पाडली होती.[११६] पवई येथील उत्खननात ब्राम्हीलिपीत असलेले महाराज पृथिवीषेण असा उल्लेख असलेले तांब्याची हलकी नाणी मिळाली आहे.[११७] तसेच वाकाटकांची काही नाणी नांदेड येथे मिळाली आहेत.[११८] नांदेड हे वत्सगुल्मचा राजा विंध्यसेनाच्या काळात वाकाटक राज्यात सामील होते.

सन १९८१ मध्ये नागरा येथील भैरव टेकडीवर झालेल्या उत्खननात पेटिकाशीर्षक ब्राह्मीलिपीत 'नारायण' लिहिलेली मुद्रा सापडली आहे.[११९] तसेच १९९२ मध्ये नंदीवर्धन व प्रवरपूर येथे वाकाटकांची तांब्याची नाणी मिळाली आहेत. सन १९९४-९५ मध्ये वाशीम (वत्सगुल्म) येथील उत्खननात वाकाटकांचे 'वृद्धी' अक्षर असलेले नाणे मिळाले आहे. वाशीम येथेच वाकाटकांची पोटीन धातूची नऊ नाणी मिळाली आहेत.[१२०] ती खालील प्रमाणे -

१) वृद्धी अक्षर असलेले एक नाणेधातू पोटीन
२) कळस छाप असलेली नाणीधातू पोटीन
३) नंदी छाप असलेली नाणीधातू पोटीन
४) सिंह छाप असलेली नाणीधातू पोटीन
५) मासा छाप असलेली नाणीधातू पोटीन

या नाण्यांच्या दर्शनी बाजूवर वाकाटक-गुप्त काळात वापरले जाणारे 'वृद्धी' हे अक्षर आहे. ही सर्व नाणी पोटीन या निकृष्ट धातूंची बनविलेली आहेत. तांब्याचीही काही नाणी मिळाली आहेत. ही नाणी सामान्य जन दैनंदिन व्यवहारात उपयोगात आणत असावेत. वाकाटकांची सुवर्ण किंवा चांदीची नाणी मात्र मिळाली नाहीत. या नाण्यांचे विनिमय मूल्यही कळण्यास काही साधन नाही.

वाकाटकांची मुद्रा माहूरझरी उत्खननात मिळाली आहे.[१२१] तसेच देवसेनच्या काळात बिदर येथे मिळालेल्या मुद्रेवर देवसेन असे लिहिलेले आहे. देवसेनाचा इंडिया ऑफिस ताम्रपटातही 'श्री देवसेनस्य' अशी अक्षरे उत्किर्ण आहेत.[१२२] सन १९२९ मध्ये रुद्रसेनाचा एक शिक्का शिवनी येथे मिळाला. तसेच सोनापरू येथेही रुद्रसेन प्रथम पासून ते रुद्रसेन द्वितीयपर्यंत शिक्के मिळाले आहेत.[१२३] या काळातील मुद्रांचे ठसे विपुल प्रमाणात मिळतात. वाकाटकांच्या बहुतेक ताम्रपटावर मुद्रा वापरली आहे.[१२४] वाकाटकांची मोहर सिवनी व चम्मक ताम्रपटावर उत्किर्ण आहे. पवनार येथे मिळालेल्या धार्मिक मोहरा वाकाटककालीन आहेत.[१२५]

एकंदरीत वाकाटककालीन मुद्रा अत्यल्प प्रमाणात उपलब्ध असल्या आणि त्या तांबे किंवा पोटीन धातूच्या असल्या तरी वाकाटकांची अर्थव्यवस्था भक्कम होती, असे दिसते. वाकाटक राजा प्रवरसेनच्या काळाला कृतयुग असे संबोधिले गेले आहे. अर्थातच असे दिसते की, वाकाटकांनी आर्थिक व्यवहारात व व्यापारात गुप्त, क्षत्रप, विष्णूकुंडीन यांची नाणी विनिमयाची सोय म्हणून प्रचलनात तशीच राहू दिली. सामान्य लोकासाठी फक्त तांबे किंवा पोटीनची नाणी पाडून चलनात आणली असावी असे दिसते.

आय–व्यय व्यवस्था

राज्याच्या उत्पन्नाचे प्रमुख साधन भूमिकर होता. मौर्य काळात भूमिकरासंबंधी कौटिल्याने निश्चित नियम बनविले होते. भूमी उत्पादनासी संबंधित व्यवसायावरही कर होते. साधरणत: उत्पादनाच्या १/६ ते १/१२ पर्यंत कर निर्धारित होत. त्यासाठी वेगवेगळ्या विभागांची व अधिकाऱ्यांची ही नियुक्ती केली होती. भूमिकर विषयक विवेचन यापूर्वी आलेले आहे.

वाकाटककालीन दानपत्रात क्लुप्त व उपक्लुप्त करांचा उल्लेख आहे. परंतु व्यावसायिक व व्यावसायिक कर निर्धारणाचा मात्र उल्लेख मिळत नाही. परंतु, वाकाटकांच्या आर्थिक सुबत्तेचा विचार करता विविध करांचे विधान असले पाहिजे व वसुली व्यवस्थाही असली पाहिजे हे तर्कसंगत होय. वाकाटकांच्या ताम्रपटातील राजकर्मचाऱ्यांना वर्जित केलेले राजाचे विशेषाधिकार राजाच्या उत्पन्नाची महत्त्वपूर्ण आय साधने असली पाहिजेत. त्याशिवाय दानपत्रांत त्यांचा जाणीवपूर्वक उल्लेख करण्याचे वेगळे प्रयोजन दिसत नाही.

कौटिल्याचे उल्लेखानुसार काही गावे 'विष्टी' म्हणजे अनिवार्य नि:शुल्क श्रम देत असत. वाकाटकांच्या वेठबिगार घेण्याच्या विशेषाधिकाराचा विचार केल्यास कराच्या मोबदल्यात गावातील कुशल शिल्पी किंवा अकुशल मजूर आपले श्रम अर्थात, वेठबिगार राजाला देत असावेत. तसेच 'प्रतिभाग' म्हणजे वाकाटकांच्या दानपत्रातील उल्लेंखित फुले–फळे घेण्याचा विशेषाधिकार म्हणजे फलोद्यान, पुष्पोद्यान किंवा अन्य वनौषधींची उद्याने याच्या उत्पादनातील राजभाग किंवा हिस्सा किंवा कर असावा. हा कर नगदी किंवा जिन्नस (Cash or Kind) या स्वरूपात घेण्याची सोय असावी. हा कर दरदिवशी किंवा फळा–फुलांची तोड असेल तेव्हा घेतला जात असावा. हे उत्पन्न ग्रामप्रमुखाची प्राप्ती असावी. तसेच हस्तीवन (हत्तीचे जंगल) किंवा द्रव्यवन (इमारती लाकडांचे जंगल) असाही अर्थबोध राजांच्या वरील विशेषाधिकारावरून होऊ शकतो. हा जंगलकर मात्र स्थानिक अधिकारी घेत नसावेत. हा जंगलकर राजाच्या उत्पन्नाच्या प्रमुख साधनांपैकी एक असावा. त्यामुळे ताम्रपटावर उत्किर्ण करण्याइतके महत्त्व 'फळे–फुले' या कर वाचक शब्दांना असावे.

'पशु' हा गोधनावरील कर होता तर 'प्रणय' हा पशुंवर लावलेला आपत्कालीन कर होता. वाकाटकांच्या ताम्रपटातील गाय व बैल घेण्याच्या राजाच्या विशेषाधिकारासी हा कर मिळता–जुळता असलेला दिसतो. पशुपालन करणाऱ्या किंवा गोधन बाळगणाऱ्या गावांवर किंवा व्यक्तींवर हा वस्तूच्या स्वरूपात लावलेला कर असावा असे अनुमान करता येईल. खनिज संपत्तीवर राजाचा एकाधिकार होता. राज्याच्या उत्पन्नाचे हे

प्रमुख साधन असावे. सोने, चांदी, ताम्र, लोखंड, कोळसा, मँगनिज, हिरे इत्यादी विविध प्रकारची खनिज संपत्ती विदर्भात उपलब्ध आहे. खनिजांच्या उपलब्धीनुसार वेगवेगळ्या केंद्रावरून हे उत्पन्न वाकाटकांना मिळत असावे. कौटिल्याने 'प्रक्रय' (परवानामूल्य) आणि 'भाग' (बटाई) या आधारावर खाणीतून खनिजे काढण्याच्या प्रकाराचे निर्देश दिले आहेत. वाकाटक राजांनी राज्यातर्फे खनिजे काढण्याची व्यवस्था केली किंवा ठरावीक परवाना शुल्क घेऊन किंवा उत्पादित खनिजांची बटाई घेऊन खनिज उत्पादन व्यवस्था राबविली हे कळण्याचे कोणतेही साधन उपलब्ध नाही. परंतु तत्सम व्यवस्था असली पाहिजे. तसेच, मीठ उत्पादनाचा आणि मद्य उत्पादनाचाही राजाचा एकाधिकार होता. राजाच्या परवानगीशिवाय किंवा परवान्याशिवाय कुणीही व्यक्ती मीठ किंवा मद्य बनवू शकत नसे. या दोन्ही वस्तू राज्याच्या उत्पन्नाचे महत्त्वपूर्ण आय-स्त्रोत होते. या सर्व एकाधिकार असलेल्या बाबींच्या व्यवस्थापनासाठी अधिकारी वर्ग असावा. पण त्यांची माहिती मिळत नाही. वाकाटकांनी दानग्राही ब्राह्मणांना उत्पन्नाचे महत्त्वपूर्ण स्त्रोत म्हणूनच हे अधिकार दानभूमी या मर्यादित क्षेत्रापुरते बहाल केले असावे. किंवा दानभूमी प्रक्षेत्रात खनिजे, मीठ व मद्य उत्पादन साधने ब्राह्मण दानग्राहींनी अधिकाधिक लाभाच्या हेतूने विकसित करावीत, हाही दान देण्यामागे उद्देश असू शकेल. दानभूमी प्रक्षेत्र ब्राह्मण हानग्राहींना वंशपरंपरागत दिली असली तरी त्यातील अतिरिक्त उत्पादित मालाच्या व्यापारावरील करांचे उत्पन्न मात्र राज्याला मिळणे क्रमप्राप्त होते. वाकाटकांपूर्वी कुशाण, सातवाहन, पल्लण व गुप्त राजांनीसुद्धा भूमी दान देण्याच्या प्रथेचा अवलंब केला होता. त्यामुळे राज्याच्या आर्थिक उत्पन्नात व जनतेच्या आर्थिक समृद्धीत भरच पडली होती. वाकाटकांनीही त्याच मार्गाचा अवलंब केला असे दिसते.

कौटिल्याने 'वास्तु' हा उल्लेख नगर किंवा किल्ले यापासून होणाऱ्या आयसंबंधी केला आहे. संभवत: हा नगर किंवा किल्ला येथील घरांवर लावलेला घरकर असावा. 'सेनाभक्त' हा कर सैन्याच्या प्रयाणाप्रीत्यर्थ (लढाईसाठी) लावलेला कर होता. 'पारिहाणिक' हा कर आकस्मिक नुकसान भरपाईस्तव लावण्यात येणारा कर होता. 'सेतु' हा कर ओलिताखालील जमिनीच्या आधिक्य उत्पादनावरील कर होता. 'उद्यभाग' हा राज्याच्या जलसिंचन व्यवस्थेद्वारा पुरविलेल्या पाण्याचा कर होता हे सर्व कर वाकाटकांच्या व्यवस्थेशी मिळते-जुळते आहेत. वाकाटक काळात घरकर अस्तित्वात असावा. वाकाटकांचे सैन्य प्रबळ होते व त्याचा विजय मिळविण्यासाठी उपयोगही झाला आहे. हे सारे, त्यांचे कोरीव लेख व अजंठा लेखावरून दिसतात. सैन्य संबंधित कर असू शकतो. जलसिंचनाची व्यवस्था वाकाटकांनी केली होती. हे नचना व गंज

शिलालेखावरून व सुदर्शन सरोवराच्या निर्मितीवरून दिसते. परंतु त्याबाबत निश्चित उल्लेख मिळत नसल्यामुळे निर्णायकरित्या सिंचन कराचे अस्तित्वाबद्दल विधान करता येत नाही.

वाकाटक काळात नगरांचाही विकास झाला होता. त्याचबरोबर उद्योग व व्यवसायही विकसित व स्थिर झाले होते. मोठ्या उद्योगावर व व्यवसायांवर कोणत्या ना कोणत्या स्वरूपात करांचे प्रावधान असावे. परंतु त्यासबंधी माहितीच्या अभावी नवीन पुराव्यांच्या उपलब्धतेपर्यंत काहीच सांगता येत नाही. तसेच व्यापारातही आमुलाग्र उन्नती झाली होती. स्थलमार्गे व जलमार्गे व्यापार होत होता. देशी व विदेशी व्यापाराचेही पुरावे मिळतात. पण व्यापारी करासंबंधी मात्र काहीच माहिती मिळत नाही. व्यापाराशी संबंधित कौटिल्याचे व अन्य उल्लेखावरून खालील कर वाकाटक पूर्व काळात प्रचलित होते.

१) शुल्क – चुंगी किंवा कस्टम ड्युटी
२) वर्तनी – सडकेवरील वाहतूक कर किंवा सीमा कर. विदेशी वस्तूंवर लागणारा कर असावा.
३) अतिवाहिक – प्रवाश्यांवरील कर – नदी व समुद्र तटी घेण्यात येणारा अतिरिक्त कर असावा.
४) गुल्मदेय – वाटमारी किंवा लुटारूंपासून संरक्षण कर – विदेशी मालांचा व्यापार करणाऱ्या व्यापाऱ्यांकडून घेण्यात येणारे संरक्षण शुल्क असावे.
५) तरदेय/तरयण्य – मालाच्या तारणावरील – नदीच्या घाटावर घेण्यात येणारा मालाच्या वजनानुसार लावलेला कर असावा.
६) भुक्त – व्यापाऱ्यांवरील भोजन खर्च – व्यापाऱ्यांच्या प्रवासातील भोजन व्यवस्था प्रबंध असावा.
७) भोग – व्यापारातील नफ्यातील हिस्सा – मालाची खरेदी व विक्री यातील नफ्याच्या प्रमाणावर कर असावा.
८) द्वारदेय – विविध साहित्यावर नगर प्रवेश कर – व्यापारी माल शहरात आणतानाचा प्रवेश कर असावा.

वरील करांचे समकक्ष कर वाकाटक काळातही अस्तित्वात असावेत. परंतु त्यांची नावे, त्यांचे मान, कर वसूल व्यवस्था यासंबंधी वाकाटकांच्या उपलब्ध कोरीव लेखांत किंवा तत्कालीन साहित्यात उल्लेख मिळत नाहीत. तसेच वाकाटककालीन उत्खननातून प्राप्त पुराव्यावरूनही अनुमान करता येत नाही. परंतु वाकाटकांच्या कोरीव

लेखातून दृष्टीगोचर होणाऱ्या समृद्धीचा विचार केल्यावर सुव्यवस्थित करव्यवस्था असावी एवढाच अंदाज करता येऊ शकतो.

वाकाटकांच्या व्यय शीर्षकांचाही उल्लेख त्यांचे कोरीव लेखात नाही. परंतु वाकाटक राजे पराक्रमी होते. त्यांचे पदरी विशाल सैन्य होते. तसेच ते प्रजावत्सल व लोककल्याणकारी राजे होते. राज्यात शांतता, सुव्यवस्था होती. अर्थात, प्रशासन सक्षम होते. राजे दानशूर व ईश्वर भक्त होते. यावरून ढोबळ मानाने व्यय साधनांचा आलेख मांडावा लागणार आहे.

कौटिल्याने अर्थशास्त्रात व्ययसाधनांचा निर्देश केला आहे. परंतु बहुतेक व्ययशीर्षके राजाच्या महालावरील खर्चाशी संबंधित आहेत. शुक्रनितीसारकाराने राज्याचे व्यय विवरण खालीलप्रमाणे दिले आहे.[१२६]

१) **बलम** – सैन्यावरील खर्च होय. या खर्च शीर्षकांत शस्त्रास्त्रावरील सर्व खर्च समाविष्ट असावा. तसेच सैनिकांचे वेतनही समाविष्ट असावे. हा राज्यआयच्या ५० टक्के दर्शविला आहे.

२) **दानम्** – राजाचा दान-धर्म खर्च होय. यात देवळातील पूजा, दानधर्म, अन्नछत्रे, निर्धन किंवा पिडित यांना केलेले सहाय्य, मंदिर निर्मिती किंवा जीर्णोद्धार इत्यादी धर्मदाय बाबी समाविष्ट असाव्यात हा खर्च राज्याच्या आयच्या ८ १/३ टक्के करण्याचे प्रावधान आहे.

३) **उच्चाधिकारी** – वरिष्ठ अधिकाऱ्यांच्या वेतनावरील खर्च होय. राज्याच्या वरिष्ठ अधिकाऱ्यांचा सन्मान व प्रतिष्ठा यानुसार त्यांना वेतन किंवा जहागिरी उत्पन्न लावून दिले असावे. हा खर्च राज्याच्या उत्पन्नाच्या ८ १/३ टक्के असावा असे नमूद आहे.

४) **शासन खर्च** – हा प्रशासकीय खर्च होय. राज्यातील शांतता व सुव्यवस्थेसाठी राज्यशासन सुदृढ व कार्यक्षम असणे नितांत आवश्यक असते. यांत राज्याच्या वेगवेगळ्या अधिकाऱ्यांचा वेतन खर्च, पोलिस व्यवस्था खर्च, नगर शासन खर्च, न्याय व्यवस्थेवरील खर्च, व्यापार व्यवस्थेवरील खर्च इत्यादी समाविष्ट असावेत. हा खर्चसुद्धा उत्पन्नाच्या ८ १/३ टक्के करण्याचे प्रावधान आहे.

५) **आत्मभोग** – राजा व राजपरिवारांचा खर्च होय. यांत राजाचा निजीखर्च, अंत:पूरखर्च, राजमहालावरील खर्च, पाकशाळेवरील खर्च इत्यादी समाविष्ट असावेत. त्याचे प्रमाण उत्पन्नाचे ८ १/३ टक्के ठेवले आहे.

६) **स्थाई कोष** – हा राखीव निधी होय. राजाला आकस्मिक येणाऱ्या संकटांना तोंड देण्यासाठी उत्पन्नाचा काही भाग राखून ठेवणे आवश्यक असते. अवर्षण,

नापिकी, बंडाळ्या, परकीय आक्रमण इत्यादीकरिता राखून ठेवावयाचा राखीवनिधी असावा. हा निधी उत्पन्नाच्या १६ १/२ ठेवण्याचे प्रावधान आहे.

शुक्रनितिसरकाराने उत्पन्नाचे प्रमाणात खर्चाचे प्रमाण व शीर्षक दर्शविले आहेत. वाकाटक शासनाचे संदर्भात वरील शीर्षकांचा विचार केल्यास शीर्षक निहाय दर्शविलेले खर्चाचे प्रमाण कमी-जास्त असू शकते. पण सर्वसाधारणपणे व्ययशीर्षके वरील प्रकारची मुख्यत: असावित असे गृहीत धरण्यास प्रतिवाद नसावा. कारण ही खर्चाची सामान्य शीर्षके आहेत. वाकाटकांची सैन्य सज्जता हे वाकाटकांच्या राज्य स्थैर्याचे, प्रभावाचे व साम्राज्य पदाचे मुख्य लक्षण होते. वाकाटकांच्या कोरीव लेखात विशाल व प्रबळ सैन्यशक्तीचा व अर्थशक्तीचा उल्लेख आहे. त्यामुळे सैन्य व सैन्याचा आनुषांगिक खर्च हे वाकाटकांचे प्रमुख व्यय-साधन असावे. वाकाटकांचे राज्यात शांतता-सुव्यवस्था होती. त्यामुळे प्रशासन कार्यक्षम होते, राजे दक्ष होते असे दिसते. स्वाभाविकच प्रशासनावरील खर्च व वरिष्ठ अधिकाऱ्यांचे वैतनिक कामावरील खर्च हे खर्चाचे दुसरे महत्त्वपूर्ण व आवश्यक अंग असले पाहिजे. वाकाटक राजे लोकहितकारी व धर्म सहिष्णू होते. लोकहिताच्या कामांचा उल्लेख नचना, गंज व अजिंठा शिलालेखात आहे. धर्मदाय कामांचाही उल्लेख प्रभावती गुप्ताच्या पुणे व ऋद्धपूर ताम्रपटांत आहे. वाकाटकांची दानपत्रे धर्मदाय स्वरूपाचीच आहेत. त्यामुळे दान-धर्म, विद्वानांना दक्षिणा, विद्यालये व विद्यापीठांना मदत, मंदिर निर्माण, जीर्णोद्धार किंवा स्तूप व लेण्यांना राजाश्रय इत्यादी लोकहितकारी व धर्मदाय कामावर वाकाटकांचा मोठा खर्च होत असावा. ही कामे राजांच्या कल्याणकारी प्रवृत्तीचे द्योतक होय. राजपरिवारावरील खर्च हा आवश्यक खर्च होय. राजांची प्रतिष्ठा त्यावर अवलंबून असते. राखीव निधी हे राज्याच्या समृद्धतेचे लक्षण होय. खजिना भरलेला असणे राज्याच्या दीर्घकालीन स्थैर्याचे गमक होय. वाकाटक राजांच्या संपन्नतेचे वर्णन कोरीव लेखांत आहे. त्यामुळे कोणत्याही आकस्मिक संकटासाठी वाकाटक शासन सज्ज होते असे चित्र दिसते.

वाकाटकांच्या आर्थिक व्यवस्थेसंबंधीचे वरील विवेचन वाकाटककालीन शासकांच्या अर्थव्यवस्थेच्या पार्श्वभूमीवरून शब्दबद्ध करण्याचा प्रयास होय. वाकाटकांच्या अर्थव्यवस्थेसंबंधी अजयमित्र शास्त्री यांनी पुढील नोंद केली आहे. वाकाटक काळातील आर्थिक जीवनाची पार्श्वभूमी म्हणजे सातवाहनकालीन आर्थिक जीवन होय. वाकाटक हे इसवी सनाच्या तिसऱ्या शतकामध्ये सत्तेवर आले व पाचव्या शतकाच्या शेवटपर्यंत त्यांनी राज्य केले. त्यांच्या राज्यामध्ये लोकांना शांतता व स्थैर्य लाभले व त्यामुळे कला, साहित्य व आर्थिक स्थिती सुधारली.[१२७]

संदर्भ :

१) जांब ताम्रपट, ओ. १७ (मिराशी, वा. वि. : वाकाटक नृपती आणि त्यांचा काल, पृ. १९२)
२) Mirashi, V. V. : Proceeding 8th Ori. Conference, p. 613
३) Gupta, Chandreshekar : Paunar Under The Vakatakas, p. 127 (Ed. Shastri, A. M. : The Age of The Vakatakas) Journal of The Numismatic Society of India Vol. 28
४) मिराशी, वा. वि. : संशोधन मुक्तावली सर १, पृ. ६७
५) पूर्वोक्त, पृ. ६१
६) गोखले, शोभना : पुराभिलेखविद्या, पृ. १७८
७) गुप्त, चंद्रशेखर : 'लोकराज्य' त्रैमासिक, १६ ऑगस्ट १९९३, पृ. ४५
८) रानडे, सुभाष : आयुर्वेदाचा इतिहास, पृ. १४४
९) मिराशी, वा. वि. : संशोधन मुक्तावली, सर ८, पृ. ३०
१०) गुप्त, चंद्रशेखर : 'लोकराज्य' त्रैमासिक, १६ ऑगस्ट १९९३, पृ. ४५
११) सिवनी ताम्रपट, ओ. २२(मिराशी, वा. वि. : वाकाटक नृपती आणि त्यांचा काल, पृ. २३०)
१२) काळे, या. मा. : वऱ्हाडचा इतिहास, पृ. ६०, ६१
१३) Gupta, Chandreshekar : Paunar Under The Vakatakas, p. 120 (Ed. Shastri, A. M. : The Age of The Vakatakas)
१४) मिराशी, वा. वि. : कालिदास पृ. १९१
१५) Epigraphia Indica, Vol. 22, p. 207
१६) वराहदेवाचा अजिंठा शिलालेख, श्लोक १७ (मिराशी, वा. वि. : वाकाटक नृपती आणि त्यांचा काल)
१७) जांब ताम्रपट, ओ. ११ (मिराशी, वा. वि. : वाकाटक नृपती आणि त्यांचा काल, पृ. १९९)
१८) मिराशी, वा. वि. : संशोधन मुक्तावली, सर ६, पृ. २३
१९) बालाघाट ताम्रपट, ओ. ३० (मिराशी, वा. वि. : वाकाटक नृपती आणि त्यांचा काल, पृ. ३०६)
२०) अळतेकर, स. ह. : प्राचीन भारतीय शिक्षण पद्धती, पृ. १०६
२१) कोलते, वि. भी. : महाराष्ट्रातील काही ताम्रपट, पृ. ५४
२२) Gupta, Chandreshekar : Paunar Under the Vakatakas, p. 126 (Ed. Shastri, A. M. : The Age of The Vakatakas)

२३) मिराशी, वा. वि. : संशोधन मुक्तावली, सर ८, पृ. ३२
२४) Gupta Chandreshekar : Paunar Under the Vakatakas, p. 126 (Ed. Shastri, A. M. : The Age of The Vakatakas)
२५) बोरकर, र. रा. : रामटेक, पृ. ११४, ११५
२६) Dikshit, M. G. : Kaundinyapura Excavation, p. 32-45
२७) बोरकर, र. रा. : विदर्भातिल वाकाटककालिन स्थळांचे उत्खनन (शोधनिबंध महाराष्ट्र इतिहास परिषद, नागपूर १९९५)
२८) Shastri, A. M. : The Age of The Vakatakas, p. 335-137
२९) Shastri, A. M. : India As Seen In The Bruhatsahinta of Warahmihir, p. 325
३०) मोतीचंद्र (अनुवाद मराठी - मा. कृ. पारधी) : सार्थवाह, पृ. १५२, १५३
३१) Excavation of Kudinayapur, p. 85, 105
३२) Dev, S. B. : Paunar Excavation, p. 77-85
३३) Dev, S. B. & Joshi Jagpati : Pawani Excavation, p. 85, 86
३४) Dev, S. B. : Mahurzari Excavation, p. 32, 36
३५) Dkshit, M. G. : Kaundinyapura Excavation, p. 102
३६) नागोरी, एस. एल. : प्राचीन भारतीय संस्कृती, पृ. ९५
३७) बोरकर, र. रा. : विदर्भातील पुरातत्वीय उत्खनने लेख (अप्रकाशित)
३८) मिराशी, वा. वि. : कालिदास, पृ. १२०
३९) तवकर, ना. गो. : प्राचीन भारतीय विद्यापीठे, पृ. १४३, १४४
४०) इंगळे, प्रा. सि. आर. : प्राचीन भारतीय बौद्ध विद्यापीठे, पृ. ८२
४१) तवकर, ना. गो. : प्राचीन भारतीय विद्यापीठे
४२) Gupta, Chandreshekar : Paunar Under The Vakatakas, p. 145 (Ed. Shastri, A. M. : The Age of The Vakatakas)
४३) मिराशी, वा. वि. : पवनार येथील काही अवशेष (संशोधन मुक्तावली. सर - १), पृ. १७७-१८७
४४) Gupta, Chandreshekar : Paunar Under The Vakatakas, p. 140 (Ed. Shastri, A. M. : The Age of The Vakatakas)
४५) नागोरी, एच. एल. : प्राचीन भारतीय संस्कृती, पृ. ९५
४६) पूर्वोक्त, पृ. १४५
४७) जोशी, लक्ष्मणशास्त्री : मराठी विश्वकोष, खंड ५, पृ. १२०
४८) कर्वे, इरावती : मराठी लोकांची संस्कृती, पृ. ३४
४९) मिराशी, वा. वि. : संशोधन मुक्तावली, सर १, पृ. ५८

५०) पुर्वोक्त, सर ९, पृ. ३२
५१) कर्वे, इरावती : मराठी लोकांची संस्कृती, पृ. २६५
५२) मिराशी, वा. वि. : कालिदास, पृ. १२
५३) गोखले, शोभना : महाराष्ट्र इतिहास आणि संस्कृती 'पर्यालोचन', पृ. ९७
५४) देव, शां. भा. : महाराष्ट्र व गोवे शिलालेख ताम्रपटांची वर्णनात्मक संदर्भसूची, पृ. २४८
५५) नागोरी, एच. एल. : प्राचीन भारतीय संस्कृती, पृ. १९४
५६) दाभाडे, बाळकृष्ण : भारतीय चित्रकला, पृ. ५२-६३
५७) गुप्त, चंद्रशेखर : जातक साहित्य में वर्णीत विदर्भ का ऐतिहासिक भूगोल 'धम्मदिप', पृ. ७७
५८) मोतीचंद्र (अनुवाद मराठी - मा. कृ. पारधी) : सार्थवाह, पृ. १२
५९) Deshpande, M. N. : Ancient India No. 15, p. 34-37
६०) मिराशी, वा. वि. : संशोधन मुक्तावली, सर - ६, पृ. ६
६१) माटे, म. श्री. : प्राचीन भारतीय कला, पृ. ६३
६२) Motichandra : Trade Roudes In Ancient India, p. 229
६३) दिनकर, रामधारीसिंह : संस्कृतीके चार अध्याय, पृ. १८०
६४) Epigraphia Indica, Vol. VIII, p. 73
६५) शारदाश्रम वार्षिक अंक शके १८५५
६६) मोतीचंद्र (अनुवाद मराठी - मा. कृ. पारधी) : सार्थवाह, पृ. ८२, २१२
६७) देव, शां. भा. : तेर, पृ. ५
६८) मोरवंचीकर, रा. श्री. : सातवाहनकालीन महाराष्ट्र, पृ. १२०
६९) Journal of Oriental Institute (JOI) Vol. XXVI, p. 401
७०) Journal of The Numismatic Society of India (JNSI) Vol. XIVI 1984, p. 38
७१) Yajdani : 'Ajanta' Part II, Plate 42, p. 45
७२) Journal of Greater India Society, 1940, p. 59
७३) Journal of The Numismatic Society of India (JNSI) Vol. XVI 1984, p. 43-45
७४) दिक्षित, म. गो. : मध्यप्रदेश के पुरातत्व की रुपरेशा, पृ. १३
७५) Dev, S. B. : Pawanar Excavation, p. 11-13
७६) Dikshit, M. G. : Excavation Eight Kaundinyapura, p. 12
७७) मोतीचंद्र (अनुवाद मराठी - मा. कृ. पारधी) : सार्थवाह, पृ. २९
७८) नागोरी, एस. एल : प्राचीन भारतीय संस्कृती, पृ. ९५

७९) पूर्वोक्त
८०) Pareplus of The Erithriancy, p. 42
८१) मोतीचंद्र (अनुवाद मराठी - मा. कृ. पारधी) : प्राचीन भारतीय वेशभूषा, पृ. १४२
८२) चातुर्भाणी : (एम. आर. के. कवि व अस. के. आर. शास्त्रीद्वारा संपादित पाटणा १९२२), पृ. १०
८३) Mscridal, Notes From Ancient India, p. 160
८४) मिराशी, वा. वि. : वाकाटक नृपती आणि त्यांचा काल, पृ. ४६
८५) मिराशी, वा. वि. : कालिदास, पृ. १६१
८६) पूर्वोक्त, पृ. १६९
८७) Shastri, A. M. : The Age of The Vakatakas, p. 59, 60
८८) मोतीचंद्र (अनुवाद मराठी - मा. कृ. पारधी) : सार्थवाह, पृ. २२६-२२८
८९) नागोरी, एस. एल. : प्राचीन भारतीय संस्कृती, पृ. ९२
९०) चम्मक ताम्रपट, ओ. १८, १९ व ४१, ४२
(मिराशी, वा. वि. : वाकाटक नृपती आणि त्यांचा काल, पृ. २१९, २२२)
९१) पाटणा संग्रहालय ताम्रपट, ओ. ८(पूर्वोक्त, पृ. २९०)
९२) वाशीम ताम्रपट, ओ. ६, ७ (पूर्वोक्त, पृ. ३३३)
९३) इंदूर ताम्रपट, (मिराशी, वा. वि. : वाकाटक नृपती आणि त्यांचा काल, पृ. २४९)
९४) पट्टन ताम्रपट, (पूर्वोक्त, पृ. २८० ते २८५)
९५) चौधरी, राधाकृष्ण व अशोक कुमार : प्राचीन भारत का आर्थिक इतिहास, पृ. ११२, ११३
९६) मिराशी, वा. वि. : सातवाहन आणि पश्चिमी क्षक क्षेत्रप यांचा इतिहास व कोरीव लेख, पृ. १४७
९७) Journal of The Numismatic Society of India (JNSI) Vol. XVI, p. 37-38
९८) Coins of The Satavahanas & Coins From Excavations, p. 138
९९) ढवळीकर, एम. के. : प्राचीन भारतीय नाणकशास्त्र, पृ. ५५, ५६
१००) मिराशी, वा. वि. : संशोधन मुक्तावली, सर २, पृ. १७०
१०१) Studied In Endology Vol. III, p. 93
१०२) Dikshirt, M. K. : Pawani Excavation, p. 33, 34
१०३) Journal of The Numismatic Society of India, p. 24, 27
१०४) ढवळीकर, एम. के. : प्राचीन भारतीय नाणकशास्त्र, पृ. २००

१०५) दिक्षित, म. गो. : मध्यप्रदेश पुरातत्व कि रुपरेषा, पृ. १३
१०६) बोरकर, र. रा. : शोध निबंध - शारदिय अ.म.इ.प. अंक - ५ १९९६, पृ. ६१
१०७) Studied in Endology. Vol. XXXII, p. 37
१०८) मिराशी, वा. वि. : संशोधन मुक्तावली, सर ६, पृ. १२८
१०९) Gupta, Chandreshekar : Paunar Under The Vakatakas, p. 143,144 (Ed. Shastri, A. M. : The Age of The Vakatakas)
११०) शास्त्री, अजयमित्र : महाराष्ट्र मे विष्णकुंडी (जोशी, एम. आर. संशोधन मुक्तावली, १९७३), पृ. १३३
१११) Mirashi, V. V. : Epigraphia Indica, Vol. XXII, p. 20
११२) Krishnamohan, Shreemali : Some Aspect of The Economy of Vakatakas
(Ed. Shastri, A. M. : The Age of The Vakatakas), p. 108
११३) Studied In Endology. Vol. I, p. 29
११४) Sohani, S. V. : Vakatak Rudrasen I & Samudragupta
(Ed. Shastri, A. M. : The Age of The Vakatakas), p. 42-43
११५) The Hitwad News paper 13 March 1999
११६) बोरकर, र. रा. : शोधनिबंध शारदीय अ. म. इ. प.लेख संग्रह १९९६, पृ. ६१-६२
११७) Siddiqi, A. H. : Some Coins of Vakataka Dynesty, p. 101
११८) Ibid
११९) बोरकर, र. रा. : विदर्भातील पुरातत्विय उत्खनने (संशोधनपर लेख, अप्रकाशित)
१२०) बोरकर, र. रा. : शोधनिबंध शारदीय अ. म. इ. प.लेख संग्रह १९९६, पृ. ६१-६२
१२१) ढेरे, रा. ची. : लज्जागौरी, पृ. ५५
१२२) Shastri, A. M. : The Age of The Vakatakas, p. 250
१२३) दिक्षित, म. गो. : मध्यप्रदेशकी पुरातत्वीय रुपरेषा, पृ. १३
१२४) ढेरे, रा. ची. : लज्जागौरी, पृ. ५५
१२५) Gupta, Chandreshekar : Paunar Under The Vakatakas, p. 119, 122 (Ed. Shastri, A. M. : The Age of The Vakatakas)
१२६) चौधरी, राधाकृष्ण व अशोक कुमार : प्राचीन भारत का आर्थिक इतिहास, पृ. १३४
१२७) Shastri, A. M. : The Age of The Vakatakas, p. 3

प्रकरण – ८

वाकाटक घराण्याचा अस्त

प्रवरसेन प्रथमनंतर वाकाटकांच्या दोन शाखा विदर्भात राज्य करीत होत्या. नंदीवर्धन व नंतर प्रवरपूरवरून शासन करणारी जेष्ट शाखा पृथिवीषेण द्वितीयनंतर नष्ट झाली, असे इतिहासकार मानतात. कारण या शाखेच्या अस्तित्वाचे कोणतेही पुरावे इ.स. ४९० नंतर मिळत नाहीत. वत्सगुल्म येथे शासन करीत असलेली कनिष्ठ शाखा हरिषेणानंतर इ.स. ५५० च्या सुमारास लयाला गेली असे विद्वान मानतात. कारण विदर्भावर त्यानंतर कलचुरी वंशीय राजांचा अंमल असल्याचे पुरावे मिळतात.

कलचुरी वंशाचा प्रथम ज्ञातराजा कृष्णराज याचे राज्य उत्तरेस विदिशेपासून दक्षिणेस गोदावरी नदीपर्यंत आणि पश्चिमेस सह्याद्री (मुंबई) पासूनपूर्वेस अमरावती-बैतूलपर्यंत पसरले होते.[१] या सर्व भागांत कृष्णराजाची नाणी मिळाली आहेत. अर्थात, वाकाटकांच्या अस्तानंतर विदर्भात कलचुरी सत्ता स्थापन झाली होती, असे स्पष्ट दिसते. कृष्णराजाचा कालखंड इ.स. ५५०–५७५ हा मानला जोता. कृष्णराजाचा मांडलिक स्वामीराज राजाचा ताम्रपट नगरधन येथे मिळाला आहे. हा ताम्रपट कलचुरी संवत ३२२ (इ.स. ५७३–७४) यावर्षी दिला होता.[२] स्वामीराजचा मुलगा नन्नराज याचे शासन नंदीवर्धन-हमलापुरी येथे होते. हमलापुरी येथे नन्नराजाचा एक ताम्रपट नुकताच मिळाला आहे.[३] यावरून कलचुरी साम्राज्य नागपूर-बैतुल जिल्ह्यापर्यंत विस्तीर्ण प्रदेशावर पसरले होते असे दिसते.

इसवी सनाच्या ५२५ नंतर कलचुरीच्या उदयाला अनुकूल परिस्थिती लाभली होती. याच दरम्यान, बलाढ्य वाकाटकांचा अस्त होऊन त्यांच्या साम्राज्याचे लहान लहान राज्यांत रूपांतर झाले. पूर्वेस गंग व विष्णुकुंडीन राजांनी आपला अंमल स्थापन केला. दक्षिण कोसलात पांडववंशीय राजे प्रबळ झाले. पश्चिमेस कोंकण, गुजराथ व उत्तर महाराष्ट्र या प्रदेशावर त्रैकुटक राजे राज्य करीत होते. कलचुरी वंशीय कृष्णराजाने

माळव्यापासून विदर्भापर्यंत साम्राज्य विस्तार केला. या सर्व राजघराण्यांच्या प्राबल्यामुळे विदर्भातील वाकाटक सत्ता पूर्णत: अस्तंगत झाली असावी.

हरिषेणासारख्या पराक्रमी व कलाप्रेमी राजाच्या मृत्यूनंतर (इ.स. ५००) अवघ्या पंचवीस वर्षांत वाकाटकांच्या प्रबळ साम्राज्याचा नाश व्हावा, या घटनेची कारणमीमांसा करण्याची साधने इतिहासाला ज्ञात नाहीत. परंतु, वाकाटकांच्या अस्तानंतर साधारण सव्वाशे-दीडसे वर्षांनी लिहिल्या गेलेल्या प्रख्यात गद्यलेखक दण्डी याच्या 'दशकुमारचरित' या संस्कृत ग्रंथात विश्रुत कुमार नामक राजकुमाराची कथा आठव्या उश्वासात वर्णन केली आहे. त्यात विदर्भराजाची मध्यवर्ती कथा आहे. या कथेत वर्णन केलेली राजकीय अराजकमय परिस्थिती वाकाटकांच्या अंतिम काळाशी जुळणारी आहे, असे मत मिराशी यांनी व्यक्त केले आहे.[४]

दण्डीचे पणजोबा दामोदर हे मूळचे विदर्भातील अचलपूरचे निवासी होते. पुढे ते कर्नाटकात गंग राजकुमार दर्विनीत याचे आश्रयास राहिले. शेवटी ते कांची येथे स्थायिक झाले व पल्लव राजा सिंहविष्णु याचे दरबारी राजकवी म्हणून मान्यता पावले. सिंहविष्णुचा काळ इसवी सन ५८० ते ६०० आहे. स्वाभाविकरित्या दामोदर यांनी ३०-४० वर्षे आधी इसवी सन ५४०-५५० च्या दरम्यान अचलपूर सोडले असावे. त्यामुळे त्यांना वाकाटकांच्या राज्यातील राजकीय उलथापालथीचा परिचय असावा. दामोदराचा पुत्र मनोरथ, मनोरथचा पुत्र वरिदत्त व वरिदत्तचा पुत्र दण्डी. त्यामुळे दण्डीचा काळ साधारणतः ६५०-७०० असा येईल. दामोदरपासून दण्डीपर्यंत वाकाटकांचे विनाशाची कथा दण्डीपर्यंत कर्णोपकर्णी झिरपली असावी. त्यावरूनच दण्डीने विश्रृतकुमार कथेत विदर्भ पार्श्वभूमी घेऊन आपले कथानक रचले असावे असा तर्क करता येईल. या कथेचा सारांश थोडक्यात खालीलप्रमाणे देता येईल.

विदर्भातील पुण्यशील व प्रजावत्सल भोजवंशीय राजा पुण्यवर्मा स्वर्गवासी झाल्यावर त्याचा पुत्र अनंतवर्मा गादीवर आला. पण तो लवकरच विहारभद्र नामक खुषमस्कऱ्याच्या तंत्राने वागून बाहेरख्याली व विलासी बनला. त्याचा राजनिष्ठ वृद्ध मंत्री वसुरक्षित याच्या समजावणीचाही त्याच्यावर परिणाम झाला नाही. या संधीचा फायदा घेण्यासाठी शेजारच्या अश्मक देशाचा सामंत वसंतभानु याचा मुलगा चंद्रपालीत आपल्या वडिलांनी आपणास निर्वासित केले, असे खोटे सांगून विदर्भराजाच्या आश्रयास आला. त्याच्याबरोबर वेषांतर केलेले सैनिकही होते. त्याने अनंतवर्माची मर्जी संपादून त्याला अधिकाधिक व्यसनासक्त केले. काही काळात यथा राजा तथा प्रजा या न्यायाने राजा, राजअधिकारी, सेनाधिकारी, सैनिक व प्रजाजन व्यसनासक्त होऊ लागले. त्यामुळे राज्यात सर्वत्र अंदाधुंदी व अनाचार माजला.

ही योग्य वेळ साधून अश्मकनृपती वसंतभानु याने त्याचा मित्र वनवासी राजा भानुवर्मा यास विदर्भावर स्वारी करण्यास प्रोत्साहित केले. त्याप्रमाणे भानुवर्माने आक्रमण करून विदर्भाचा सीमा प्रदेश काबीज केला. तेव्हा विदर्भराज अनंतवर्माचे डोळे उघडले. त्याने सैन्याची जमवाजमव केली व आपल्या मांडलिक सामंतांनाही मदतीस बोलावले. आमंत्रणाप्रमाणे अश्मकनृपती वसन्तभानु सर्वप्रथम मदतीस आला व अनंतवर्माचा विश्वास संपादन केला. क्रमाक्रमाने अन्य सामंतही आले. दुष्ट वसंतभानुने मुरलाधिपती, विरसेन, ऋषीकेश्वर एकवीर, कोंकणपती कुमारगुप्त, नासिक्यनाथ नागपाल यांना फितवून युद्धात अनंतवर्माच्या सैन्याच्या पिछाडीवर हल्ला करण्याचा सल्ला दिला. वरदा नदीकाठी (वर्धा) युद्ध झाले. त्यात अनंतवर्मा मारला गेला. वसंतभानुने लुटीच्या वाटणीवरून अन्य सामंतांमध्ये कलह लावून त्यांचा परस्परांकडून नाश करविला. वनवासी नृपतीला लुटीचा हिस्सा देऊन परत पाठविले व विदर्भाचे राज्य स्वत: बळकाविले.

या कठीण प्रसंगी वृद्ध मंत्री वसुरक्षित याने अनंतवर्माची राणी वसुंधरा, त्याचा आठ वर्षाचा मुलगा भाष्करवर्मा व तेरा वर्षांची मुलगी मञ्जुवादिनी यांचे प्राण वाचविण्यास महिष्मती नगरीकडे प्रयाण केले. मार्गात वसुरक्षित मृत्यू पावला. अन्य राजनिष्ठ सेवकांचे मदतीने ते सर्व महिष्मतीस आले. त्यावेळी महिष्मतीस अनंतवर्माचा सावत्र भाऊ मित्रवर्मा राज्य करीत होता. वसुंधरेच्या सौंदर्याचा त्याला मोह पडला. भाष्करवर्मा महिष्मतीच्या गादीचा प्रतिस्पर्धी होऊ नये म्हणून त्याला ठार मारण्याचा मित्रवर्माने प्रयत्न केला. पण, नालीजंध नामक विश्वासू सेवकाने भाष्करवर्मास सुरक्षित विंध्यारण्यात आणले. येथे असहाय्य अवस्थेत फिरत असताना, त्याची मगध देशाच्या पदच्युत झालेल्या राजसिंह नामक नृपतीच्या राजवाह नावाच्या पुत्राच्या दहा अनुयायांपैकी विश्रृत नामक कुमाराची गाठ पडली. चर्चेतून विश्रुताला समजले की, भाष्करवर्मा हा त्याचा दूरचा नातलग आहे. विश्रुताने अश्मक नृपतीचा नि:पात करून भाष्करवर्मास विदर्भाच्या गादीवर बसविण्याचा निश्चय केला. तसेच मित्रवर्माचाही उच्छेद करण्याचा निश्चय केला. वेशांतर करून सर्व महिष्मतीस गेले. राणी वसुंधरेच्या हस्ते विषप्रयोगाद्वारे मित्रवर्मास ठार केले. भाष्करवर्मास महिष्मतीच्या गादीवर बसवून विश्रुत त्याचा राजकारभार पाहू लागला या ठिकाणी ही कथा अपूर्णावस्थेत संपली. विश्रुताला विदर्भाची गादी भाष्करवर्मास मिळवून देण्यास यश आले किंवा नाही हे समजण्यास मार्ग नाही.

मिराशींच्या मते, वरील कथेत विदर्भातील भौगोलिक व राजकीय परिस्थितीचे प्रतिबिंब पडले आहे. व ही परिस्थिती हरिषेणनृपतीच्या मृत्यूनंतरच्या परिस्थितीशी

जुळणारी आहे. त्यांच्या मते, दण्डीने या कथेत नावे बदलली आहेत व ते स्वाभाविकही आहे. हरिषेणाचे मृत्यूसमयी दक्षिणेत वाकाटकांचे बलाढ्य व विस्तृत साम्राज्य होते. आजूबाजूचे सामंत राजे वाकाटकांचे मांडलिक होते. उत्तरेत महिष्मती (महेश्वर) पर्यंत वाकाटकांचा अंमल होता. वाकाटक साम्राज्य उत्तरेस नर्मदेपासून दक्षिणेस तुंगभद्रा नदीपर्यंत व पश्चिमेस अरबी समुद्रापासून पूर्वेस वैनगंगेपर्यंत पसरले होते. सर्व परिस्थितीजन्य पुराव्यांवरून 'दशकुमारचरिता' त वर्णिलेली परिस्थिती वाकाटककालीन असण्याची शक्यता आहे आणि या कथेवरून वाकाटक साम्राज्याचा अचानक झालेल्या विनाशाचा बोध होतो असे मिराशी म्हणतात.[५]

परंतु ब्रह्मानंद देशपांडे वरील मताशी सहमत नाहीत. त्यांच्या मते, दण्डीची 'दशकुमारचरिता' तील विश्रुतकुमाराची कथा अन्य कुमारांच्या कथेप्रमाणे काल्पनिक आहे. त्या कथेचा वाकाटकांशी संबंध नाही. दशकुमारचरितात आक्रमण कर्त्या राजाला 'वनवास्य भानुवर्मा' म्हटले आहे. मिराशी यांनी वानवासी येथील कदंब कुळातील रविवर्मा (इसवी सन ४९७-५३७) हाच भानुवर्मा ठरविला आहे. परंतु 'वानवास्य' म्हणजे वनप्रदेशाचा राजा असा अर्थ योग्य वाटतो व वानवास्य म्हणजे बस्तरच्या वन्य प्रदेशाचा राजा होय, असे मत ब्रह्मानंद देशपांडेंचे आहे. बस्तर प्रदेशात नलवंशी राजांचे राज्य होते. पूर्वी नलवंशीय भवदत्त वर्मा याने वाकाटकांचे ज्येष्ठ शाखेच्या नंदीवर्धनवर आक्रमण केले होते व तेथे तळ ठोकला होता. नलांचे हे आक्रमण मधूनमधून दीर्घकाळ चालू होते आणि नंदीवर्धन शाखेतील प्रवरसेन द्वितीय, नरेंद्रसेन व पृथिवीषेण यांनी त्याचा प्रतिकार केला होता. अर्थात, विश्रुतकुमार कथेशी संबंध जोडावयाचा झाल्यास ज्येष्ठ शाखेशी जोडावा लागेल. हरिषेण त्याचा पुत्र किंवा पौत्र यांना कुठल्याही आक्रमणास तोंड द्यावे लागले नाही व तसा कोणताही आधार नाही, असे ब्रह्मानंद देशपांडे यांचे प्रतिपादन आहे. तसेच वाल्टर स्पिंक यांनी हरिषेणाविषयी व त्याचे उत्तराधिकाऱ्याविषयी भ्रममूलक विधाने करून अजिंठा लेणीचा काळ ठरविण्याचा जो प्रयत्न केला व वाकाटक साम्राज्याच्या ऱ्हासाची रोजनिशी मांडली ती आधाररहित व त्याज्य आहे, असे ब्रह्मानंद देशपांडे चर्चेअंती नमूद करतात.[६]

वरील सर्व विवेचनावरून वाकाटक साम्राज्याच्या ऱ्हासाबाबत सर्वमान्य अशी निश्चित मतमांडणी अजूनपर्यंत शक्य झालेली नाही. भविष्यात पुराव्यांच्या उपलब्धीनंतर वाकाटकांच्या इतिहासातील या विवादास्पद भागाचे आकलन होऊ शकेल. परंतु वाकाटकानंतर विदर्भात कलचुरींची राजवट प्रस्थापित झाली हे निर्विवाद होय. वाकाटकांनी जवळपास २५० ते ३०० वर्षे विदर्भावर शासन केले व ही सत्ता काळाच्या पडद्याआड लुप्त झाली.

वाकाटकांचे शासन हे वंशपरंपरेने चालत आलेले प्रगतीशील व उत्तम शासन होते. त्यांच्या काळात सुख समृद्धी नांदत होती. राजे प्रजाहितदक्ष व कलाप्रेमी होते. कलावंतांना प्रोत्साहन व राजाश्रय होता. त्याचे अनेक पुरावे विदर्भात उपलब्ध आहेत. विद्वान व गुणीजनांना सन्मान होता. त्याचे साहित्यिक पुरावेही उपलब्ध आहेत. 'महाकवी कालिदास' व 'अजिंठ्याची लेणी' वाकाटकांच्या सुवर्णकाळाची आजही ग्वाही देतात.

वाकाटक वंशाने केलेला साम्राज्य विस्तार

वाकाटक घराण्याचा इतिहास पाहता, आपल्या पराक्रमाच्या बळावर या वंशातील राजांनी आपले विस्तीर्ण साम्राज्य निर्माण केले होते. त्यांनी त्यांच्या अस्तित्वाच्या खुणा मागे ठेवल्यामुळे त्यांचे कर्तृत्व आपल्या लक्षात येते. त्यांनी आपल्या कर्तृत्वाने आपले साम्राज्य उत्तरेस नर्मदा नदीपासून तर दक्षिणेस तुंगभद्रेपर्यंत व पश्चिमेस अरबी समुद्रापासून तर पूर्वेस वैनगंगेपर्यंत व बंगालच्या उपसागरापर्यंत पसरविले होते.

वाकाटक घराण्याचा मूळ पुरुष विंध्यशक्ती याने इ.स. २५०-२६० या दरम्यान विंध्यपर्वताच्या परिसरात स्वतंत्र राज्याची निर्मिती केली. त्याने विदर्भ विजय मिळविला होता, असे काही विद्वान मानतात. त्याची राजधानी चनका असावी; पण हा उल्लेख मिळत नाही. प्रवरसेन प्रथम हा वाकाटक वंशाचा संस्थापक मानला जातो. त्याने आपल्या बाहुबलावर उत्तरेस नर्मदेपलीकडे विदिशा व माळव्यापर्यंतचा प्रदेश पादाक्रांत करून आपली राजधानी 'पुरिका' या शहरात केली होती. तसेच विदर्भाच्या दक्षिणेकडे गोदावरीच्या परिसरातील कुंतलपर्यंत आपल्या सत्तेचा विस्तार केला होता. पूर्वेस कोशल, कलिंग व आंध्रपर्यत आपले स्वामीत्व प्रस्थापित केले होते. प्रवरसेन प्रथम महान साम्राज्य निर्माता होता. त्याचा काळ इ.स. २७०-३३० असा साठ वर्षांचा मानला जातो.

प्रवरसेन प्रथमच्या मृत्यूनंतर वाकाटक साम्राज्य मुख्यत्वे दोन भागांत विभक्त झाले. उत्तरविदर्भ व विंध्यपर्वतापलीकडे माळव्यापर्यंतचा प्रदेश ज्येष्ठ शाखेच्या वर्चस्वाखाली, अर्थात रुद्रसेन प्रथम याचे शासनाखाली राहिला तर दक्षिणविदर्भ व गोदावरी नदीपर्यंतचा भूप्रदेश सर्वसेन प्रथम याने वत्सगुल्म ही नवीन राजधानी स्थापून आपल्या हाती घेतला. ज्येष्ठ शाखेची राजधानी रुद्रसेन प्रथमचे काळात नागपूरजवळ नगरधन (नंदीवर्धन) येथे हलविली गेली असावी असे मानले जाते. रुद्रसेनाचे राज्य पूर्व विदर्भ, नर्मदा व विंध्यांद्री या भागात पसरले होते. रुद्रसेन प्रथम, सर्वसेन प्रथम व गुप्तसम्राट समुद्रगुप्त हे सर्व समकालीन होते. समुद्रगुप्ताने विंध्यच्या उत्तरेकडील माळवा व महाकोशल आपले स्वामित्वाखाली आणला होता. त्यामुळे वाकाटकांच्या उत्तरेकडील

राज्य प्रदेशाचा क्षय झाला असणे संभवनीय आहे. परंतु समुद्रगुप्ताने वाकाटकांच्या मूळ प्रदेशावर (विदर्भ) मात्र आक्रमण केलेले दिसत नाही. संभवत: वाकाटकांची शस्त्रसज्जता हे कारण असावे. समुद्रगुप्ताने दक्षिणेकडील आक्रमण प्रसंगी वत्सगुल्मच्या सर्वसेनकडेही वाकडी नजर फिरविलेली दिसत नाही. उलट सर्वसेनने कदंब नृपती सिंहवर्मास त्याचे राज्य परत मिळविण्यास मदत दिल्याचा उल्लेख आहे. समुद्रगुप्ताच्या दक्षिण आक्रमणामुळे ही उलथापालथ होणे संभवनीय आहे. सर्व सेनचे राज्य इंद्याद्रीपासून गोदावरीपर्यंत पसरले होते असे उल्लेख मिळतात. रुद्रसेन प्रथमचा काळ इ.स. ३३०-३५० आणि सर्वसेनचा काळ इ.स. ३३० ते ३५५ मानल्या जातो. यांचे काळात वाकाटकांच्या दोन्ही शाखा बलशाली असाव्यात व त्यांच्यात कलह नसावा असे दिसते.

यानंतर नंदीवर्धन येथे पृथिवीषेण प्रथम तर वत्सगुल्मला विंध्यसेन द्वितीय हे शासक होते. पृथिवीषेणाने आपले सैन्यबळ व अर्थबळ मोठ्या प्रमाणात वाढविले होते. त्यांचा समकालीन गुप्त सम्राट चंद्रगुप्त द्वितीय हा होता. उत्तर व पश्चिम हिंदुस्थानातील शक क्षत्रपांचा नि:पात करण्यास चंद्रगुप्तास वाकाटकांच्या सैन्यबळाची उपयुक्तता पटली होती. त्यामुळे त्याने आपली मुलगी प्रभावती गुप्ताचा विवाह पृथिवीषेण पुत्र रुद्रसेन द्वितीयबरोबर केला व वाकाटकांच्या मदतीने शकक्षत्रपांचा विनाश केला. त्यामुळे गुप्त-वाकाटकातील राजकीय तेढ संपून नवीन मैत्रीपर्व सुरू झाले. तसेच विष्णुकुंडीन राजा माधवर्मनने वाकाटक राज्यकन्येशी विवाह करून वाकाटकांची मैत्री संपादन केली. त्यावरून वाकाटक ही दक्षिणेत एक बलाढ्य सत्ता होती हे सुस्पष्ट होते. पृथिवीषेणाचे राज्य विंध्यपर्वतापर्यंत असावे. वत्सगुल्मचा विंध्यसेन द्वितीय हासुद्धा प्रबळ राजा होता. त्याचे राज्य दक्षिणेस नांदेडपर्यंत पसरले होते, असे मुदगोरे ताम्रपटावरून दिसते. विंध्यसेनने कुंतल नरेशाचा पराभव केल्याचा उल्लेख अजिंठा लेखात आहे. बहुदा कुंतलेशाने विदर्भावर आक्रमण करण्याचा प्रयत्न केला असावा; पण तो प्रयत्न विफल झाला असावा. पृथिवीषेणचा कालखंड इ. स. ३५० ते ४०० आणि विंध्यसेनाचा कालखंड इ.स. ३५५ ते ४०० हा आहे. या काळात दोन्ही वाकाटक शाखांचा विकास झालेला दिसतो.

यानंतर नंदीवर्धन शाखेचा राजा रुद्रसेन द्वितीय फक्त पाच वर्षे (इ.स. ४००-४०५) राज्य करून मृत्यू पावला. तेव्हा राजमहिषी म्हणून प्रभावती गुप्ता हिने आपल्या अल्पवयीन मुलांच्या वतीने राज्यकारभार सुज्ञपणे व प्रभावीपणे इ.स. ४०५ ते ४२० या काळात सांभाळला. तिचे वडील चंद्रगुप्त द्वितीय यांनी प्रभावतीला सर्व प्रकारे राजकीय मदत पुरविली. संभवत: त्यामुळे शासक अज्ञान असूनही हा काळ शांतता व

भरभराटीचा होता. तसेच वत्सगुल्म शाखेचा राजा प्रवरसेन द्वितीयसुद्धा फक्त दहा वर्षे (४००-४१०) राज्य करून मृत्यू पावला. त्याची कारकिर्द शांतता व सुबत्तेची होती. दोन्ही शाखांत कुठलीही राजकीय ईर्षा नव्हती असे दिसते.

इ.स. ४२० मध्ये नंदीवर्धन शाखेचा राजा रुद्रसेन पुत्र प्रवरसेन द्वितीय झाला, तर इ.स. ४१० मध्ये वत्सगुल्म शाखेचा राजा प्रवरसेन पुत्र सर्वसेन द्वितीय झाला. या दोन्ही शासकांची कारकिर्द इ.स. ४५० पर्यंत होती. नंदीवर्धनचा शासक प्रवरसेन अतिशय प्रभावशाली राजा होता. त्याने कुंतल देशीय राजकन्या अज्झितभट्टारिकाबरोबर आपला पुत्र नरेंद्रसेनचा विवाह करून कुंतल नरेशाची राजकीय मैत्री संपादन केली होती. व आपला सीमाविस्तार कायम राखला होता असे दिसते. त्याचे राज्याचा विस्तार विंध्यापासून दक्षिणेस सिवनी-अचलपूरपर्यंत होता. प्रवरसेनाने, नलवंशीय राजा भवदत्त वर्माच्या आक्रमक कारवायांमुळे नंदीवर्धन राजधानी बदलून वर्धेजवळ प्रवरपूर (पवनार) येथे आणली व प्रवरपूरचा विकास केला. पुढे नंदीवर्धन काही काळ भवदत्तवर्माचे आधिन होते. वत्सगुल्म शाखेच्या राजा सर्वसेन द्वितीयची कारकीर्द मात्र शांततेत गेली व त्याचा राज्यविस्तार कायम होता असे दिसते.

प्रवरसेन द्वितीयनंतर उद्‌भवलेल्या गृहकलहाचे दमन करून नरेंद्रसेन प्रवरपूरच्या गादीवर आला. त्याची कारकिर्द इ.स. ४५० ते ४७० होती. वत्सगुल्म शाखेत सर्वसेन द्वितीयचे मृत्यूनंतर देवसेन गादीवर आला. त्याची कारकिर्द इ.स. ४५० ते ४७५ होती. दोघेही समकालीन होते. नरेंद्रसेन ने पूर्व व उत्तर दिशास आक्रमण करून शत्रूंचे पारिपत्य केले. कोशल, मेखला आणि मालव ही राज्ये नरेंद्रसेनाची मांडलिक राज्ये होती. वत्सगुल्मचा राजा देवसेन याचे शासन वर्धेपासून गोदावरीपर्यंत होते. त्याने बिदरचा प्रदेश तसेच आंध्रचा उत्तर भाग जिंकल्याचा बोध बिदर ताम्रपटावरून होतो.

प्रवरसेन शाखेचा अंतिम ज्ञातराजा नरेंद्रसेन पुत्र पृथिवीषेण द्वितीय होय. त्याचा काळ इ.स. ४७० ते ४९० हा होय. वत्सगुल्म शाखेचा अंतिम ज्ञात राजा हरिषेण होय. त्याची कारकिर्द इ. स. ४७५ ते ५०० होय. थोड्या फार फरकाने दोघेही समकालीन होते. तसेच दोघेही पराक्रमी व कर्तृत्वान राजे होते. नरेंद्रसेनाचे अंतिम काळात ज्येष्ठ शोखेची राजधानी नंदीवर्धन व बराच दूरवरचा प्रदेश नलवंशीय राजा भवदत्त वर्मा याने जिंकला होता. हा सर्व प्रदेश पृथिवीषेणने सैन्यबळ वाढवून परत जिंकून घेतला होता. तसेच त्याने बघेलखंड व चेदी देशापर्यंत आपल्या राज्याचा विस्तार केला होता. उच्चकल्पवंशी राजा व्याघ्रदेव हा त्याचा मांडलिक होता. त्याचे काळात वत्सगुल्मचा राजा हरिषेणचे आक्रमण झाले असावे. परंतु, पृथिवीषेण जीवित असेपर्यंत प्रवरपूरचे राज्य कायम होते व भरभराटला आले होते. पृथिवीषेणाचे मृत्यूनंतर

मात्र ज्येष्ठ शाखेचे प्रवरपूरचे राज्य वत्सगुल्मच्या आक्रमणास बळी पडून लुप्त झाले असावे असे मानले जाते.

याच काळात वत्सगुल्मचा शासक हरिषेण प्रतापी व साम्राज्यवादी होता. त्याने आरंभी राष्ट्रकुट वंशीय कुंतल नरेशाचे आक्रमण परतवून लावले होते असे दिसते. हरिषेणाने आपले काळात कुंतल, अवंती, कलिंग, कोशल, त्रिकूट, लाट व आंध्र या प्रदेशावर स्वामीत्व निर्माण केले होते. त्याने विदर्भाचे चारही बाजूला विजय मिळवून उत्तरेला माळव्यापासून तर दक्षिणेला कुंतलपर्यंत साम्राज्यविस्तार केला होता.[७] त्याचे अधिन राज्ये त्याला करभार देत होती. प्रवरपूरच्या पृथिवीषेणाचे मृत्यूनंतर तेथील अयोग्य व दुर्बल वारसदारांकडून ज्येष्ठ शाखेचे राज्य जिंकून आपले राज्यात समाविष्ट केले असे दिसते. त्याच्या काळात कला व स्थापत्याचे क्षेत्रात लक्षणीय विकास झाला. हरिषेण वाकाटक वंशातील शेवटचा ज्ञात राजा होय. त्याच्यानंतर त्याच्या अज्ञात वारसदारांच्या काळात इ.स. ५५० चे दरम्यान वाकाटक सत्ता क्षीण व नष्ट झाली आणि विदर्भात कलचुरी राजवंशाची मुहूर्त मेढ रोवली गेली.

संदर्भ :

१) Coppers Inscriptions Indecorums, Vol. 4, p. 46 E
मिराशी, वा. वि. : वाकाटक नृपती आणि त्यांचा काल, पृ. ६१

२) पूर्वोक्त, पृ. ६११इ

३) गुप्त, चंद्रशेखर : विदर्भ ऐतिहासिक एवं भौगोलिक पृष्टभूमि, पृ. ७८
शर्मा, आर. के. : कलचुरी राजवंश और उनका युग

४) मिराशी, वा. वि. : संशोधन मुक्तावली, सर - २, पृ. ८४-१००

५) मिराशी, वा. वि. : संशोधन मुक्तावली, सर - २, पृ. ८४-१००

६) देशपांडे, ब्रह्मानंद : शोधमुद्रा खंड - २, पृ. २९ ते ४०

७) कोलते, वि. भि. : महाराष्ट्रातील काही ताम्रपट व शिलालेख, पृ. ३४

परिशिष्ठ १ – वाकाटकांची वंशावळ

प्रथम विन्ध्यशक्ति (इसवीसन २५० ते २७०)

↓

प्रथम प्रवरसेन (इसवीसन २७० ते ३३०)

जेष्ठ शाखा
गौतमीपुत्र

↓

प्रथम रुद्रसेन
(इ.स.३३० ते ३५०)

↓

प्रथम पृथिवीषेण
(इ.स.३५० ते ४००)

↓

द्वितीय रुद्रसेन
(इ.स.४०० ते ४०५)

↓

- दिवाकरसेन (इ.स.४०५ते४२०)
- दामोदरसेन (अल्पकाळ)
- द्वितीय प्रवरसेन (इस. ४२० ते ४५०)

↓

दायादा

↓

नरेंद्रसेन
(इ. स. ४५० ते ४७०)

↓

द्वितीय पृथिवीषेण
(इ. स. ४७० ते ४९०)

कनिष्ठ शाखा
वत्सगुल्म शाखा

↓

सर्वसेन
(इ.स.३३० ते ३५५)

↓

द्वितीय विंध्यसेन
(इ.स.३५५ ते ४००)

↓

द्वितीय प्रवरसेन
(इ.स.४०० ते ४१०)

↓

द्वितीय सर्वसेन
(इस. ४१० ते ४५०)

↓

देवसेन
(इस. ४५० ते ४७५)

↓

हरिषेण
(इ.स.४७५ ते ५००)

↓

सर्वसेन तृतीय
(इ. स. ५०० ते ५१०)

परिशिष्ट २

वाकाटकांचे शिलालेख व ताम्रपट यादी

(अ) – शिलालेख

राजाचे नांव	शिलालेख	शासन वर्ष	प्राप्ती स्थळ
वाकाटक (गृहपती)	अमरावती	--	अमरावती, जि. गुंटूर (आं. प्र.)
प्रथम रुद्रसेन	देवटेक	चौदावे	देवटेक, जि. नागपूर
देवसेन	हिस्सेबोराळा	--	हिस्सेबोराळा, जि. वाशीम
वराहदेव	अजिंठा शैलगृह क्र. १६	--	अजिंठा, जि. औरंगाबाद
हरिषेणाचा मांडलिक	शैलगृह क्र. १७	--	अजिंठा, जि. औरंगाबाद
वराहदेव	घटोत्कच (गुलवाडा)	एकोनत्तीसावे	गुलवाडा, जि. औरंगाबाद
व्याघ्रदेव	नचना	--	कठारा गडाजवळ, (म. प्र.)
व्याघ्रदेव	गंज		मलुहा टोंगी टेकडीजवळ (म. प्र.)
नाव अज्ञात	पवनार	--	पवनार, ता. जि. वर्धा

(ब) – तांम्रपट

राजाचे नांव	ताम्रपट	शासन वर्ष	प्राप्ती स्थळ
द्वितीय रुद्रसेन	मांढळ	पाचवे	मांढळ, ता. उमरेड, जि. नागपूर
प्रभावती गुप्ता	पुणे	--	पुणे, महाराष्ट्र

राजाचे नांव	ताम्रपट	शासन वर्ष	प्राप्ती स्थळ
प्रभावती गुप्ता	ऋद्धपूर	(प्रवरसेन द्वितीयचे) एकोणविसावे	ऋद्धपूर (रिद्धपूर), ता. मोर्शी, जि. अमरावती
प्रभावती गुप्ता	रामटेक	--	रामटेक, जि. नागपूर
प्रवरसेन द्वितीय	मांढळ	दुसरे	मांढळ, ता. उमरेड, जि. नागपूर
प्रवरसेन द्वितीय	मांढळ	पाचवे	मांढळ, ता. उमरेड, जि. नागपूर
प्रवरसेन द्वितीय	जांब	दुसरे	जांब, ता. हिंगणघाट, जि. वर्धा
प्रवरसेन द्वितीय	मांढळ	सतरावे	मांढळ, ता. उमरेड, जि. नागपूर
प्रवरसेन द्वितीय	बेलोरा	--	बेलोरा, ता. आर्वी, जि. वर्धा
प्रवरसेन द्वितीय	बेलोरा	अकरावे	बेलोरा, ता. आर्वी, जि. वर्धा
प्रवरसेन द्वितीय	माहुरझरी	सतरावे	माहुरझरी, जि. नागपूर
प्रवरसेन द्वितीय	सिवनी	अठरावे	सिवनी, जि. छिंदवाडा (म. प्र.)
प्रवरसेन द्वितीय	चम्मक	अठरावे	चम्मक, जि. अमरावती
प्रवरसेन द्वितीय	पांढूर्णा	एकोणाविसावे	पांढूर्णा, जि. छिंदवाडा (म. प्र.)
प्रवरसेन द्वितीय	मासोद	एकोणाविसावे	मासोद, जि. नागपूर
प्रवरसेन द्वितीय	मिरेगांव	विसावे	मिरेगांव, जि. भंडारा
प्रवरसेन द्वितीय	दुदिया	तेविसावे	दुदिया, जि. छिंदवाडा (म. प्र.)

राजाचे नांव	ताम्रपट	शासन वर्ष	प्राप्ती स्थळ
प्रवरसेन द्वितीय	तिरोडी	तेविसावे	तिरोडी, जि. बालाघाट (म. प्र.)
प्रवरसेन द्वितीय	इंदूर	तेविसावे	इंदूर (म. प्र.)
प्रवरसेन द्वितीय	वडगाव	पंचविसावे	वडगाव, जि. चंद्रपूर
प्रवरसेन द्वितीय	यवतमाळ	सव्विसावे	यवतमाळ
प्रवरसेन द्वितीय	पट्टन	सत्ताविसावे	पट्टण, जि. बैतूल (म. प्र.)
प्रवरसेन द्वितीय	पाटणा संग्रहालय	अठ्ठाविसावे (असावे)	बालाघाट (म. प्र.)
प्रवरसेन द्वितीय	पवनी	बत्तिसावे	पवनी, जि. भंडारा
प्रवरसेन द्वितीय	मनसर	--	मनसर, जि. नागपूर
नाव अज्ञात	दुर्ग (अपूर्ण)	--	दुर्ग, (म. प्र.)
द्वितीय पृथिवीषेण	बालाघाट	--	बालाघाट (म.प्र.)
द्वितीय पृथिवीषेण	मांढळ	दुसरे	मांढळ, ता. उमरेड, जि. नागपूर
द्वितीय पृथिवीषेण	मांढळ	दहावे	मांढळ, ता. उमरेड, जि. नागपूर
भरतबल	बह्मनी	दुसरे	बह्मनी (म. प्र.)
द्वितीय विंध्यशक्ति	वाशीम	सदतीसावे	वाशीम, जि. वाशीम
देवसेन	इंडिया ऑफीस	--	इंडिया ऑफीस संग्रहालय
देवसेन	बिदर प्लेट	पाचवे	बिदर, आंध्रप्रदेश
हरिषेण	थाळनेर	पाचवे	थाळनेर, जि. जळगाव

संदर्भसूची

- कर्वे, इरावती. मराठी लोकांची संस्कृती. पुणे : देशमुख आणि कंपनी, १९६२.
- काळे, या. मा. वऱ्हाडचा इतिहास. बुलढाणा : यादव माधव पांडे, १९२४.
- कोलते, वि.भि. महाराष्ट्रातील काही ताम्रपट व शिलालेख. मुंबई : महाराष्ट्र राज्य साहित्य आणि संस्कृती मंडळ, १९८७.
- गुप्त, चंद्रशेखर. विदर्भ ऐतिहासिक एवं भौगोलिक पृष्ठभूमि. नागपूर : विश्व भारती प्रकाशन, १९९६.
- चौधरी, कि. क. वर्धा गॅझेटियर. मुंबई : महाराष्ट्र शासन, १९९२.
- चौधरी, राधाकृष्ण आणि अशोककुमार. प्राचीन भारत का आर्थिक इतिहास. पाटणा : जानकी प्रकाशन, १९९६.
- ढवळीकर, एम. के. प्राचीन भारतीय नाणकशास्त्र. पुणे : कॉन्टिनेंनटल प्रकाशन, १९७५.
- ढेरे, रा. चिं. लज्जा गौरी. पुणे : श्रीविद्या प्रकाशन, १९७८.
- तवकर, ना. गो. प्राचीन भारतीय विद्यापीठे. मुंबई : तवकर प्रकाशन.
- दीक्षित, म.गो. मध्यप्रदेश के पुरातत्व की रुपरेशा. सागर : सागर विश्व विद्यालय, १९५४.
- दिनकर, रामधारी सिंहा. संस्कृतीचे चार अध्याय १९५६. दिल्ली : राजपाल ॲन्ड सन्स, १९५६.
- देव, शा.भा. तेर. मुंबई : संचालक, पुरातत्व वस्तु संग्रहालय विभाग.
- देव, शा.भा. महाराष्ट्र गोवे शिलालेख ताम्रपट वर्णनात्मक संदर्भ सूची. मुंबई : महाराष्ट्र राज्य साहित्य आणि संस्कृती मंडळ, १९८२.
- नागोरी. एस. एल. प्राचीन भारतीय संस्कृती. जयपूर : पांईन्टर पब्लिशर्स, १९९६.
- पराडकर, मो. दि. भारतातील प्राचीन विद्यापीठे. पुणे : भारतीय विचार, १९८९.

- बोरकर, र. रा. रामटेक. नागपूर : उन्मेश प्रकाशन, १९९७.
- भुसारी, आर. एम. आद्य महाराष्ट्र आणि सातवाहन काल. हैद्राबाद : साहित्य परिषद हैद्राबाद, १९७९.
- माटे, एम. सी. प्राचीन भारतीय कला. पुणे : महाराष्ट्र ग्रंथ निर्मिती मंडळ, १९७४.
- मिराशी, वा. वी. संशोधन मुक्तावली सर १. नागपूर : मध्यप्रदेश संशोधन मंडळ, १९५४.
- मिराशी, वा. वी. वाकाटक नृपती आणि त्यांचा काल. नागपूर : नागपूर विश्वविद्यालय, १९५७.
- मिराशी, वा. वी. संशोधन मुक्तावली सर २. नागपूर : विदर्भ संशोधन मंडळ, १९५७.
- मिराशी, वा. वी. वाकाटक राजवंश का इतिहास तथा अभिलेख. हिंदी अनुवादक अजय मित्र शास्त्री. वाराणशी : तारा पब्लिकेशन, १९६४.
- मिराशी, वा. वी. संशोधन मुक्तावली सर ६. नागपूर : विदर्भ संशोधन मंडळ, १९७२.
- मिराशी, वा. वी. संशोधन मुक्तावली सर ९. नागपूर : विदर्भ संशोधन मंडळ, १९७९
- मिराशी, वा. वी. सातवाहन आणि पश्चिमी शक क्षत्रप यांचा इतिहास व कोरीव लेख. मुंबई : महाराष्ट्र राज्य साहित्य आणि संस्कृती मंडळ, १९७९.
- मिराशी, वा. वी. संशोधन मुक्तावली सर १०. नागपूर : विदर्भ संशोधन मंडळ, १९८१.
- मिराशी, वा. वी. कालिदास. मुंबई : महाराष्ट्र राज्य साहित्य आणि संस्कृती मंडळ, १९७५.
- मोतीचंन्द्र. सार्थवाह मराठी अनुवादक मा.कृ.पारधी. नवी दिल्ली : साहित्य अकादमी, १९७४.
- मोरवंचीकर, रा. श्री. सातवाहनकालिन महाराष्ट्र. पुणे : प्रतिमा प्रकाशन, १९९३.
- Shastri, A. M. The Age of the Wakataka. New Delhi : Harman Publishing House, 1992.

www.ingramcontent.com/pod-product-compliance
Lightning Source LLC
LaVergne TN
LVHW040422051026
849517LV00002B/419
9789391948146